महाराष्ट्र लोकसेवा आयोग

पूर्वपरीक्षा पेपर–२

CSAT PAPER-2

Civil Services Aptitude Test Paper II

लेखक–संपादक

प्रा. एन. बी. मिसाळ

प्रकल्प संचालक

स्पर्धा परीक्षा प्रशिक्षण केंद्र

अहमदनगर महानगरपालिका

अहमदनगर

डायमंड पब्लिकेशन्स

महाराष्ट्र लोकसेवा आयोग

राज्यसेवा पूर्व परीक्षा पेपर-२

लेखक-संपादक : प्रा. एन. बी. मिसाळ

MPSC Preliminary Examination Paper II
Author- Editor : Prof. N. B. Misal

प्रथम आवृत्ती : जानेवारी २०१३

द्वितीय आवृत्ती : सप्टेंबर २०१३

ISBN 978-81-8483-5069

© डायमंड पब्लिकेशन्स

अक्षरजुळणी

अक्षरवेल, पुणे

मुखपृष्ठ

शाम भालेकर

प्रकाशक

डायमंड पब्लिकेशन्स

२६४/३ शनिवार पेठ, ३०२ अनुग्रह अपार्टमेंट

ओंकारेश्वर मंदिराजवळ, पुणे-४११ ०३०

☎ ०२०-२४४५२३८७, २४४६६६४२

info@diamondbookspune.com
www.diamondbookspune.com

प्रमुख वितरक

डायमंड बुक डेपो

६६१ नारायण पेठ, अप्पा बळवंत चौक

पुणे-४११ ०३० ☎ ०२०-२४४८०६७७

या 'दालनात' प्रवेश करण्यापूर्वी

महाराष्ट्र लोकसेवा आयोगाच्या पूर्व परीक्षेच्या स्वरूपात २०१२अखेर बदल झाले. अभ्यासक्रमातील हे बदल ऑक्टोबर महिन्यात सर्वत्र उपलब्ध झाले; आणि बऱ्याच वर्षांनी झालेल्या या बदलांवर उलटसुलट प्रतिक्रियांचे 'मोहोळ' उठले. ते योग्य की अयोग्य हा मुद्दा येथे गौण आणि अप्रस्तुत आहे. एक मात्र नक्की की, संघ लोकसेवा आयोगाच्या पूर्व परीक्षेतील दोन प्रश्नपत्रिकांसारखे राज्यसेवेच्या पूर्वपरीक्षेचे स्वरूप ठरविण्यात आले. केंद्रीय लोकसेवेतील परीक्षांमध्ये 'मराठीचा' टक्का वाढावा हा उद्देश सफल होण्याच्या दृष्टीने टाकलेले हे एक 'प्रागैतिक पाऊल' आहे, असे म्हणण्यास प्रत्यवाय नसावा; आणि मग 'मोहोळ' उठले ते नव्याने लिहावयाच्या अभ्यासक्रमानुवर्ती पुस्तकलेखनाचे.

इ. स. २००७पासून अहमदनगर महानगरपालिकेने स्पर्धा परीक्षा प्रशिक्षण केंद्र सुरू केले. तेव्हापासून प्रकल्प संचालक म्हणून मी येथे कार्यरत आहे. तत्पूर्वी अहमदनगर कॉलेजमधील सेवा. स्पर्धा परीक्षा देणाऱ्या विद्यार्थ्यांना मार्गदर्शन करण्याच्या आणि स्पर्धा परीक्षा पूर्व व मुख्य परीक्षांसाठी पुस्तके लिहिण्याच्या गेल्या दोन तपांच्या अनुभवामुळे आणि प्राचार्य डॉ. बाळ कांबळे यांच्या आग्रहामुळे पुन्हा एकदा या पुस्तकलेखनास मी प्रवृत्त झालो.

शिक्षणक्षेत्रातील गेल्या चाळीस वर्षांची तपश्चर्या या कामी उपयुक्त ठरली. अध्ययन-अध्यापनाची आवड, तसेच महाराष्ट्रातील मनपा संचलित एकमेव स्पर्धा परीक्षा प्रशिक्षण केंद्राद्वारे MPSC व UPSCच्या परीक्षांमध्ये पदाधिकारी म्हणून निवड झालेल्या माझ्या शेकडो 'विद्यार्थीह्नअधिकारी' वर्गाचे सहकार्य यामुळे हा लेखनप्रपंच शक्य झाला.

अहमदनगर महानगरपालिकेच्या महापौर सौ. शीलाताई शिंदे, माजी महापौर सर्वश्री संग्राम जगताप, संदीप कोतकर, आयुक्त श्री. विजय कुलकर्णी, माजी आयुक्त श्री. श्रीकांत केळकर, श्री. रमेश पवार, उपायुक्त डॉ. श्री. महेश डोईफोडे, सौ. स्मिता झगडे, उपमहापौर सौ. गीतांजली काळे, प्रसिद्धी विभागप्रमुख सौ. सुनीता पारगावकर यांची प्रेरणा आणि सहकार्य वाखाणण्याजोगे आहे.

या केंद्राला सहकार्य करणारे माझे अनेक प्राध्यापक मित्र यांचे ऋण स्नेहातीत आहे. त्यात प्रा. प्रफुल्लचंद्र एल. पवार यांनी गणित विषयाचे लेखन या पुस्तकात केले आहे. या केंद्रातील 'सीनिअर्स' सतीश बांगर, भूपेश जाधव यांनीही लेखनात साहाय्य केले. केंद्रातील डॉ. सुरेखा आबुज, डॉ. संतोष कराळे, कु. अश्विनी बोरगे, योगेश ठोंबरे, आव्हाड मोरेश्वर, नीलकंठ जगताप या सर्व विद्यार्थ्यांनी लेखनकार्यास हातभार लावला.

राष्ट्रीय आदर्श शिक्षक पुरस्कारप्राप्त माझ्या सुविद्य पत्नी सौ. अनुराधा यांचेही लेखनसाहाय्य, मुख्यतः आकलनावर आधारित प्रश्नांसाठी विविध मराठी उतारे प्राप्त करणे, त्यावर विद्यमान निकषांनुसार प्रश्न तयार करून त्यांचे लेखन करणे इ. भरघोस साहाय्यामुळेच प्रस्तुत पुस्तकाचे लेखन अधिक सुकर झाले. पुस्तकाच्या नीरक्षीरविवेकी पहिल्या वाचकही त्याच आहेत. त्यामुळे त्यांच्या परवानगीशिवाय या 'दालनात' प्रवेश अशक्य होता. अहमदनगर कॉलेजचे प्राचार्य डॉ. आर. जे. बार्नबस, प्राध्यापक वर्ग तसेच माझ्या गुरू डॉ. सरला बार्नबस, आय.एम.एस.चे सरसंचालक डॉ. शरद कोलते यांचे अथक प्रोत्साहन मला कायम कार्यरत ठेवते.

माझा ज्येष्ठ मुलगा डॉ. आशुतोष (डायरेक्टर, एन.आय.एम.एस., पुणे); कनिष्ठ मुलगा, अहमदनगर जिल्ह्यातील सुप्रसिद्ध ऑर्थोडॉन्टिस्ट डॉ. अभिजित; स्नुषा सौ. आसावरी, डॉ. युगंधरा; पौत्र मानस, अनन्या, आधिष्ठी या सर्वांच्या सहकार्याचा येथे आवर्जून उल्लेख करायला हवा.

माझे ज्येष्ठ मेहुणे औरंगाबादस्थित नक्षत्र शिरोमणी श्री. मधुकांत कांबळे आणि द्वितीय मेहुणे सुप्रसिद्ध कथालेखक श्री. सुधाकर कांबळे, बार्शी यांच्या शुभेच्छा माझ्या लेखनप्रवासात कायम सोबत असतात.

प्रस्तुत पुस्तकाचे लेखन करताना प्रामुख्याने 'मांडणीचा सोपेपणा' या घटकावर भर दिलेला आहे. अनावश्यक वर्णनपर भागाला फाटा देणे, अगदी आवश्यक तेवढाच भाग बिंबविण्याच्या दृष्टीने लिहिणे या बाबींना प्राधान्य देण्यात आले आहे. या पुस्तकात समाविष्ट केलेल्या सर्व प्रश्नांची उत्तरे उपलब्ध करून दिलेली आहेत. कठीण संकल्पना अधिकाधिक सोप्या करून सांगण्याचा प्रयत्न केला आहे. जे प्रश्न इंग्रजीतच येणे अपेक्षित आहे, तेथे इंग्रजीतच स्पष्टीकरणांसह माहिती दिलेली आहे. आकृत्यांवरील प्रश्नांसाठी भरपूर आकृत्यांसह प्रश्न दिलेले आहेत. आयोगाने उपयोजिलेल्या मानकानुसारच प्रश्नप्रकारांचा समावेश या पुस्तकात केला आहे.

'डायमंड' पब्लिकेशनचे श्री. दत्तात्रय पाष्टे हे खरे 'रत्न' पारखी. त्यांच्यामुळे या पुस्तकाचे वाचनमूल्य, मार्गदर्शनमूल्य आणि एकूणच 'मौलिकपण' वर्धिष्णू झाले आहे. असंख्य ज्ञात-अज्ञात सहकाऱ्यांच्या, मित्रांच्या, विद्यार्थ्यांच्या शब्द-शुभेच्छा आणि सहकार्यऋण असेच आमच्यावर असावे. विद्यार्थ्यांच्या सूचना पुढील आवृत्तीस नक्कीच मार्गदर्शक आणि स्वागतार्ह राहतील. या 'दालनात' प्रवेश करण्यापूर्वी आमच्या शुभेच्छा कायम बरोबर असू द्या. 'यश हे बेवारस असते; त्यावर हक्क सांगणे इतके सोपे नसते; किंबहुना, ते कष्टसाध्यच असते.' हार्दिक शुभेच्छा!

प्रा. एन. बी. मिसाळ

प्रा. एन. बी. मिसाळ

लेखक-संपादक परिचय

- प्रकल्प संचालक
  स्पर्धा परीक्षा प्रशिक्षण केंद्र
  अहमदनगर महानगरपालिका,
  अहमदनगर

- मनपा संचलित महाराष्ट्रातील एकमेव अद्ययावत, विनामूल्य प्रशिक्षण केंद्र
  इ. स. २०१२ पर्यंत ३५४ विद्यार्थी UPSC / MPSC परीक्षा उत्तीर्ण.

- अनेक विद्यार्थी प्रशासकीय सेवेत.

- अहमदनगर कॉलेजमधून इंग्रजीचे प्राध्यापक म्हणून सेवानिवृत्ती.

- व्यावसायिक सेवा ३४ वर्षे.

- महाराष्ट्र लोकसेवा आयोगाच्या पूर्व व मुख्य परीक्षांसाठी १६ पुस्तकांचे लेखन.

- दोन नाटके, वीस एकांकिका.

- 'याही अवस्थेत' कथासंग्रह.

- 'अनुराधा' काव्यसंग्रह.

- 'हवेली वेव्हरलेची' कादंबरी (पुणे विद्यापीठ एम. ए. मराठीच्या अभ्यासक्रमात समाविष्ट)

- 'प्रतीक्षा युगा युगांची' आगामी कादंबरी कॉन्टिनेंटल प्रकाशन, पुणे.

- 'जगन्मित्र कर्मयोगी ' चरित्रग्रंथ.

- ई-टी.व्ही. मराठी 'वर्तमान' नावाच्या टी.व्ही. सिरियलच्या चार भागात अभिनेता म्हणून सहभाग.

- अहमदनगर आणि पुणे आकाशवाणीवर अनेक विषयांवर अनेक कार्यक्रम.

- अनेक शैक्षणिक आणि सामाजिक पुरस्कार.

- दैनिक सकाळ, प्रभात, केसरी, गावकरी, गतिपत्र आणि समाचार व दीपावली विशेषांकात नियमितपणे
  लेखमाला व कथालेखन.

- अखिल भारतीय आणि अखिल राज्य स्तरांवर काम करणाऱ्या सामाजिक संस्थांचे निमंत्रित प्रतिनिधी.

- शिक्षकोत्तम आचार्य अत्रे पुरस्कार, स्वकुळ साहित्य भूषण पुरस्कार, शिक्षक चिंतनाधारित निबंधास राज्य
  पुरस्कार, अहमदनगर जिल्हा परिषदेचा 'सृजनशील कलावंत' पुरस्कार यासारखे अनेक पुरस्कार.

- अनेक शैक्षणिक, सांस्कृतिक आणि सामाजिक संस्थांचे आजीव सदस्यत्व.

अनुक्रम

Comprehension

To comprehend means to understand. The aspirants need to develop ability to read quickly, assimilate and comprehend the contents of the passage. These questions test student's verbal ability, language skills and proficiency in English. This requires some analytical ability of the subject.

Today's competitive exams need high level of competitiveness. Keeping this in mind, the students need to solve all the questions very quickly and correctly. It is just like 'not to throw your wicket' and 'make as many runs as possible.'

Therefore comprehension question is rather difficult. The simple reason for this is that it's a 'time-killing' question. Other type of question require a second or two to read; but the comprehension passage, followed by 4 to 5 questions, each along with 4 answer-choices takes a long time to go through it. Hence very fast reading with critical, analytical and comprensive manner is must.

There may be more than one passage. The length of a passage may very from 200 to 500 words. Time management and choosing the correct answer choice aptly and quickly is very important. So one can't avoid reading the passage. My suggestion is - (1) Read the questions, yes, only question (not answer choices) and keeping them in mind go to the extract for reading. (2) Skim the passage. i.e. first and last few lines of all paragraphs should be read. (3) Scan the passage - i. e. locate the main idea, topic of the extract, beginning & end, example, explanations etc.

There are two types of questions : textual and critical. The textual questions are easy; because one can find the answers directly from the passage; but for cirtical question you must understand the main idea of the passage and certain related things of the passage. While reading as a skiful reader the student should comprehend the subject of the passage; writer's approach, his style, organisation of the text, whether his style is biased, aggressive, neutral, 'for' or 'against' the subject matter, his given examples to explain the topic, new vocabulary, use of phases & idioms, inference derived from the extract practical application of some ideas suggested in the passage etc.

While choosing the answers; don't spend much time on one question only. If you find the answer to any question very quickly, mark it and then try for the difficult one. Keep the negative marking scheme in mind. For certain questions frame your own answer and find it in the answer choices likewise. In other words tally your answer with it. Use the elimination theory. Delete the answer-alternatives one by one as per their 'uselessness'.

General questions on the passage have general answers; while specific questions on the passage have specifc answers related to specific facts, information, details, scattered in the extract. Some 'lead words / phrases' are there in the question. They will lead you to the answer in the passage. Your knowledge about the concerned subject matter mentioned in the given passage is immaterial. Don't use it, apply it while selecting the correct answer.

Science, economics, politics, history, geography, commerce, different art forms, social reforming, technology, space, inventions, foreign policies, general knowledge, current events, various develoments, environment, human race etc. are the subject on which the extracts may be asked.

In short, read the passage analytically, understand it thoroughly and choose the correct answer alternatives watchfully.

PASSAGE 1.1

There are two ways of avoiding fear - one is by persuading ourselves that we are immune from disaster, & the other is by the practice of sheer courage. The latter is difficult, and becomes impossible at a certain point. The former has, therefore, always been more popular. Primitive magic has the purpose of securing safety, either by injuring enemies, or by protecting oneself by talismans, spells, or incantations. without any essential change, belief in such ways of avoiding danger survived throughout the many centuries of Babylonian civilization, spread from Babylon throughout the Empire of Alexander & was acquired by the Romans in the course of their absorption of Hellenistic culture. From the Romans it descended to medieval Christendom & Islam. Science has now lessened the belief in magic, but many people place more faith in mascots than they are willing to avow, and sorcery, while condemmed by the Church, is still officially a possible sin.

Questions :

1. What was useful in the pages of history to adopt safety at that time ?
   (1) By empowering health.
   (2) By using magical talismans for incantations.
   (3) By assaulting the foe.
   (4) By using attractive ornaments.
2. According to the passage, What is not easy to avoid fear ?
   (1) By practicing only courage and self sufficientness.
   (2) By persuing oneself.
   (3) By the practice of sheer courage.
   (4) By being indifferent to fear.
3. Man's belief in magic is over. How far has science had success in this field ?
   (1) Science has only lessened it.
   (2) To some extent science has eradicated it.

(3) Science is 100% successful in this field.

(4) Science is 100% failure in doing so.

4. Do you agree that the ancient method survived the test of time ?

(1) No   (2) Yes   (3) To some extent   (4) 0% successful

5. The suitable title for the passage is ...

(1) Fear No More.   (2) Scientific Research on Fear.

(3) Babylonian Civilization.   (4) History of superstition.

PASSAGE 1.2

If the reason of thought is the aim of science, the rule of equality in the region of behaviour is the aim of democracy. Democracy is not a political arrangement or a form of government. It is a pattern of life, an active conviction which informs. and inspires every thought word and deed. Our present constitution of society induces in its more fortunate members far too great readiness to accept privilege as though it were inherent in the social order, as though it were normal and even proper and just.

If we are sincere in our professions of democracy we should not shut our eyes to the most obvious defects of the present social order. A system which does not offer security and decent employment to multitudes of trained youngmen suffers from fundamental vice. Society is in danger of splitting to pieces if the few who have the benefits of civilization are not willing to share them with the rest. No state is stable unless it procures for all its members the essentials of a good life. We acknowledge that health is better than disease, sufficiency better than poverty, shelter better than cold and exposure, ease of mind better than racking anxiety. It is our duty to obtain these essentials of civilized life for the mass of the population, to work for basic economic justice for all, if necessary by the imposition of higher taxes on incomes, land, value and inheritance. Riches were created by the maker for being spent on social purpose. It was Blackstone not Lenin, who wrote : " The law not only regards life and protects every man in enjoyment of it, but also furnishes him with everything necessary for its support. For there is no man so indecent or wretched but that he may demand a supply sufficient for all the necessities of life from the more opulent part of the community."

Questions :

1. What is the fundamental tenet of democracy according to the author ?

(1) Right to choose representatives.

(2) Right to stand for public offices.

(3) The presence of effective oppositions.

(4) The operation of the principle of equality.

2. The present constitution of our society is based on :

(1) The principle of equality.

(2) The principle of human dignity.

(3) Entrenched class privilege.

(4) Justice and fair play.

3. What according to the author, are the conditions of stability of a state ?
   (1) Happiness and prosperity of the people.
   (2) Just and Honest government.
   (3) Military strength.
   (4) Eternal vigilance on the part of citizens.
4. What according to the author, are the essentials of civilised life ?
   (1) Cultivation of moral virtues and cultured existence.
   (2) Health prosperity, shelter and peace of mind.
   (3) Development of science and economic betterment.
   (4) Good manners and excellent pattern of social behaviour.
5. What do you think may be the most suitable title for the passage?
   (1) Essentials of democracy.   (2) Conditions of a stable Government.
   (3) The purpose of riches.   (4) The economic basis of democracy.

PASSAGE 1.3

Visual recognition involves storing and retrieving memories. Neural activity, triggered by the eye, forms an image in the brain's memory system that constitutes an internal representation of the viewed object. When an object is encountered again, it is matched with its internal representation and thereby recognized. Controversy surrounds the question of whether recognition is a parallel, one-step process or a serial, step-by-step one. Psychologists of the Gestalt school maintain that objects are recongnized as wholes in a parallel procedure : , the internal representation is matched with the retinal image in a single operation. Other psychologists have proposed that internal representation features are matched serially with an object's features. Although some experiments show that, as an object's become familiar, its internal representation becomes more familiar, its internal representation becomes more holistic and the recognition process correspondingly more parallel, the weight of evidence seems to support the serial hypothesis, at least for objects that are not notably simple and familiar.

Questions :
   1. In this passage the author expresses himself about ...
      (1) Sythesizing hypotheses of visual recognition.
      (2) How human brains receive images.
      (3) Explaining some hypotheses proposed to explain it.
      (4) Power of human brains.
   2. What is not a natural activity according to the passage ?
      (1) Working of the human brain.
      (2) Process in visual recognition.
      (3) Smiling & laughing at jokes.
   3. About visual recognition, which of the following guses is / are correct ?
      (A) An object is recognised as a whole without any need for analysis into component parts

(B) The matching of an object with its internal representation occuss in only one step.

(C) A retinal image is in exactly the same form as its internal representation.

 (1) A only   (2) B only   (3) C & B only (4) B & A only.

4. This extract expresses one of the following views correctly.

 (1) a thorough study   (2) a biased view of the author.

 (3) a non biased view   (4) a refusal of natural behaviour.

5. This passage is about ...

 (1) Power of the brain.   (2) Visual recognition of the brain.

 (3) Gestalt school.   (4) I and My Brain.

PASSAGE 1.4

Malnutrition most commonly occurs between the ages of six months and two years. This happens despite the child's food requirements being less than that of an older child. Malnutrition is often attributed to poverty, but it has been found that even in households where adults eat adequate quantities of food, more than 50 percent of children under five do not consume enough food. The child's dependence on someone else to feed him / her is primarily responsible for the malnutrition. Very often the mother is working and the responsibility of feeding the young child is left to an older sibling. It is therefore crucial to increase awareness regarding the child's food needs and how to satisfy them.

Questions :

1. An awareness about .... can be used to reduce malnutrition in children.

 (1) intake of the regular food   (2) balanced diet

 (3) food needs of children   (4) food with nutritional values.

2. Poverty is not the main reason for malnutrition because.

 (A) Even poor familes eat nutritional food.

 (B) Economic status is immaterial about child's malnutrition.

 (1) A only   (2) B only   (3) A & B both (4) None of them.

3. What is the main reason of mulnutrition ?

 (1) busy mothers do not get time for their children.

 (2) Poverty of the families.

 (3) The child relies on mother for food habits.

 (4) The child neglects nutritional food.

4. The meaning of the word 'sibling' is ....

 (1) born to the same mother.   (2) kind of a pencil.

 (3) A child of an animal.   (4) none of the above alternatives.

5. What is the correct title for this extract ?

 (1) Poverty of India.

 (2) Malnutrition of children.

 (3) Mothers and their Responsibilities.

 (4) India and her Malnutrition.

PASSAGE 1.5

The invention of the wheel marked an epoch of revolution in the fields of transport, industry, trade and commerce. All the means of transport in the present age such as railways, buses, motorcars, tractors and bicycles are gifts of the invention of the wheel. The power generation machines, textile mills machines, printing press machines, flour rice and saw mills, elevators and a large number of other mechines, that produced many essential commodities of daily use are fundamentally based on wheel power. Without this invention our civilization would have remained just a primitive one. Imagine what our life would have been without these gifts of the wheel ! Our movement would have been almost totally restricted. The known world would have been almost totally restricted. The known world would have grown too large in the context of distance. Communities living in various parts of the world would have remained isolated from each other. The exchange of goods and services all over the world would have been an impossibility.

If the inventions based on the wheels are biliterated. our life would relapse to that of a frog in the well. It would bring back the primitive agricultural age. The problems of time and distance would stare us in the face. The modern industries along with their large scale production, the beautiful fabrics, books and magazines and a large number of other things would have remained only a dream.

Questions :

1. 'A frog in the well' means.
   - (1) limited scope.
   - (2) a very large scope.
   - (3) no scope at all
   - (4) a frog living in a well.

2. Flour mills, saw mills, elevators are mainly based on ...
   - (1) Electricity
   - (2) Wheel
   - (3) Man power
   - (4) Science.
   - (1) 1 correct only
   - (2) 2 correct only
   - (3) 1 & 2 correct
   - (4) 3 & 4 correct

3. In the absence of the invention of wheels ....
   - (1) Our life would be like an uncivilized man.
   - (2) large scale productions would not be possible.
   - (1) 1 only
   - (2) 2 only
   - (3) none of them
   - (4) 1 & 2 only

4. Which of the following is / are the correct answer choices ?
   The result of wheel is ......
   - (A) textile mills and printing press.
   - (B) railways, buses, motorcars & tractors.
   - (C) A variety of gases
   - (D) All above alternatives are correct.
   - (1) A & B correct
   - (2) B & C correct
   - (3) C & D correct
   - (4) All A To D are incorrect

5. The best title for this passage is.
   - (1) Best Buses & Trains.
   - (2) Wheel, my Base.
   - (3) My Idea of a wheel.
   - (4) An Invention of the wheel.

PASSAGE 1.6

Science in so far as it consists of knowledge, must be regarded as having value, but in so far as it consists of technique the question wheather it is to be praised or blamed depends upon the use that is made of the technique. In itself it is neutral neither good nor bad, any ultimate view that we may have about what gives value to this or that must come from some other source than science.

Both good and evil, almost everything that distinguishes our age from its predecessors, is due to science. In daily life we have electricity, the radio and the cinema. Because of the increased productivity of labour we are able to devote a far greater proportion of our energies to wars and preperation for wars than was formerly possible and we are able to keep the young in school very much longer than we formerly could. Owing to science we are able to disseminate information though the press and the radio to pratically everybody. Owing to science, we can make it enormously more diffcult than it used to be for people whom the government dislikes to escape.

The oposition to science in past, was by no means surprising. Men of science affirmed things that were contrary to what everybody had believed they upset preconaeived ideas and were thought to be destitute for reverence.

It would not be surprising if in the present day a powerful anti-scientific movement were to arise as a result of the dangers to human life that are resulting from atom bombs and many result from bacteriological warfare. But what ever people may feel about these horrons they dare not turn against the men of science so long as war is at all probable, because if one side is equipped with scientist and the other not, scientific side would almost certainly win.

Questions :

1. What determines wheather science is good or bad ?
   (1) Its analytical study.   (2) Its philosophical conception.
   (3) The manner of its origin.   (4) Its application in life.
2. Which conception of science has the author mentioned in the passage ?
   (1) Its being good and bad.
   (2) Its being a purely empierical enquiry.
   (3) Science as knowledge & science as technique.
   (4) None of these.
3. What distinguishes our age from the previous ages ?
   (1) The prevalence of liberal ideas   (2) Science
   (3) Both 1 and 2   (4) None of these
4. How long are people not likely to turn against scientists ?
   (1) Until science is fully developed   (2) So long as war is at all probable
   (3) Until the lot of mankind is ameliorated   (4) None of these
5. What, according to you, would be the best title for the passage ?
   (1) Science and Humanity   (2) Application of Science
   (3) Science and War   (4) Science and Religion

PASSAGE 1.7

In the past man's worst enemy was Nature. He lived under the continual threat of famine and pestilence, a wet summer could bring death to whole nation and every winter was a menace. Mountains stood like a barrier between people and people, a sea was less a highway than an impassable division. Today Nature, though still an enemy, is an enemy almost completely conquered. Modern agriculture assures us of ample food supply. Modern transportation has made the resources of the entire planet accessible to all its inhabitants. Modern medicine and sanitation allow dense populations to cover the ground without risk of pretence. True, we are still at the mercy of the more violent natural convulsions. Against earthquake, flood and hurricane man has, as yet devised no adequate protection. At most times, Nature is no longer formidable, she has been subdued.

Questions :

1. Against cyclones, flood, earthquakes, man has ... protection
   (1) Complete   (2) inadequate   (3) no adequate   (4) full
   (1) 1 correct   (2) 2 correct   (3) 2 & 3 correct   (4) 4 correct

2. What is man successful in controlling?
   (1) Cyclones   (2) Earthquakes   (3) Floods   (4) All are correct

3. Which one of the following best expresses the subject of this passage ?
   (1) Man is successful in controlling Nature on a large scale.
   (2) Man's progress is endless
   (3) Man can do a variety of surprises.
   (4) Man is a total failure against Nature.

4. Today's agriculture promised man .... food supply.
   (1) minimum   (2) sufficient
   (3) less than necessity   (4) More than sufficient.

5. In old times man was unable to win over .....
   (1) Hurricanes.   (2) Earthquakes.   (3) Floods   (4) All above
   (1) Only 1 correct   (2) Only 2 & 3 correct
   (3) Only 3 correct   (4) only 4 correct

PASSAGE 1.8

In everyday speech we talk of having a good memory, of having a poor memory, of having a better memory for faces than for names, of having a memory this is failing and so on. Such talk suggests that memory is an object, a thing which we possess in the same way as we possess a head or a big toe. Yet it is true to say there is no such things as memory. A big toe can be seen and touched, but not so memory. Should an acquaintance boast of having an excellent memory, We cannot confirm his claim in the same way as if he boasted the possession of a well stocked library. We cannot ask him to show his memory. What we could do, however, is to see how much of his past experienec he can recollect and how many of the books that he has read he can remember. Memory is a physical and mental retention of the past for future use. The mind and the body tend to forget experiences which are either unwelcome or useless.

Questions :

1. What does the memory deal with ?
   (1) the present   (2) the past   (3) the future   (4) all three

2. What does the author say about memory ?
   (1) It is like a big collection of books in a library.
   (2) It has nothing to do with our intellect.
   (3) It is not but the experience of the person.
   (4) It's a complex nervous system in the brain.

3. What does the author say in this passage ?
   (1) Memory is not tangible   (2) Memory can be shown like an object
   (3) Memory is like various limbs.   (4) Memory is not as tangible as toes.

4. "I remember all the books I read, along with their authors, the detailed subject, plot story & sequence of it." This means I have .... memory.
   (1) poor   (2) bad   (3) ordinary   (4) extra-ordinary

5. What is the definition of memory by the author ?
   (1) Memory is a recollection of past and future.
   (2) Memory is a physical and mental retention of the past for future use.
   (3) Memory is not but the reteintion of all past, present and future.
   (4) Memory can be shown like a toe, or a collection of books in a library.
   (1) only 2nd correct   (2) only 1st correct
   (3) only 1st & 2nd correct   (4) All incorrect.

PASSAGE 1.9

The chief condition of happiness, barring certain physical prerequisites, is the life of reason - the specific garry and power of man. Virtue, or rather excellence, will depend on clear judgement, self control, symmetry of desire, artistry of means; it is not the possession of the simple man, not the gift of innocent intent, but the achievement of experience in the fully developed man. Yet there is a road to it, a guide to excellence, which may save many detours and delays; it is the middle way the golden mean. The qualities of character can be arranged in trials in each of which the first and the last qualities will be extremes and vices, and the middle quality a virtue or an excellence. So betwen cowardic and rashness is couragej between stingines and extravagance is liberally ; between sloth and greed is ambition; between humility and pride is modesty; between secrecy and loquacity is honesty; between moroseness and buffoonery is good humour; between quarrelsomeness and flattery is friendship; between Hamlets' indecisiveness and Quixotes impusliveness is self control 'Right', thein ethics or conduct is not different from right in mathematics or engineering; it mean correct fit what works best to the best results.

Questions :

1. Who one of the following, has not authored Hamlet / Don Quixote ?
   (1) William Shakespeare   (2) Cervantes
   (3) Ben Johnson   (4) None of these .

2. What is the implied idea expressed in this extract ?
   (1) To follow the middle path is always advisible.
   (2) Try to win the best amongst all.
   (3) Chief condition of happiness depends on your health.
   (4) More you're positive more you get happiness?

3. What is the central idea of this passage ?
   (1) Having middle path is the key to happiness.
   (2) Different good qualities are necessory for happiness.
   (3) One must be well versed in all subjects for happiness.
   (4) Happiness is the state of mind.

4. What has the author not said in this extract ?
   (1) The middle path saves your delays and detours.
   (2) Good humour should be between moroseness and buffoonery.
   (3) Courage is always between rashness and cowardic.
   (4) There is flattery between great and sloth.

5. Which one of the following is the most appropriate title for this passage ?
   (1) Golden Era of Human life
   (2) Opportunist
   (3) Happiness, Will You be With Me ?
   (4) Middle pathway for happiness.

PASSAGE 1.10

As day-light can be seen through very small holes, so little things will illustrate a person's character. Indeed, character consists in little acts well and honourably performed; daily life being the quarry from which we build it up and rough hew the habits which form it. One of the most marked tests of character is the manner in which we conduct ourselves towards others. A graceful behaviour towards superiors and equals is a constant source of pleasure. It pleases others because it indicates respect for their personality, but it gives tenfold more pleasure to ourselves. Every man, to a large extent may be self-educator in good behaviour as in everything else; he can be civil and kind if he will, though he has no penny in his purse. Gentleness in society is like the silent influence of light which gives colour to all nature; it is more powerful than loudness of force and far more fruitful.

Questions :

1. What is the central idea of this passage ?
   (1) Looking sympathetically towards others.
   (2) Character is the manner in which we conduct ourselves towards others.

(3) Service to man is service to God.

(4) God helps them who help themselves.

2. How can light and good behaviour be linked with each other ?

(1) Light is as bright as one's characteral behaviour.

(2) Light is the source derived from man of character.

(3) Light and good behaviour gives pleasure to all.

(4) Light is dim in front of a good mannered personality.

3. What do you mean by good character ?

(1) in making oneself more and more literate.

(2) in developing good relations with others.

(3) in doing great deeds for human beings.

(4) in doing well and honourable good mannered deeds.

4. How is graceful behaviour 'doubly' blessed' ?

(1) It pleases both : who showers & who receives good behaviour.

(2) It pleases mental & physical satisfaction.

(3) It showers pleasure on mind and soul.

(4) None of these.

5. What is the best title for this passage ?

(1) Good Behaviour : An Introduction of Character

(2) Light That Lights Your Soul

(3) Soul to Soul Contact

(4) More Light, More Character

PASSAGE 1.11

Environmental protection is gaining momentum, with India poised to play a greater role in the years to come. There is a great potential for a category of non-soiled natural timber products which include PVC boards, MDF boards, Glass, fiber reinforced plastic, wood based particle board, black boards, rubber wood, etc.

MDF boards are produced from agro-based raw material and have been widely accepted as the most effective substitute for wood globally. Initially these were manufactured on low scale but Subwood Ltd. went ahead with technology transfer and equity participation from world leaders in Sweden. Using state-of-art technology with an investment of Rs 600 million, the plant is geared to 39,000 tones of Subwood MDF annually.

Subwood has a very wide usage in housing, industrial and institutional sectors. MDF industry is experiencing global boom. There exists a major demand supply gap. The demand for natural wood for the building industry is estimated at a phenomenal 12 million tones per year. However the product being new to the Indian market it is going to face a tough competition from natural wood in high-income class and also lower strata of the society.

Questions :

1. What has the product of Subwood Ltd. to compete with ?
   - (1) natural wood
   - (2) environmental protection
   - (3) glass fibre
   - (4) agro based raw material

2. What should be the main focus of Subwood Ltd. for marketing its product ?
   - (1) Advertising in newspapers
   - (2) Advertising on television.
   - (3) Sell through dealers to and direct approach to the customers
   - (4) All above three

3. The main opportunity for Subwood Ltd. is on
   - (1) environmental protection
   - (2) use of natural wood
   - (3) Swedish technology
   - (4) Wide use of advertisements

4. What can be the additional strong point of Subwood Ltd. ?
   - (1) It's advertisements
   - (2) Use of glass fibres
   - (3) It's being the substitute of wood
   - (4) any other answer

5. Who amongst the following, would be the promising consumer of Subwood Ltd.
   - (1) low income group
   - (2) middle class white-collar people
   - (3) high income group
   - (4) building industry

PASSAGE 1.12

Vacations were once the prerogative of the privileged few, even as late as the 19th century. Now they are considered the right of all, except for such unfortunate masses as for example, the bulk of China's and India's population's for whom life, save for sleep and brief periods of rest, is uninterrupted toil.

They are more necessary now than once because the average life is less well-rounded and has become increasingly departmentalized. I suppose the idea of vacations, as we concieve it, must be incomprehensible to primitive peoples. Rest of some kind has of course always been a part of the rhythm of human life, but earlier ages did not find it necessary to organize it in the way that modern man has done. Holidays, feast days, were sufficient.

With modern man's increasing tensions, with the stultifying quality of so much of his work, this break in the years's routine became steadily more necessary. Vacations become mandatory for the purpose of renewal and repair. And so it came about that in the United States, the most self indulgent of nations, the tensest and most partmentalized, vacations have come to take a predominant place in domestic conversation.

Questions :

1. As the passage says, the Americans are very ...
   - (1) independent
   - (2) patriotic
   - (3) self centered
   - (4) habitual

2. Why do we need vacations ?
   - (1) We have raised our standard of living
   - (2) It is our human right.

(3) There is very little diversity in our work.

(4) We don't have much free time.

3. What type of people do we find in highly populated countries ?

 (1) hard working people   (2) rich class people

 (3) middle class people   (4) heterogenious people

4. Which of the following titles best expresses the idea of the passage ?

 (1) The Vacation : Our Right   (2) Vacations of Perspective

 (3) Labour and Vacation   (4) Vacation and Vocation.

5. The synonym for 'Prerogative' is..

 (1) demand   (2) privilege   (3) opportunity   (4) request

PASSAGE 1.13

When the explorer comes home victorious, everyone goes out to cheer him. We are all proud of his achievement - proud on behalf of the nation and of humanity. We think it is a new feather in our cap, and one we have come by cheaply. How many of those who join in the cheering were there when the expedition was fitting out, when it was short of bare necessities, when support and assistance were most argently wanted? was there any race to be first? At such a time the leader has usually found himself almost alone; too often he has had to confess that his greatest difficulties were those he had to overcome at home before he could set sail. So it was with Columbus, and so it has been with many since his time.

Amundsen has always reached the goal he has aimed at, this man who sailed his little yacht over the whole Arctic Ocean, round the north of America, on the course that had been sought in vain for four hundred years. So, when in 1910 he left the shore on his great expedition in the Fram, to drift right across the North Polar Sea, would it not have been natural if we had been proud of having such a man to support? But was it so? For a long time he struggled to complete his equipment. Money was still lacking, and little interest was shown in him and his work. He himself gave everything he possessed in the world. But nevertheless had to put to sea loaded with anxieties and debts, as he sailed out quietly on a summer night.

Questions :

1. What did Columbus and Amundsen share except that they ....

 (1) sailed the seas alone.

 (2) secured success that should be praised.

 (3) weren't supported when they most needed it.

 (4) faced difficulties apart from expeditions.

2. What is the meaning of the phrase 'feather in one's cap' ?

 (1) reward for investment.   (2) response to success.

 (3) more credit for success.   (4) to feel proud.

3. 'The race to be first' ironically refers to ...

 (1) curiousity of to be first to win.   (2) ready to give credit to others.

(3) to stand first in the race.

(4) before achieving final goals, no support to the explorer.

4. What does this passage aim at ?
   (1) ironical details of time and place.   (2) typical details of time and place.
   (3) references to history and present era. (4) none of the above.

5. The correct title for this extract is ....
   (1) Amundsen and Columbus.   (2) Explore before Exploration.
   (3) Exposure.   (4) Columbus' Exploration.

PASSAGE 1.14

The Food and Drug Administration has formulated certain severe reservations regarding the use of antibiotics, which are used to promote the health and growth of meat animals. Though the different types of medicines mixed with the fodder of the animals kills many microorganisms, it also encourages the appearance of bacterial strains, which are resistant to anti-infective drugs.

It has already been observed that penicillin and the tetracyclines are not as effective therapeutically as they once used to be. This resistance to drugs is chiefly caused due to tiny circlets of genes, called plasmids, which are transferable between different species of bacteria. These plasmids are also one of the two kinds of vehicles on which molecular biologists depend on while performing gene transplant experiments. Existing guidelines also performing gene transplant experiments. Existing guidelines also forbid the use of plasmids. Though congressional dabate goes on as to whether these restrictions need to be toughened with reference to scientists in their laboratories, almost no congressional attention is being paid to an ill advised agricultural practice, which produces deleterious effects.

Questions :

1. What is the central idea of this passage ?
   (1) A problematic agriculural practice and its serious genetic consequences.
   (2) The effect of anti-infective drugs.
   (3) Regulation of gene transplant experiments.
   (4) Any other subject than this.

2. Which of the following is / are not as effective therapeutically as past ?
   (1) Tetracyclines   (2) Penicillin
   (3) 1 & 2   (4) None of the two

3. In which of the following can the mutual transfer of plasmids between different bacteria result in ?
   (1) Penicillin, which is known as anti-infective drug.
   (2) Microorganisms having an in built resistance to drug.
   (3) Viruses   (4) Useful circlets of genes.

4. Which of the following best describes as a title ?
   (1) Medicines of Today   (2) Drugs and You
   (3) Medicines of Science   (4) The use of Antibiotics

5. A person, who favors the stiffening of restrictions on gene transplant research should logically also ...
    (1) inquire the addition of anti-infective drugs to live stock feeds.
    (2) to microorganisms one should oppose the use of penicillin & tetracyclines.
    (3) Say yes to developing of meatier live stock through the use of antibiotics.
    (4) Any other answer than 1, 2, or 3

PASSAGE 1.15

Machines were made to be man's servants, yet he has grown so dependent on them that they are in a fair way to become his masters. And machines are very stern masters. They must be fed with coal and given petrol to drink and oil to wash with and they must be kept at the right temperature. If they do not get their meals when they expect, they grow sulky and refuse to work or burst with rage and blow up and spread ruin and destruction all around them. So we have to wait upon them attentively, and do all that we can to keep them in good temper. Already we find it difficult either to work or play without machines, and a time may come when they will rule us altogether, just as we rule the animals. Machines save time and energy for us, but we use them for making more and better machines. We must remember that machines themselves or the power that machines have given us are not civilization, but aids to civilization. Real civilization will come only when we learn to use these machines as instruments in the service of humanity at large and prevent them from being a means of luxury and power for a few.

Questions :

1. What are the machines compared with ?
    (1) human beings   (2) artificial art
    (3) animals   (4) old sculptures

2. When do we have real civilization ?
    (1) when we respect our culture and civilization.
    (2) When we use machines as instruments in human services.
    (3) When we respect our elderly personalities.
    (4) When we respect our motherland.

3. When do machines grow sulky ?
    (1) When they are not properly used.
    (2) When they are not oiled and looked after properly.
    (3) When they are neglected.
    (4) All above are correct.

4. How do we look after machines ?
    (1) By feeding them with coal, oil & petrol.
    (2) By purchasing them newly everytime.
    (3) By cleaning them time to time.
    (4) None of these.

5. What is the appropriate title for this passage ?
   (1) The Machines : Best friends, Worst Servants.
   (2) Man And Machine.
   (3) Man's Attitude Towards Machines.
   (4) The Machines a Bane or a Boon.

PASSAGE 1.16

There are many ways of communicating without using speech. Signals, signs, symbols and gestures may be found in every culture. The basic function of a signal is to impinge upon the evironment in such a way that it attracts attention. While less adaptable to the codification of words, signs contain greater meaning in and of themselves. A stop sign conveys meaning quickly and conveniently. Symbols are more difficult to describe than either singals or signs because of their intricate relationship with the receivers cultural perceptions. In some cultures, applauding in a theatre provides performers with an auditory symbol of approval. Gestures such as waving and handshaking also communicate certain cultural messages.

Questions :

1. Why are symbols difficult to decipher ?
   (1) Because of the cultural differences of the receiver / sender
   (2) It may be because of poor & weak communication.
   (3) May be they are not in constant use
   (4) May be they are not properly communicated.

2. Finger on the lips communicate ...
   (1) Attractive lips   (2) Longer finger
   (3) Keep silence   (4) Get out

3. Which of the following statements is correct about signs, symbols and signals ?
   (1) They are non verbal communication forms.
   (2) They are very easy to comprehend.
   (3) They are the part & parcel of underdeveloped man.
   (4) They are closely related to our Indian culture.

4. Red, Yellow & Green Light communicate the following respectively ?
   (1) Stop, See & Go   (2) See, Stop, Go
   (3) Go, See, Stop   (4) None of these

5. Read the following statements.
   (A) Signals are there to convey the message.
   (B) Signs are difficult to understand for the receiver and sender due to cultural differances.
   (C) Facial expressions convey much more.
   (1) Only C Correct.   (2) Only B Correct.
   (3) Only A Correct.   (4) A, B & C all correct.

PASSAGE 1.17

Some modern anthropologists hold that biological evolution has shaped not only human morphology but also human behaviour. The role those anthropologists ascribe to evolution is not of dictating the details of human behaviour but one of imposing constraints - ways of feeling, thinking, and acting that "come naturally" in archetypal situations in any culture. Our "frailties" emotions and motives such as rage, fear, greed, gluttony, joy, lust, love-may be a very mixed assortment quality: we are, as we say, 'in the grip' of them. And thus they give us our sense of constraints.

Unhappily, some of those frailties our need for ever increasing security among them are presently maladaptive. Yet beneath the overlay of cultural detail, they, too, are said to be biological in direction, and therefore as natural to us as are our appendices. We would need to comprehend thoroughly their adaptive origins in order to understand how badly they guide us now. And we might then begin to resist their pressure.

Questions :

1. What is the initial purpose of this passage ?
   (1) Overview of human feelings imposing constraints on human behaviour .
   (2) Stressing development of human morphology & human behaviour.
   (3) The foundations of human behaviour & what those foundations imply.
   (4) Any other answer.

2. According to the anthor, the control to any extent over the 'fraities' that constrain our behaviour is thought to presuppose...
   (1) The reason of frailties evolvement & their function.
   (2) These frailties & adaptive right now beneficial & adaptive.
   (3) To mask their true nature there's no overlay of cultural detail.
   (4) None of the above three is the correct answer.

3. What does the author assume in his discussion of maladaptive frailties ?
   (1) Any behaviour is regarded as transitory in revolutionary theory.
   (2) Changes in the total human environment can outpace evolutionary change.
   (3) Nothing is true about maladaptive frailties.
   (4) Any other answer.

4. Biological evolution has shaped human morphology & human behaviour. Use 'not only .... but also' in this sentence.
   (1) Biological evolution has shaped not only human morphology but also human behaviour.
   (2) Biological evolution has not only shaped human morphology but also human behaviour.
   (3) Biological evolution not only shaped human morphology but also human behaviour.
   (4) Biological evolution but also human behaviour has been shaped.

5. Morphology is the scientific study of.
   (1) The sculptures of any country.
   (2) The form and outline of any country.
   (3) human behaviour in critical situation.
   (4) The form and structure of animals and plants.

PASSAGE 1.18

A standard comprises characteristics attached to an aspect of a process or product by which it can be evaluated. Standardization is the development and adoption of standards. When they are formulated, standards are not usually the product of a single person, but represent the thoughts and ideas of a group, leavened with the knowledge and information which are currently available. Standards which do not meet certain basic requirements become a hindrance rather than an aid to progress. Standards must not only be correct, accurate, and precise in requiring no more and no less than what is needed for satisfactory results, but they must also be workable in the sense that their usefulness is not nullified by external conditions. Standards should also be acceptable to the people who use them. If they are not acceptable, they cannot be considered to be satisfactory, although they may posses all the other essential characteristics.

Questions :

1. According to the above paragraph, when standards call for finer tolerances than those essential to the conduct of successful production operations the effect of the standards on the improvement of production operations is ...
   (1) negligible   (2) beneficial   (3) negative   (4) nullified.
2. A processing standard that requires the use of materials that can not be procured is most likely to be ...
   (1) inaccurate   (2) unworkable   (3) unacceptable   (4) incomplete
3. The construction of standards to which the performance of job duties should confirm is most often ...
   (1) attributable to the efforts of various informed persons.
   (2) the responsibility of the people who are to apply there.
   (3) the work of the people responsible for seeing that the duties are properly performed.
   (4) acomplished by the person who is best informed about the functions.
4. What is the most suitable title for this paragraph ?
   (1) The Attributes of Satisfactory Standards.
   (2) The Use of Process or Product Standards.
   (3) The Evaluation of Formulated Standards.
   (4) The Adoption of Acceptable Standards.
5. The word 'hindrance' stands for
   (1) a thing / a person which / who interrupts
   (2) to stop the overflowing feelings.
   (3) disturbance.   (4) avoid certain thing.

PASSAGE 1.19

The system of rice intensification has come as a great boon to farmers who would apply lesser water to the intensive crops and get better yields. Rice yields increase in the range of 7 to 15 tones per hectare, depending upon the region. The system is now being practiced in limited areas of a few states in India. It is likely to gain wider acceptances. The system of rice intensification achieves improvements in yields and factor productivity by changing some of the plant, soil, water and nutrient management practices. It promotes greater root growth that is easily verifiable and more soil biological activity. Interestingly the system of rice intensification does not depend upon purchased externals like chemical fertilizers and pesticides Instead, it increases the productivity of the land, labour, water and capital devoted to irrigated rice production by capitalizing on existing genetic potential by biological process, particularly the soil.

Questions :

1. By using rice intensification process there is about 30% increase in yield per hectare.
   (1) Probably true   (2) Definitely true   (3) Probably false   (4) Data not sufficient
2. Rice intensification process helps the farmers to ....
   (A) use maximum fertilizer   (B) cultivate rice with lesser water.
   (1) A correct B false   (2) A false B correct
   (3) A & B false   (4) A & B correct
3. Quality of ferilizers is not important in rice intensification process.
   (1) Data inadequate   (2) Probably true
   (3) Probably false   (4) Definitely true
4. After adopting of rice intensification process, irrigation will not be significant any longer. How far it is correct ?
   (1) 100% true   (2) More than 80%   (3) Less than 10%   (4) God knows
5. The suitable title for this passage is ....
   (1) Various Factors Responsible for Rice Intensification.
   (2) Irrigation & Rice.
   (3) Rice Intensification.   (4) Rice : A Rich Food.

PASSAGE 1.20

The definition of progress shall always continue to be a debatable point. Certain evils do follow every technological advance. According to some, they overweigh the good brought about by technological advance. Conservatives never appreciate the modern inventions and changes in our day-to-day life. They consider them as changes for the worse, others ignore the latent dangers and praise the advances.

In the beginning, people were thrilled with the invention of the motor car. They enjoyed the facility of fast movement, visiting places, better roads etc. But as cars became more and more, common, people faced the problems of traffic jam and parking, exhaust gas pollution, road accidents etc. For every life saved by a speeding ambulance, another is taken by a skidding car.

The television, though as very popular means of entertainment and information, it has killed the conservation and normal two-way contact between individuals.

Lately, development of pesticides and weed killers have led to larger production of food but they have tampered with the balance of nature. They have caused death and the sterility of innumerable birds and insects. D. D. T. is capable of causing irrepairable damage to the tissues of human body.

The truth is that in regard to all advances, we have failed to give sufficient thought to their long term results and consequences. We have failed to make proper analysis of immediate gains and long term harms affecting even the very existence of life in the world. In most cases we are so excited by a new invention that we do not care to assess, even roughly, the difference between happiness and misery it will cause.

Questions :

1. Do you agree that car save life & can can take life ?
   (1) Definitely true (2) Partially true   (3) 100% wrong   (4) Partially wrong
2. What is the disadvantage of a television ?
   (1) Televisions are very costly now a days.
   (2) Children spend lot of time before this idiot box.
   (3) Because of television conversation and social contacts among people is at stake.
   (4) People stopped visiting cinema theatres.
3. (A) Conservatives dislike the modern inventions.
   (B) People also appreciate them.
   (1) A correct B wrong   (2) A wrong B correct
   (3) A & B correct   (4) A & B wrong
4. What is the difference between 'invention' and 'discovery' ?
   (1) Find something new which was not in existance.
   (2) Invention - find out something not in existance. Discovery - find out something for the first time which was in existance before.
   (3) Find out something old which was unknown to the people.
   (4) None of these.
5. What is the meaning of 'irrepairable damage' ?
   (1) damage which can't be made good by any means.
   (2) damage which can't be compared with other damage.
   (3) damage which can be compared with other damage
   (4) damage which can be made good by any means.

PASSAGE 1.21

Studies serve for delight, for ornament and for ability. Their chief use for delight, is in privateness and retiring; for ornament, is in discourse; and for ability, is in the judgement and disposition of business. For, expert men can execute and perhaps judge particulars, one by one; but the general counsels, and the plots, and marshalling of affairs, come best from those that are learned. To spend too much time in studies is sloth; to use them too much for ornament is affectation; to make judgement wholly by their rules, is the humour of a scholar. They perfect nature and are perfected by experience; for, natural abilities are like natural plants; need pruning by study; and studies themselves do give forth directions too much at large, except they be bounded in by experience. Crafty men condemn studies, simple men admire them and wise men use them. for they teach not their own use; but that is wisdom, without them and above them, won by observation. Read not to contradict and confute; nor to believe and take for granted; nor to find talk and discourses; but to weigh and consider. Some books are to be tasted, others to be swallowed, and some few to be chewed and digested; that is some books are to be read only in parts; others to be read, but not seriously; and some few to be read wholly and with diligence and attention. Some books also may be read by deputy, and extracts made of them by others; but that would be only in the less important arguments, and the meaner sort of books; else distilled books are like common distilled waters, flashy things. Reading maketh a full man, conference a ready man; and writing an exact man. And, therefore, if a man writes little, he need have a great memory; if he confers little, he need have a present wit; and if he reads little, he need have much cunning, to seem to know that he doth not. Histories make men wise, poets witty; and the mathematics subtle; natural philosophy deep, moral grave; Logic and rhetoric able to contend. *Abeunt studia in mores.* Nay, there is no stand or impediment in the wit, but may be wrought out by fit studies, like as diseases of the body may have appropriate exercises. Bowling is good for the stone and rains. shooting for the lungs and breast; gentle walking for the stomach, riding for the head, and the like. So if a man's be wandering let him study the mathematics for in demonstrations, if his wit be called away ever so little, he must begin again. if his wit be not apt to distinguish and find differences let him study the schoolmen, for they are cymini sectors. If he not apt to beat over matter, and to call up one thing to prove and illustrate another, let him study the lawyers cases. So every defect of the mind may have a special receipt.

Questions :

1. What does the author believe about reading a book ?
    (1) Every page of a book should be read carefully.
    (2) Some books are useless; & hence not to be read.
    (3) Reader's method of reading different books may differ from book to book.
    (4) Skip pages after pages if it is boring.
2. What does the passage suggest about a writer ?
    (1) a playright   (2) classical scholar
    (3) modern writer   (4) romanticist.
3. 'Reading maketh a full man'. What is the meaning implied by this saying ?
    (1) Wide reading makes the reader very knowledgeable.
    (2) Wide reading makes the reader very lazy & sleepy.
    (3) Reading makes reader's eyesight weak.
    (4) A man who doesn't read is an idle, dull person

4. What is the meaning of the word 'confute' ?
   (1) to debate   (2) to quarrel   (3) to contradict   (4) to prove wrong
5. What suitable title will you choose for this passage ?
   (1) Reading Maketh Man Perfect.   (2) Disadvantages of Reading.
   (3) Advantages of Reading.   (4) Read, Read, but no Greed.

PASSAGE 1.22

All the sound reasons ever given for conserving other natural resources apply to the conservation of wildlife - and with three-fold power. When a spendthrift squanders his capital it is lost to him and his heirs; yet it goes somewhere else. When a nation allows any one kind of natural resource to be squandered it must suffer a real, positive loss; yet substitutes of another kind can generally be found. But when wildlife is squandered it does not go elsewhere, like squandered money; it cannot possibly be replaced by any substitute, as some inorganic resources are; it is simply an absolute, dead loss, gone beyond even the hope of recall.

The public still has a hazy idea that Nature has an overflowing sanctuary of her own, somewhere of other, which will fill up the gaps automatically. The result is that poaching is commonly regarded as a venial offence, poachers taken red-handed are rarely punished, and willing ears are always lent to the cry that rich sportsmen are trying to take the bread out of the poor settler's mouth. The poor settler does not reflect that he himself, and all other classes alike, really have a common interest in the conservation of any wildlife that does not conflict with legitimate human development.

Questions :

1. What does the extract imply?
   (1) Wildlife is like other natural resources.
   (2) Human development & conservation do not go hand in hand.
   (3) Wildlife can not be replaced from other sources.
   (4) The hunters should be severly punished.
2. The spendthrift & the poor settlers are alike in that they are?
   (1) unable to control their spending.
   (2) giving more importance to present.
   (3) in a dilemma with the aims of conservation.
   (4) bound to waste natural resources.
3. The expression 'three-fold power' means.
   (1) giving more stress that saying 'double power'
   (2) To stress the contrast between loss of money loss of other sources & the loss of wild life.
   (3) power lessened three times of its original.
   (4) any other answer.
4. The synonym for the word 'venial' is -
   (1) frequent   (2) minor   (3) ordinary   (4) trivial

5. It cannot be possibly replaced by any substitute. Make this sentence Active voice.
   (1) Any substitute cannot possibly replace it.
   (2) Any substitute can't be possible to replace it.
   (3) Any substitution can not be possible replacement for it.
   (4) Any substitute can possibly replace it.

PASSAGE 1.23

Union is strength. What we can do alone, we do with the help of others. But one man cannot roll a big piece of rock. Two or more men can do so. If we are united, nobody can harm us. If we are not united, the enemy gets an advantage. We know the story of Prithvi Raj and Jai Chand. They quarrelled with each other. This gave a good opportunity to Muhammad Ghori. He attacked India and defeated Prithvi Raj. Muhammad Ghori became the king of this country. The rule of Hindu kings came to an end. Had Jai Chand and Prithvi Raj not quarrelled, Muhammad Ghori would have never achieved his aim. India might not have been ruled by muslims. United India would have defeated Ghori. The fact is that divided India was defeated by him.

Questions :

1. Why did the rule of Hindu kings come to an end ?
   (1) Prithvi Raj died at the time of nick.
   (2) Prithvi Raj and Jai Chand quarrelled with each other.
   (3) They were quarrelling with each other only.
   (4) They never united to defeat Ghori.
   (1) 1, 2 correct   (2) 2, 3 correct   (3) 2, 3, 4 correct   (4) All are correct
2. Why could Ghori defeat India ?
   (1) he was very very powerful   (2) India was divided
   (3) India was united   (4) India was neither united nor divided.
3. How is unity helpful to all ?
   (1) It gives no advantage to enemy.   (2) It helps all to win over others.
   (3) It is the source of power.   (4) It helps the enemy to defeat you.
4. What stupidity was done by Jai Chand ?
   (1) Jai Chand fought with Prithvi Raj.   (2) He defeated Hindu Kings.
   (3) He instead of coming together, quarrelled with Prithvi Raj.
   (4) He Oppased Hindu Kings.
5. What is the best title for this passage ?
   (1) Prithvi's Fight Against Jai Chand.   (2) Union is Strength.
   (3) Jai Chand.   (4) United we Stand Divided we fall.

PASSAGE 1.24

Some of the accidental shortcomings of the scientific method are of particular importance at present . Thus, there is little doubt that, in contradistinction to the relatively matured state of physics, chemistry, astronomy, and to the rapid advance of biology, the scientific method has yielded so far comparatively poor results in the social sciences and humanities. The lag in the science is apparent from the largely controversial state of expert opinion in respect of the bulk of the relevant problems and also from the disappointingly small predictive and controlling power of the available theories. However the point is that the present relative backwardness of the science of man is due to an accidental, not to an inherent limitation of the scientific method. This follows from the very fact that this method has by no means been entirely unsuccessful in the science of man. An impresive number of relevant facts have been mustered by carefully planned and controlled observation, e.g. in sociology. In quite a few xy cases, especially in psychology, general laws adequately supported by observational evidence and providing for fairly accurate prediction of future phenomena have been established. Practical success in applying theories even to complicated cases are also undeniable. For example, the subtle concepts of the Keynesian theory have been successfully applied in societies with formidable economic structures. These achievements, even if by no means comparable to those of the natural sciences, show nevertheless that the scientific method is not intrinsically inapplicable to social and humanistic problems and that the relative backwardness of the science of man is due to an accidental failure of the scientific method to yield results as satisfactory as those obtained in other fields.

Questions :

1. What is the central idea of this passage ?
    (1) Scientific method in unable of give hopeful results in social sciences
    (2) Scientific method has its drawbacks.
    (3) This method is applied for science only.
    (4) Any other answer.
2. How can this passage be applied for ?
    (1) Scientific method is not applicable for social sciences.
    (2) Science should give a helping hand to social sciences.
    (3) Science has an unlimited scope.
    (4) None of these alternatives.
3. How can author's approach in this passage be described as ?
    (1) practical   (2) theoretical   (3) analytical   (4) academic
4. The most suitable title for this extract is ....
    (1) Man and Science.   (2) Man and Scientific Method.
    (3) Scientific Method and its Shortcomings.
    (4) Science and Scientific Method.
5. The word 'Phonomena' stands for.
    (1) unending happenings in nature or society
    (2) experience of deadly things.
    (3) something related to phonic situation.
    (4) Fact / occurance in nature / society to be perceived by senses.

PASSAGE 1.25

Dogs and cats should never be permitted to eat chocolate, because chocolate works like a poison in their bodies. Chocolate contains a chemical called theobromine, which is similar to caffeine. Human bodies are able to process the theobromine without any ill side effects, but dogs and cats cannot.

Different types of chocolate contain different amounts of theobromine. It would take 20 ounces of milk chocolate to kill a 20-pound dog, but only two ounces of baker's chocolate or six ounces of semisweet chocolate, The amounts, of course, are much smaller for a cat, whose body weight is typically less than that of a dog.

Most cats are not naturally attracted to eating chocolate, but many dogs are. Dogs by nature will sample nearly anything that they see their masters eating, so pet owners must take care to keep all chocolate products well out reach of their dogs and cats.

Questions :

1. Why do dogs eat chocolate ?
   (1) Because its taste attracts the dog.   (2) Dogs do not eat chocolate.
   (3) Dogs imitate their master's way of eating things.
   (4) Dogs can smell the theobromine.
2. Why is chocolate poisonous for dogs and cats ?
   (1) They can not process theobromine.   (2) Chocolate gets stuck to their intestines.
   (3) Chocolate has caffeine in it.   (4) Chocolate is made from cocoa.
3. What is the best title for this passage ?
   (1) A Stitch in Time Sares Nine.
   (2) Look Before You Leap.
   (3) Every Glittering thing can not be Gold !
   (4) Pet Food for Pets, People Food for People.
4. According to this passage, how much milk chocolate would be poisonous to a cat ?
   (1) Less than 20 ounces   (2) More than 20 ounces
   (3) Approximately 1 pound   (4) More than 1 pound.
5. What is similar to caffeine ?
   (1) Coffee   (2) Theobromine   (3) Tea   (4) Coffin

PASSAGE 1.26

Biologists have long known that some types of electromagnetic radiation such as x-rays and gamma rays can be dangerous to human beings. Operating at a frequency of 10^{18} through 10^{22} MHz, these rays, which are well above the visible light spectrum, were first detected in the early years of the twentieth century.

However, until now, no one has ever suggested that microwave radiation might also be harmful. In preliminary laboratory results, Cleary and Milham have found elevated growth rates in cancer cells exposed to low doses of microwaves. Cleary exposed cancer cells to levels of radiation that are commonly found in microwave ovens and found that the abnormal cells grew 30 per cent faster than did unexposed cells. Milham's study focused on ham radio operators who are commonly exposed to levels of radiation slightly higher than those emitted by cellular telephones. He discovered elevated levels of myeloid leukemia.

The methodology of Cleary and Milham has been questioned by other scientists in the field. However, no one seriously disputes that their preliminary findings must be taken seriously or that new studies should be set up to try to duplicate their results. Although government guidelines for how much electromagnetic energy can be allowed to enter the work and home environment have been made more stringent since they were first implemented in 1982, the recent studies pose troubling questions about the safety of microwaves.

Questions :

1. What is the central idea of this passage ?
   (1) dangers of x-rays & gamma rays.
   (2) Work of scientists on microwaves.
   (3) electromagnetic waves and their impact
   (4) None of these three alternatives.
2. What could be found in a study of ham radio operators ?
   (1) higher levels of leukemia.
   (2) similar microwaves radiation exposure level.
   (3) unknown cells increasing more than 30% than normal cells growth
   (4) radiation levels identical to those emitted by cell phones.
3. What is the result of Cleary and Milham's findings ?
   (1) that there is a connection between cancer & microwaves.
   (2) made the government to modify guidelines accordingly
   (3) not accepted by the world scientists.
   (4) led to further studies of this subject.
4. What kind of cancer is leukemia ?
   (1) lungs   (2) blood   (3) brain   (4) vocal cords
5. (A) The final results were not in when this passage was written.
   (B) This study of rays & microwoves rays was not valid.
   (1) A correct   (2) B correct   (3) A & B correct   (4) A & B incorrect

PASSAGE 1.27

True, it is the function of the army to maintain law and order in abnormal times. But in normal times there is another force that compels citizens to obey the laws and to act with due regard to the rights of others. The force also protects the lives and properties of law abiding men. Laws are made to secure the personal safty of its subjects and to prevent murder and crimes of violence. They are made to secure the property of the citizens against theft and damage to protect the right of communities and castes to carry out their customs and ceremonies so long as they do not conflict with the right of others. Now the good citizen, of his own free will obeys these laws and he takes care that everything he does is done with due regard to the right and well-being of others. But the bad citizen is only restrained from breaking these laws by fear of the consequence of his actions. And the necessary steps to compel the bad citizen to act as a good citizen are taken by this force. The supreme control of law and order in a State is in the hands of a Minister who is responsible to the State Assembly and acts through the Inspector General of Police.

Questions :

1. Which one of the following is not the responsibility of police ?
   (1) to check violent activities of citizens.
   (2) to protect the human properties.
   (3) to maintain peace during extraordinary situations.
   (4) to ensure Indian citizens by mock parades.
2. What is not implied in this extract ?
   (1) Law doesn't discriminate aganist anybody.
   (2) Law forces irresponsible citizens into responsible ones.
   (3) Law ensures people's religious & social rights.
   (4) Law protects everybody without any condition.
3. What is the antonym of 'restrained' ?
   (1) inhabited   (2) intruded   (3) accelerated   (4) promoted
4. What do you mean by 'customs & ceremonies' ?
   (1) Superstitions & formalities.   (2) Usual practices and religious rites.
   (3) Good and bad habits.   (4) Festivals and fairs.
5. What is the suitable title for this extract ?
   (1) The Duties of the police.   (2) The functions of the Army.
   (3) Laws and Orders.   (4) Citizen's Security and Law.

PASSAGE 1.28

The education system is breeding more and more frustration among both students and teachers. And yet no one seems too clear about what can be done to make it more meaningful. Many reforms have been discussed at length but have come to nothing for one reason or another. The authorities are now peddling the idea of autonomous colleges as a means of toning up teaching standards. They argue that by allowing certain colleges to introduce their own courses, hold seminars, and above all, to evolve their own method of assessing students, students will get a far better deal. Indeed, they made out that such colleges will have a free hand in nearly everything except granting degrees. In theory, all this sounds attractive enough. But there is little to show that the concerned managements are keen on such reforms. Even to-day, nothing prevents a college from inviting guest-speakers on specialised subjects or holding courses in English for vernacular students. But not a single one of those who are now clamouring for autonomy has bothered to do so. It is not secret that colleges which may be 'freed' to an extent from university control are highly elitist : in Bombay, for example, there is a big cultural gulf between city colleges and suburban colleges if some of the former are now given a degree of autonomy, it will only heighten this disparity.

The answer to the vexed problem of declining standards in higher education does not lie in encouraging the growth of 'model' institutions but in improving overall standards. This is, of course, easier said than done, since more and more young people are seeking degrees. The only solution, however, unpalatable it may sound, is to drastically reduce the number of those who are admitted to colleges. Even though there is political pressure on many state governments to build new colleges and to reserve more seats for backward classes, it will be sheer folly to expand such facilities recklessly without giving any thought to the quality of education imparted. If admissions are made far more selective it will automatically reduce the number of entrants. This should apply particularly to new colleges, many of which are little more than degree factories. Only then can the authorities hope to bring down the teacher-student ratio to manageable proportions. What is more, teachers should be given refresher courses in every summer vacation to brush up their knowledge. Besides, if college managements increase the library budget it will help both staff and students a great deal. At the same time, however, it will be unfair to deny college education to thousands of young men and women unless employers stop insisting on degrees even for clerical jobs. For a start, why can't the Government disqualify graduates from securing certain jobs-say, class III and IV posts ? Once the link between degrees and jobs is served at least in some important departments, it will make young people think twice before joining college.

Questions :

1. What is the writer's chief motif behind this extract ?
   (1) Students' frustration
   (2) Standard of education
   (3) Extension of higher education
   (4) No Connection of education & jobs.

2. The author gives precedence to ....
   (1) Cancelling reseration for reserved catagories.
   (2) Instituting entrance examinations.
   (3) Developing e-education facilities.
   (4) Having time to time refresher courses for teachers

3. What will be the disadvantage of giving autonomy to some colleges ?
   (1) Difference between city & suburban colleges will increase.
   (2) Some educationist will start selling degrees.
   (3) The ratio between teacher & selling degrees.
   (4) The number of colleges will increase

4. According to the author's suggestion, can the number of college students education be reduced ?
   (1) By discouraging the founding of model institution.
   (2) By decreasing the number of colleges.
   (3) By cancelling the seats for reserved catagory.
   (4) By making selective admissions.

5. The suitable title for this extract is ...
   (1) Indian Education System.
   (2) My Education in my Country.
   (3) Higher Education Reservation & Jobs.
   (4) Can Jobs be linked with education ?

ANSWERS

Passage 1.1	1. 2	2. 3	3. 1	4. 2	5. 4
Passage 1.2	1. 4	2. 3	3. 1	4. 2	5. 2
Passage 1.3	1. 1	2. 2	3. 4	4. 3	5. 2
Passage 1.4	1. 3	2. 4	3. 3	4. 1	5. 2
Passage 1.5	1. 1	2. 3	3. 4	4. 1	5. 4
Passage 1.6	1. 3	2. 3	3. 2	4. 2	5. 1
Passage 1.7	1. 3	2. 4	3. 1	4. 2	5. 4
Passage 1.8	1. 2	2. 3	3. 1	4. 4	5. 1
Passage 1.9	1. 3	2. 1	3. 1	4. 4	5. 4
Passage 1.10	1. 2	2. 3	3. 4	4. 1	5. 1
Passage 1.11	1. 1	2. 4	3. 1	4. 3	5. 4
Passage 1.12	1. 4	2. 3	3. 1	4. 2	5. 4
Passage 1.13	1. 1	2. 3	3. 4	4. 1	5. 2
Passage 1.14	1. 1	2. 3	3. 2	4. 4	5. 1
Passage 1.15	1. 3	2. 2	3. 4	4. 1	5. 1
Passage 1.16	1. 1	2. 3	3. 1	4. 1	5. 4
Passage 1.17	1. 3	2. 1	3. 2	4. 1	5. 4
Passage 1.18	1. 4	2. 2	3. 1	4. 2	5. 1
Passage 1.19	1. 4	2. 2	3. 3	4. 2	5. 1
Passage 1.20	1. 1	2. 3	3. 3	4. 2	5. 4
Passage 1.21	1. 3	2. 2	3. 1	4. 4	5. 1
Passage 1.22	1. 1	2. 2	3. 2	4. 4	5. 1
Passage 1.23	1. 2	2. 2	3. 2	4. 1	5. 4
Passage 1.24	1. 1	2. 2	3. 1	4. 3	5. 4
Passage 1.25	1. 3	2. 1	3. 4	4. 1	5. 2
Passage 1.26	1. 4	2. 1	3. 1	4. 2	5. 1
Passage 1.27	1. 3	2. 3	3. 3	4. 2	5. 1
Passage 1.28	1. 1	2. 2	3. 1	4. 4	5. 3

२

व्यक्तींमधील सुसंवाद कौशल्ये

Interpersonal skills including communication skills

2.1 सुसंवाद म्हणजे काय?

व्यक्ती व्यक्तीमध्ये, व्यक्ती व्यक्तींमध्ये, व्यक्ती आणि गटामध्ये, व्यक्ती आणि गटांमध्ये, व्यक्ती आणि समूहामध्ये, वरिष्ठ आणि कनिष्ठ व कनिष्ठांमध्ये होणारा संवाद म्हणजे Communication. मूळ लॅटिन शब्द Communis पासून हा शब्द तयार झाला असून त्याचा अर्थ Common (सर्वसाधारण) असा आहे. त्यामुळे 'विचारांची, कल्पनांची देवाण-घेवाण' असा या शब्दाचा अर्थ होतो. संवाद ही एक अशी प्रक्रिया आहे की, जिच्याद्वारे प्रेषकाकडून (sender) विशिष्ट माहिती (Information) ग्रहणकर्त्यापर्यंत (Receiver) एका खास माध्यमाद्वारे (Medium) पोहोचविली जाते.

श्रवण, भाषण, वाचन, चेहेऱ्यावरील हावभाव, लेखन, व्यक्तिगत हालचाली, हातवारे, कृती, रंगांचा वापर, कोष्टके, कल्पना, मतमतांतरे इत्यादी द्वारे माहितीची देवाण-घेवाण एका व्यक्तीकडून दुसऱ्या व्यक्तींकडे, गटाकडे केली जाते. त्यास सुसंवाद म्हणतात. प्राणी, पक्षी, मानव यांच्यामध्ये अव्याहतपणे चालणारी अशी ही प्रक्रिया आहे. किंबहुना अन्न, वस्त्र, निवारा या मूलभूत गरजांइतकेच महत्त्व सुसंवादाचेही आहे.

अनेक लेखकांनी या संपर्कमाध्यमाची व्याख्या करण्याचा प्रयत्न केला आहे. त्या सर्वांचा मथितार्थ इतकाच की संवाद म्हणजे विचारांच्या, कल्पनांच्या देवाण-घेवाणीचे शास्त्र. संवाद म्हणजे परस्परांना समजावून घेण्यासाठी केलेले माहितीचे, ज्ञानाचे, विचारांचे, कल्पनांचे आदान-प्रदान.

येथे संवाद प्रक्रियेमध्ये एक जण त्याच्याकडील माहिती, ज्ञान, अपेक्षा दुसऱ्यास देऊ इच्छित असतो; तर दुसरा ते सर्व स्वेच्छेने (क्वचित अनिच्छेने) घेत असतो. ग्रहणकर्ता ते नीट ग्रहण करतो ; आणि प्रतिक्रियेद्वारे त्यास प्रतिसाद (Feedback) देत असतो.

व्यवसायरूपी शरीरातील धमन्यात वाहणारे रुधिर म्हणजे संवाद. मोठमोठे व्यापार, व्यवसाय, उद्योग या क्षेत्रात सर्व माहिती अद्ययावत ठेवण्यासाठी, परिमाणकारकरित्या राबविण्यासाठी, सहकाऱ्यांमध्ये सुसंवाद निर्माण करण्यासाठी, ध्येयपूर्तीसाठी, सुव्यवस्थापनासाठी सुसंवादाची (Communication) अत्यंत गरज असते. म्हणून मालक, नोकर, वरिष्ठ, कनिष्ठ यांच्यात संवाद हवाच.

संवाद हे साधन आहे, साध्य नव्हे. संवादासाठी दोन व्यक्तींची (किमान) गरज असते. संवादासाठी विविध माध्यमे उपलब्ध आहेत. त्याद्वारे माहिती, विचार, आचार, भावभावना यांची देवाण-घेवाण होते. आपला आपल्या घरात आई-वडील, आजोबा-आजी, भाऊ-बहीण, पती-पत्नी, मुले-बाळे, नातवंडे, काका-काकू इ. मध्ये संवाद होत असतो. तर घराबाहेर मित्र-मैत्रिणी, शिक्षक, समाजघटक, अन्य पादचारी, वाहनधारक, विविध व्यवसाय-

ठिकाणे येथे संवाद होत असतो. कार्यालयात आपले बॉस, हाताखाली असणारे नोकर चाकर, कनिष्ठ अथवा वरिष्ठ अधिकारी यांच्याशी संवाद होत असतो. तो 'सु' संवाद होण्याचे कौशल्य आपल्याला विकसित करता आले पाहिजे.

2.2 संवाद कौशल्याची उद्दिष्टे

उद्योग व्यवसायातील अंतिम ध्येय साध्य करणे, त्याद्वारे समाज, व्यवस्थापन, कर्मचारी यांच्यात सुसंवाद प्रस्थापित करणे, तसेच त्यातून कर्मचाऱ्यांचे कार्यकौशल्य आणि व्यावसायिक समाधान यात वाढ करणे, जनमानसात व कर्मचाऱ्यांच्या मनात व्यवस्थापनाविषयी उजळ प्रतिमा निर्माण करणे, परस्परांतील सामंजस्य विकसित करणे इ. उद्दिष्टे संवाद कौशल्याची असतात. माहिती देणे, प्रोत्साहन देणे, भावनिक आवाहन करणे, कार्यपद्धती विकसित व मूल्यवर्धित करणे याही बाबी संवाद-कौशल्ये वृद्धिंगत करण्याच्या मार्गातील ध्येयस्थाने, परिपूर्तिस्थाने असतात.

2.3 संवाद प्रक्रिया कशी चालते?

- संवाद प्रक्रिया पुढील क्रमाने चालते.

(1) प्रेषक (Sender) ⟶ (2) माहिती देतो (Encodes) ⟶ (3) माध्यमादारा (Medium) ⟶

(6) प्रतिसाद देतो (Feedback) ⟵ (5) माहिती समजून घेतो. (Decodes) ⟵ (4) ग्रहणकर्ता Receiver
वरील चक्र अव्याहतपणे चालू असते.

2.4 संवादप्रक्रियेतील घटक

- संवाद प्रक्रिया पुढील घटकात चालते.

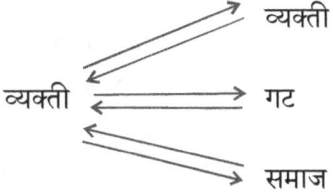

2.5 संवाद प्रक्रियेचे उपप्रकार

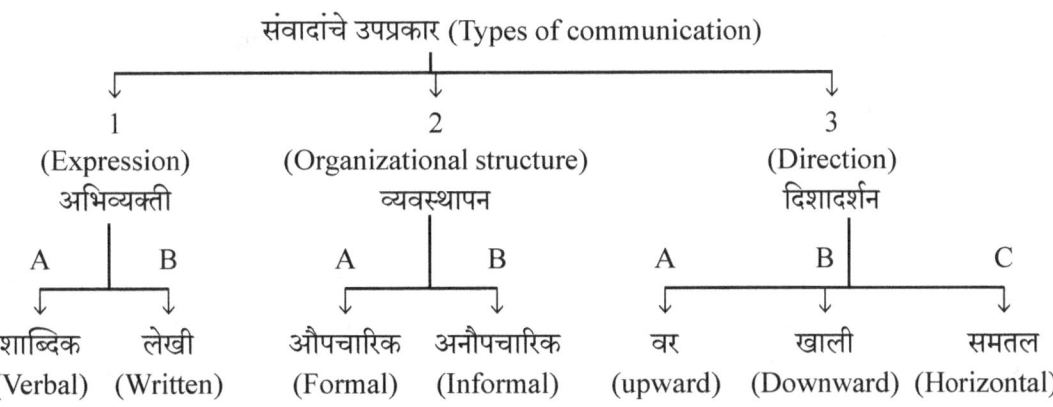

संवादक मौखिक संवाद साधताना व्यक्ति-व्यक्तिमध्ये संवाद साधू शकतो. त्यासाठी तो वैयक्तिक सूचना, टेलिफोनवर मार्गदर्शन, सभेचे आयोजन, दृक्‌श्राव्यमाध्यमाद्वारे दिशादर्शन, फिल्म, माहितीपट, व्याख्यान, मुलाखत, समुपदेशन, यांचा आधार घेऊ शकतो. याउलट, लेखी सूचना, सूचना फलक, टेलेक्स, फॅक्स, वृत्तपत्र, लेख, मासिके, माहितीपत्रके, हस्तपुस्तिका याद्वारे वितरित केल्या जाऊ शकतात. औपचारिक संवाद बहुधा लिखित स्वरूपात असतात. अनौपचारिक संवाद हावभाव, कटाक्ष, नेत्रपल्लवी, मानेची हालचाल, भ्रुकुटीसंकेत, हस्तचापल्य स्मित यांच्या मदतीने संपन्न होतात. कनिष्ठ कर्मचाऱ्याला वरिष्ठांनी दिलेले संकेत, साधलेले संवाद हे ‘खाली’ तर कर्मचाऱ्याकडून वरिष्ठांना मिळालेली माहिती, प्रतिक्रिया, मागोवा याला ‘वर’ संवाद म्हणतात. दोन्ही बाजूकडून एकाच वेळी होणाऱ्या आदान-प्रदान संवाद प्रक्रियेला ‘समतल’ संवाद म्हणतात.

2.6 संवादक कसा असावा?

संवादकाने प्रथम स्वत:मधील बलस्थाने ओळखावीत. त्याबरोबरच आपण कुठल्या बाबतीत कमी पडतो ती दुर्बलस्थानेही ओळखावीत. योग्य बलस्थानांचा वापर करीत, स्वत:मधील कच्चे दुवे स्वीकारत संवाद कौशल्य विकसित करावे. आत्मविश्वासाचा पुरेपूर वापर करावा. भावनिक ज्ञानाचा सुयोग्य वापर करावा. स्वत:मधील ध्येयनिश्चिती, निर्णयक्षमता, नियोजनावर अवधानाचे केंद्रीकरण, कार्यनियोजन, वेळेचे नियोजन, मार्ग निर्धारण आणि स्वयंमूल्यमापन या पायऱ्या उद्योजकाने (संवाद साधकाने, प्रेषकाने) कधीही विसरता कामा नयेत. या सोबतच तर्कशुद्ध विचारमांडणी, पाठपुरावा करण्याची चिकाटी, विश्वास निर्मिती करण्याची हातोटी त्याच्यात असणे गरजेचे आहे.

व्यक्ती-व्यक्ती-गट-समूह यांच्यात सुसंवाद साधण्यासाठी इतरांशी आदराने वागणे, बोलणे, होकारार्थी दृष्टिकोन ठेवणे, विनाकारण इतरांवर टीका न करणे, इतरांना व्यत्यय न आणणे, ऐकण्यासाठी श्रवण आणि श्रवणासाठी ऐकणे, कमीत कमी व मुद्याचेच बोलणे, धीर धरणे, स्मितहास्य चेहेऱ्यावर कायम ठेवणे, प्राप्त परिस्थितीतून मार्ग काढण्याचा प्रयत्न करणे, विनाकारण तक्रार न करणे, इतरांच्या तक्रारी हसतमुखाने स्वीकारणे, सहकारी, कनिष्ठ कर्मचारी, समव्यावसायिक, परकीय व्यक्ती या सर्वांशी मित्रत्वाच्या नात्याने वागणे, व्यक्तीला आव्हान न देता व्यक्तीच्या चुकांना आव्हान देणे, आत्मविश्वासाने वागणे या गोष्टी अत्यावश्यक आहेत.

2.7 प्रभावी संवाद साधन

संवाद प्रभावी आणि परिणामकारक होण्यासाठी संवाद साधण्याचे उद्दिष्ट निश्चित पाहिजे. त्यासाठी सुयोग्य माध्यमाची निवड करावी. ग्रहणकर्ता ते घेण्यास उत्सुक असेल, होईल- असा ‘माहोल’ निर्माण करा. संवादक आणि ग्रहणकर्ता यांच्यामध्ये फार अंतर नसावे. दुसऱ्या शब्दात म्हणजे त्यांच्यात ‘सान्निध्य’ असावे. दिली जाणारी माहिती परिपूर्ण असावी. ती स्वीकार्य असावी. ती लवचीक असावी. आवश्यकतेनुसार ती माहिती कमी जास्त बदलता यावी. ती योग्य वेळी द्यावी. मागोवा घेण्यास त्यात वाव असणे आवश्यक आहे. त्यात सातत्य असावे. या सर्व गोष्टी लक्षात ठेवल्या तर प्रभावी व परिपूर्ण सुसंवाद होऊ शकतो.

2.8 संवादाच्या मार्गातील अडथळे

या उलट सुसंवादाच्या मार्गात पुढील अडथळे असतात. व्यवस्थापकाकडे सुसंवाद साधण्याचे कौशल्य नसणे, भाषेची, अभिव्यक्तीची अडचण असणे, अपूर्ण माहिती असणे, जी माहिती आहे त्यातही विस्कळीतपणा असणे, पूर्वग्रहदूषित विचारांनी प्रेरित होऊनच बोलणे, व्यक्तिगत भेदभाव लक्षात न घेणे, स्वत:च नकारार्थी विचारांचे असणे, काही बाबी गृहीत धरूनच बोलणे, अवेळी किंवा फार उशिरा संवाद साधणे, अनेक प्रकारचे व्यत्यय असणे;

मित्रत्वाच्या, आप्तत्वाच्या आपुलकीच्या, भावनेने संवाद न साधणे, संवाद साधण्याची जागा चुकीची असणे, नकारार्थी विचारानेच प्रारंभ करणे, अनावश्यक व कंटाळवाणी माहिती पुरविणे; जुनाट, कालबाह्य नियमावलींचे पालन करणे, चालू काळाबरोबर बदल न स्वीकारणे या बाबी सुसंवादाच्या मार्गात अडथळा ठरतात.

संवाद प्रक्रिया चालू असताना संवादकर्ता माहिती देण्याचे काम करीत असतो. अशावेळी ग्रहणकर्ता ती ऐकत असतो, पाहात असतो. ऐकण्याचे सुद्धा विविध प्रकार आहेत. लक्षपूर्वक ऐकणे, कृतिप्रवण ऐकणे, टीकात्मक-विवेचनात्मक दृष्टीने ऐकणे, औपचारिक ऐकणे, रसग्रहणात्मक वृत्तीने ऐकणे, मूल्यमापन दृष्टीने ऐकणे, पूर्वग्रह दूषित वृत्तीने ऐकणे, नकारात्मक दृष्टीने ऐकणे, खोटे खोटे ऐकणे, अभ्यास वृत्तीने सखोलपणे ऐकणे इ.

2.9 श्रवणप्रक्रियेतील अडथळे

या श्रवण प्रक्रियेतही अनेक अडथळे असू शकतात. उदा. श्रवणदोष, ग्रहणदोष, अभिव्यक्ती दोष, भोवतालचे थंड, अतिउष्ण वातावरण; खूप मोठी गर्दी, सदोष बैठक व्यवस्था, गैरसोयी, सांस्कृतिक अडथळे, स्त्री-पुरुष असा भेद, समस्येवरील उपायांचे ज्ञान अगोदरच असणे, कधी कधी वक्त्याच्या कथनाचा चुकीचा अर्थ लावणे, श्रवण कसे करावे याचे नीट प्रशिक्षण नसणे, अहं वा न्यूनगंड असणे, दृष्टिकोनात नकारार्थी विचार असणे, भाषिक भेद, आपापसात बाष्कळ चर्चा, नवीन विचारग्रहणाबाबत मनाची कवाडे कायम बंद ठेवणे, इत्यादी.

2.10 श्रवणात सुधारणा होण्यासाठी काय करावे?

म्हणून श्रवणात सुधारणा होणे अत्यावश्यक असते. त्यासाठी श्रोता आणि वक्त्यामध्ये कमीत कमी अंतर ठेवणे, ध्यानपूर्वक ऐकणे, अवधानाचे केंद्रीकरण करणे, वक्त्याच्या डोळ्यास डोळे भिडवून श्रवण करणे, शाब्दिक, अशाब्दिक (चित्रे, रेखाकृती, रंग, कोष्टके, दृकश्राव्य माध्यमे, वृत्तपट्ट्या इ.) माध्यमांचा भरपूर वापर करणे, मनःस्वास्थ्य टिकवून 'फोकस्ड' राहणे; नवज्ञान, नवी माहिती ग्रहण करण्यासाठी सदैव तयार असणे, श्रवणासाठी स्वेच्छेने, काहीतरी घ्यायचेच आहे या ईर्षेने तयार असणे, अजिबात पूर्वग्रह न बाळगता श्रवण करणे, ऐकताना सरळ बसणे, पुढे झुकून उत्सुकतेने ऐकणे, कथनामागील दडलेला अर्थ समजावून घेणे, मनात शंका निर्माण झाल्यास योग्य वेळी ती विचारून घेऊन ती शंका निरसन करून घेणे, प्रसंगी संवादकाशी आपण असहमत असलो तरी आपल्या भावनांवर नियंत्रण ठेवून अगदीच आवश्यकता असेल तर अति नम्रपणे, मृदू शब्दात आपले विचार मांडणे; आणि व्यक्तीला विरोध न करता त्यांच्या मांडलेल्या विचारांचा सुयोग्य परामर्श घेणे या सर्वांमुळे श्रवणात सुधारणा होऊ शकते.

थोडक्यात काय, (सु) संवाद प्रक्रिया सुलभ, सुसह्य आणि यशस्वी व्हायची असेल तर संवादकर्ता, ग्रहणकर्ता या दोघांनीही काही पथ्ये पाळणे आवश्यक आहे.

2.11 संवादकाची भूमिका

संवादकाने आपल्याला नक्की काय म्हणायचे याबाबत सुस्पष्ट असावे. आपल्या भावना, भीती, सुख-दुःख यांना आवर घालावा. बोलून विचारात पडण्यापेक्षा विचार करून बोलावे, आपण जे बोलतो त्यावर प्रथम स्वतः 100% विश्वास ठेवावा, श्रोत्यांच्या प्रतिप्रश्नांना हसतमुखाने, वैयक्तिक कुणाचाही अपमान न करता, निखालसपणे उत्तर द्यावे. मुख्य विवेचनाच्या ठळक मुद्द्यांची पुनरावृत्ती करावी. आपली भाषा कृत्रिम, विनाकारणच अलंकारिक, बोजड करू नये. आपला आवाज पुरेसा ऐकू येईल इतपत असावा. गरजेनुसार त्यात चढउतार करावा; मात्र नाटकीपणा त्यात नसावा. आवश्यकतेनुसार हातवाऱ्यांचा आधार घ्यावा. मध्येच विराम घेऊन आपल्या कथनाच्या परिणामाचा अंदाज घ्यावा. समोरच्या श्रोत्यांच्या डोळ्याला डोळे भिडवून बोलावे. शून्यात नजर लावू नये. विषयाची काठिण्यपातळी पाहून प्रसंगानुरूप प्रासंगिक विनोद करावेत. मात्र त्यामुळे प्रसंगाचे गांभीर्य कमी होऊ नये. प्रसन्न व

सुहास्य वदनाने आपले विचार मांडावेत. मध्येच छोटे किस्से, प्रसंग, लघुत्तम कथा, उत्तम वाक्ये ऐकवावीत. 'फीडबॅक' घ्यावा. शब्दोच्चार स्पष्ट असावेत. चेहरा, जबडा, ओठ, जीभ यांची काही चित्रविचित्र हालचाल होत नाही ना हे तपासून पाहावे. या सर्वांचा सुयोग्य वापर केल्यास संवादकर्त्याचे सुसंवादवहन सुलभ व यशस्वी होते.

2.12 लिखित संवाद

लिखित स्वरूपात संवाद साधावयाचा असेल तर काही मुद्दे लक्षात घ्यायला हवेत. मुद्देसूद लिहा. लिंगसापेक्ष सूचना देऊ नका. मुद्यांचा आराखडा सुस्पष्टपणे रेखाटा. कठीण शब्द, अबोध कल्पनांचा वापर करू नका. आवश्यकताच असेल तर त्याचे यथायोग्य स्पष्टीकरण द्या. वाक्यरचना साधी, सरळ, सुगम करा. आपणास निश्चित, अपेक्षित काय आहे ते स्पष्टपणे मांडा. आवश्यकता असल्यास टक्केवारी, गणितीय मांडणी करा. हेतुसाध्यासाठी हेतुलक्षी हेतूपुरस्सर वाक्यरचना करा. नकारार्थी सूचना करू नका. वाक्ये लहान-लहान वापरा. आपल्या विधानाच्या पुष्ट्यर्थ आवश्यक ती माहिती, आकडेवारी साधार मांडा. शेवटी अपेक्षित वर्तनबदलाबद्दल सुस्पष्ट शब्दांत विचार मांडा. त्या संवादसाधकाचे नाव, पदनाम यांचा शेवटी आवर्जून उल्लेख करा. थोडक्यात, काय तर कोण ? किंवा कोणी ? काय करावयाचे ? केव्हा करावयाचे ? कोठे करावयाचे ? आणि का करावयाचे ? या पाच 'क' कारार्थी प्रश्नांची उकल या लिखित स्वरूपातील संवादात होणे गरजेचे आहे.

वरील सर्वांचा साकल्याने विचार केल्यास एखादी व्यक्ती विशिष्ट परिस्थितीत कशी वागेल या प्रकरणात यावर प्रश्न विचारले जाऊ शकतात. यासोबत व्याकरण, समोच्चवारी शब्द, शाब्दिक अर्थभेद, वाक्यरचनेचे ज्ञान, योग्य क्रमाने वाक्यांची रचना करणे अशा प्रकारच्या विविध विषयांवर आनुषंगिक प्रश्न विचारले जाऊ शकतात. त्यासाठी पुढील प्रश्नांचा बारकाव्याने अभ्यास करावा.

काही प्रश्न

1. जी व्यक्ती संवाद साधू इच्छिते किंवा आपले विचार, आपल्या कल्पना दुसऱ्यापर्यंत पोहोचवू इच्छिते त्या व्यक्तीस काय म्हणतात ?
   (1) ग्रहणकर्ता (2) संवादकर्ता (3) संवाद (4) वाचक
2. पुढीलपैकी कोणता घटक संवाद कौशल्यातील संदेशाचा भाग नाही ?
   (1) हावभाव (2) ध्यानपूर्वक श्रवण
   (3) प्रतीके (4) अभिव्यक्ती शैली
3. संवाद प्रक्रियेमध्ये ग्रहणकर्त्याचे काय काम असते ?
   (1) संदेश देणे (2) संदेश घेणे
   (3) संदेशाचा अर्थ लावणे (4) संदेशवाचन करणे
4. पुढीलपैकी कोणते माध्यम संवाद साधनाचे माध्यम आहे ?
   (1) वर्तमानपत्रे (2) दूरदर्शन
   (3) आकाशवाणी (4) वरील तिन्ही
5. पुढीलपैकी कोणता घटक संवाद साधण्याच्या मार्गातील अडथळा ठरत नाही ?
   (1) गडबड गोंधळ (2) अवधानाचे विकेंद्रीकरण
   (3) अहंभाव (4) मागोवा घेणे

6. पुढीलपैकी कोणती प्रक्रिया अव्याहतपणे चालते ?
   (1) अवधानाचे विकेंद्रीकरण (2) वाचन
   (3) श्रवण (4) संवाद
7. मूलभूत गरजांमध्ये पुढीलपैकी कोणत्या गोष्टी अंतर्भूत आहेत ?
   (1) अन्न व वस्त्र (2) वस्त्र व निवारा (3) निवारा व संवाद (4) वरील सर्व
8. सुव्यवस्थापनासाठी कशाची गरज असते ?
   (A) सुयोग्य वातावरण (B) चांगले मुनष्य बळ
   (C) सुसंवाद (D) कमी दैनंदिन कार्यकाल
   (1) A (2) A व B (3) AB व C (4) फक्त D
9. 'संवाद' हे पुढीलपैकी काय आहे ?
   (1) माध्यम (2) साधन (3) साध्य (4) उद्दिष्ट
   (1) 1 बरोबर (2) 1 व 2 बरोबर (3) 3 बरोबर (4) 3 व 4 बरोबर
10. संवाद साधण्यासाठी किमान कशाची गरज असते ?
   (1) दोन व्यक्ती (2) समान संपर्क साधन
   (3) सुयोग्य वातावरण (4) वरील तिन्ही
11. कामगारांनी गिरणी मालकाला पुरविलेल्या माहितीला संवाद प्रक्रियेतील कुठला प्रकार मानता येईल ?
   (1) 'वर' संवाद (2) 'खाली' संवाद (3) समतल संवाद (4) अन्य उत्तर
12. नोटीसबोर्डवर लावलेली सूचना कोणत्या प्रकारच्या संवाद प्रक्रियेत गणली जाऊ शकते ?
   (A) 'वर' संवाद (B) 'खाली' संवाद (C) औपचारिक संवाद (D) अनौपचारिक संवाद
   (1) A बरोबर (2) B बरोबर (3) B व C बरोबर (4) C व D बरोबर
13. वरिष्ठाने कनिष्ठाला दूरध्वनीवर दिलेली सूचना संवाद साधण्याच्या कोणत्या प्रकारात येईल ?
   (A) शाब्दिक (B) अनौपचारिक (C) औपचारिक (D) लिखित
   (1) A बरोबर (2) A व B बरोबर (3) C बरोबर (D) C व D बरोबर
14. पुढीलपैकी कोणते विधान बरोबर आहे ?
   (1) व्यक्तीच्या चुकांना आव्हान देणे
   (2) व्यक्तीला आव्हान देणे
   (3) व्यक्ती आणि व्यक्तीच्या चुकांना आव्हान देणे
   (4) व्यक्ती आणि व्यक्तीच्या चुकांकडे दुर्लक्ष करणे
   (1) 1 बरोबर (2) 2 बरोबर (3) 2 व 3 बरोबर (4) फक्त 4 बरोबर
15. कार्यालयाचा कार्यकाळ संपल्यावर सायंकाळी 6 वाजता वरिष्ठांनी सभा बोलावली आहे. अशावेळी
   (अ) सर्व कर्मचारी उपस्थित राहतील. (ब) सुयोग्य संवाद साधला जाईल.
   (क) ती 'खाली' संवाद प्रक्रिया असेल. (ड) सुयोग्य संवाद साधला जाणार नाही.
   (1) अ बरोबर (2) ब बरोबर (3) अ, क बरोबर (4) अ, क, ड बरोबर
16. 'अभ्यासूवृत्तीने, सखोलपणे, लक्षपूर्वक ऐकणे' हा श्रवणाचा कोणता प्रकार आहे ?
   (1) नकारार्थी (2) होकारार्थी (3) सर्वोकृष्ट (4) दुर्लक्षित व वाईट
   (1) 1 बरोबर (2) 2 बरोबर (3) 2 व 3 बरोबर (4) 4 बरोबर

17. पुढीलपैकी कोणती बाब संवाद प्रक्रियेतील अडथळा ठरू शकते ?

(A) स्त्री पुरुष भेद
(B) आपसातील चर्चा
(C) उत्तम बैठक व्यवस्था
(D) दर्जेदार वक्ता

(1) A बरोबर (2) A व B बरोबर (3) C बरोबर (4) C व D बरोबर

18. संवाद साधकाने ग्रहणकर्त्याशी संवाद साधताना पुढीलपैकी काय करावे ?

(A) दुरून बोलावे.
(B) डोळ्यांना डोळे भिडवून बोलावे.
(C) शून्यात नजर लावून बोलावे.
(D) गंभीर चेहेऱ्याने बोलावे.

(1) B बरोबर (2) A व C बरोबर (3) A, B, C बरोबर (4) चारही बरोबर

19. तुम्ही सांगू इच्छित असणाऱ्या गोष्टीत श्रोत्यांनी रस घ्यावा असे वाटत असेल पुढीलपैकी कोणती संवादप्रक्रिया अधिक उपयुक्त आहे ?

(1) अप्रत्यक्ष कथन (2) प्रत्यक्ष कथन (3) आधुनिक पद्धत (4) 'न्यूट्रल' पद्धत

20. परिणामकारक संवादकौशल्यासाठी पुढीलपैकी कोणते विधान बरोबर आहे ?

(अ) छोट्याशा आकर्षक भाषणाने संभाषणाचा प्रारंभ करावा.
(ब) श्रोत्यांमधील काहींच्या प्रथम नावाचा वापर मधून अधून करावा.

(1) फक्त 'अ' बरोबर
(2) फक्त 'ब' बरोबर
(3) अ व ब दोन्ही बरोबर
(4) अ व ब दोन्ही चूक

21. पुढीलपैकी कोणते ते घटक संवाद प्रक्रियेतील अविभाज्य घटक आहेत ?

(अ) प्रेषक (ब) ग्रहणकर्ता (क) माध्यम (ड) वरील तिन्ही

(1) अ बरोबर (2) अ व ब बरोबर (3) ब व क बरोबर (4) 3 बरोबर

22. पुस्तकाच्या शेवटी दिलेल्या मार्गदर्शक साहित्यकृती, मासिके, वृत्तपत्रीय संदर्भ यांच्या यादीस काय म्हणतात ?

(1) संदर्भसूची (2) अनुक्रमणिका (3) कोष्टके व आलेख (4) लेखकांची माहिती

23. परिणामकारक संवाद कौशल्यात पुढीलपैकी कोणती बाब सर्वथैव चूक आहे ?

(1) संभाषणात अधूनमधून चेहेऱ्यावर स्मितहास्य असावे.
(2) शिकण्यासाठी ऐकावे आणि ऐकावे कसे ते शिकावे.
(3) व्यक्तीच्या चुकांऐवजी व्यक्तीस आव्हान करावे.
(4) ऐकलेल्या गोष्टींचा अर्थ आपल्या परीने लावावा.

24. संवाद कौशल्यातील श्रवण प्रक्रिया अधिक प्रभावी करण्यासाठी खालीलपैकी कशाची अधिक गरज आहे ?

(1) संवाद साधनांमध्ये नावीन्य आणणे.
(2) लक्षपूर्वक श्रवण करणे.
(3) आवाजात योग्य आरोह-अवरोहाचा वापर करणे.
(4) वरील सर्व.

25. शाब्दिक आणि अशाब्दिक संवाद कौशल्ये समजण्यासाठी पुढीलपैकी कशाची आवश्यकता आहे ?

(1) स्वत:च्या संस्कृतीचा अभ्यास
(2) दुसऱ्यांच्या संस्कृतीचा अभ्यास
(3) सांस्कृतिक भेद मान्य करणे
(4) वरील सर्व

26. तक्रार घेऊन आलेल्या गिऱ्हाईकाशी आपला सहायक विक्रेता उद्धटपणे बोलतो आहे. अशावेळी आपण काय कराल ?

(1) हस्तक्षेप करून परिस्थिती निवळण्यास मदत करू. गिऱ्हाईकाचे समाधान करून परत पाठवू; आणि नंतर सहायक विक्रेत्याचे चांगल्या वर्तणुकीसाठी समुपदेशन करू.

(2) आपल्या कार्यालयात आपल्या सहायक विक्रेत्यास बोलावून घेऊन गिऱ्हाईकाची काय तक्रार आहे याची चौकशी करू.

(3) गिऱ्हाईक त्यानंतर काय करतेय याची वाट पाहू.

(4) गिऱ्हाईकासमोर सहायक विक्रेत्याची खरडपट्टी काढून गिऱ्हाईकाचे समाधान करू.

27. पुढीलपैकी कोणते संवाद कौशल्याचे सारसर्वस्व मानले जाते ?

   (1) ज्ञानाची देवाण-घेवाण करणे.　　(2) माहितीची देवाण-घेवाण करणे.
   (3) सामंजस्याची देवाण-घेवाण करणे.　(4) ज्ञानाचे प्रदर्शन मांडणे.

28. तुमच्या मित्राला अपघात झाला असून कोणीतरी त्याला हॉस्पिटलमध्ये दाखल केले आहे. तुम्ही तुमच्या मोटरसायकलवर घाईने निघालात. गडबडीत 'नो एन्ट्री' तून जाताना पोलीस इन्स्पेक्टरनेच तुम्हाला पकडले. अशा वेळी तुम्ही काय कराल ?

   (1) चूक मान्य करून दंडाची पावती फाडाल.

   (2) पावतीशिवाय पैसे देऊन प्रकरण मिटवाल.

   (3) घडलेल्या प्रकाराचे कथन करून सोडून देण्याची विनंती कराल.

   (4) ओळखीच्या मंत्रीमहोदयाला अथवा पोलीस अधिकाऱ्याला फोन कराल.

   (1) 1 बरोबर　　　(2) 1 व 2 बरोबर　　　(3) 1 व 3 बरोबर　　　(4) फक्त 4 बरोबर

29. अनियमित पाणी पुरवठ्यामुळे संतप्त झालेला जमाव मोर्चा घेऊन आपल्या कार्यालयावर चालून आलेला आहे. तुमच्या निषेधाच्या घोषणांनी वातावरण तापलेले आहे. अशावेळी अधिकारी म्हणून तुम्ही काय कराल ?

   (1) पोलिसांच्या मदतीने मोर्चेकऱ्यांना हुसकावून द्याल.

   (2) संबंधित अधिकाऱ्याला जाब विचारून धारेवर धराल.

   (3) मोर्चेकऱ्यांच्या प्रतिनिधींशी चर्चा करून संबंधित अधिकाऱ्याला त्यात जातीने लक्ष घालायचे सुचवाल.

   (4) तुम्ही कार्यालयात नाहीत असे मोर्चेकरांना डोअरकीपरकडून सांगून मागील दाराने निघून जाल.

30. पुढील घटकांची सुयोग्य मांडणी करा.

   (अ) संदेश　　　(ब) ग्रहणकर्ता　　　(क) संदेशक　　　(ड) माध्यम

   (1) क अ ड ब　　(2) ब अ ड क　　(3) क ड अ ब　　(4) ब ड अ क

31. उत्तम संवाद कौशल्य असणारी व्यक्ती पुढीलपैकी कशी असते ?

   (1) तर्कशुद्ध विचारमांडणी करणारी　　(2) शांत व धीरगंभीर स्वभावाची
   (3) युक्तीप्रयुक्तीने काम करून घेणारी　　(4) वरील सर्वगुणयुक्त

32. व्यक्ती-व्यक्तीमधील संवाद म्हणजे

   (1) अनेक व्यक्तींनी एकाच वेळी परस्परांशी बोलणे.

   (2) अनेक व्यक्तींनी दुसऱ्या व्यक्तीस अनन्यसाधारण मानून संवाद साधणे.

   (3) एकमेकांविषयी अत्यंत कमी अंतर राखून केलेले संभाषण.

   (4) प्रस्तुत विषयात अजिबात रस नसलेल्या व्यक्तींबरोबर एका व्यक्तीने सौहार्द्रपूर्णतेने साधलेला संवाद.

33. अंतिम परीक्षेस जाताना तुमच्या स्कूटरवरील मित्रास फार मोठा अपघात झाला. सुदैवाने तुम्ही पूर्ण सुरक्षित आहात; अशावेळी तुम्ही काय कराल ?

(1) अंतिम परीक्षेवर तुमचे करिअर अवलंबून असल्याने रस्त्यावरील लोकांच्या हवाली मित्राला सोपवून तुम्ही परीक्षेस जाल.
(2) परीक्षा दर सहा महिन्याला असते, मित्राचे प्राण महत्त्वाचे. त्याला हॉस्पिटलला नेऊन परीक्षाप्रमुखाला विलंब व अपघाताबद्दल फोन कराल.
(3) मित्राच्या नातेवाईकांना फोन करून परिस्थितीचे गांभीर्य समजावून देऊन मित्राला हॉस्पिटलमध्ये भरती कराल.
(4) मित्राचे नातेवाईक व पोलीस येईपर्यंत वाट पहाल.

(1) 1 बरोबर (2) 2 व 3 बरोबर
(3) फक्त 3 महत्त्वाचे (4) फक्त 4 महत्त्वाचे

34. पुढीलपैकी कोणते इलेक्ट्रॉनिक माध्यमाचे साधन नाही ?
(1) चित्रपट (2) माहितीपत्रके
(3) दूरदर्शन (4) संपर्कध्वनी

35. पुढीलपैकी कोणते / कोणती विधान / विधाने बरोबर आहेत ?
(A) व्यक्तींमधील संवाद साधन कौशल्यामुळे परस्परातील संवाद कौशल्य वाढीस लागते.
(B) व्यक्ती व्यक्तीमधील संवादात भावनेला शून्य महत्त्व असते.
(C) व्यक्तींमधील संवादात प्रभावी संवाद कौशल्य अंतभूर्त असायला हवे.
(D) आधुनिक संस्थात्मक कार्यात व्यक्तिगत यशस्वी संवाद हे यशाचे गमक आहे.
(1) A, C, D बरोबर (2) फक्त A व C बरोबर
(3) फक्त B, C, D बरोबर (4) सर्व बरोबर

36. व्यक्ती व्यक्तीमधील संवाद पुढीलपैकी कशासाठी साहाय्यभूत ठरते ?
(1) प्रभावी वक्ता निर्माण होणे. (2) स्वत:ची क्षमता कळून चुकणे.
(3) इतरांबद्दल अधिक कळणे. (4) जनसामान्यांशी संपर्क साधणे.

37. उत्तम संवाद साधकास पुढीलपैकी कोणती बाब नितांत आवश्यक असते ?
(1) विषयाचे परिपूर्ण ज्ञान (2) अत्यंत आकर्षक व्यक्तिमत्त्व
(3) सुयोग्य शारीरिक हालचाली (4) उत्कृष्ट कपडे

38. तुमच्या कार्यालयात तुम्ही नव्यानेच नियुक्त झाला आहात. तुमच्या हाताखाली अनुभवाने व वयाने जेष्ठ असणारे अनेकजण आहेत. अशावेळी तुम्ही ....
(A) ते मागील पिढीतील असून तुमचे ज्ञान अत्याधुनिक असल्याचे त्यांना सांगाल.
(B) श्रेष्ठ, कनिष्ठ असा भेदभाव न करता त्यांच्या अनुभवाचा फायदा घ्याल.
(C) 'वर्ग' म्हणून नव्हे तर 'व्यक्ती' म्हणून त्यांचा आदर कराल.
(D) पदाने वरिष्ठ असल्याने तुमच्या आज्ञा पाळण्यास त्यांना सांगाल.
(1) A बरोबर (2) B व D बरोबर
(3) B व C बरोबर (4) C व D बरोबर

39. पुढीलपैकी कोणते माध्यम अत्याधुनिक माहिती पुरवीत नाही ?
(1) वर्तमानपत्र (2) दूरदर्शन
(3) रेडिओ (4) शोधनिबंध

40. उत्तम संवादकौशल्य असणारी व्यक्ती पुढीलपैकी कशाचा अवलंब करते ?
    (A) तर्कशुद्ध विचारमांडणी करते.   (B) भावनिक आवाहन करते.
    (C) शांतचित्त असते   (D) युक्तीप्रवृत्तीने हवे ते कथन करते.
    (1) A, B, C बरोबर   (2) B, C, D फक्त   (3) A, B, D फक्त   (4) वरील सर्व

41. संपादक आणि वाचक यांच्यातील मागोवा प्रक्रिया कशाच्या द्वारे होऊ शकेल ?
    (1) वाचकांची पत्रे   (2) संपादकीय   (3) लेखमाला   (4) कालबद्ध लेखन

42. पुढीलपैकी कोणते श्राव्य संवाद माध्यम नाही ?
    (1) सार्वजनिक सभा   (2) व्याख्यान
    (3) आकाशवाणी प्रसारण   (4) सर्कस

उत्तरे

1. 2	2. 2	3. 3	4. 4	5. 4	6. 4	7. 4
8. 3	9. 2	10. 4	11. 1	12. 3	13. 2	14. 1
15. 4	16. 3	17. 2	18. 2	19. 2	20. 3	21. 4
22. 1	23. 3	24. 4	25. 4	26. 1	27. 3	28. 3
29. 3	30. 1	31. 4	32. 2	33. 2	34. 2	35. 1
36. 2	37. 1	38. 3	39. 4	40. 4	41. 1	42. 4

३

तार्किक कार्यकारण भाव आणि विश्लेषण क्षमता

Logical reasoning and analytical ability

'Logic' हा शब्द लॅटिनमधील 'logos' या शब्दावरून आलेला आहे. या शब्दाचा अर्थ 'भाषेच्या स्वरूपात केलेली विचारांची अभिव्यक्ती' असा आहे. यामधील बऱ्याच प्रश्नांची उकल 'वेन' (venn) आकृत्यांद्वारा केली जाते. अशा प्रकारच्या प्रश्नांत 'सर्व' 'काही' 'एकही नाही' यासारखे शब्दप्रयोग वापरलेले असतात. यासारख्या प्रश्नांचा उल्लेख प्रकरण पाचमधील 5.11 विश्लेषण व 5.12 वेन आकृत्या या दोन उपप्रकारातही पुढे सोदाहरण आलेला आहे.

कार्यकारणभावावरील प्रश्नप्रकारात एकार्थाने तर्कसंगत (तार्किक) विचार करण्याला महत्त्व असते. निश्चित निष्कर्षाप्रत येण्यासाठी दिलेल्या किंवा उपलब्ध असलेल्या माहितीचे नीट विश्लेषण करावे लागते. त्यासाठी तर्कशुद्ध विचारसरणी अत्यावश्यक असते. भाषेचे, शब्दरचना-म्हणजेच वाक्याचे आणि शब्दांच्या अर्थाचे बारकाव्याने ज्ञान हवे. यासाठी 'तर्कशास्त्र' या विषयाचा शास्त्रशुद्ध, सखोल अभ्यास अजिबात अपेक्षित नाही.

या विषयात मांडणीच्या दृष्टीने अनेक उपप्रकार पडतात. तथापि आपण प्रश्नप्रकाराच्या उपप्रकारात न पडता प्रत्यक्ष प्रश्नच अभ्यासणार आहोत. सुरुवातीस काही प्रश्नांचे स्पष्टीकरण दिलेले असून त्यानंतर सरावासाठी काही प्रश्न दिलेले आहेत.

3.1

(1) समजा एका घटकात दुसरा आणि दुसऱ्या घटकात तिसरा घटक अंतर्भूत असेल तर तीन समकेंद्री वर्तुळाच्या 'वेन' आकृतीने ते दाखविता येते.

उदा : 1) जग, भारत, महाराष्ट्र

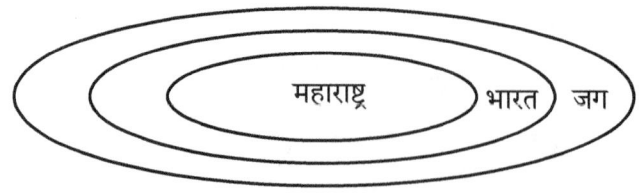

म्हणजे जगात भारत, भारतात महाराष्ट्र अंतर्भूत आहे.

तसेच (2) वर्ष, महिना, आठवडा

(3) आठवडा, दिवस, तास

(4) तास, मिनिट, सेकंद

यांचा संबंध दाखविता येईल.

(2) एका घटकात दोन्ही घटक समाविष्ट असतील; त्या दोघात तसा परस्पर संबंध नसेल तर एका मोठ्या वर्तुळात दोन लहान वर्तुळे काढलेल्या 'वेन' आकृतीच्याद्वारे हा संबंध दाखविता येतो.

उदा. (5) मानव, स्त्री, पुरुष

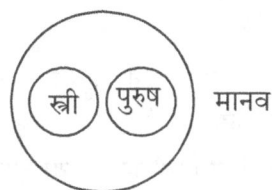

येथे मानव या व्यापक संकल्पनेत स्त्री व पुरुष दोघेही अंतर्भूत आहेत.

तसेच (6) वृक्ष, वड, पिंपळ

(7) फुले, गुलाब, बकुळ

(8) पक्षी, मोर, पोपट

(9) प्राणी, वाघ, सिंह

(10) वायू, प्राणवायू, नत्रवायू

यांचा संबंध वरील आकृतीने दाखविता येईल.

(3) एका मोठ्या घटकात परस्परांशी दोन घटक काहीसे संबंधित असतील तर ते पुढील 'वेन' आकृतीद्वारा दाखविता येतात.

उदा. (11) स्त्रिया, विधवा, माता

सर्व माता स्त्रिया आहेत. सर्व विधवा स्त्रिया आहेत.

मात्र काही माता विधवा असू शकतात. म्हणजेच ◖ या आकृतीत दाखविलेला भाग ''काही माता विधवा'' चा आहे. (त्यात संबंध आहे.)

तसेच (12) पुरुष, सुदैवी, दुर्दैवी

(13) पुरुष, पिता, विधुर

(14) स्त्रिया, भाग्यवान, विधवा

(15) स्त्रिया, सधवा, वांझ

यांचा संबंध वरील आकृतीने दाखविता येईल.

(4) काही वेळा दोन घटक काही प्रमाणात एकमेकांशी संबंधित असतात. मात्र तिसऱ्या घटकाचा त्यांच्याशी काहीही संबंध नसतो. त्यावेळी दोन एकमेकांना छेदणारी वर्तुळे आणि एक वर्तुळ पूर्ण वेगळे अशी 'वेन' आकृती काढून हा संबंध दाखविता येतो.

उदा. (16) गोलंदाज, फलंदाज, झाड

काही गोलंदाज फलंदाज असतात. तर काही फलंदाज गोलंदाज असतात. या दोघांचा झाडाशी काहीही संबंध नाही. गोलंदाज व फलंदाज दोघेही एकाच खेळाशी संबंधित असल्याने दोन्ही वर्तुळे परस्परसंबंधी आहेत. दोन्हीही येणारे काही खेळाडू आहेत. तो भाग ( ) या आकृतीने स्पष्ट केला आहे.

(5) काही वेळा एका घटकात दुसरा घटक अंतर्भूत असतो. मात्र तिसऱ्याचा त्याच्याशी काहीही संबंध नसतो. अशावेळी ती संबंध एकात एक दोन वर्तुळे व तिसरे वर्तुळ वेगळे या 'वेन' आकृतीद्वारे दाखविता येतो.

उदा. (17) भारत, महाराष्ट्र, अमेरिका

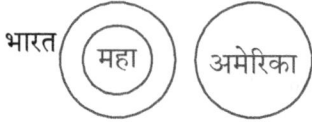

यामध्ये भारतात महाराष्ट्र आहे. या दोन्हीचा अमेरिकेशी काहीही संबंध नाही.

(6) काही वेळेस दोन घटक तिसऱ्या घटकाशी संबंधित असतात. मात्र त्यांचे अस्तित्व एकमेकांपासून वेगळे असते. अशावेळी तीन वर्तुळे पुढीलप्रमाणे दाखवितात.

उदा. (18) भांडी, काच, स्टील

काही भांडी काचेची असतात. काही भांडी स्टीलची असतात. काचेच्या भांड्याचा स्टीलच्या भांड्याशी काहीही संबंध नसतो.

(7) जेव्हा एका घटकात दुसरा घटक पूर्णपणे अंतर्भूत असतो आणि तिसरा घटक त्या दोन्ही घटकांशी काही प्रमाणात संबंधित असतो; अशावेळी तो संबंध दोन समकेंद्री वर्तुळे आणि त्या दोन्हीला अंशतः छेदणारे तिसरे वर्तुळ या 'वेन' आकृतीद्वारे दर्शविला जातो.

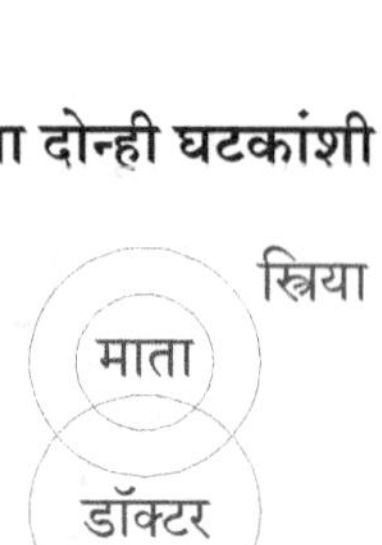

उदा. (19) स्त्रिया, माता, डॉक्टर
सर्व माता स्त्रिया असतात. काही डॉक्टर माता असतील.
काही डॉक्टर स्त्रिया असतील.

खाली दिलेल्या वेन आकृत्यांच्या पर्यायातून योग्य क्रमांकाचा पर्याय निवडून त्याखालील दिलेल्या प्रश्नांची उत्तरे शोधा.

(1) 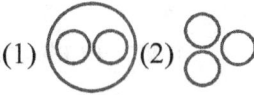 (2) 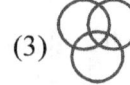   (3)    (4)

(20)   श्रमजीवी, पुरुष, फर्निचर
(21)   विद्यार्थी, वाचक, अभिनेता
(22)   गरम पेय, कॉफी, चहा
(23)   उच्चशिक्षित, अधिकारी, टेबल
(24)   झाड, पक्षी, प्राणी
(25)   ज्वारी, बाजरी, गहू

स्पष्टीकरण :

(20) पुरुष श्रमजीवी असू शकतात. फर्निचरशी त्यांचा काही संबंध नाही.

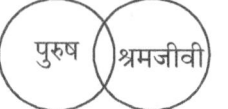

उत्तर : 4

(21) विद्यार्थी वाचक असू शकतो. तो अभिनेताही असू शकतो. अभिनेता वाचक किंवा विद्यार्थीही असू शकतो. वाचक विद्यार्थी / अभिनेता असू शकतो.

उत्तर: 3

(22) उत्तर 1. गरम पेयात कॉफी आणि चहा या दोन्हींचा समावेश होतो.

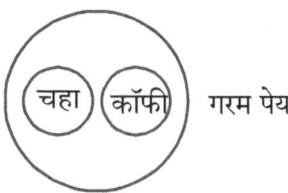

(23) उत्तर 4. उच्चशिक्षित अधिकारी असू शकतो. त्याचा टेबलाशी काही संबंध नाही.

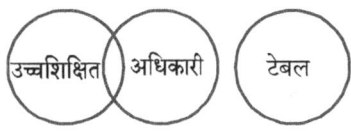

(24) उत्तर 2. झाड, प्राणी, पक्षी यांचा अर्थार्थी परस्परांशी काहीही सबंध नाही.

(25) उत्तर 2. ज्वारी, बाजरी, गहू ही तिन्ही धान्ये असली तरी त्यांचा एकमेकांशी काहीही संबंध नाही.

पुढे काही वेन आकृत्या आणि त्याखाली काही शब्दसंच दिलेले आहेत. प्रश्नात दिलेल्या संचासाठी पर्यायातील कोणती वेन आकृती योग्य आहे, त्या आकृतीचा पर्याय निवडा.

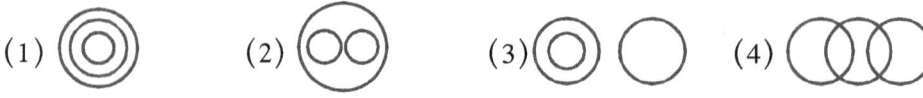

(26) वाद्ये, मृदुंग, ढोल

(27) खेडे, तालुका, जिल्हा

(28) बांधकाम साहित्य, लोखंडी सळ, लाकूड

(29) वायू, कर्बद्विप्राणिलवायू

(30) भाषा. इंग्रजी, मराठी

(31) किरण, गॅमा, बिटा

(32) सजीव, जलचर, मगर

(33) द्विदल धान्ये, हरभरा डाळ, वाटाणा

(34) शासकीय कर्मचारी, सेवक, अधिकारी

(35) जेवण, वरणभात, ताट

स्पष्टीकरणे

(26) उत्तर 2. वाद्यांमध्ये मृदुंग व ढोलचा समावेश होतो.

(27) उत्तर 1. जिल्ह्यात तालुका, तालुक्यात खेडे

(28) उत्तर 4. बांधकाम साहित्यामध्ये लोखंडी सळ
व लाकूड येते.

(29) उत्तर 3 वायूमध्ये कर्बद्विप्राणिल वायू आहे. त्याचा पर्वताशी काहीही संबंध नाही.

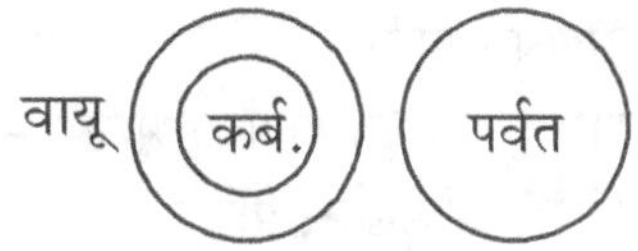

(30) उत्तर 2 भाषेत इंग्रजी, मराठी समाविष्ट आहे.

(31) उत्तर 2 किरणात गॅमा, बिटा किरणे अंतर्भूत आहेत.

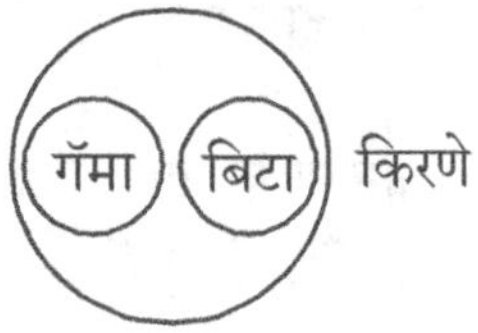

(32) उत्तर 1 सजीवात जलचर येतात; आणि जलचरात मगर येते.

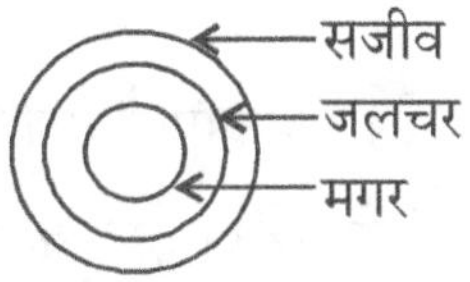

(33) उत्तर 2 द्विदल धान्यात हरभरा डाळ आणि वाटाणा अंतर्भूत आहेत.

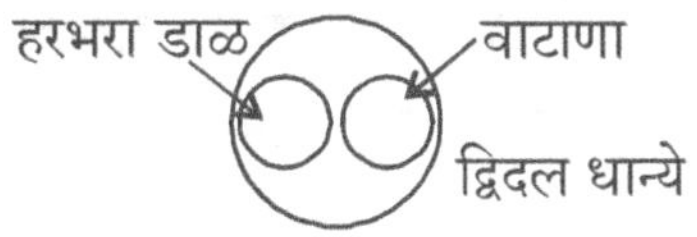

(34) उत्तर 4 शासकीय कर्मचारी सेवकही असतो नि अधिकारी असू शकतो.

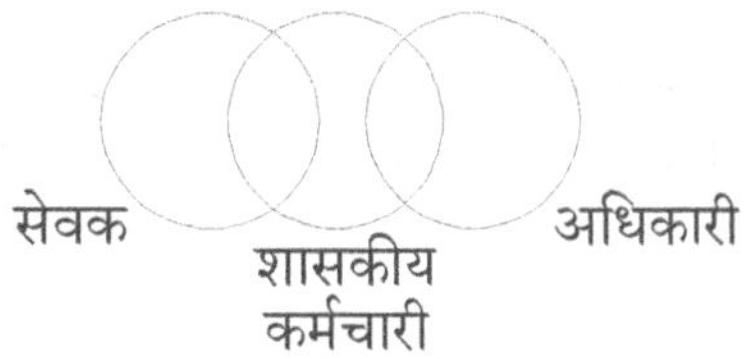

(35) उत्तर 5 जेवणात वरणभात असतो. मात्र ताट ही वस्तू जेवणाचा भाग नाही.

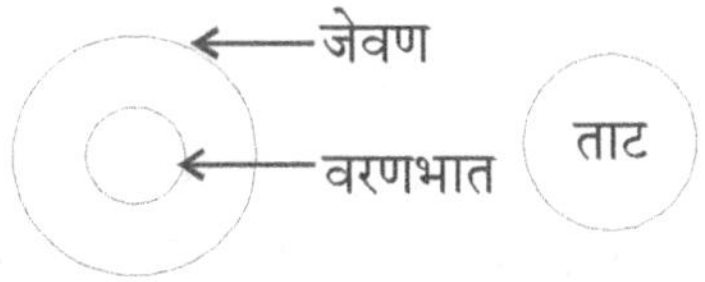

- **खालील प्रश्नातील शब्दगट कोणत्या वेन आकृतीशी जुळतो त्या आकृतीचा क्रमांक दाखविणारा पर्याय निवडा.**

(1) (2) (3) (4)

(36) रेल्वे, गलबत, पर्यटक

(37) नातलग, चुलता (वडिलांचा भाऊ) मामा (आईचा भाऊ)

(38) न्यायाधीश, दरोडेखोर, पॉकेटमार

(39) कीटक, डास, कोळी

(40) संख्या, विषमसंख्या, समसंख्या

स्पष्टीकरण :

(36) उत्तर : 4 पर्यटक रेल्वेने जाणार असतात.
पर्यटक गलबतानेही जाऊ शकतात.

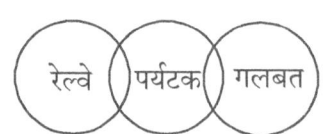

(37) उत्तर : 3 नातलगांमध्ये चुलता आणि
मामा हे दोघेही समाविष्ट आहेत.

(38) उत्तर : 2 दरोडेखोर पॉकेटमार असू शकतो,
किंवा पॉकेटमार दरोडेखोर असू शकतो.

(39) उत्तर : 3 कीटक या प्रकारात डास आणि
कोळी या दोघांचाही समावेश होतो.

(40) उत्तर : 3 संख्यांमध्ये समसंख्या आणि
विषमसंख्या या दोन्ही प्रकारांचा समावेश होतो.

3.2 पुढे प्रत्येक प्रश्नात दोन विधाने दिलेली आहेत. ती गृहीत धरून नक्की कोणते अनुमान निघते तो पर्याय निवडा.

(41) विधाने (1) काही कुत्री मांजरे असतात.   (2) सर्व मांजरे चोरटी असतात.
निष्कर्ष (A) काही कुत्री चोरटी असतात.   (B) सर्व कुत्री चोरटी असतात.
(1) फक्त A निष्कर्ष बरोबर   (2) फक्त B बरोबर
(3) A व B दोन्ही बरोबर   (4) A व B दोन्ही नाही.

स्पष्टीकरण :

उत्तर : (1) फक्त A बरोबर

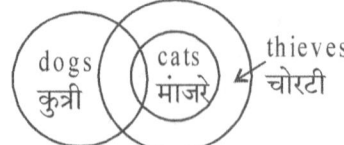

(42) (1) सर्व मानव देव आहेत.　　　　(2) सर्व देव स्वर्गस्थित आहेत.

निष्कर्ष : अ) सर्व देव स्वर्गस्थित नाहीत.　　(ब) सर्व मानव स्वर्गस्थित आहेत.

(1) फक्त 'अ' बरोबर　　　　(2) फक्त 'ब' बरोबर

(3) 'अ' व 'ब' बरोबर　　　　(4) 'अ' व 'ब' दोन्हीही नाही.

स्पष्टीकरण :

उत्तर : 2

फक्त 'ब' बरोबर

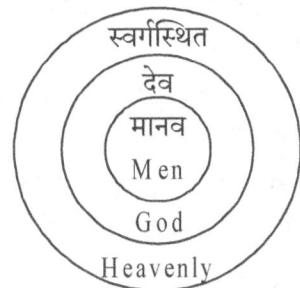

(43) विधाने : (1) देखणी मुले फक्त सुंदर मुलींशी लग्न करतात.

　　　　(2) शुभा सुंदर आहे.

निष्कर्ष : (A) शुभाचे लग्न देखण्या मुलाशी झाले आहे.

　　　　(B) शुभाचे लग्न देखण्या मुलाशी झाले नाही.

(1) फक्त A बरोबर　　　　(2) फक्त B बरोबर

(3) A व B दोन्ही बरोबर　　(4) A व B दोन्ही चूक

स्पष्टीकरण : उत्तर 4

　　　A & B दोन्ही चूक

शुभा सुंदर आहे याचा अर्थ तिचे लग्न देखण्या मुलाशी होईल असे नाही; किंवा होणारच नाही असेही नाही. त्यामुळे A आणि B दोन्ही विधाने बरोबर असणे शक्य नाही. तिच्या लग्नाशी तिच्या सुंदर असण्याचा संबंध आहे. अथवा नाही हे स्पष्ट होत नाही.

(44) विधाने : (1) सर्व स्त्रिया गृहिणी आहेत.　　(2) कोणतीही गृहिणी न्यायाधीश नाही.

निष्कर्ष : (अ) सर्व स्त्रिया न्यायाधीश आहेत.　(ब) कोणतीही स्त्री न्यायाधीश नाही.

(1) फक्त 'अ'　　　　(2) फक्त 'ब'

(3) 'अ' व 'ब' दोन्ही नाही.　　(4) 'अ' व 'ब' दोन्हीही

स्पष्टीकरण :

उत्तर : 2

फक्त ब

(45) विधाने : (1) राज राधिकापेक्षा मोठा आहे. (2) मात्र राधिका माधवीपेक्षा लहान आहे.

निष्कर्ष : (1) राज सर्वात मोठा आहे. (2) माधवी सर्वात मोठी आहे.

(3) राज व राधिका समान वयाची आहेत.

(4) राधिका सर्वात लहान आहे.

स्पष्टीकरण : (मोठे) राज ← माधवी ← राधिका (लहान) दिलेल्या माहितीवरून उत्तर 4 अशी रचना होते. म्हणून राज सर्वात मोठा व राधिका सर्वात लहान किंवा हे सर्व उलटेही असू शकते.

(46) जर महेश भारतीय असेल तर तो अमेरिकन नाही, श्रीलंकन नाही. तो भारतीय नाही असे नाही. म्हणून महेश कोणत्या देशाचा नागरिक असणे शक्य आहे ?

(1) अभारतीय (2) अमेरिकन (3) श्रीलंकन (4) श्रीलंकनेतर

स्पष्टीकरण : महेश भारतीय असेल किंवा नसेलही. मात्र तो अमेरिकन वा श्रीलंकन नाही. म्हणजेच महेश श्रीलंकनेतर नक्कीच आहे.

उत्तर 4

(47) राम, लक्ष्मण, भरत आणि शत्रुघ्न या चौघांनाही सारख्याच सुवर्णमुद्रा दिल्या गेल्या.

विधाने : (1) रामने त्यातील 3/8 खर्च केल्या. (2) लक्ष्मणने त्याच्यातील 3/5 खर्च केल्या.

(3) भरतने 2/6 खर्च केल्या; आणि (4) शत्रुघ्नने 6/10 सुवर्णमुद्रा खर्च केल्या.

निष्कर्ष : (1) रामाने भरतापेक्षा कमी सुवर्णमुद्रा खर्च केल्या.

(2) लक्ष्मणने शत्रुघ्नपेक्षा जास्त खर्च केला.

(3) लक्ष्मणने शत्रुघ्नपेक्षा कमी खर्च केला.

(4) भरताने सर्वात कमी सुवर्णमुद्रा खर्च केल्या.

स्पष्टीकरण : त्यांच्या खर्चाची टक्केवारी पुढीलप्रमाणे होते.

उत्तर 4. राम 37.5% लक्ष्मण 60% भरत 33.33% आणि शत्रुघ्न 60%

म्हणजेच भरताने सर्वात कमी (33.33%) सुवर्णमुद्रा खर्च केल्या.

(48) विधान : मि. मेनन युरोप दौऱ्यावर गेले होते. (2) ते श्रीमंत आहेत.

निष्कर्ष : (1) परदेशी गेलेली माणसे श्रीमंत होतात.

(2) परदेशी गेलेली माणसे श्रीमंत नसतात.

(3) परदेशी गेलेली काही माणसे श्रीमंत असतात.

(4) परदेशी गेलेली काही माणसे श्रीमंत नसतात.

स्पष्टीकरण : उत्तर 3. शिक्षणासाठी शिष्यवृत्तीवर परदेशी जाणारी व्यक्ती श्रीमंत असेलच असे नाही. मि. मेनन युरोप दौऱ्यावर गेले होते. त्यांच्यासारखी काही माणसे श्रीमंत असू शकतात.

(49) विधाने : (1) सर्व घरे थंड असतात. (2) सर्व थंड घरे हवेशीर असतात.

निष्कर्ष : (A) काही घरे हवेशीर असतात. (B) काही घरे थंड असतात.

(1) फक्त A बरोबर (2) फक्त B बरोबर

(3) A & B दोन्ही बरोबर (4) A & B दोन्ही चूक

स्पष्टीकरण : उत्तर 3

सर्वच घरे थंड असतात. सर्वच घरे हवेशीर असतात.

त्यामुळे काही घरे थंड व काही घरे हवेशीर

(पर्याय 3) असणारच.

(50) विधाने : (1) काही झुडुपे कार्स आहेत. (2) सर्व कार्स पुस्तके आहेत.

निष्कर्ष : (अ) काही झुडुपे पुस्तके आहेत. (ब) काही पुस्तके झुडुपे आहेत.

(क) सर्व पुस्तके कार्स आहेत. (ड) काही कार्स पुस्तके आहेत.

(1) अ, ब, बरोबर   (2) अ, ब, ड बरोबर   (3) ब, क बरोबर   (4) सर्व बरोबर

स्पष्टीकरण : उत्तर 2. 1, 2, 4 बरोबर

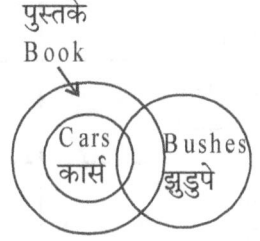

सरावासाठी काही प्रश्न

● खालील प्रश्नांमध्ये दोन विधाने व दोन निष्कर्ष दिलेले आहेत. खाली दिलेल्या चार पर्यायातून योग्य उत्तराचा पर्याय निवडा.

पर्याय : (1) फक्त निष्कर्ष A बरोबर   (2) फक्त निष्कर्ष B बरोबर

(3) निष्कर्ष A व B दोन्ही बरोबर   (4) निष्कर्ष A व B दोन्ही चूक

विधाने	निष्कर्ष
(51) (1) काही गायी चौकोन आहेत. (2) काही चौकोन त्रिकोण आहेत.	(A) काही गायी त्रिकोण आहेत. (B) सर्व त्रिकोण चौकोन आहेत.
(52) (1) सर्व स्त्रिया विवाहित आहेत. (2) काही स्त्रिया पदवीधर आहेत.	(A) काही विवाहित स्त्रिया पदवीधर आहेत. (B) काही पदवीधर स्त्रिया विवाहित आहेत.
(53) (1) सर्व पुरुष झाडे आहेत. (2) सर्व झाडे वड आहेत	(A) काही वड झाडे आहेत. (B) सर्व वड पुरुष आहेत.
(54) (1) काही प्राध्यापक कलावंत आहेत. (2) कलावंतांना लहान बालके आवडतात.	(A) लहान बालके आवडणारे सर्व कलावंत असतात. (B) काही प्राध्यापकांना लहान बालके आवडतात.
(55) (1) वाघ हिंस्र पशू आहेत. (2) सिंह हिंस्र पशू आहेत.	(A) काही वाघ सिंह असले पाहिजेत. (B) वाघ नसलेले सर्व पशू हिंस्र असले पाहिजेत.

विधाने	निष्कर्ष
(56) (1) सर्व विद्यार्थी तरुण आहेत. (2) एकही विद्यार्थी बावळट नाही.	(A) एकही विद्यार्थिनी त्या वर्गात नाही. (B) कोणताही विद्यार्थी बावळट नाही.
(57) (1) सर्व पेन्स पेन्सिल आहेत. (2) सर्व टेबल्स पेन्सिल आहेत.	(A) काही टेबल्स पेन्स आहेत. (B) एकही टेबल पेन नाही.
(58) (1) सर्व मुले चाणाक्ष आहेत. (2) सुधा चाणाक्ष आहे.	(A) सुधा मुलगा आहे. (B) सर्व चाणाक्ष मुले आहेत.
(59) (1) बरेच सोने दागिने आहेत. (2) सर्व दागिने हिरे आहेत.	(A) काही सोने हिरे आहेत. (B) एकाही हिरा सोने नाही.
(60) (1) काही कुत्री भुंकतात. (2) भुंकणारा कुत्रा चावत नाही.	(A) सर्व न भुंकणारी कुत्री चावतात. (B) सर्व न चावणारी कुत्री भुंकतात.
(61) (1) सर्व हात पाय आहेत. (2) एकही पाय डोळा नाही.	(A) सर्व पाय हात आहेत. (B) एकही डोळा पाय नाही.
(62) (1) अनेक भारतीय प्रामाणिक आहेत. (2) राघवन भारतीय आहे.	(A) राघवन प्रामाणिक आहे. (B) राघवन प्रामाणिक नाही.

उत्तरे

51. 4	52. 3	53. 1	54. 2	55. 4	56. 3
57. 4	58. 4	59. 1	60. 4	61. 2	62. 4

3.3 कधीकधी प्रारंभी एखादे विधान दिलेले असते; आणि त्यासंबंधी एक / दोन मतप्रदर्शने दिलेली असतात. त्यानंतर कोणते मतप्रदर्शन सबल, दुर्बल, संबंधित किंवा असंबंधित आहे त्याबद्दल चार पर्याय दिलेले असतात. त्यातील योग्य पर्याय निवडायचा असतो.

उदाहरणार्थ :

(63) विधान : भारताने देशभर फटाके निर्मितीला बंदी घालावी काय ?

मतप्रदर्शन : (अ) छे! छे! त्यामुळे लाखो लोक बेरोजगार होतील.

(ब) हो. फटाके निर्मितीचे कारखानदार त्यासाठी मोठ्या प्रमाणावर बाल कामगार वापरतात.

(1) 'अ' सबल कारण   (2) 'ब' सबल

(3) फक्त 'अ' सबल 'ब' दुर्बल   (4) 'अ' व 'ब' दोन्ही दुर्बल

स्पष्टीकरण : उत्तर 3 - यात लाखो लोक बेकार होतील हे कारण फारच महत्त्वाचे आहे. त्या तुलनेने बाल कामगारांचा वापर हे तितके महत्त्वाचे कारण नाही. कारण बालकामगारी थांबविली तरी घराची बेकारी वगैरे वाढणे शक्य नाही; कारण बालकामगार हा कुटुंबप्रमुख व एकमेव कमवता असणे शक्य नाही.

(64) विधान : शेकडो निरपराध माणसांना गोळ्या घालून ठार मारणाऱ्याला फाशी द्यावी का ?

मतप्रदर्शन : (अ) माणसाने माणसाला मारणे हे फार मोठे क्रूरकर्म आहे.

(ब) निरपराध माणसांच्या मृत्यूस फाशी हीच शिक्षा योग्य आहे.

(क) त्यामुळे देशाची प्रतिमा जगात उजळ होते.

(1) 'अ' काहीसे बरोबर (2) 'ब' एकदम बरोबर

(3) 'क' असंबंधित (4) सर्व बरोबर

स्पष्टीकरण : उत्तर 4. सर्व पर्यायांचा सखोल विचार करता सर्वच (1 ते 3) पर्याय बरोबर असल्याचे वाटतात; म्हणून चौथा पर्याय योग्य वाटतो.

(65) विधान : गाईड्सवर बंदी आणायला हवी.

मतप्रदर्शन : (अ) अगदी बरोबर. त्यामुळे विद्यार्थी मूळ पुस्तकेच वाचत नाहीत.

(ब) अजिबात नाही. त्यामुळे दुर्बल मुलांना परीक्षेत बऱ्यापैकी गुण मिळतात.

(1) 'अ' बरोबर (2) 'ब' बरोबर

(3) 'अ' व 'ब' दोन्ही बरोबर (4) 'अ' व 'ब' दोन्ही चूक

स्पष्टीकरण : उत्तर 2. मूळ पुस्तके विद्यार्थी वाचत नसले तरी त्याचा बहुतांश भाग गाईडमध्ये आलेला असतो. शिवाय तयार प्रश्न प्रकार उत्तरांसहित तयार असल्याने दुर्बल विद्यार्थ्यांना गुण मिळविण्यास गाईडच उपयोगी ठरतात.

(66) विधान : दहशतवाद्यांनी सार्वजनिक ठिकाणी हल्ले करायला प्रारंभ केल्यापासून कायदे अधिक कडक करण्यात आले आहेत.

मतप्रदर्शन (अ) कडक कायद्यामुळे दहशतवाद्यांशी चांगले लढता येईल.

(ब) दहशतवादी लोकांवर नियंत्रण मिळविण्यात शासन अपयशी झाले आहे.

(1) 'अ' बरोबर (2) 'ब' बरोबर (3) 'अ' व 'ब' बरोबर (4) 'अ' व 'ब' दोन्ही चूक

स्पष्टीकरण : उत्तर 1. बरोबर. शासनाच्या यशापयशाचा प्रश्नच नाही. उलट ते कायदे कडक करू शकतात. म्हणजे यशस्वीच म्हणायचे ना !

3.4 काही वेळेस काही विधान / विधाने प्रसंगी केलेली असते / असतात. त्या विधानासाठी कोणती / कोणत्या गोष्ट / गोष्टी गृहीत धरली / धरल्या आहे / आहेत हे त्या पुढे दिलेले / दिलेल्या असते / असतात. त्यातून एक अगर अनेक गृहीतके निवडायची असतात.

(67) विधान : आयकराच्या कायद्यात दुरुस्ती करणे गरजेचे आहे. त्यामुळे अधिकाधिक लोक आपली संपत्ती जाहीर करू शकतील.

गृहीत : (A) काही लोक त्यांची संपत्ती जाहीर करीत नाहीत.

(B) आयकराचे नियम सुयोग्य नाहीत.

(1) A बरोबर (2) B बरोबर

(3) A आणि B दोन्ही बरोबर (4) A आणि B दोन्ही चूक

स्पष्टीकरण : उत्तर 1. A बरोबर आहे. आयकर नियमात दुरुस्तीची गरज का आहे ते A मध्ये सांगितले आहे.

(68) विधान : उत्कृष्ट शिक्षक विद्यार्थ्यांमधील सर्वोत्तम त्याचीच त्याला ओळख करून देतो.

   गृहीत : (अ) प्रत्येक विद्यार्थ्यात काहीना काही सर्वोत्तम असतेच.

   (ब) उत्कृष्ट शिक्षकाने विद्यार्थ्यांमधील सर्वोत्तम तेच बाहेर काढायला हवे.

   (1) 'अ' बरोबर (2) 'ब' बरोबर

   (3) 'अ' व 'ब' बरोबर (4) 'अ' बरोबर 'ब' चूक

स्पष्टीकरण : स्पष्टीकरण : उत्तर 3 - दोन्ही बरोबर

(69) यावर्षी पावसाळ्यात पावसाचा परिणाम वाहतुकीवर फारसा झाला नाही.

   गृहीत : (अ) पाऊस खूपच झाला तर त्याचा वाहतुकीवर परिणाम होतो.

   (ब) मनपाने दरवर्षीप्रमाणे रस्तेदुरुस्ती व नाले सफाई केलेली आहे.

   (क) यावर्षी वाहतूकच तुरळक आहे.

   (1) 'अ' बरोबर (2) 'ब' बरोबर

   (3) 'क' बरोबर (4) 'अ' बरोबर, 'ब' काहीसे बरोबर, 'क' चूक

स्पष्टीकरण : उत्तर 4. जोराचा पाऊस रहदारीवर परिणाम नक्कीच करतो. म्हणून 'ब' बरोबर, मनपा रस्ते दुरुस्ती व नालेसफाई 'दरवर्षी' करते. याचा अर्थ काय ? हे 'दरवर्षी' करायचे काम आहे का ? म्हणून काही अंशी 'B' बरोबर. वाहतूक कमी होती हे कधीच गृहीत होऊ शकत नाही. उलट वाहतूक वरचेवर वाढतच जाते. म्हणून 'C' चूक

(70) विधान : ''पाहुणे आले की तुम्ही सुरू करा. माझी वाट पाहू नका''

   गृहीत : (A) वाट पाहणे वाईट असते.

   (B) पाहुण्यांना वाट पाहायला लावणे चूक आहे.

   (1) 'A' बरोबर (2) 'B' बरोबर

   (3) 'A' व 'B' दोन्ही बरोबर (4) 'A' व 'B' दोन्ही चूक

स्पष्टीकरण : उत्तर 2. B बरोबर पाहुण्यांना वाट पाहायला लावणे चूक आहे; म्हणून तर 'माझी वाट पाहू नका' हा आगाऊ निरोप देण्यात आला आहे.

3.5 काही प्रश्नांमध्ये एखादे विधान दिलेले असते; आणि त्यावर आधारित कोणकोणती कृती अपेक्षित आहे याची नोंद केलेली असते. अशावेळी त्या कृती / कृतींमधील कोणती कृती रास्त, योग्य, बरोबर आहे याची निवड करणे म्हणजेच योग्य उत्तराचा पर्याय निवडणे होय.

(71) विधान : संस्था आणि संस्थाचालक यांच्यातील सौहार्द संबंधांवरच संस्थेची प्रगती अवलंबून असते.

   कृती : (A) अन्यथा संस्था बंद करणेच योग्य.

   (B) संस्थांमधील घटकांशी चालकांने चांगले ठेवावेत.

   (C) संस्थेतील घटकांनी चालकांशी चांगले संबंध स्थापन केले पाहिजेत.

   (1) 'A' बरोबर (2) फक्त 'B' बरोबर

   (3) फक्त 'B' व 'C' बरोबर (4) फक्त 'C' बरोबर

स्पष्टीकरण : उत्तर 3. 'B' व 'C' बरोबर. संस्था बंद करणे हे अयोग्य. उलट संस्थाचालक व संस्थेतील घटक यांच्यातील सौहार्द संबंध हेच महत्त्वाचे. तरच संस्था चांगली चालू शकेल.

(72) विधान : महत्त्वाच्या केसेसमध्ये न्यायदानास नेहमीच विलंब लागतो.

कृती : (अ) न्यायाधीशास अनेक साक्षीदार तपासावे लागतात.

(ब) न्यायदानाच्या कामास गती देण्याची विनंती न्यायाधिशांना करावी.

(क) न्यायाधीशांना कायदेशीर मुद्दे तपासावे लागतात.

(1) 'अ' बरोबर (2) 'ब' बरोबर (3) 'क' बरोबर (4) 'अ' व 'ब' बरोबर

स्पष्टीकरण : उत्तर 4 A & B बरोबर कारण 'क' हे 'गृहीत' आहे. 'कृती' नव्हे. अनेक साक्षीदार तपासावे लागतात, म्हणून तर विलंब लागतो. म्हणून न्यायाधिशांना विनंती करणे ही अतियोग्य कृती आहे.

(73) विधान : देशात बहुसंख्य विभागात यंदा अपुरा पाऊस पडला आहे.

कृती : (A) केंद्र शासनाने त्वरीत समिती स्थापून या विषयाचा अभ्यास करावा.

(B) केंद्र सरकारने दुष्काळी भागात सहाय्यता केंद्रे लगेचच सुरू करावीत.

(C) केंद्र सरकारने दुष्काळग्रस्त शेतकऱ्यांना लगेचच अन्यत्र हलवावे.

(1) 'A' बरोबर (2) 'B' बरोबर (3) 'C' बरोबर (4) सर्व चूक

स्पष्टीकरण : उत्तर 2. B बरोबर समिती स्थापन करून अभ्यास करण्याची वेळ निघून गेली आहे. म्हणून A चूक तर दुष्काळग्रस्त शेतकऱ्यांना अन्यत्र हलविणे हा व्यवहार्य उपाय नाही. त्यामुळे C सुद्धा चूक त्वरीत मदत केंद्रे सुरू करणे हाच रास्त उपाय आहे.

याशिवाय इतरही काही प्रश्नप्रकार आहेत. नमुन्यादाखल काही प्रश्न स्पष्टीकरणासह पुढे दिलेले आहेत.

3.6 काही प्रश्न कार्यकारण संबंधावर आधारित असतात. कारण आणि त्याचा परिणाम (कार्य) अशा शब्दातही या प्रश्नप्रकाराचे वर्णन करता येईल. अगदी साधी बाब आहे. 'कारण' आधी असते. नंतर घडते ते 'कार्य' (परिणाम). प्रारंभी दोन विधाने दिलेली असतात. ती दोन विधाने एकमेकांची कारणे आहेत का; की अन्य तिसऱ्या वाक्याचे त्या दोन्ही वाक्यांशी किंवा त्याच्यातील एकेकाशी कार्यकारण संबंध आहे का ते तपासणे या प्रश्नात अपेक्षित आहे.

पर्याय : (1) पहिले (I) विधान कारण व दुसरे (II) विधान परिणाम आहे.

(2) दुसरे (II) विधान कारण व पहिले (I) विधान परिणाम आहे.

(3) दोन्ही म्हणजे I व II स्वतंत्र विधाने आहेत.

(4) पर्याय एक (I) व II हे इतर स्वतंत्र कारणांचे परिणाम आहेत.

(74) विधाने : (I) उद्या निवडणुकीचे निकाल लागणार आहेत.

(II) उद्या मोठा पोलिस बंदोबस्त ठेवण्यात आला आहे.

स्पष्टीकरण : उत्तर 1. निवडणूक निकाल हे कारण, पोलीस बंदोबस्त हा परिणाम

(75) विधाने : (I) इ. स. 2012 मधील 10 तारखेला दुसरा शनिवार व सोमवार 12 ते 15 नोव्हें. 2012 दीपावलीची सुटी

(II) बऱ्याच लोकांनी 16 व 17 नोव्हेंबरची रजा काढली.

स्पष्टीकरण : उत्तर 1. 10 नोव्हें. 12 ला दुसरा शनिवार सुटी + सोम 12 ते गुरू 15 दीपावली सुट्टी या

कारणामुळे लोकांनी 16 ते 17 ला रजा घेतली. कारण पुन्हा 18 ला रविवार. म्हणजे I विधान कारण, II विधान परिणाम

स्पष्टीकरण : उत्तर 4. विभाग I व II यांच्यात कारण परिणाम असा संबंध नाही. उलट थंडी या कारणामुळे I व II परिणाम घडलेले आहेत.

(77) विधाने : (I) नवी पेठेत गर्भश्रीमंत माणसे मोठ्या संख्येने राहतात.

(II) नवी पेठ विभागात चैनीच्या वस्तूंची विक्री इतर ठिकाणांपेक्षा अधिक होते.

स्पष्टीकरण : उत्तर दुसरे परिणाम, पहिले कारण आहे.

(78) विधाने : (I) राजेशची उंची सहा फूट आहे.

(II) राजेश बालपणापासून उंच उडी व सिंगलबार स्पर्धेत भाग घेतो.

स्पष्टीकरण : उत्तर 2. पहिले विधान परिणाम, दुसरे विधान कारण.
बालपणापासून राजेश उंच उडी व सिंगलबार स्पर्धेत भाग घेत असल्याने (कारण) त्याची उंची सहा फूट झाली आहे. (परिणाम)

3.7 आणखी एक प्रश्न प्रकार म्हणजे पहिले वाक्य 'प्रतिपाद्य वाक्य' यास आपण फार तर 'विधान' म्हणू या. आणि दुसरे वाक्य त्याचे 'उत्तर'. यात पर्याय पुढीलप्रमाणे असतात.

पर्याय (1) 'प्र' आणि 'उ' दोन्ही सत्य. 'उ' हे 'प्र' चे अगदी बरोबर स्पष्टीकरण

(2) 'प्र' आणि 'उ' दोन्ही सत्य; पण 'उ' हे 'प्र' चे बरोबर स्पष्टीकरण नाही.

(3) 'प्र' सत्य पण 'उ' असत्य.

(4) 'प्र' चूक पण 'उ' सत्य.

(79) प्र. मटक्यातील पाणी उन्हाळ्यात चांगलेच थंड होते.

उ. बाष्पीभवनामुळे पाणी थंड होत असते.

स्पष्टीकरण : उत्तर 1. प्र (A) व उ (R) दोन्ही सत्य. सत्य (R) प्र (A) चे अगदी बरोबर स्पष्टीकरण. मटक्याच्या छिद्रांमधून बाष्पीभवन होत असल्याने पाणी थंड होते.

(80) प्र. सत्यशोधक समाजाची स्थापना महात्मा फुले यांनी केली.

उ. त्यांना सत्यशोधक समाजाद्वारे शेतकऱ्यांच्या दु:खाला वाचा फोडावयाची होती.

स्पष्टीकरण : उत्तर 3. प्र (A) खरे पण उ (R) असत्य. सत्यशोधक समाजाच्या स्थापनेमागे शेतकऱ्यांची दु:खे हे कारण तितकेसे संयुक्तिक नाही.

(81) प्र. आपण उन्हाळ्यात गडद रंगाचे कपडे वापरले पाहिजेत.

उ. गडद रंगाचे कपडे उष्णतेचे शोषक असतात.

स्पष्टीकरण : उत्तर 4. प्र. (A) चूक उ (R) सत्य मुळात उन्हाळ्यात गडद रंगाचे कपडे वापरणे (प्र.) हेच चूक आहे. गडद रंगांचे कपडे उष्णता शोषतात (उ) हे विधान सत्य आहे. पण त्यामुळे उन्हाळ्यात अधिक गरम होईल. त्यामुळे उन्हाळ्यात गडद रंगांचे कपडे वापरणे सर्वथैव चूक आहे.

(82) प्र. काबाडकष्ट करणाऱ्या विद्यार्थ्यांना स्पर्धा परीक्षांत नक्कीच यश मिळते.

उ. परिश्रम करणारे विद्यार्थी नियमितपणे अभ्यास करतात.

स्पष्टीकरण : उत्तर 2. प्र (A) आणि उ. (R.) दोन्ही सत्य. पण उ.(R.) हे प्र.(A) चे पूर्णसत्य स्पष्टीकरण होऊ शकत नाही. परिश्रम करणाऱ्यांना यश मिळते हे बरोबर (प्र. A) ते नियमित असतात. (उ. R) हेही बरोबर, परंतु नियमितपणा हे यश मिळविण्याचे एकमेव कारण होऊ शकत नाही.

3.8 काही वेळेस परिस्थितीजन्य प्रसंगात सर्वात उत्तम निर्णय कोणता हे अजमावण्यासाठी 'परिस्थितीजन्य प्रसंगातील प्रतिसाद' या विषयावर प्रश्न विचारला जाऊ शकतो. या प्रकारच्या प्रश्नात परिस्थिती निर्माण केली जाते; आणि प्रतिसादाचे चार पर्याय उपलब्ध करून दिले जातात. अशावेळी त्यातील सर्वोत्तम पर्यायाची निवड करावी लागते.

(83) एका दुकानात एका ड्रेसचा रंग तुम्हाला फार आवडला; पण तो तुम्हाला परवडणाऱ्या किमतीपेक्षा जास्त किमतीचा असून तेवढाच एकमेव ड्रेस शिल्लक आहे. अशावेळी तुम्ही काय कराल ?

(1) निराश मनाने घरी परत फिराल.

(2) पटकन मित्र शोधून पैसे उसने घ्याल.

(3) परत येऊन नंतर कधी तोच ड्रेस मिळविण्यासाठी नशीब अजमावता येईल.

(4) बजेटच्या बाहेर असल्याने ड्रेसचा विचारच सोडून द्याल.

स्पष्टीकरण : उत्तर 3. नशिबात असेल तर तो ड्रेस परतही मिळू शकतो. पैसे उसने घेऊन परवडणाऱ्या किमती बाहेरील ड्रेस घेणे चुकीचे आहे. निराश व्हायचे कारण नाही.

(84) एका सार्वजनिक ठिकाणी, गर्दीच्या जागी तुम्ही असताना बॉम्बस्फोट झाला.

(1) पटकन त्या जागेपासून दूर जाण्याचा प्रयत्न करू.

(2) बॉम्ब ठेवणाऱ्याचा शोध घेऊ.

(3) जखमीला मदत करण्याचा प्रयत्न करू.

(4) पोलिसांना फोन करून घडलेला प्रकार सुजाण नागरिक म्हणून कळवू.

(1) फक्त 1 बरोबर (2) फक्त 2 बरोबर (3) फक्त 1,3 बरोबर (4) 3, 4 बरोबर

स्पष्टीकरण : उत्तर 4. बरोबर

कारण तेथून पटकन दूर गेलात (म्हणजे 1) तर पोलिसांना कळवू शकाल (4) पण जखमींना मदत (3) करू शकणार नाहीत.

(85) चार ठिकाणची (पदाची) नियुक्तीपत्रे मिळाली आहेत. अशावेळी तुम्ही

(1) तुमच्या कौशल्याला वाव मिळेल तेच पद घ्याल.

(2) जास्त पगाराचे पद निवडाल.

(3) जिथे नक्की कायम होण्याची संधी आहे ते पद निवडाल.

(4) परदेशात जाण्याची संधी असणारे पद निवडाल.

3. 9 याशिवाय एखादा छोटासा 4-6 ओळींचा वर्णनात्मक परिच्छेद दिला जाऊ शकतो; आणि त्यावर आधारित, तर्कशास्त्रीय विचाराने उत्तर शोधायचा प्रश्न दिला जाऊ शकतो. किंवा बैठकव्यवस्था, षट्कोनी, वर्तुळाकार टेबलाभोवती बसलेली मुले – यावर आधारित कोण कोणत्या बाजूस बसले आहे / नाही यासारखे तर्काधिष्ठित प्रश्न यात विचारले जाऊ शकतात. किंवा रांगेतील क्रमांकावर अवलंबून असणारे प्रश्नही यात येऊ शकतात. अशा प्रश्न प्रकारांचा ऊहापोह प्रकरण पाच मध्येही पुढे विस्ताराने आलेला आहे.

उत्तरे

1. 1	2. 5	3. 3	4. 5	5. 4	6. 4	7. 4
8. 3	9. 3	10. 3	11. 3	12. 4	13. 4	14. 5
15. 2	16. 3	17. 3	18. 4	19. 1	20. 2	21. 3
22. 3	23. 1	24. 3	25. 2	26. 3	27. 2	28. 1
29. 5	30. 5					

४

निर्णय निर्धारण आणि समस्यांचे निराकरण
Decision making and problem solving

श्री. सतीश बांगर व श्री. भूपेश जाधव

अहमदनगर मनपाचे स्पर्धा परीक्षा प्रशिक्षण केंद्र, अहमदनगर

4.1 तज्ज्ञांच्या नजरेतून 'निर्णय निर्धारण आणि समस्या निवारण'
(Decision Making and problem solving according to scholars)

टेरीच्या म्हणण्यानुसार दोन किंवा अधिक पर्यायातून एका पर्यायाची निवड करणे म्हणजे निर्णय घेणे होय. हर्बर्ट सायमनच्या म्हणण्यानुसार निर्णय प्रक्रिया ही प्रशासनाचे केंद्रीय तत्त्व आहे.

प्रशासनातील अधिकाऱ्यांनी विवेकपूर्ण कार्य करावे. हर्बर्ट सायमन यांच्या म्हणण्यानुसार निर्णय प्रक्रियेचे तीन टप्पे पडतात.

(1) बौद्धिक क्रिया – निर्णय कधी ? केव्हा ? कसा ? घ्यावा हे सांगणे म्हणजेच बौद्धिक क्रिया होय.

(2) प्रारूप तयार करणे – निर्णय घेण्यासाठी पर्याय शोधणे व त्या पर्यायांचा विकास करणे.

(3) पर्यायाची निवड करणे – पर्यायांचा विकास केल्यानंतर विकसित पर्यायांपैकी एका पर्यायाची निवड करणे.

हर्बर्ट सायमनने निर्णयाचे दोन भाग केले आहेत.

(1) नियोजित निर्णय – अशा निर्णयाची पुनरावृत्ती होत असते. असे निर्णय नेहमी घेतले जातात. अशा निर्णयांचा एक 'पॅटर्न' निश्चित झालेला असतो.

(2) अनियोजित निर्णय – विशिष्ट परिस्थितीत असे निर्णय घ्यावे लागतात. असे निर्णय घेण्यासाठी विशेष योग्यता, कौशल्य, तार्किक क्षमता अंगी असावी लागते.

हर्बर्ट सायमन यांच्यामते 'निर्णय निर्धारण म्हणजेच प्रशासन' होय. हर्बर्ट सायमनचे निर्णय प्रक्रियेतील चार अभ्युगम (कल्पना) याप्रमाणे आहेत.

(1) युक्ती परख अभ्युगम (व्यवहार वैकल्पिक प्रतिमान)

(2) अनुबंधात्मक अभ्युगम

(3) प्रतिभागित अभ्युगम

(4) लोक अभिरुची अभ्युगम

हर्बर्ट सायमनच्या म्हणण्यानुसार निर्णय घेण्याचे दोन प्रकार पडतात.

(1) मूल्यांवर आधारित निर्णय प्रक्रिया
(2) तथ्यांवर आधारित निर्णय प्रक्रिया

के. जे. सी. ग्लोबर - यांच्या म्हणण्यानुसार निवडलेल्या पर्यायांपैकी एका पर्यायावर प्रत्यक्षात कार्य करणे.

मॅकफरलन्ड - यांच्या म्हणण्यानुसार परिस्थिती निर्माण झाल्यावर काम करायला पाहिजे हे ठरवणे म्हणजे निर्णय घेणे होय.

सेक्टर हडसनचे निर्णयासंदर्भात सात आधार आहेत.

(1) कायदेशीर प्रतिबंध
(2) बजेट
(3) लोक व्यवहार
(4) तथ्य
(5) इतिहास
(6) आंतरिक कार्य
(7) स्वयंस्फूर्तीने केलेले कार्य

4.2 सरश्रीच्या म्हणण्यानुसार उत्कृष्ट अधिकारी

(1) घाईघाईत निर्णय घेणारा नसावा.
(2) नैसर्गिक संदेश पकडणारा असावा.
(3) आतला आवाज ऐकणारा असावा.
(4) प्रत्येक निर्णय विवेकपूर्ण घेणारा असावा.
(5) निर्णय घेताना बुद्धी आणि हृदय या दोघांचा वापर करणारा असावा.
(6) त्याने बोलणे व कृती याद्वारे कोणालाही दुखवू नये.
(7) प्रत्येक काम कमीत कमी वेळेत पूर्ण करणारा असावा.
(8) निर्णय घेणारा अधिकारी किमान स्वत:शी तरी खरे बोलणारा असावा.
(9) निर्णय घेणाऱ्या अधिकाऱ्याचे विचार, भाव, बोलणे व कृती एकाच दिशेने काम करणारे असावेत.

लुण्डबर्गच्या मते प्रशासकीय निर्णय प्रक्रिया म्हणजे, घेतलेल्या निर्णयामुळे व्यक्तीला किंवा व्यक्ती समूहाला तोपर्यंत प्रभावित करीत असतो, जोपर्यंत तो व्यक्ती समूह आपले ध्येय पूर्ण करीत नाही.

लुण्डबर्ग यांच्या म्हणण्यानुसार निर्णय घेणाऱ्या व्यक्तीला तीन टप्प्यांतून जावे लागते.

(1) कोणत्या समस्येवर लक्ष केंद्रित करावे ?
(2) अनिश्चितता समाप्त करण्यासाठी किती वेळ, प्रयत्न, खर्चाची आवश्यकता आहे ?
(3) कुठला पर्याय वापरावा ?

पीटर ड्रूकर - यांच्या म्हणण्यानुसार निर्णय प्रक्रियेचे पाच टप्पे पडतात.

(1) समस्येची व्याख्या करणे.
(2) समस्याचे विश्लेषण करणे.
(3) पर्यायी साधनांचा विकास करणे.
(4) सगळ्यात चांगल्या पर्यायाची निवड करणे.
(5) जोरकसपणे त्याची अंमलबजावणी करणे.

4.3. निर्णय घेण्याच्या पद्धती व त्यांची लक्षणे

(A) मनोवैज्ञानिक प्रकार

कार्ल जंगच्या म्हणण्यानुसार माणूस निर्णय घेताना दोन मानसिक प्रक्रियांतून जात असतो.

(1) सूचना मिळवणे किंवा अंदाज बांधणे -

उदा. सुभाषचंद्र बोस सन 1945 मध्ये चालू असलेल्या दुसऱ्या महायुद्धाबद्दल पुष्कळ घटनांचे अगोदरच अंदाज बांधीत.

उदा. अमेरिकेचे माजी राष्ट्रपती निक्सन यांचे न्यूयॉर्क मधील भाषण.

उदा. हिंदुस्थानच्या स्वातंत्र्य चळवळीत अग्रेसर असलेले योगी अरविंद यांची 1903 नंतरची भूमिका.

(B) निर्णय घेण्याच्या (चार) पद्धती आहेत.

(1) व्यक्तिगत स्तरावर निर्णय घेणे. (Decision at personal level)
परिणाम निश्चित असल्यावरच असे निर्णय घेतले जातात.

(2) चर्चा करून निर्णय घेणे (Decision after discussion)
असे निर्णय परिणाम काय होतील असे माहीत नसताना सहकारी लोकांशी चर्चा करून तसेच तज्ज्ञांशी चर्चा करून घेतले जातात.

(3) सामूहिक निर्णय घेणे. (To make a collective decision)
एखादी घटना घडल्यानंतर कर्मचारी व अधिकारी मिळून असे निर्णय घेतात.
उदा. 'सायबर क्राईम' संदर्भात पोलीस गुन्हा दाखल करताना वरिष्ठ अधिकारी व सरकारी वकील आणि सायबर क्राईम संदर्भातील तज्ज्ञ लोक एकत्र येऊनच निर्णय घेतात.

(4) निर्णय घेण्यासाठी कोणाची तरी नियुक्ती करणे. (To appoint someone for decision making)
कधीकधी राज्य सरकारसमोर एखादा पेच प्रसंग उभा राहिल्यास निर्णय घेण्यासाठी समिती नियुक्ती केली जाते.
उदा. मुंबईवरील 2008 सालच्या दहशतवादी हल्ल्यासंदर्भातील राम प्रधान समिती.
उदा. इंदु मिलमध्ये डॉ. बाबासाहेब आंबेडकरांचे स्मारक उभारण्या संदर्भातील निर्णय.

उत्कृष्ट निर्णय घेणाऱ्या व्यक्तीमध्ये खालील गुण असावेत.

(1) पुरेसे ज्ञान (Appropriate knowledge)
निर्णय घेणाऱ्या व्यक्तीला निर्णय घेण्यासाठी संबंधित घटनेचे पुरेसे ज्ञान आवश्यक असते.

(2) निर्णय घेण्याची क्षमता (Ability to initiate)
प्रत्येक पावलावर निर्णय घेता आला पाहिजे व त्यांचे स्पष्टीकरणही करता आले पाहिजे.

(3) सल्ला मिळविण्यासाठी आग्रही असणे (Persuing for suggestion)
निर्णय घेताना ज्या ठिकाणी अज्ञान असेल तेथे तज्ज्ञांचा सल्ला घेणे.

(4) उत्कृष्ट तेच निवडण्याची क्षमता (Ability to select the best)

(5) व्यापकता - (Univesality)
निर्णय घेताना सर्वच घटकांना विचारात घेतले पाहिजे.

(6) **चालू घडामोडींचे ज्ञान (Knowledge of current events)**

निर्णय घेणाऱ्या व्यक्तीला चालू घडामोडींचे ज्ञान असणे आवश्यक असते.

(7) **लवचिकता (Flexibility)**

जर परिस्थिती बदलली तर घेतलेला निर्णय बदलावा लागतो, म्हणून तो लवचिक असावा.

(8) **उच्च कोटीची निर्णय क्षमता (High order decision making ability)**

निर्णय घेणाऱ्या व्यक्तीत कुठलाही विधायक निर्णय घेण्याची क्षमता असावी.

(9) **जोखीम घेण्याची क्षमता (Ability to take risk)**

(10) **स्वत:चे ज्ञान (Self awareness)**

निर्णय घेणाऱ्या व्यक्तीने स्वत:चा ज्ञानाचा वापर करावा; कारण कधी कधी सहकाऱ्यांनी केलेल्या सूचना निर्णय घेण्यासाठी पुरेशा असतीलच असे नाही.

4.5 नैतिकतेवर आधारित निर्णय घेणे व समस्या निवारण करणे

(Ethical decision making and problem solving)

चारित्र्यांवर आधारित निर्णय घेण्याचे 6 स्तंभ आहेत.

(1) विश्वसनीयता -

निर्णय घेणारी व्यक्ती विश्वसनीय पाहिजे. त्यात खालील गुण असावेत.

(1) विश्वसनीयता   (2) वचनबद्धता

(3) साधेपणा   (4) खरेपणा

(5) सद्भाव   (6) निष्कपटपणा

(7) स्पष्टवक्तेपणा

(2) सन्मान / आदर

निर्णय घेणाऱ्या व्यक्तीने सर्वांचा आदर केला पाहिजे. त्यात खालीलप्रमाणे गुण असावेत.

(1) शिष्टाचार   (2) शालीनता

(3) मानमर्यादा   (4) सभ्यता

(3) जबाबदार -

निर्णय घेणाऱ्या व्यक्तीने प्रतिकूल परिणाम आल्यास जबाबदारी घेतली पाहिजे.

(4) निष्पक्षपणा -

निर्णय घेणाऱ्या व्यक्तीने कुठल्याही गटाची बाजू घेऊ नये. अशा व्यक्तीत खालील गुण असावेत.

(1) समदृष्टी   (2) न्यायप्रियता

(5) देखरेख / लक्ष ठेवणे -

(6) नागरिकता -

समस्यांचे 3 प्रकार पडतात.

(1) व्यक्तिगत समस्या   (2) अव्यक्तिगत समस्या

(3) प्रशासकीय समस्या

(1) जीवन जगत असताना प्रत्येकाला त्याच्या आयुष्यात समस्या / अडचणी येतच असतात. कधीकधी अशा समस्या व्यक्तिगत, अव्यक्तिगत तर कधी प्रशासकीय असतात.

(2) समस्या सर्वांनाच येत असतात.
उदा. मॅनेजर, प्लॅनर, स्वयंसेवी संस्था, आपत्ती व्यवस्थापन विभाग, नोकरदार वर्ग, राजकीय व्यक्ती, प्रशासकीय अधिकारी, इ. सामान्य जागरूक नागरिक.

समस्या सोडवताना निर्णय घेणाऱ्याला खालील टप्प्यांतून जावे लागते.

(1) समस्या ओळखणे. (Identification of the problem)

(2) पर्याय शोधणे. (Option searching)
समस्या सोडविण्यासाठी कुठले कुठले पर्याय उपलब्ध आहेत असे पर्याय शोधणे.

(3) एका पर्यायाची निवड करणे. (Choosing one option)
एका पर्यायाची निवड करताना निर्णय घेणाराने उपलब्ध सर्व पर्यायांचे बौद्धिक विश्लेषण (Intellectual Analysis) करून, सर्वेक्षण करून व लोकांचा विचार घेऊनच त्यानंतर एका पर्यायाची निवड करावी.

(4) समस्या सोडवण्यासाठी पर्यायाचा वापर करणे.
(Execution of the best option)
निवडलेल्या पर्यायाचा समस्या सोडवण्यासाठी प्रत्यक्षात वापर निर्णयकर्त्यांने करावा.

(5) प्रसंगाचे सिंहावलोकन करणे.
समस्येचे समाधान झाले की नाही हे पाहणे.
उदा . एखाद्या शहरात (जातीय) दंगे झाले आहेत. मुद्यानुसार समस्येचे निराकरण करण्याचा प्रयत्न करावा.

(1) निर्णयकर्त्यांने दोन्ही गट एकत्र बोलवावेत, त्यांच्यात चर्चा घडवून आणावी.
(2) जर एखादा गट जबाबदार असल्यास त्या गटाला वेगळे बोलावून फटकारणे
(3) आवश्यक असल्यास कलम - 144 लागू करावे.
(4) अर्धसैनिक बल आवश्यकता असल्यास बोलवावे. संवेदनशील क्षेत्र म्हणून घोषित करावे.

उदा. मुंबईमधील अतिरिक्त पाऊस

(1) वरील टप्पे वापरावेत.
(2) हवामान विभागाकडून माहिती मिळवावी.
किती पाऊस पडेल ? किती वेळ पडेल ?
(3) प्रमाणापेक्षा जास्त पाणी नाल्यात सोडता येईल का हे पाहणे.
(4) नाल्यात जास्त पाणी झाल्यास नाले उलटे वाहू लागतात. त्यामुळे नाल्यातील सर्व घाण शहरात पसरते. त्यामुळे शहरात आजार पसरतात. अशावेळी करावयाच्या उपायांचा विचार करणे.
(5) नेहमी असाच पाऊस येतो का हे पाहणे. जर दरवर्षी पाऊस येत असेल तर अतिरिक्त जास्त पाणी वाहून जाण्यासाठी 6 महिने अगोदरच तयारी करावी. ही समस्या अचानकच उद्भवली आहे का हे पाहणे. कुठल्या क्षेत्रात जास्त परिणाम होऊ शकतो? उदा. अमेरिकेतील 2012 सालच्या सॅन्डी वादळामुळे काही राज्यामध्ये High Alert जारी केला गेला होता.
(6) प्रश्नावली तयार करणे.

(7) निर्णय घेणे.
उदा. राजकीय स्तर, आर्थिक स्तर, कायदेशीर स्तर

(8) घटना घडून गेल्यानंतर विधान जपून करणे.
उदा. 2008 मधील मुंबईतील दहशतवादी हल्ला. आर. आर. पाटील व विलासराव देशमुख या दोघांनी केलेल्या विधानांमुळे त्यांना मंत्रीपदे गमवावी लागली होती.

(9) निर्णय घेताना तो पूर्वग्रहदूषित नसावा.

(10) आवश्यक ती सर्व पावले उचलल्यानंतर जर परिणाम प्रतिकूल आले तर निर्णयकर्त्यांने स्वत:ला त्रास करून घेऊ नये.

मर्फीच्या म्हणण्यानुसार 'जर काही वाईट होणार असेल तर ते होणारच आहे' हे लक्षात घ्यावे.

4.6 प्रशासकीय अधिकाऱ्याने पुढील गोष्टी करू नयेत.

(1) नियमांबाहेर जाऊन निर्णय घेणे अथवा वचन देणे.

(2) पदाचा वापर व्यक्तिगत स्वार्थासाठी करणे.
उदा. भेटवस्तू स्वीकारणे;

(3) गोपनीय गोष्टी 'उघड' करणे.

(4) भविष्यात एखाद्या राजकीय पक्षाला फायदा होईल असे वातावरण तयार करणे.
उदा. CAG अहवालानुसार विनोद रॉय यांच्यावर 2G घोटाळा आणि कोळसा घोटाळ्यामध्ये आकडेवारी फुगवून सांगितली असा आरोप केला गेला.

(5) कार्यालयाची वेळ, सुखसोयी, पैसा इ.चा वापर कुटुंबासाठी करणे.

(6) एखाद्या व्यक्तीस फायदा होईल असे कृत्य करणे.

(7) जाणून-बुजून वातावरण बिघडवणे किंवा वातावरण बिघडविण्यास प्रत्यक्ष अथवा अप्रत्यक्षपणे मदत करणे.
उदा. गुजरातमध्ये गोध्रा हत्याकांडानंतर उसळलेल्या दंगलीमध्ये अनेक पोलीस अधिकाऱ्यांवर असे आरोप करण्यात आले होते.

(8) निर्णय घेताना पूर्वग्रह दूषित न ठेवणे.
उदा. मुंबई CST वरील 2012 मधील रझा अकादमीच्या मोर्चाच्या वेळी झालेल्या दंगलीत अनेक पोलीस अधिकाऱ्यांमध्ये पूर्वग्रह होता, अशी टीका केली जाते.

(9) राजकीय दबावाला बळी पडणे.

4.7 प्रशासकीय अधिकाऱ्याने पुढील गोष्टी कराव्यात.

(1) व्यक्तिगत स्वार्थासाठी कार्यक्षेत्रावर प्रभाव पडू देऊ नये.

(2) 'निष्पक्ष' पणे काम करावे. कुठल्याही एका गटाकडे कल नसावा.

(3) सरकारी मालमत्तेचे संरक्षण आणि सदुपयोग करावा.

(4) कार्यप्रणाली स्वच्छ ठेवणे.

(5) भ्रष्टाचार होणार नाही हे पाहणे.

(6) सामान्य नागरिक तक्रार घेऊन थेट तुमच्यापर्यंत पोहोचेल अशी व्यवस्था ठेवावी.

(7) प्रामाणिकपणाची सुरुवात स्वत:पासूनच करावी.

(8) छोट्यात-छोटा भ्रष्टाचार आढळून आला तरी त्वरित कारवाई करावी. अन्यथा संशयाचे वातावरण निर्माण होते.

(9) ऑफिसच्या सर्व शाखा एक दुसऱ्याला संलग्न ठेवाव्यात.

(10) कार्याचा 'फ्लो चार्ट' तयार करावा. (कोणत्या व्यक्तीने कोणते कार्य किती वेळात पूर्ण करावे याची आखणी म्हणजे 'फ्लो चार्ट')

(11) 'सरश्री' च्या म्हणण्यानुसार तुम्ही असे कार्य करा की, लोक तुमच्याकडे पाहून काम करण्याचे शिकतील.

4.8 आपत्तीच्या वेळी निर्णय घेणे

(To take Decision at the time of disasters)

आपत्तीच्या वेळी निर्णय घेणे महत्त्वाचे असते. कधीकधी निर्णयाचा परिणाम प्रतिकूल येऊ शकतो. कधी-कधी एका समस्येतून नवीनच समस्या निर्माण होते.

समस्या निर्माण झाल्यानंतरचे अडथळे असे असतात.

(1) निश्चित कालावधीत कार्य पूर्ण करणे.

(2) संभावित राजकीय दबाव.

(3) निर्णय घेणाऱ्या व्यक्तीचे मानसिक, शारीरिक, स्वास्थ्य / आरोग्य

(4) सूचनांचा अभाव / माहितीचा अभाव

(5) विवादास्पद सूचना

(6) अनिश्चितता

(7) सामाजिक, आर्थिक अडचणी

(8) वरिष्ठांनी कामात नाक खुपसणे.

दबावाच्यावेळी निर्णय घेणाऱ्या व्यक्तीला, निर्णय घेणाऱ्या गटाकडून (समूहाकडून) खालील अडथळ्यांना तोंड द्यावे लागते.

(1) आपापसातील वैचारिक मतभेद.

(2) आपापसातील 'ताळमेळा' चा अभाव.

(3) सूचनांचे आदान-प्रदान व्यवस्थित न करणे.

(4) कमकुवत निर्णय घेणे.

(5) काम मनापासून न करणे.

(6) कामात टाळाटाळ करणे.

(7) अहंकारामुळे आपापसात वैमनस्य निर्माण करणे.

अशावेळी निर्णय घेणाऱ्या व्यक्तीने पुढील पर्याय वापरावेत.

(1) निर्णय घेणाऱ्या गटाचे वेगवेगळे गट करणे.

(2) वेगवेगळ्या गटाला वेगवेगळे निर्णय घेण्याचे सांगणे किंवा काम करण्यास सांगणे.

(3) समूहाला प्रेरणा मिळेल असे संभाषण करणे.

(4) आपापसात ताळमेळ राखणे.

(5) प्रत्येक व्यक्तीच्या सूचना समजावून घेणे.

(6) ज्या सूचना मान्य नसतील त्या सूचना 'आत्ता योग्य नसून भविष्यात योग्य होऊ शकतात' हे संबंधित व्यक्तीला समजावून सांगणे.

(7) स्वत: विवादांपासून दूर राहणे.

(8) संतुलित दृष्टिकोन ठेवणे.

(9) 'नीती' वर आधारित व्यवहार करणे.

4.9 प्रश्न :

1. सायंकाळच्या वेळी रस्त्यावर वाहनांची खूप गर्दी होते. त्यामुळे अलीकडील काळात प्रदूषणाची पातळी वाढली आहे. त्यामुळे वातावरणात बदल झाला आहे. अशा प्रदूषित देशांपैकी भारत हा एक देश आहे. अशावेळी तुम्ही काय कराल ?

   (1) दरम्यानच्या काळात सर्व वाहने थांबवाल.

   (2) जे इंजिन प्रदूषणाची पातळी कमी करील त्या इंजिनाचा वापर करण्याचा सल्ला द्याल.

   (3) ज्या वाहनामुळे गर्दी होते, अशा वाहनांचा परवाना रद्द कराल.

   (4) गर्दी होऊ नये म्हणून वाहनांचा मार्ग बदलाल.

2. मागील काही वर्षात व्यवसायनिष्ठ शिक्षण घेणाऱ्या तरुणांना नोकरीच्या संधी निर्माण झाल्या आहेत. पुष्कळ तरुण अशी नोकरी मिळवण्यासाठी अपात्र ठरत आहेत. अशावेळी तुम्ही काय कराल ?

   (1) तरुणांच्या अपेक्षेप्रमाणे नोकरीची पातळी वाढवाल.

   (2) स्वत:च्या जबाबदारीवर तरुणांना आर्थिक मदत कराल; परंतु प्रक्रियांशी तडजोड करणार नाही.

   (3) तरुणांच्या अपेक्षेप्रमाणे प्रक्रियेत काही टप्पे टाकाल.

   (4) कायदा आणि नियमांप्रमाणे वागाल.

3. शहरामध्ये मागील दहा वर्षांतील सर्वात कमी तापमानाची नोंद झाली आहे. शहरात सर्वत्र धुके पसरलेले आहे. सर्वच विमानसेवांना उशीर होत आहे. त्यामुळे प्रवाशांमध्ये भीतीचे वातावरण निर्माण झाले आहे. अशावेळी तुम्ही काय कराल ?

   (1) नवीन एअर पोर्टसाठी योजना तयार कराल.

   (2) पायलटच्या प्रशिक्षणात सुधारणा कराल.

   (3) उशीर का होतो ह्याची रूपरेखा तयार कराल, काही योजना आणि क्षेत्र ह्याला महत्त्व देणार.

   (4) विमान सेवा नवीन तंत्रज्ञानाने अद्ययावत करणार.

4. तुम्ही गर्दी असलेल्या बसने प्रवास करत आहात तेव्हा दिसले की, एक म्हातारी स्त्री उभी आहे; आणि काही तरुण मुले महिलांसाठी राखीव असलेल्या जागेवर बसलेली आहेत. त्या वेळेस तुम्ही त्यांना काय सूचना कराल ?

   (1) तुम्ही जाल आणि त्यांना सांगाल की म्हाताऱ्या स्त्रीला जागा द्या.

   (2) विनंती कराल की म्हाताऱ्या स्त्रीसाठी जागा द्या.

   (3) त्यांना सांगाल की ती जागा महिलांसाठी राखीव आहे; त्यामुळे त्यांनी ती जागा सोडली पाहिजे.

   (4) कोणाला तरी सांगाल की एक जागा त्या वृद्ध स्त्रीसाठी रिकामी करा.

5. वेगवेगळी धार्मिक ठिकाणे, जत्रा, उत्सवाच्यावेळी दरवर्षी खूप लोक अपघातात मारले जातात, तर त्यासाठी शासनाने कुठली पावले उचलली पाहिजेत ?

(1) गर्दीवर नियंत्रण मिळवण्यासाठी योग्य व्यवस्था केली पाहिजे.

(2) अपघातात जे जखमी आणि मृत झाले त्यांना नुकसान भरपाई दिली पाहिजे.

(3) अशा जत्रा आणि उत्सवावर बंदी घातली पाहिजे.

(4) व्यवस्था होईल एवढ्याच लोकांना उत्सवात सहभागी होण्याची परवानगी दिली पाहिजे.

6. लघु वित्तपुरवठा मंडळामध्ये भ्रष्टाचार आणि फसवणुकीच्या पुष्कळ तक्रारी आढळून येतात. तसेच गरीब लोकांकडून जास्त व्याजदर आकारल्यामुळे हे गरीब लोक आत्महत्या करत आहेत. तर कुठली पावले उचलली पाहिजेत ?

(1) सर्व लघुवित्तपुरवठा संस्थांवर बंदी घातली पाहिजे.

(2) या सर्व संस्था कायद्याखाली नियंत्रित करून त्यांचे राष्ट्रीयीकरण केले पाहिजे.

(3) ज्या गरीब लोकांवर जास्त दराने व्याज आकारले आहे, त्यांना नुकसान भरपाई दिली पाहिजे.

(4) या विषयावर लक्ष देण्यासाठी समितीची स्थापना केली पाहिजे.

7. तुम्ही रस्त्याने कार चालवत जात आहात. अचानक एक मूल चुकीच्या दिशेने तुमच्या कारला आडवे आले; आणि जखमी झाले. तुम्हाला माहीत आहे की तुमची चूक नाही. त्या मुलाचे पालक आणि इतर लोक तेथे आले आहेत.

(1) पालकांच्या निष्काळजीपणाबद्दल तुम्ही त्यांच्यावर ओरडाल.

(2) त्यांना कायदा सांगून हा मुलगा चुकीच्या बाजूने आला ही मुलाची चूक आहे, असे दाखवाल.

(3) अपघात स्थळावरून पळून जाल.

(4) लोकांना सांगून त्या मुलाला प्रथम दवाखान्यात न्याल.

8. एके दिवशी सकाळी तुम्ही फिरायला जात असताना एक विमान तुमच्या गावाच्या बाजूला कोसळलेले तुम्ही पाहिले. अशावेळी तुमची जबाबदारी काय आहे ?

(1) तुम्ही ओरडायला सुरुवात कराल.

(2) तुम्ही तेथे जाऊन स्वत: जखमी लोकांना मदत कराल.

(3) पोलिसांकडे जाऊन अपघाताबद्दल माहिती द्याल.

(4) परत गावात जाऊन इतर लोकांना मदतीसाठी बोलवाल.

9. ओसाड भागात तुमची नियुक्ती झाली आहे. तेथे जीवन जगताना तुम्हाला व्यक्तिगत आणि व्यावसायिक समस्यांना तोंड द्यावे लागते आहे. याउलट तुमचे सोबती शहरी भागात आनंदाने राहतात. अशावेळी

(1) तुम्ही असा विचार कराल की, ही नोकरी निवडणे हा तुमच्यासाठी शाप आहे.

(2) नोकरी सोडाल.

(3) तुमच्या सोबत्यांचा हेवा कराल आणि बदलीचा प्रयत्न कराल.

(4) परिस्थितीशी जुळवून घेऊन आनंदात नोकरी कराल.

10. ऑफिसच्या तपासणीसाठी तुमची निवड झाली आहे. सर्व नोकरांपैकी तीन महिला काही कारणांमुळे नेहमी उशिरा येतात. तुम्ही अशा परिस्थितीत काय कराल ?

(1) तुम्ही त्या महिलांना कामावरून काढून टाकाल.
(2) त्यांना समज देऊन संधी द्याल.
(3) समस्यांचे विश्लेषण कराल आणि खरे कारण शोधून निर्णय घ्याल.
(4) महिला असल्यामुळे त्यांना माफ कराल.

11. तुम्ही तुमच्या ऑफिसच्या कारमधून प्रवास करत आहात. प्रवासाच्या दरम्यान कोणीतरी येऊन तुमच्या कारला धडकले आणि जागच्या जागी ठार झाले. तर तुम्ही काय कराल ?
(1) ड्रायव्हरला गाडी जोरात चालवायला सांगाल.
(2) ड्रायव्हरला गाडी थांबवायला सांगून संबंधित माणसाला दवाखान्यात घेऊन जायला सांगाल.
(3) ड्रायव्हरला सांगाल की जवळच्या पोलीस स्टेशनमध्ये जाऊन शरणागती पत्कर.
(4) स्वत:ला वाचवण्यासाठी सर्व दोष ड्रायव्हरला द्याल.

12. तुम्ही आणि तुमचा मित्र एका ऑफिसमध्ये काम करीत आहात. अचानक तुम्ही बंदुकीच्या गोळीचा आवाज ऐकला. ती गोळी तुमच्या मित्राने मुख्य कार्यकारी अधिकाऱ्यावर चालवली आहे. तुमची प्रतिक्रिया काय असेल ?
(1) ऑफिसमधून सुटका करून घ्याल.
(2) ओरडायला सुरुवात कराल आणि ऑफिसमध्ये गोंधळ निर्माण कराल.
(3) घटनेचे विश्लेषण कराल आणि हे समजण्याचा प्रयत्न कराल की, तुमच्या मित्राने ही कृती का केली.
(4) पोलिसाला बोलवाल आणि तुमच्या मित्राला शरणागती पत्करायला सांगाल.

13. तुम्ही बँकेत चेअरमन आहात. एक मोठी बँक तुमच्या बँकेचे अधिकारग्रहण करू इच्छित आहे; परंतु तुमचा स्टाफ बेरोजगार होईल म्हणून या प्रकरणाला विरोध करत असेल तर अशावेळी तुम्ही काय कराल ?
(1) तुमच्या स्टाफला कायदा आणि नियम समजावून सांगाल.
(2) सर्व स्टाफला कामावरून काढून टाकाल आणि नवीन भरतीसाठी प्रक्रिया सुरू कराल.
(3) अधिकारग्रहण प्रक्रिया थांबवण्याचा प्रयत्न कराल.
(4) स्टाफला स्वेच्छानिवृत्तीबद्दल विचाराल.

14. मानव संसाधन विकास मंत्रालयात तुम्ही सचिव आहात. HRD डिपार्टमेंटची मुख्य कामे ओळख पटविणे, संगोपन करणे, विकास करणे आणि बौद्धिक क्षमता वाढवणे ही आहेत. तुम्हाला तुमच्या विभागातील नोकर-वर्गासाठी योजना लागू करायची आहे. तर तुम्ही काय कराल ?
(1) HRD मंत्र्याला ह्या योजनेविषयी सल्ला द्याल.
(2) HRD विभागातील घटनेचा अभ्यास सादर कराल आणि परिस्थितीचे विश्लेषण करून सल्ला द्याल.
(3) HRD विभागातील महत्त्वाच्या श्रेणीत काम करणारे अधिकारी विकासासाठी किती आवश्यक आहेत त्याबाबत सल्ला द्याल.
(4) HRD विभागातील सर्व परिस्थितीचा आढावा घेऊन सल्ला द्याल.

15. सार्वजनिक क्षेत्रात काम करणाऱ्या नोकरदार वर्गाच्या निवृत्तीवयात शासनाने वाढ केली आहे. सुशिक्षित तरुण वर्गाने शासनाच्या या योजनेला तीव्र विरोध केल्यामुळे परिस्थिती नियंत्रणाबाहेर गेली आहे. अशावेळी शासनाने -

(1) प्रसारमाध्यमांमार्फत तरुणांना समजावून सांगावे की त्यांना मिळणाऱ्या संधीवर कोणताही परिणाम होणार नाही.

(2) आंदोलन करणाऱ्याविरुद्ध कडक कारवाई करावी.

(3) निर्णय मागे घ्या.

(4) तरुण लोकांसाठी संधी निर्माण केल्या जातील असे वचन द्यावे.

16. शहरी भागात रस्ते अपघाताचे प्रमाण सतत वाढत आहे. जर शहरी भागातील वाहतूक व्यवस्था नियंत्रण तुमच्या हातात दिले तर तुम्ही काय कराल ?

(1) वाहन दुरुस्ती संदर्भात नियम तयार कराल.

(2) वाहतूक पोलीस शाखेला आदेश द्यावा की जे वाहतूक नियम तोडतील त्यांच्यावर कडक कारवाई करा.

(3) कार्यशाळा भरवून लोकांना समजावून सांगाल.

(4) वरील सर्व.

17. देशात उत्तम आर्थिक प्रगती असूनही लक्षणीय संख्येने कुपोषित बालके आढळून आली आहेत. देशातील कुपोषण समस्येवर नेमलेल्या समितीचे तुम्ही अध्यक्ष असाल तर कुपोषित मुलांचे आरोग्य सुधारण्यासाठी कुठले मूलभूत निर्णय घ्याल ?

(1) संपत्ती कर आणि आयकरामध्ये वाढ कराल आणि मिळालेला पैसा कुपोषित बालकांसाठी राखून ठेवाल.

(2) कुपोषित बालकांच्या पालकांना रोजगार द्याल.

(3) शाळेत जेवणासारख्या दिल्या जाणाऱ्या विनामूल्य योजना सुरू कराल.

(4) मुलांना कशाप्रकारे उत्तम भोजन द्यावे याविषयी पालकांना साक्षर कराल.

4.10

18. जर सर्वच कार्याचा परिणाम समाधानकारक येत नसेल तर ; यात माझा काहीच दोष नाही.

(1) पूर्णत: सहमत   (2) पूर्णत: असहमत   (3) अंशत: सहमत   (4) सांगता येणार नाही.

19. असफल होईल ह्या भीतीपोटी कोणतेही काम सुरू करण्यास मी घाबरतो.

(1) पूर्णत: सहमत   (2) पूर्णत: असहमत   (3) अंशत: सहमत   (4) सांगता येणार नाही.

20. मला माझ्या भावनांवर नियंत्रण ठेवता येत नाही.

(1) पूर्णत: सहमत   (2) पूर्णत: असहमत   (3) अंशत: सहमत   (4) सांगता येणार नाही.

21. मला माहिती आहे; की माझ्या जमेच्या बाजूवर जास्तीत जास्त लक्ष दिले तर कुठल्याही परिस्थितीत मला यश मिळेल.

(1) पूर्णत: सहमत   (2) पूर्णत: असहमत   (3) अंशत: सहमत   (4) सांगता येणार नाही.

22. मी माझे सर्व कार्य वेळेत पूर्ण करतो.

(1) अंशत: सहमत   (2) पूर्णत: असहमत   (3) अंशत: असहमत   (4) यापैकी नाही

23. स्वाभिमानाचा यश किंवा अपयश यावर परिणाम व्हायला नको.

(1) पूर्णत: सहमत   (2) पूर्णत: असहमत   (3) अंशत: सहमत   (4) अंशत: असहमत

24. जर कुठल्याही कार्यात यश मिळाले; परंतु पुरस्कार मिळाला नाही. तर आत्मविश्वास कमी होतो.

    (1) पूर्णत: सहमत   (2) पूर्णत: असहमत   (3) अंशत: असहमत   (4) यापैकी नाही.

25. जर बचतीमधील रक्कम कमी असेल तर नियोजनाची पूर्णतपासणी करावी आणि बचतीनुसार नियोजन प्रक्रिया निश्चित करावी.

    (1) पूर्णत: असहमत   (2) अंशत: सहमत   (3) अंशत: असहमत   (4) पूर्णत: सहमत

26. जर समस्यांचे प्रमाण वाढले तर आपली जबाबदारी दुसऱ्यावर सोपवावी.

    (1) पूर्णत: सहमत   (2) पूर्णत: असहमत   (3) अंशत: सहमत   (4) अंशत: असहमत

27. जर 'लोक संचार माध्यमातून' सूचना मिळाली तर तिचे विश्लेषण करूनच पुढील कारवाई करावी.

    (1) पूर्णत: सहमत   (2) पूर्णत: असहमत   (3) अंशत: सहमत   (4) अंशत: असहमत

28. जर दुसऱ्या व्यक्तीचा दृष्टिकोन समजून घ्यायचा असेल तर स्वत:चा दृष्टिकोन आणि भावना ह्यांचा विचार करावा.

    (1) अंशत: सहमत   (2) पूर्णत: सहमत   (3) अंशत: असहमत   (4) यापैकी नाही.

29. दूरदर्शन, बातमीपत्र, तसेच मासिके ह्यामध्ये आलेल्या सूचना चुकीच्या आहेत असे ठरवता येत नाही.

    (1) अंशत: सहमत   (2) पूर्णत: सहमत   (3) पूर्णत: असहमत   (4) यापैकी नाही.

30. जर कुठले सिद्ध भाकीत किंवा विचार स्पष्ट करायचा असेल तर तो मला स्पष्ट करता येतो.

    (1) पूर्णत: सहमत   (2) पूर्णत: असहमत   (3) सांगता येणार नाही   (4) यापैकी नाही.

31. एका चांगल्या श्रोत्याच्या अंगी हा गुण असावा की वक्ता काय बोलणार आहे याचा बरोबर अंदाज लावता आला पाहिजे.

    (1) पूर्णत: सहमत   (2) अंशत: सहमत   (3) पूर्णत: असहमत   (4) अंशत: असहमत

32. कुठलीही समस्या सोडवताना दिलेल्या सर्व पर्यायांची पडताळणी करणे वेळेचा दुरुपयोग आहे.

    (1) पूर्णत: सहमत   (2) अंशत: सहमत   (3) पूर्णत: असहमत   (4) यापैकी नाही.

33. परीक्षा देताना ज्या प्रश्नाचे उत्तर येते तो प्रश्न सोडवला पाहिजे. प्रश्नांच्या क्रमानुसार उत्तर लिहू नये.

    (1) पूर्णत: सहमत   (2) पूर्णत: असहमत   (3) अंशत: सहमत   (4) यापैकी नाही.

34. समस्या सोडवण्यासाठी यापैकी काय महत्त्वाचे आहे ?

    (1) अजेंडा निश्चित करणे.   (2) ध्येय निर्धारित करणे.

    (3) कार्य योजना तयार करणे.   (4) वरील सर्व

35. प्रक्रियेचे मूल्यांकन करणे तसेच प्रक्रिया निश्चित करणे याला काय म्हणतात ?

    (1) निर्णय करणे   (2) समस्या समाधान   (3) वरील दोन्ही   (4) यापैकी नाही.

36. समस्या ओळखणे म्हणजे ?

    (1) निर्णय घेणे   (2) समस्या समाधान   (3) वरील दोन्ही   (4) यापैकी नाही.

37. समस्या सोडवण्यासाठी घेतलेल्या निर्णयप्रक्रियेत पुढीलपैकी प्रथम काय येणार नाही ?

    (1) समस्या ओळखणे   (2) पर्याय निवडणे

    (3) संसाधनाचा उपयोग   (4) परिणामांचे मूल्यांकन

38. चेस्टर बर्नार्डच्या वक्तव्यानुसार कुठले वक्तव्य बरोबर आहे ?
    (1) व्यक्तिश: घेतलला निर्णय दुसऱ्यांसाठी प्रत्ययोजित असू शकत नाही. परंतु सामूहिकरीत्या घेतलेला निर्णय प्रत्ययोजित असू शकतो.
    (2) व्यक्तिगत निर्णय दुसऱ्यासाठी प्रत्ययोजित असू शकतो. परंतु सामूहिक निर्णय प्रत्ययोजित असू शकत नाही.
    (3) दोन्ही प्रकारच्या निर्णयांना प्रत्ययोजित केले जाऊ शकते.
    (4) यापेक्षा वेगळे वक्तव्य.
39. हबर्ट सायमनच्या मते पुढीलपैकी निर्णयाचे प्रकार कोणते ?
    (1) व्यक्तिगत तसेच संघटनात्मक निर्बंध (2) सामान्य आधारभूत किंवा नैतिक निर्बंध
    (3) प्रोग्राम्ड (नियोजित) तसेच नॉन प्रोग्राम्ड (अनियोजित)
    (4) संघटनात्मक तसेच नैतिक निर्णय
40. कोणत्या निर्णयांची पुनरावृत्ती होते ?
    (1) विश्लेषणात्मक निर्णय (2) यांत्रिक निर्णय
    (3) निर्णयावर आधारित निर्णय (4) अनुकूल निर्णय
41. हर्बर्ट सायमनचा निर्णय सिद्धांत कशावर आधारित आहे ?
    (1) दर्शन शास्त्र (2) वैज्ञानिक पद्धती (3) तर्कानुसार (4) हेतुवाद पट
42. ब्रॉम आणि ऐटन ह्या तज्ज्ञांच्या म्हणण्यानुसार निर्णय प्रक्रियांचे किती टप्पे आहेत ?
    (1) दोन (2) पाच (3) तीन (4) सहा

Some Question in English :

43. With the increase in the growth rate of the Indian economy, the problems of unemployment, inflation, poverty are not decreasing at that speed as the growth of economy.
    (1) Government is not concentrating on these problems.
    (2) The factors responsible for both increasing growth rate & these problems are different.
    (3) It'll take time to remove these problems.
    (4) Government should concentrate more on these problems and should make and implement them strictly.
44. You've come across a case where there is a poor old man unable to submit his ration card and claims ration to meet his basid necessities of life. Knowing your superior's procedural approach in handling issues, you ...
    (1) go strictly as per the procedures.
    (2) take initiative to help the poor man arranging for alternative ration card.
    (3) assist the poor man with some money on your own but do not compromise on procedures.
    (4) avoid some procedural steps since you understand the necessity of the poor man.

For questions 45 to 47 : Each question consists of a word to meaning and the word from which it was originated from the options. Choose the language from which the English word was most probably originated.

45. margaric of / pertaining to / OR resembling pearl / margarat ?

    (1) Portuguese   (2) Arabic   (3) Greek   (4) None of these

46. Mammal : a vertebrate animal whose female suckles its young: 'mamma'

    (1) Greek   (2) Latin   (3) French   (4) None of these

47. 'Sanpan' : a small, flat-bottomed boat called 'San-pan'

    (1) Chinese   (2) Arabic   (3) Persian   (4) None of these

उत्तरे :

1. 4	2. 3	3. 3	4. 3	5. 1	6. 2	7. 4
8. 4	9. 4	10. 3	11. 3	12. 4	13. 1	14. 2
15. 1	16. 4	17. 3	18. 2	19. 2	20. 2	21. 1
22. 4	23. 2	24. 2	25. 2	26. 2	27. 1	28. 4
29. 3	30. 1	31. 3	32. 3	33. 1	34. 4	35. 1
36. 1	37. 4	38. 1	39. 3	40. 4	41. 3	42. 3
43. 2	44. 3	45. 3	46. 2	47. 1		

५

सर्वसामान्य मानसिक क्षमता

General mental ability

---

1. शाब्दिक कसोटी (Verbal Ability)

समान संबंध

5.1 अक्षर माला, 5.2 अंक माला, 5.3 अक्षर अंक माला

विसंगत घटक ओळखा.

5.4 विसंगत अंकमाला, 5.5 विसंगत अक्षरमाला, 5.6 शब्दार्थानुसार विसंगतमाला, 5.7 क्रमपूर्ती / श्रेणी, 5.8 आकलन, 5.9 सांकेतिक भाषा, 5.10 तर्क व अनुमान, 5.11 विश्लेषण व 5.12 वेन आकृत्या, 5.13 दिशांवर आधारित प्रश्न, 5.14 कूट प्रश्न, 5.15 रांगेतील क्रमांक, 5.16 नातेसंबंध, 5.17 वयासंबंधी प्रश्न, 5.18 कालमापन, 5.19 आरशातील प्रतिमा, 5.20 जलप्रतिमा

2. अशाब्दिक कसोटी

(अ) सहसंबंध / संबंधित आकृती, (ब) विसंगत आकृती शोधणे, (क) सरावासाठी आणखी काही प्रश्न
5.22 आयोगाने यापूर्वी विचारलेले प्रश्न

1. शाब्दिक कसोटी (Verbal Ability)

यापूर्वी महाराष्ट्र लोकसेवा आयोगाच्या पूर्व परीक्षेच्या 200 गुणांच्या परीक्षेत बुद्धिमापन चाचणीवर 50 गुणांचे प्रश्न विचारलेले जात असत, तर पी. एस. आय. मुख्य परीक्षेतील दोन प्रश्नपत्रिकांपैकी एका प्रश्नपत्रिकेत 70 गुणांचे प्रश्न या विषयावर असतात. इतर सर्वच वस्तुनिष्ठ प्रश्नांची उत्तरे निवडताना प्रश्न वाचला की क्षणार्धात विचार करून विद्यार्थी उत्तराची निश्चिती करू शकतो. त्यामुळे अशा प्रश्नांची उत्तरे विद्यार्थी 5 ते 15-20 सेकंदात सहज देऊ शकतो- अर्थातच अभ्यास व्यवस्थित केला असेल तर-

मात्र बुद्धिमापन चाचणीसाठी विचारले जाणारे प्रश्न विद्यार्थ्यांना तर्कनिष्ठतेने विचार करायला भाग पाडतात. त्यांच्या बौद्धिक क्षमतांवर अशा प्रश्नांची उत्तरे प्राप्त करणे अवलंबून असते. काही प्रश्नांसाठी करावे लागणारी 'आकडेमोड', शोधावी लागणारी सहसंबंधांची मालिका, त्यात असणारी मेख, खोचक शब्दरचना या सर्वांचा विचार बुद्धिमापन चाचणीचे प्रश्न सोडविताना विद्यार्थ्यांना करावा लागतो; आणि त्यामुळेच इतर प्रश्नांच्या तुलनेने या प्रश्नांची उत्तरे शोधताना अधिक वेळ लागण्याची शक्यता असते.

बुद्धिमापन चाचणीचे प्रश्न सोडविण्यासाठी म्हणूनच वेळेचे नियोजन महत्त्वाचे असते. विद्यार्थ्यांनी या प्रकारच्या प्रश्नांना प्रत्येकी किमान एक मिनिट तरी वेळ शिल्लक राहील अशा पद्धतीने इतर प्रश्नांची उत्तरे शोधताना वेळेचे नियोजन करावे असे आम्हास वाटते.

प्रत्येक प्रश्नासाठी दिलेल्या चार पर्यायांपैकी एकच पर्याय बरोबर उत्तराचा असतो; आणि इतर तीन पर्याय पूर्णत: चूक असतात. असे असूनही ते चुकीचे तीन पर्याय किंचित बरोबर, फसवे बरोबर आणि एकदम चूक असतात. प्रश्न जेव्हा सोपा वाटतो त्यावेळी त्यात बऱ्याचदा काही खोच असते. शब्दच्छल असतो; सरळ सरळ विचार करून येणारे फसवे उत्तर पर्यायात पहिल्या क्रमांकावर असते. म्हणून नीट विचारपूर्वकच हे प्रश्न सोडवावेत.

इयत्ता दुसरीपासून प्रज्ञा शोध, मेरिट फाऊंडेशन, टॅलेंट हंट, पूर्वप्राथमिक, प्राथमिक, माध्यमिक शिष्यवृत्ती, मंथन, एमटीएस, एनटीएस तसेच विविध स्पर्धा परीक्षांमध्ये विद्यार्थ्यांना बुद्धिमान चाचणीवरील प्रश्नांना तोंड द्यावे लागते. एमबीए, एमसीएच्या प्रवेश परीक्षांनाही या विषयावर प्रश्न असतात. अर्थात त्या प्रश्नांचे स्वरूप थोडे वेगळे असते. मात्र आमच्या मते, दुसरी-तिसरीपासूनच्या या विषयाच्या तयारीपासूनच प्रस्तुत विषयाचे आकलन विद्यार्थ्यांनी त्या त्या पुस्तकातून करावे. तरच या विषयाचा 'उरक' आणि 'आवाका', या विषयाची 'सुलभता' विद्यार्थ्यांना प्राप्त होईल. अन्यथा, एकदम पदवीनंतरच अभ्यासावा लागणारा हा विषय त्यांना कठीण वाटू शकतो.

आता तर राज्य लोकसेवा आयोगाने केंद्रीय लोकसेवा आयोगाप्रमाणे पूर्व परीक्षेसाठी दोन पेपर्स ठेवले असून प्रस्तुत विषय या पेपरमध्ये समाविष्ट केला आहे.

बुद्धिमापन चाचणीच्या प्रश्नांद्वारे विद्यार्थ्यांची आकलन क्षमता, विश्लेषण क्षमता, परीक्षणक्षमता, तर्कनिष्ठता आणि झटपट विचार करण्याचा शीघ्रतेचा वेध घेतला जातो. त्यासाठी त्याने अशा प्रश्नांचा भरपूर सराव करावयास हवा. आयोगाच्या या पूर्वीच्या परीक्षांना विचारलेल्या प्रश्नांचा अभ्यास केलेला हवा. विविध परीक्षांसाठी विविध लेखकांनी लिहिलेल्या प्रश्नांचा साकल्याने अभ्यास केलेला हवा.

आकलन, सहसंबंध, विसंगत घटक ओळखणे, सांकेतिक भाषा, तर्क व अनुमान, विश्लेषण, कूट प्रश्न, दिशांवर आधारित प्रश्न, वर्गीकरण, वेन आकृत्या इ. प्रश्नप्रकार ढोबळमानाने बुद्धिमाप चाचणी अंतर्गत येतात. याशिवाय त्यामध्ये कित्येक उपप्रकार आढळतात. क्वचित प्रसंगी जलप्रतिमा, आरशातील प्रतिमा यावरील प्रश्न अभावाने विचारले जाऊ शकतात. आता या वेळेपासून आकृत्यांवरील प्रश्नही अपेक्षित आहेत. म्हणूनच विद्यार्थ्यांनी बुद्धिमापन चाचणीचे प्रश्न बारकाव्याने अभ्यासावेत.

त्यातही, सोपे वाटणारे प्रश्न आधी सोडवावेत. त्यानंतर सोपे, परंतु वेळ घेणारे प्रश्न आणि शेवटी गोंधळ उडविणारे, अवघड, खूप आकडेमोड करायला लावणारे प्रश्न सोडवा. एक लक्षात ठेवा. अगदी 'खात्री' असेल तरच अवघड प्रश्न हाताळा. अन्यथा आता नकारार्थी गुण (Negative Marking) हे विसरू नका.

हे सर्व लक्षात घेऊनच या विषयाचे भरपूर प्रश्न स्पष्टीकरणासहित या पुस्तकात दिलेले आहेत. तसेच सरावासाठी बरेच प्रश्न सोबत आहेत. आयोगाने विविध परीक्षांना वेळोवेळी विचारलेले प्रश्न स्पष्टीकरणांसह दिलेले आहेत. त्यामुळे या साऱ्या प्रश्नांचा नीट अभ्यास करा. बुद्धिमापन चाचणीचे प्रश्न आयोगाच्या पूर्व परीक्षेचा बराचसा पेपर व्यापतात हे लक्षात ठेवा. त्यामुळे 'बुद्धिर्यस्य, बलं (गुणं) तस्य.'

प्रश्नपत्रिका हातात पडल्यावर त्याचे 'सील' फोडण्यापूर्वी, उत्तरपत्रिकेवरील आवश्यक माहिती भरल्यावर मध्ये जो काही वेळ शिल्लक राहतो त्या वेळेत काही 'कच्चे काम' पूर्वतयारी म्हणून करून ठेवावे, की ज्याच्या उपयोगाने परीक्षाकाळात भरपूर वेळ वाचू शकेल. अशा 'पूर्वतयारी' चे काही काम पुढे दिलेले आहे. यांचा उपयोग या विषयाचे प्रश्न सोडविण्यास तुम्हाला नक्कीच होईल. त्यामुळे तुमची ऐनवेळी धांदल उडणार नाही. प्रश्नांवर विचार

करायला काही सेकंद अधिक मिळतील. त्यामुळे तुमचा आत्मविश्वास दुणावेल आणि प्रश्नांची काठिण्यपातळी सोपी वाटेल. So? Best of luck !

पूर्वतयारी :

1. इंग्रजी वर्णमालेतील अक्षरांना क्रमांक देणे.

1	2	3	4	5	6	7	8	9	10	11	12	13	14	15
A	B	C	D	E	F	G	H	I	J	K	L	M	N	O
26	25	24	23	22	21	20	19	18	17	16	15	14	13	12
16	17	18	19	20	21	22	23	24	25	26				
P	Q	R	S	T	U	V	W	X	Y	Z				
11	10	9	8	7	6	5	4	3	2	1 उलटे क्रमांक याप्रमाणे देणे.				

2. फक्त स्वरांना (Vowels) क्रमांक देणे.

1	2	3	4	5
A	E	I	O	U

3. इंग्रजी महिन्यांची नावे त्यातील एकूण दिवसांसह लिहिणे.

(1) जानेवारी (31), (2) फेब्रुवारी (28, लीप वर्ष असल्यास 29), (3) मार्च (31), (4) एप्रिल (30), (5) मे (31), (6) जून (30), (7) जुलै (31), (8) ऑगस्ट (31), (9) सप्टेंबर (30), (10) ऑक्टोबर (31), (11) नोव्हेंबर (30), (12) डिसेंबर (31)

[यामध्ये : (खालील मुद्दे लक्षात ठेवावेत.]

(1) सात महिने 31 दिवसांचे आहेत.

(2) 'J' अक्षराने सुरू होणारे तीन महिने आहेत. (January, June, July)

(3) लीप वर्ष नसल्यास 1 जानेवारी व 31 डिसेंबर एकाच दिवशी असतात. लीप वर्ष असल्यास 1 जानेवारीला असलेल्या दिवसाचा पुढील दिवस 31 डिसेंबरला येतो.

(4) लीप वर्ष नसल्यास प्रत्येक पुढचा 1 जानेवारी, 26 जानेवारी, 15 ऑगस्ट हे दिवस एकेक दिवसाने पुढील दिवसास येतात.

(5) लीप वर्ष नसल्यास पहिला दिवस (उदा. सोमवार) त्या वर्षात 53 वेळा येतो.

(6) लीप वर्ष असल्यास 1 ला व 2रा दिवस (उदा. सोम, मंगळ) त्या वर्षात 53 वेळा येतो.

4. मराठी महिन्यांची नावे त्यातील एकूण दिवसांसह लिहिणे.

(1) चैत्र (31), (2) वैशाख (31), (3) ज्येष्ठ (31), (4) आषाढ (31), (5) श्रावण (31), (6) भाद्रपद (31), (7) आश्विन (30), (8) कार्तिक (30), (9) मार्गशीर्ष (30), (10) पौष (30), (11) माघ (30), (12) फाल्गुन (30)

5. दिशा :

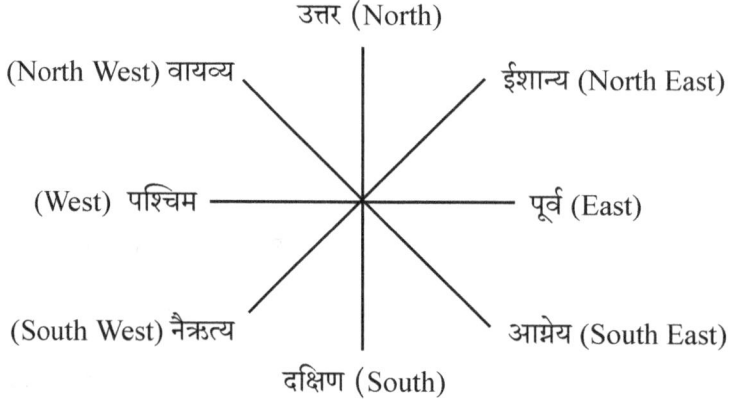

6. नाती लक्षात ठेवावीत.

(1) वडिलांचे वडील - आजोबा

(2) वडिलांची आई - आजी

(3) आजोबांचे वडील - पणजोबा

(4) आजीची आई - पणजी

(5) आईची आई - आजी

(6) आईचे वडील - आजोबा

(7) आईच्या आईचे वडील - पणजोबा

(8) आईच्या आईची आई - पणजी

(9) वडिलांचे भाऊ - काका (चुलता)

(10) आईचे भाऊ - मामा

(11) वडिलांची बहीण - आत्या (मावळण)

(12) आईची बहीण - मावशी

(13) वडिलांच्या बहिणीचे पती - काका

(14) आईच्या बहिणीचे पती - काका

(15) वडिलांच्या भावाची पत्नी - काकी, काकू

(16) आईच्या भावाची पत्नी - मामी

(17) आजी / आजोबांचा एकुलता एक मुलगा वडील

(18) आईच्या वडिलांचा मुलगा - मामा

(19) आईच्या वडिलांचे जावई - वडील, काका

(20) वडिलांच्या वडिलांचा मुलगा - वडील / काका

(21) वडिलांच्या वडिलाची मुलगी - आत्या

(22) आईच्या वडिलांची सून - मामी

(23) आईच्या आईचा मुलगा - मामा

(24) आई / वडिलांचे सासरे - आजोबा

(25) आई / वडिलांची सासू - आजी

(26) बहिणी बहिणींचे पती - साडूबंधू

(27) आईच्या वडिलांची मुलगी - मावशी

(28) आईच्या आईची मुलगी - मावशी

(29) आजी / आजोबांची एकुलती एक सून - आई / मामी

(30) आजी / आजोबांचा जावई - काका

(31) आईच्या आई-वडिलांचा एकुलता एक जावई-वडील

(32) आई-वडिलांचा मुलगा - भाऊ, स्वत:

(33) आई-वडिलांची मुलगी - बहीण, स्वत:

(34) वडिलांच्या भावाचा मुलगा - चुलत भाऊ

(35) वडिलांच्या भावाची मुलगी - चुलत बहीण

(36) वडिलांच्या बहिणीचा मुलगा - आते भाऊ

(37) वडिलांच्या बहिणीची मुलगी - आते बहीण

(38) आईच्या भावाचा मुलगा - मामे भाऊ

(39) आईच्या भावाची मुलगी - मामे बहीण

(40) आई-वडिलांचा एकुलता एक मुलगा - स्वत:

(41) आईच्या बहिणीचा मुलगा - मावस भाऊ

(42) आईच्या बहिणीची मुलगी - मावस बहीण

(43) बहिणीचा नवरा - भाऊजी (दाजी)

(44) भावाची बायको - भावजय (वहिनी)

(45) बहिणीचा मुलगा - भाचा

(46) बहिणीची मुलगी - भाची

(47) मुलाचा / मुलीचा मुलगा - नातू

(48) मुलाची / मुलीची मुलगी - नात

(49) सख्या भावांची मुले-मुली - चुलत भावंडे

(50) सख्या बहिणींची मुले-मुली - मावस भावंडे

(51) आत्याच्या नवऱ्याच्या सासूचा एकुलता एक मुलगा - वडील

प्रश्नातील मुख्य पात्राच्या जागी स्वतःस कल्पून, आपली नाती लक्षात घेऊन, नातेसंबंधी प्रश्नांची उत्तरे शोधावीत.

7.

संख्या	वर्ग	घन	संख्या	वर्ग	घन
1	1	1	19	361	6859
2	4	8	20	400	8000
3	9	27	21	441	9261
4	16	64	22	484	10648
5	25	125	23	529	12167
6	36	216	24	576	13825
7	49	343	25	625	15625
8	64	512	26	676	
9	81	729	27	729	
10	100	1000	28	784	
11	121	1331	29	841	
12	144	1728	30	900	
13	169	2197	31	961	
14	196	2744	32	1024	
15	225	3375	33	1089	
16	256	4096	34	1156	
17	289	4913	35	1225	
18	324	5832			

8. बुद्धिमापन चाचणीवरील प्रश्नप्रकार विविध उपघटकांमध्ये विभागलेले असले तरी ते केवळ प्रश्नांच्या सुसूत्र मांडणी करण्यासाठी केलेले असतात. त्यामुळे विद्यार्थ्यांनी प्रश्न कोणत्या प्रकारचा आहे या विचाराच्या जंजाळात न अडकता प्रश्न सोडविण्यास घ्यावा. कारण सहसंबंधाचा प्रश्न सांकेतिक भाषेचाही असू शकतो; तर तोच प्रश्न आकलनाचाही होऊ शकतो. मनातल्या मनात विश्लेषण केल्याशिवाय प्रश्नाचे उत्तर मिळविणे शक्य होत नाही. म्हणून फक्त प्रश्न सोडविणे हे महत्त्वाचे. स्थूलमानाने पुढील उपघटकात प्रश्नांचे वर्गीकरण केलेले आहे.

समान संबंध

या प्रश्न प्रकारात अक्षरा-अक्षरांमधील संबंध, अंका-अंकांमधील संबंध, अक्षर-अंकांमधील संबंध यावर आधारित प्रश्न विचारलेले असतात. हे संबंध समसंबंध, विरोधीसंबंध वा अन्य प्रकारचे असू शकतात. दिलेली तीन, चार अथवा अधिक पदे परस्परांशी एका विशिष्ट संबंधाने युक्त असतात. तो विशिष्ट संबंध लक्षात घेऊन विद्यार्थ्यांनी प्रश्नचिन्हाच्या जागी येणारा अंक अथवा अक्षर शोधायचे असते.

5.1 अक्षरमाला

1. A, B, D, G ?
   (1) C   (2) K   (3) E   (4) L

2. AZ, BY, CX, ?, EV
   (1) DW   (2) FG   (3) DV   (4) FU

3. P, R, T, V, ?, X
   (1) Q   (2) S   (3) U   (4) W

4. CD, ?, GH, IJ, KL
   (1) EF   (2) AB   (3) HI   (4) MN

5. STU, TUV, UVW, ?
   (1) VWX   (2) VYW   (3) WXY   (4) WYX

6. DK, EL, FM, GN, ?
   (1) SK   (2) HN   (3) HO   (4) OP

7. CEG, IKM, OQS, UWY, ?
   (1) BCE   (2) ACE   (3) BCD   (4) ZCE

8. BOC, PDQ, ERF, SGT, ?
   (1) HWU   (2) HUI   (3) HVU   (4) HWI

9. AEI, CGK, EIM, GKO, ?
   (1) IJK   (2) IKL   (3) PST   (4) IMQ

10. CWR, DVS, EUT, FTU, ?
    (1) GSV   (2) RHW   (3) FRW   (4) HTW

स्पष्टीकरणे व उत्तरे

1. (2)   K, अक्षरांमधील अंतर 0,1,2,3 असे वाढत चालले आहे.
2. (1)   DW, पहिले अक्षर A पासून पुढे तर दुसरे अक्षर Z पासून एकेकने मागे जात आहे.
3. (4)   W, एकेक अक्षराच्या अंतराने पुढील अक्षरे घेतलेली आहेत.
4. (1)   EF, दोन दोन अक्षरांच्या यथानुक्रमे पुढे पुढे लिहिलेल्या आहेत.
5. (1)   VWX, पुढची दोन अक्षरे पुढील संचाचा प्रारंभ आहेत.
6. (3)   HO, DEFG<u>H</u> व KLMN<u>O</u> या क्रमाने दोन दोन अक्षरांचे गट केलेले आहेत.
7. (2)   ACE, प्रत्येक गटात 2-2 चे अंतर असून संख्या चढत्या क्रमाने आली आहे.
8. (2)   HUI, दोन अक्षरमालिका : BCDEFGI, OPQRSTU
9. (4)   IMQ, तीन मालिका एकेक अक्षर ओलांडून ACEGI, EGHKM, IKMOQ
10. (1)   GSV, तीन मालिका : CDEF<u>G</u> सुलटा क्रम, <u>S</u>TUVW उलटा क्रम, RSTU<u>V</u> सुलटा क्रम

11. PQST : QPTS :: GHIJ : ?
    (1) HGJI (2) STPQ (3) IHJG (4) GJIH
12. CUT : PHG :: SIR : ?
    (1) HXG (2) IYH (3) GWF (4) FVE
13. NQTW = ? जर ADGJ = KHEB
    (1) ORUX (2) WVUR (3) XURO (4) ROWU
14. जर GHOST = OSTGH असेल तर, ENIMY = काय असेल ?
    (1) IMNEY (2) IMYEN (3) NEIMY (4) NIMYE
15. ABHGWX : CDHGXW :: ? : UVNMPO
    (1) STMNOP (2) INMOPS (3) VUXMPO (4) NMOPQR

स्पष्टीकरणे व उत्तरे

11. (1) पहिल्या व दुसऱ्या अक्षरसंचात अक्षरांची उलटापालट आहे. तशीच 3=4 ची उलटापालट

12. (4) FVE, येथे अक्षरांच्या उलट्यासुलट्या जोड्या खालीलप्रमाणे आलेल्या आहेत.

A	B	C	D	E	F	G	H	I	J	K	L	M
		↑		↑	↑	↑	↑					
N	O	P	Q	R	S	T	U	V	W	X	Y	Z

13. (3) XURO, याप्रमाणे संबंध : ADGJ : KHEB एकेकने पुढील अक्षर घेणे.

14. (2) IMYEN, जर $\frac{GHOST}{12345} = \frac{OSTGH}{34512}$ असे लिहिले तर $\frac{ENIMY}{12345} = \frac{IMYEN}{34512}$

15. (1) STMNOP : A नंतर एक अक्षरानंतर C, B नंतर 1 सोडून D, MN व OP मध्ये उलटापालट : या पद्धतीने UV पूर्वी 1-1 अक्षरसोडून मागे (S व T) व उरलेल्या NM व PO अक्षरात उलटापालट करणे.

16. BEAUTIFUL : ABEITULFU : : COLLABORATES : ?
    (1) LOCBLAAORSTE (2) LCOLBAOARSTE
    (3) LCOLBAAORSTE (4) CLOBALAORSTRE

    उत्तर : (1), येथे 3 अक्षरांचे गट, उदा. $\frac{BEA}{123} = \frac{ABE}{312}$ असे लिहिले.

17. DfHjL : NpRtV : : AcEgI : ?
    (1) KmOqs (2) SpQrt (3) TvWxY (4) ZbDfG
    उत्तर : (1), स्मॉल कॅपिटल अक्षरांची मालिका मध्ये 1-1 अक्षर सोडलेले. दोन्ही गट सलगच आहेत. त्याप्रमाणेच पुढे जाणे.

18. AcEg : ZxVt :: JlNp : ?
    (1) StVw (2) PyBo (3) QoMl (4) ZqCd
    उत्तर : (3), A = मागून पुढून 26 क्रमांक C व X = 3, E व V = 5 आणि g व t = 7 क्रमांक त्याप्रमाणे JlNP 10,12,14,16 या क्रमांकांची अक्षरे असून याच क्रमांकांची मागून सुरू होणारी अक्षरे QoMl आहेत. आलटून पालटून स्मॉल, कॅपिटल लिहिली आहेत.

सरावासाठी प्रश्न

19. ABDE, FGIJ, KLNO, ?
    - (1) PQST
    - (2) QSTP
    - (3) TPSQ
    - (4) UVWX

20. LXNU = QTBR असेल तर NYPV = ?
    - (1) SVDS
    - (2) DSUB
    - (3) BVSL
    - (4) RBTQ

21. WINDOW : ZLQGRZ :: SLAB : ?
    - (1) UNDE
    - (2) UQDE
    - (3) UNDQ
    - (4) VODE

22. NOITGC = OPHSHD म्हणून ? = MBMQPV
    - (1) LCLRQW
    - (2) LANROU
    - (3) NANPQU
    - (4) NCLPQW

23. ? = nEa तसे deB = ?
    - (1) Nea, DeB
    - (2) NeA, DEb
    - (3) NEa, dEB
    - (4) NeA, DEb

24. EFG : TUV :: HIJ : ?
    - (1) RQS
    - (2) SRQ
    - (3) RSQ
    - (4) QRS

25. AWAKE = ZVZJD म्हणून FRIEND = ?
    - (1) EQHDMM
    - (2) WQHDME
    - (3) EQHDMC
    - (4) EQHDME

26. DWEXF, GUHVI, JSKTL, ? POQPR
    - (1) OMONR
    - (2) MOPQR
    - (3) MQORN
    - (4) MQNRO

27. GFH, ?, GDM, GCQ, GBV
    - (1) GEJ
    - (2) GBR
    - (3) GBS
    - (4) GBU

28. FGH, GHI, HIJ, IJK, ?
    - (1) JKI
    - (2) FGH
    - (3) LKM
    - (4) JKL

29. AADE, BBFG, CCHI, DDJK, ?
    - (1) KLEE
    - (2) EEMO
    - (3) EELM
    - (4) EENO

30. CZX, DYW, ?, FWU, GVT
    - (1) WTG
    - (2) EXV
    - (3) VXE
    - (4) XEV

31. TVW, KMO, GIK, ACE
    - (1) GIK
    - (2) TUV
    - (3) KMO
    - (4) RPS

32. ABEF, GHKL, MNQR, STWX, ?
    - (1) OPST
    - (2) CDGH
    - (3) YZCD
    - (4) ABFG

33. AZYB, CXWD, EVUF, GTSH, ?
    - (1) IJRQ
    - (2) IRQJ
    - (3) IQRJ
    - (4) RQJI

34. FjSmL, GkTnD, HlVoE, ImVpF, ?
    - (1) JNwgG
    - (2) JpQGw
    - (3) JnWqG
    - (4) KnWqH

35. APJOW, BQINV, CRHMU, DSGLT, ?
    - (1) ETEKS
    - (2) ETFSK
    - (3) ETFKS
    - (4) ETFMK

36. PERSON, NOSRE, ERSO, OSR, ?
    - (1) RS
    - (2) SR
    - (3) OS
    - (4) SO

37. KcbS, LeeT, MghU, NikV, ?
    - (1) oKnW
    - (2) OpnV
    - (3) OkNw
    - (4) OknW

38. ABXW, EFTS. ?, MAYX
    (1) IJOP (2) JIOP (3) IJPO (4) JIPO

39. FCA, HEC, JGE, LIG, ?
    (1) MJH (2) NKI (3) NIK (4) MHJ

40. LXNU : QTBR :: NYPV : ?
    (1) SUDS (2) RBTQ (3) DSUB (4) BVSL

41. JKLJ, KLMK, LMNL, MNOM, ?
    (1) NOPN (2) MOPM (3) NOPN (4) MONM

42. DANGER, ANGERD, ? GARDEN, ERDANG
    (1) NGREDA (2) NGERAD (3) NGERDA (4) यापैकी एकही नाही.

43. AAAZ, CCCX, EEEV, GGGT, ?
    (1) IIIS (2) IIIR (3) IIIT (4) IIIQ

44. CGE, EGI, GIK, IKM, ?
    (1) KLM (2) KMO (3) KJL (4) JKL

45. STNMOP : UVMNPO :: ABHGWX : ?
    (1) CDHGYZ (2) CDHGXW (3) CDGHXW (4) CDGXYW

46. BRITISH : ENGLISH, RUBBISH : UQZZISH :: SELFISH : ?
    (1) VADXISH (2) DAVXISH (3) AVDXISH (4) DAVAISH

47. gkke, fjjd, eiic, ?
    (1) dccf (2) beef (3) eccd (4) dhhb

48. Pitd, ?, Tmxh, Vozj
    (1) Rkvf (2) Qrkf (3) Rvkf (4) Kfvr

49. ABCE, FGHJ, KLMO, ?
    (1) POQR (2) QRSU (3) PQRS (4) PQRT

50. ACZXP, BDYYQ, CEXZER, DFWAS, ?
    (1) EGUBT (2) EGVBT (3) EGUZT (4) FGVBT

51. ZACTK, ?, XYERI, WXFQH, VWGPG
    (1) JYSET (2) YYERK (3) ZYDKS (4) YZDSJ

52. MOTHERS : OMVGGPU :: BROUGHT : ?
    (1) DPQTIFV (2) DPTQFVI (3) DPITQFV (4) FVDPIQV

53. AEIM = OSWA :: CGKO : ?
    (1) UYCA (2) WCYU (3) QUYC (4) KYWC

54. p- qqr- ppq- rppp- qrp-
    (1) qqppp (2) ppqqp (3) qprqp (4) rpqpq

55. ab - d, a - cd, b - cd, ab -d
    (1) dcab (2) cbac (3) abcd (4) bcac

56. ab - zy - - bc - yxab - zy-
    (1) cxacxz (2) axaazc (3) cxazcx (4) cxxzcx

57. pq - pqppqpp - ppqpp - p
    (1) qqp   (2) pqp   (3) ppq   (4) pqq

58. cc d a c c - a - cd - - cd -
    (1) cccda   (2) cacda   (3) ccdac   (4) dcaca

59. VV - U - U - - TSS - R R - - - Q
    (1) UVTSTRQQ   (2) VUTTSRQQ   (3) TVSTRRVV   (4) VVUSTRQQ

60. a b c z - 4 - b - 23 - ab - 23 -
    (1) 3acc44   (2) 3ac44c   (3) 3ac4c4   (4) ac34c4

61. a - - a, abb -, abb -
    (1) baab   (2) abab   (3) abba   (4) bbaa

62. aa - bbb - ccd - d - ee
    (1) bbdd   (2) bcdb   (3) bdee   (4) acde

63. ptp - - ptppt - ttpt -
    (1) ttpp   (2) ttpt   (3) ptpt   (4) tptp

64. a - bc - abcca - c
    (1) abb   (2) bba   (3) caa   (4) acc

65. abb - ccddd - eeee -
    (1) bde   (2) cde   (3) cbe   (4) cddb

उत्तरे :

19. (1) PQST   20. (1) SVDS   21. (4) VODE   22. (2) LANROU
23. (2) NeA, DEb   24. (4) QRS   25. (3) EQHDMC   26. (4) MQNRO
27. (1) GEJ   28. (4) JKL   29. (3) EELM   30. (2) EXV
31. (1) GIK   32. (3) YZCD   33. (2) IRQJ   34. (3) InWqG
35. (3) ETFKS   36. (1) RS   37. (4) Oknw   38. (4) JIPO
39. (2) NKI   40. (1) SUDS   41. (1) NOPN   42. (3) NGERDA
43. (2) IIIR   44. (3) KJL   45. (3) CDGHXW   46. (1) VADXISH
47. (4) dhhb   48. (1) Rkvf   49. (4) PQRT   50. (2) EGVBT
51. (4) YZDSJ   52. (1) DPQTIFV   53. (3) QUYC
54. (2) abcd मालिका   55. (2) abcd मालिका
56. (3) abc, zyx, abc, zyx, abc, zyx अशी मालिका   57. (4) pqp मालिका
58. (4) ccda मालिका   59. (2) VVV, UUU, TTT, SSS, RRR, QQQ अशी मालिका
60. (3) abc, 234 मालिका   61. (4) abba मालिका
62. (4) aaa, bbb, ccc, ddd, eee अशी मालिका
63. (1) ptpt, tptp अशी मालिका   64. (1) a, abc, b, abc, abc अशी मालिका
65. (2) a, bb, ccc, ddd अशी मालिका

5.2 अंकमाला

1. 1, 4, 9, 16, 25, ?
   (1) 35   (2) 36   (3) 49   (4) 64

2. 25, 49, 81, 121, ?
   (1) 131 (1) 126 (3) 164 (4) 169

3. 0, 3, 8, 15, 24, ?
   (1) 35 (2) 36 (3) 48 (4) 65

4. 2, 5, 10, 17, 26, 37, ?
   (1) 49 (2) 48 (3) 50 (4) 65

5. 2, 6, 12, 20, 30, ?
   (1) 32 (2) 42 (3) 56 (4) 45

6. 1, 8, 27, 64, ?
   (1) 125 (2) 25 (3) 64 (4) 80

7. 2, 9, 28, 65, ?, 217
   (1) 216 (2) 125 (3) 126 (4) 127

8. 0, 7, 26, 63, 124, ?, 342
   (1) 341 (2) 216 (3) 309 (4) 215

9. 2, 10, 30, 68, 130, 222, 350, ?
   (1) 512 (2) 520 (3) 420 (4) 580

10. 0, 6, 24, 60, 120, 210, ?
   (1) 360 (2) 343 (3) 350 (4) 336

स्पष्टीकरणे :

1. (2) 1, 2, 3, 4, 5 चे वर्ग म्हणून 6 चा वर्ग 36

2. (4) 5, 7, 9, 11, चे वर्ग म्हणून 13 चा वर्ग 169

3. (1) वर्ग - 1; 1, 2, 3, 4, 5, चे वर्ग-1, म्हणून 6 चा वर्ग / किंवा 6^2 = 36-1 = 35

4. (3) वर्ग + 1; 1, 2, 3, 4, 5, 6 चे वर्ग + 1 म्हणून 7^2 = 49 + 1 = 50

5. (2) वर्ग + 1, 2, 3, 4, 5, म्हणून 6 चा वर्ग 36 + 6 = 42

6. (1) 1, 2, 3, 4 चे घन, 7^2 म्हणून 5 चा घन 125

7. (3) 1, 2, 3, 4, -5, 6, 7 चे घन + 1, म्हणून 5 चा घन 125 + 1 = 126

8. (4) 1, 2, 3, 4, 5, 7 चे घन-1, म्हणून 6 चा घन 216-1 = 215

9. (2) अनुक्रमे 1, 2, 3, 4, 5, 6, 7 चे घन + 1, 2, 3, 4, 5, 6, 7 म्हणून,
   8 चा घन 512 + 8 = 520

10. (4) अनुक्रमे 1, 2, 3, 4, 5, 6 चे घन- 1, 2, 3, 4, 5, व 6 म्हणून, 7 चा घन 343-7 = 336

11. 3, 7, 12, 18, 25, 33, ?
    (1) 42 (2) 49 (3) 54 (4) 60

12. 2, 6, 14, 26, 42, 62, ?
    (1) 86 (2) 84 (3) 82 (4) 80

13. 4, 11, 27, 52, 86, 129, ?
    (1) 141 (2) 152 (3) 181 (4) 190

14. 120, 60, 20, 5, 1, ?
    (1) 0   (2) 1/6   (3) 06   (4) 09
15. 31 (140) 39, 18 (120) 42, 23 (?) 37
    (1) 120   (2) 140   (3) 160   (4) 180
16. 11 (23) 47, 19 (?) 79, 5 (11) 23
    (1) 37   (2) 39   (3) 38   (4) 40
17. 238 (63) 112, 504 (59) 386, 254 (?) 98
    (1) 70   (2) 75   (3) 76   (4) 78
18. 27 (20) 33, 51 (32) 45, 37 (?) 74
    (1) 30   (2) 35   (3) 37   (4) 45
19. 9 (106) 5, 4 (65) 7, 2 (?) 6
    (1) 40   (2) 45   (3) 52   (4) 64
20. 9 (45) 6, 11 (40) 9, 12 (?) 5
    (1) 115   (2) 119   (3) 125   (4) 131

स्पष्टीकरणे :

11. (1) फरक 4, 5, 6, 7, 8, 9 ने वाढतोय. म्हणून 33 + 9 = 42
12. (1) फरक 4, 8, 12, 16, 20, 24 ने वाढतोय. म्हणून 62 + 24 = 86
13. (3) फरक 7, 16, 25, 34, 43, 52 ने वाढतोय. म्हणून 129 + 52 = 181
14. (2) भाजक (भाग देणारा अंक अनुक्रमे 2, 3, 4, 5 व 6 म्हणून 1/6
15. (1) जसे 31 + 39 = 70 × 2 = 140 तसे 23 + 37 = 60 × 2 = 120
16. (2) जसे 11 × 2 = 22 + 1 = 23 तसे 19 × 2 = 38 + 1 = 39 × 2 = 78 + 1 = 79
17. (4) जसे 238 - 112 = 126 ÷ 2 = 63 तसे 254 - 98 = 156 ÷ 2 = 78
18. (3) जसे 27 + 33 = 60 ÷ 3 = 20 तसे 37 + 74 = 111 ÷ 3 = 37
19. (1) जसे $9^2 + 5^2 = 106$ तसे $2^2 + 6^2$ म्हणजे 4 + 36 = 40
20. (2) जसे $9^2 - 6^2 = 45$ तसे $12^2 - 5^2$ म्हणजे 144-25 = 119

◇ ◇ ◇

21. 123, 234, 345, 456, ?
    (1) 678   (2) 567   (3) 578   (4) 785
22. 56.25, 42.25, ?, 20.25, 12.25
    (1) 40.25   (2) 27.25   (3) 25.25   (4) 30.25
23. 6 : 18 :: 7 : ?
    (1) 20   (2) 25   (3) 30   (4) 35
24. 8 : 22 :: 12 : ?
    (1) 27   (2) 31   (3) 34   (4) 36
25. 5 : 25 :: 6 : ?
    (1) 36   (2) 30   (3) 26   (4) तिन्ही पर्याय बरोबर

स्पष्टीकरणे :

21. (2) 1, 2, 3, 4, 2345, 3456 अशी मालिका. 567 प्रत्येक मालिकेतील पुढील अंक घेणे. म्हणून 567
22. (4) 25 कॉमन. अगोदरचे अंक 14, 12, 10, 8 ने कमी झालेले आहेत.
23. (1) जसे $6 \times 2 + 6 = 18$, तसे $7 \times 2 + 6 = 20$
24. (3) $8 \times 3 - 2 = 22$, तसे $12 \times 3 - 2 = 34$
25. (4) $5^2 = 25$ तसे $6^2 = 36$, $5 + 20 = 25$ तसे $6 + 20 = 26$, $5 \times 5 = 25$ तसे $6 \times 5 = 30$

◇ ◇ ◇

26.

37	75	151
70	141	283
136	?	547

(1) 273　　(2) 270
(3) 240　　(4) 260

स्पष्टीकरण : (1)$37 \times 2 = 74 + 1 = 75$, $75 \times 2 = 150 + 1 = 151$
तसेच $136 \times 2 = 272 + 1 =$ <u>273</u> हेच उत्तर. पडताळा $273 \times 2 = 546 + 1 = 547$

27.

18	342	19
17	13	221
391	23	?

(1) 15　　(2) 14
(3) 13　　(4) 17

स्पष्टीकरण : (4) दोन लहान संख्यांचा गुणाकार जसे $18 \times 19 = 342$ (आडवे)
तसे $391 \div 23 = 17$ हेच उत्तर

28.

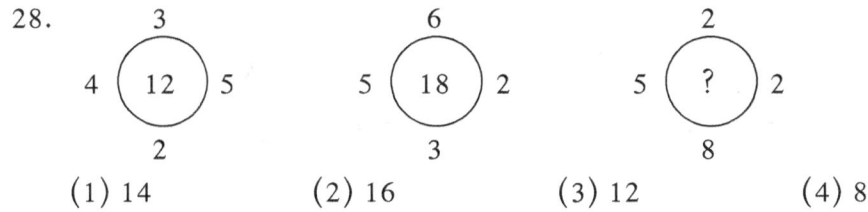

(1) 14　　(2) 16　　(3) 12　　(4) 8

स्पष्टीकरण : (2) तिन्ही वर्तुळाभोवती 5 व 2 कॉमन आहेत. उरलेल्या दोन अंकांचा गुणाकार वर्तुळाच्या आत आहे. जसे पहिले वर्तुळ $4 \times 3 = 12$, तसे $8 \times 2 = 16$

29.

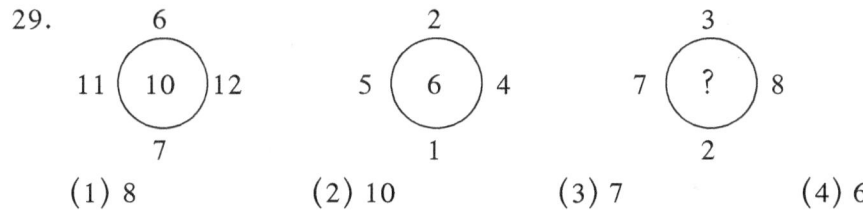

(1) 8　　(2) 10　　(3) 7　　(4) 6

स्पष्टीकरण : मोठ्या संख्यांची बेरीज (11+12 = 23). लहान संख्यांची बेरीज (6+7 = 13) 23-13-10 आत वर्तुळात ही संख्या लिहिली आहे. तसे तिसरे वर्तुळ 7+8 = 15-(3+2) = 5 = 10

30.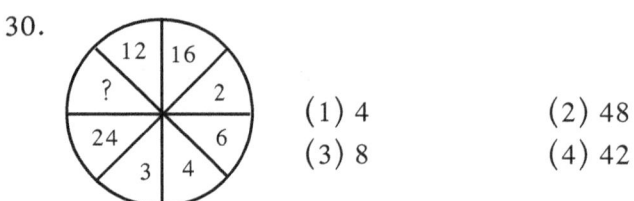

(1) 4   (2) 48

(3) 8   (4) 42

स्पष्टीकरण : (3) समोरासमोरील अंकांचा गुणाकार 48 आहे. जसे 24 × 2 = 48, 16 × 3 = 48 तसे 6 × 8 = 48. म्हणून 6 च्या समोर 8 घेणे.

सरावासाठी प्रश्न

31. 240, 120, 40, 10, 2, ?

    (1) 1   (2) 1/3   (3) 0   (4) 3

32. 145, 256, 367, 478, ?

    (1) 522   (2) 569   (3) 579   (4) 589

33. 169, 256, 361, ?, 625

    (1) 484   (2) 441   (3) 400   (4) 529

34. 729, 144, 343, 196, 125, ?

    (1) 256   (2) 81   (3) 361   (4) 64

35. 286293, 862932, 62938,?, 932862

    (1) 293286   (2) 932286   (3) 322862   (4) वेगळे उत्तर

36. 8, 73, 586, 4105, 20529, ?

    (1) 502016   (2) 016250   (3) 201650   (4) 123175

37. 39, 76, 111,?

    (1) 121   (2) 133   (3) 144   (4) 151

38. 4, 9, 13, 22, 35, 57, 9A - यात A च्या जागी कोणता अंक येईल?

    (1) 2   (2) 4   (3) 5   (4) 8

39. 24, 83, 26, 76, 29, 70, 33, 65, 38, 61, 44, ?

    (1) 51, 53   (2) 58, 51   (3) 53, 51   (4) 51, 58

40. ⟨337⟩ [58] ⟨504⟩ , ⟨242⟩ [46] ⟨287⟩ , ⟨485⟩ [?] ⟨244⟩

    (1) 53   (2) 57   (3) 54   (4) 60

41. 926 : 269 : : 625 : ?

    (1) 562   (2) 652   (3) 624   (4) 256

42. 987 : 24 :: 486 : ?

    (1) 16   (2) 18   (3) 20   (4) 22

43. 563, 536, 507, 476, 443, ?
    (1) 404   (2) 408   (3) 400   (4) 418

44. 163, 190, 219, 250, ?
    (1) 293   (2) 283   (3) 289   (4) 295

45. 230, 227, 223, 217, 208, 195, ?
    (1) 178   (2) 176   (3) 177   (4) 175

46. 22, 20, ?, 200, 2002, 2000, 20002
    (1) 200   (2) 202   (3) 222   (4) 220

47. 930, 702, 506, 342, 210, ?
    (1) 160   (2) 142   (3) 120   (4) 110

48. 98475628, 847562, 4756, ?
    (1) 75   (2) 47   (3) 56   (4) 46

49. 225, 221, 205, 169, ?
    (1) 103   (2) 105   (3) 109   (4) 104

50. 24.25, 25.50, 27.00, 28.75, 30.75, ?
    (1) 33   (2) 31   (3) 31.25   (4) 32.50

51. 101, 145, 197, ?
    (1) 250   (2) 257   (3) 261   (4) 265

52. 120, 120, 60, 20, 5, ?
    (1) 0   (2) 1   (3) 2   (4) 3

53.

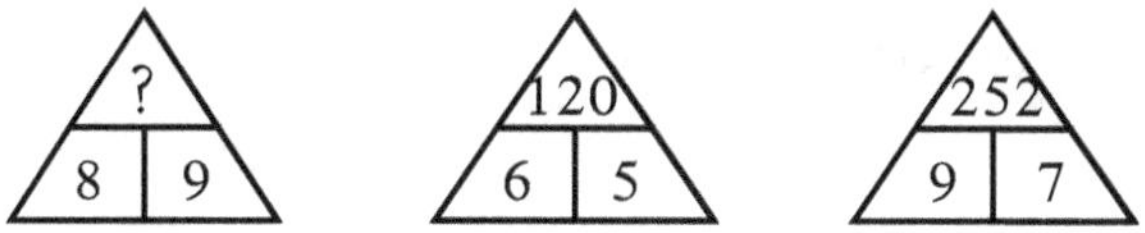

$$\triangle \begin{array}{c} ? \\ \hline 8 \mid 9 \end{array} \qquad \triangle \begin{array}{c} 120 \\ \hline 6 \mid 5 \end{array} \qquad \triangle \begin{array}{c} 252 \\ \hline 9 \mid 7 \end{array}$$

    (1) 69   (2) 81   (3) 108   (4) 288

54. 3, 4, 7, 8, 12, 16, 18, ?, ?
    (1) 24, 31   (2) 20, 32   (3) 25, 32   (4) 34, 36

55. 312, 424, 536, ?, 760
    (1) 642   (2) 748   (3) 656   (4) 648

56. 32, 37, 46, 59, 76, ?
    (1) 92   (2) 94   (3) 97   (4) 99

57. 17, 289, 272 : 13, 169, ?
    (1) 157   (2) 132   (3) 156   (4) 162

58.

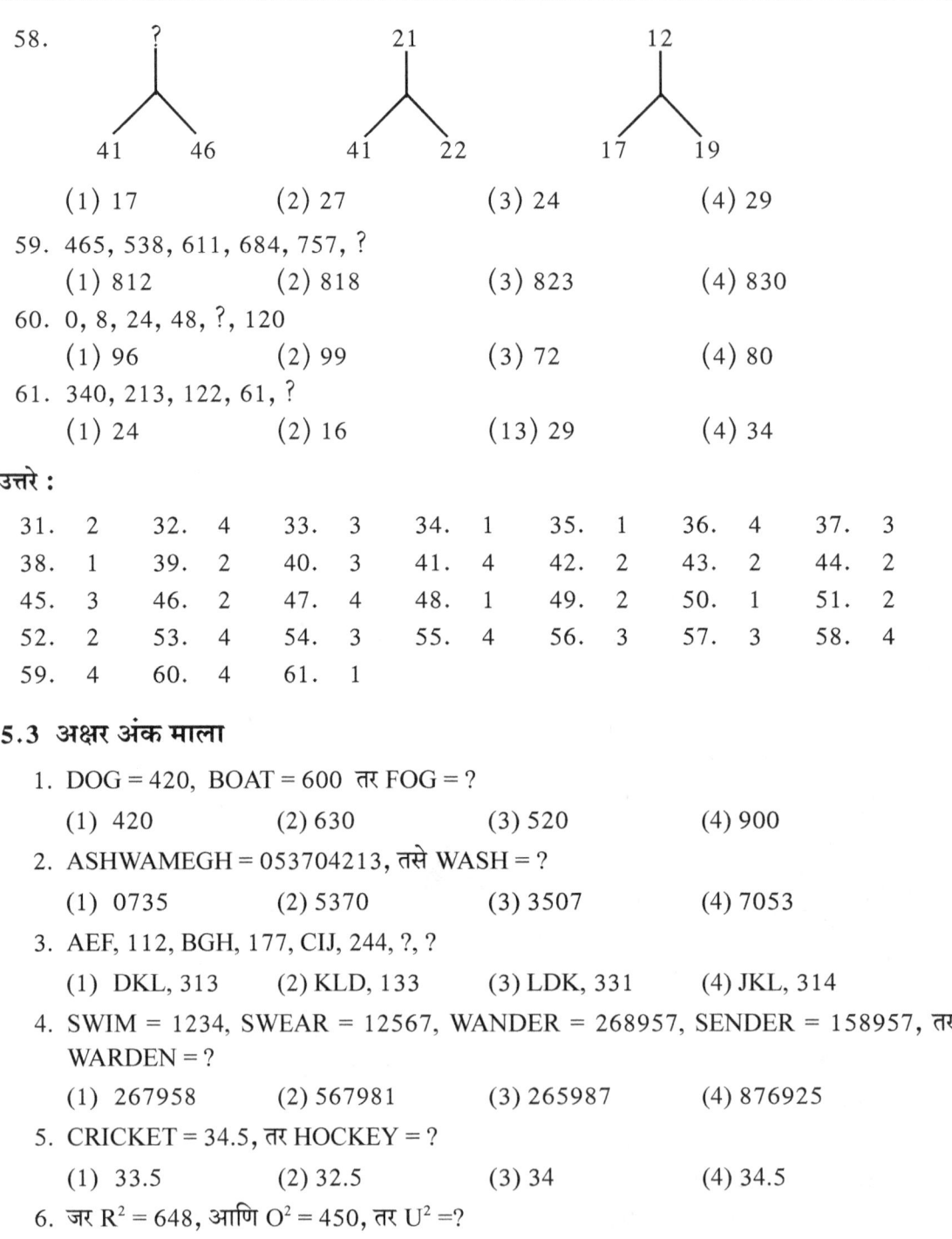

(1) 17   (2) 27   (3) 24   (4) 29

59. 465, 538, 611, 684, 757, ?

(1) 812   (2) 818   (3) 823   (4) 830

60. 0, 8, 24, 48, ?, 120

(1) 96   (2) 99   (3) 72   (4) 80

61. 340, 213, 122, 61, ?

(1) 24   (2) 16   (13) 29   (4) 34

उत्तरे :

31.	2	32.	4	33.	3	34.	1	35.	1	36.	4	37.	3
38.	1	39.	2	40.	3	41.	4	42.	2	43.	2	44.	2
45.	3	46.	2	47.	4	48.	1	49.	2	50.	1	51.	2
52.	2	53.	4	54.	3	55.	4	56.	3	57.	3	58.	4
59.	4	60.	4	61.	1										

5.3 अक्षर अंक माला

1. DOG = 420, BOAT = 600 तर FOG = ?

(1) 420   (2) 630   (3) 520   (4) 900

2. ASHWAMEGH = 053704213, तसे WASH = ?

(1) 0735   (2) 5370   (3) 3507   (4) 7053

3. AEF, 112, BGH, 177, CIJ, 244, ?, ?

(1) DKL, 313   (2) KLD, 133   (3) LDK, 331   (4) JKL, 314

4. SWIM = 1234, SWEAR = 12567, WANDER = 268957, SENDER = 158957, तर WARDEN = ?

(1) 267958   (2) 567981   (3) 265987   (4) 876925

5. CRICKET = 34.5, तर HOCKEY = ?

(1) 33.5   (2) 32.5   (3) 34   (4) 34.5

6. जर $R^2 = 648$, आणि $O^2 = 450$, तर $U^2 = ?$

(1) 662   (2) 882   (3) 750   (4) 840

7. EAST = 7043, WEST = 7748, NORTH = 32625, SOUTH = 42455, ROSE = ?

(1) 6248   (2) 6244   (3) 2475   (4) 6247

8. 468 : 357 :: CEG : ?

   (1) DFG   (2) DFK   (3) BDF   (4) CFK

9. 29 VX : 60 ZA :: ? : 64 HN

   (1) 13 KD   (2) 31 DK   (3) 23MN   (4) 16 IM

10. BICYCLE = C3DZDM2 तर LABOUR = ?

    (1) M1C4VS   (2) MBCP5S   (3) M13C45   (4)M1C45S

स्पष्टीकरणे :

1. (2) त्या त्या अक्षरक्रमांकांचा गुणाकार जसे 4 × 15 × 7 = 420, तसे 6 × 15 × 7 = 630

2. (4) अक्षरांना ते ते दिलेले क्रमांक घेणे.

3. (1) पहिली अक्षरे ABCD, दुसरी अक्षरे EGIK, तिसरी अक्षरे FHJL तर संख्यांत अनुक्रमे 65, 67, 69 मिळविणे.

4. (1) अक्षरे व त्यासाठी वापरलेले अंक पहावेत.

5. (1) वर्णाक्षरांच्या क्रमांकांसाठी बेरीज ÷ 2

6. (2) वर्णाक्षराच्या क्रमांकाचा वर्ग × 2

7. (4) त्या त्या अक्षरांना दिलेले क्रमांक घेणे. उदा. E = 7, A = 0, S = 4, T = 3

8. (3) मागील एकेक अंक = घेतले आहेत. तशीच मागील एकेक अक्षरे घेणे.

9. (2) 60-2 = 58 ÷ 2 = 29, 64-2 = 62 ÷ 2 = 31 अणि V (WXY सोडून Z आणि X (YZ सोडून) A आणि म्हणून D (EFG सोडून). H K (LM सोडून) N

10. (4) वर्णमालेतील पुढचा वर्ण घेऊन स्वर A, E, I, O, U यांना अनुक्रमे 1, 2, 3, 4, 5 असे क्रमांक दिलेले आहेत.

सरावासाठी प्रश्न

11. F × J : 3 × 5 :: TX X : ?

    (1) 3 × 5   (2) 6 × 10   (3) 10 × 12   (4) 20 × 24

12. UNG : 14 तसे RKD:?

    (1) 11   (2) 12   (3) 13   (4) 15

13. SPIRIT = 12345, TREAT = 54675, SPEED = 12668, WASP = 9712 तर, SPREAD = ?

    (1) 124576   (2) 127856   (3) 128457   (4) 124678

4. SOLIDARITY = 8754910423, UNITY = 76423, तर UNITARY = ?

    (1) 7620139   (2) 7642103   (3) 7642102   (4) 3012467

15. BEAT चा गुणाकार 200 आहे, तर BOAT चा गुणाकार = ?

    (1) 300   (2) 360   (3) 450   (4) 600

16. BOOK = 2998, DOT = 495, INK = 378, तर NOT = ?

    (1) 795   (2) 778   (3) 735   (4)798

17. $\dfrac{D}{2}$, $\dfrac{F}{7}$, $\dfrac{H}{16}$, $\dfrac{?}{?}$

    (1) $\dfrac{J}{64}$ (2) $\dfrac{I}{64}$ (3) $\dfrac{J}{80}$ (4) $\dfrac{K}{32}$

18. 3A2 = 11, 9A3 = 84, तसे 11AS =?

    (1) 126   (2) 129   (3) 133   (4) 142

19. RATION = S1U340 तसे SUGAR = ?

    (1) T5H2S   (2) T4H1S   (3) T5H1S   (4) T3H2S

20. 6719 = 9671 तसे BSMN = ?

    (1) NBMS   (2) NBSS   (3) MBBS   (4) NBSM

21. 5ab, 7cd, 10ef, 14 gh, ?

    (1) 21ij   (2) 21pq   (3) 19ij   (4) 22 im

उत्तरे :

11. (3) 12. (1) 13. (4) 14. 2. 15. (4) 16. (1) 17. (1)
18. (1) 19. (3) 20 (4) 2(1) 3

विसंगत घटक ओळखा (Odd Man Out)

5.4 विसंगत अंकमाला

1. 25, 16, 64, 80

    (1) 80   (2) 16   (3) 64   (4) 25

2. 81, 64, 25, 16

    (1) 25   (2) 64   (3) 16   (4) 81

3. 57, 47, 37, 23

    (1) 23   (2) 37   (3) 47   (4) 57

4. 579, 398, 885, 876

    (1) 876   (2) 885   (3) 398   (4) 579

5. 1, 8, 27, 36, 125, 216

    (1) 36   (2) 27   (3) 216   (4) 125

6. 121, 144, 169, 342

    (1) 121   (2) 144   (3) 169   (4) 342

7. 532, 235, 523, 452

    (1) 235   (2) 523   (3) 452   (4) 532

8. 37, 42, 29, 31

    (1) 29   (2) 31   (3) 37   (4) 42

9. 27, 125, 217, 343

    (1) 343   (2) 217   (3) 125   (4) 27

10. 3, 10, 19, 31, 43, 58

    (1) 19   (2) 3   (3) 31   (4) 58

11. 98, 95, 86, 77, 68

    (1) 98   (2) 77   (3) 86   (4) 68

12. 393, 482, 199, 473

    (1) 199   (2) 393   (3) 473   (4) 482

13. 9112, 198, 594, 7103, 839

    (1) 198   (2) 594   (3) 7103   (4) 839

14. 5721, 7415, 7215, 2715

    (1) 2715   (2) 5721   (3) 7415   (4) 7215

15. 291, 227, 170, 363

    (1) 170   (2) 227   (3) 291   (4) 363

16. 8, 18, 32, 50, 70, 128

    (1) 128   (2) 70   (3) 50   (4) 32

17. 986, 875, 764, 653, 542, 430

    (1) 430   (2) 653   (3) 764   (4) 542

स्पष्टीकरण :

1. (1) इतर तीन 4, 8, 5 चे वर्ग, 80 हा वर्ग नाही.

2. (2) इतर तीन 5, 4, 9 चे वर्ग, 64 हा 8 चा वर्ग व 4 चा घन आहे.

3. (4) इतर तीन मूळ संख्या, 57 ला 3 व 19 ने भाग जातो.

4. (3) इतर तीन संख्यांची बेरीज 21 येते. मात्र 398 ची बेरीज 20 येते.

5. (1) इतर तीन घन, 36 हा 6 चा वर्ग

6. (4) इतर तीन संख्या 11, 12, 13 चे वर्ग

7. (3) इतर तीन संख्या 5, 3, 2 ने बनलेल्या; म्हणून बेरीज 10 आहे.

8. (4) इतर तीन मूळ संख्या.

9. (2) इतर तीन घन संख्या आहेत.

10. (3) दोन संख्यांमधील अंतर 7, 9, 11 असे वाढते आहे. म्हणून 19 + 11 = 30 हवे, 31 नव्हे.

11. (1) 7 + 7 = 14, 8 + 6 = 14, 6 + 8 = 14 मात्र, पण 9 + 8 = 17

12. (3) पहिल्या व तिसऱ्या संख्यांचा गुणाकार म्हणजे मधली संख्या, मात्र 4 × 3 = 7 नाही.

13. (4) पहिल्या व दुसऱ्या संख्यांची बेरीज म्हणजे मधली संख्या, पण 8 + 9 = 3 नाही.

14. (3) इतर तीन संख्या 2, 7, 15 पासून बनलेल्या आहेत.

15. (1) इतर तीन संख्या 15, 17, 19 चे वर्ग + 2, 13 चा वर्ग + 2 = 171, 170 नव्हे.

16. (2) 70 वगळता बाकी सर्व संख्यांचे वर्ग करून वर्गांची दुप्पट आहे.

17. (1) नजीकच्या संख्यांतील फरक 111 आहे. मात्र 542 − 430 फरक 112 आहे.

सरावासाठी प्रश्न

18. 240, 48, 12, 4, 2, 0

   (1) 2   (2) 12   (3) 0   (4) 48

19. 5, 24, 61, 122, 213, 342

   (1) 5   (2) 122   (3) 213   (4) 342

20. 8, 16, 24, 28, 40, 48

   (1) 28   (2) 24   (3) 40   (4) 48

21. 71, 11, 61, 91, 31, 41

   (1) 11   (2) 41   (3) 31   (4) 91

22. 5255, 9819, 111, 363, 7497, 242

   (1) 363   (2) 111   (3) 7497   (4) 242

23. -1, 2, 6, 12, 20, 30

   (1) 2   (2) 12   (3) -1   (4) 30

24. 2, 24, 6, 1, 120, 240

   (1) 240   (2) 24   (3) 6   (4) 1

25. $\dfrac{24}{30}$, $\dfrac{15}{25}$, $\dfrac{21}{35}$, $\dfrac{27}{45}$, $\dfrac{9}{15}$

   (1) $\dfrac{24}{30}$ (2) $\dfrac{21}{35}$ (3) $\dfrac{9}{15}$ (4) $\dfrac{27}{45}$

26. (1) 972   (2) 642   (3) 523   (4) 843

27. (1) 222   (2) 6366   (3) 5255   (4) 7497

28. 37, 75, 111, 148, 185

   (1) 185   (2) 37   (3) 75   (4) 111

29. (1) 23-31   (2) 24-28   (4) 11-19   (4) 13-17

30. 80, 16, 4, $\dfrac{4}{3}$, $\dfrac{2}{4}$, $\dfrac{2}{3}$

   (1) 16   (2) $\dfrac{4}{3}$ (3) $\dfrac{2}{4}$ (4) $\dfrac{2}{3}$

उत्तरे :

18. (3)   19. (4)   20. 1.   21. (4)   22. (1)   23. (3)   24. (1)

25. (1)   26. (4)   27. (1)   28. (3)   29. (2)   30. (3)

5.5 विसंगत अक्षरमाला

1. (1) ACB (2) PQR (3) VXW (4) GIH
2. (1) ABDC (2) PQSR (3) IJKL (4) TUWV
3. (1) LYZM (2) JWXK (3) HUIV (4) FSTG
4. (1) JKLJ (2) KMLK (3) LMNL (4) MNOM
5. (1) ACE (2) RTU (3) MOQ (4) WYA
6. (1) In (2) On (3) At (4) No
7. (1) ABc (2) BCd (3) Eth (4) CDe
8. (1) AbcdE (2) IfghO (3) ApqrL (4) EwxyO
9. (1) BDGK (2) QSVZ (3) ACFK (4) XZCG
10. (1) abio (2) maeo (3) caeu (4) dakc
11. (1) KLMN (2) ACXV (3) UWDB (4) FHSP
12. (1) ABATE (2) CREATE (3) CHEAT (4) REPEAT
13. (1) F + K = 17 (2) S + L=31, (3) J + K = 20 (4) J + R = 28
14. (1) DFHGE (2) HJMKI (3) SUWVT (4) LNPOM
15. ACE-F-GIK-L-MNQ-R-SUW
    (1) ACE (2) GIK (3) MNQ (4) SUW
16. (1) Gtrl (2) FutG (3) KpmM (4) BywD
17. (1) NOp (2) JIH (3) VUT (4) DCB
18. (1) DFHGE (2) HJMKI (3) SUWVT (4) LNPOM
19. (1) RaDhIkA (2) GoPaLa (3) DIpIKA (4) HaRsHaL
20. (1) ADEF (2) AABC (3) AADE (4) ACAD

स्पष्टीकरण :

1. (2) फक्त PQR क्रमाने आहेत. इतर तीन गट 132 या क्रमाने आहेत.
2. (3) फक्त IJKL क्रमाने आहेत. इतर तीन गट 1, 2, 4, 3 या क्रमाने आहेत.
3. (3) पहिले व चौथे आणि दुसरे व तिसरे अक्षर क्रमाने आहेत. अपवाद 3 : HUIV
4. (2) पहिले व चौथे अक्षर एकच, दुसरे व तिसरे पुढीलअक्षरे क्रमाने, अपवाद 2 : KMLK
5. (2) एकेक अक्षरे सोडून पुढचे अक्षर, अपवाद 2 RTU ऐवजी RTV हवे
6. (4) 1 ते 3 Prepositions आहेत.
7. (3) इतरात 2 अक्षरे कॅपिटल आहेत.
8. (3) इतर तीन गटात सुरुवात व शेवट स्वराने झालाय.
9. (3) इतर तीन गटातील अक्षरात 1, 2, 3, चे गॅप्स, मात्र ACFK मध्ये 1, 2, 4 चा गॅप
10. (4) इतर तीन गटात 3-3 स्वर आहेत. मात्र dakc मध्ये फक्त a हा एकच स्वर
11. (1) इतर तीन गटातील अक्षरे सलग नाहीत. फक्त KLMN हीच सलग अक्षरे आहेत.

12. (3) इतर तीन गटात 3-3 स्वर, CHEAT मध्ये फक्त 2 च स्वर आहेत.
13. (3) इतर तीन गट त्या त्या अक्षर क्रमांकांची बेरीज, मात्र J (10) + K (11) = 21 हवे, 20 नाही.
14. (2) इतर तीन गटात 1, 3, 5, 4, 2 या क्रमाने अक्षरे, मात्र HJMKI मध्ये 1, 3, 6, 4, 2 हा क्रम
15. (3) इतर तीन गटात 1-1 चा फरक, मात्र MNQ मध्ये हा क्रम नाही.
16. (3) दोन वर्णगटातील अंतर 2 आणि 4 आहे. याप्रमाणे अंतर AB (cd) EF (gh), IJ(Kl). IJ व JK मध्ये नाही. JK (lmno) PQ (rstu) WX
17. (2) इतर तिन्ही गटात उलट्या क्रमाने अक्षरे आली आहेत.
18. (2) इतर तीन गट 1, 3, 5, 4, 2 या क्रमाने आलेले आहेत.
19. (3) इतर तीन शब्दात एकाआड एकेक कॅपिटल व स्मॉल अक्षरे आली आहेत.
20. (1) इतर तिन्ही गटात A दोनदा आला आहे.

सरावासाठी प्रश्न

21. (1) ZXVT   (2) XVTR   (3) VTRP   (4) TRPN   (5) TPRL
    (1) TPRL   (2) TRPN   (3) ZXVT   (4) VTRP
22. (1) REAP   (2) PEAR   (3) TEAR   (4) TORG
23. (1) MMKY   (2) LLXJ   (3) KKWI   (4) JJVH
24. (1) AAAZ   (2) EEEV   (3) GGGS   (4) IIIR
25. (1) YXWV   (2) TSRQ   (3) HGFD   (4) MLKJ
26. AB, EF, IJ, JK, PQ, WX
    (1) EF   (2) PQ   (3) JK   (4) IJ
27. YWU, SQO, MKI, GCE
    (1) YWU   (2) SQO   (3) MKI   (4) GCE

उत्तरे :
21. (1)   22. (4)   23. (1)   24. (3)   25. (2)   26. (3)   27. (4)

5.6 शब्दार्थानुसार विसंगतमाला

1. (1) चित्रपट   (2) रेडिओ   (3) संगणक   (4) वृत्तपत्र
2. (1) बारामती   (2) सोलापूर   (3) अहमदनगर   (4) कोल्हापूर
3. (1) मुंबई   (2) श्रीनगर   (3) नागपूर   (4) भोपाळ
4. (1) श्रीलंका   (2) भूतान   (3) बांगला देश   (4) जपान
5. (1) ठाणे   (2) रायगड   (3) नाशिक   (4) रत्नागिरी
6. (1) चीन-युआन   (2) अमेरिका-डॉलर   (3) भारत-रुपया   (4) बांगला देश - रुपी
7. (1) जॉन लॉगी बेअर्ड-संगणक   (2) मॅकमिलन-सायकल
    (3) आर. डिझेल-डिझेल इंजिन   (4) राईट बंधू-विमाने
8. (1) म्हैस   (2) बैल   (3) घोडी   (4) गाय

9. (1) डॉ. राजेंद्र प्रसाद (2) इंदिरा गांधी (3) लाल बहादूर शास्त्री (4) पं. जवाहरलाल नेहरु
10. (1) 10 डिसेंबर - मानवी हक्कदिन (2) 12 जुलै - जागतिक लोकसंख्या दिन
    (3) 5 सप्टेंबर - शिक्षक दिन (4) 8 मार्च - महिला दिन

स्पष्टीकरण :

1. (2) रेडिओ (श्राव्य माध्यम), इतर तीन दृश्य माध्यमे
2. (1) बारामती (तालुका), इतर तीन जिल्हे
3. (3) नागपूर शहर, इतर तीन राजधानींची शहरे
4. (4) जपान वगळता इतर तीन राष्ट्रे सार्कची सदस्यराष्ट्रे आहेत.
5. (3) नाशिक वगळता इतर तीन कोकणातील जिल्हे आहेत.
6. (4) बांगला देशात 'टका' हे चलन आहे.
7. (1) जॉन लॉगी बेअर्डने टी.व्ही.चा शोध लावला. संगणकाचा नव्हे.
8. (2) बैल फक्त पुल्लिंग इतर तीन मादीवर्गीय जनावरे आहेत.
9. (1) डॉ. राजेंद्र प्रसाद भारताचे राष्ट्रपती होते. तर इतर तिघेही भारताचे पंतप्रधान होते.
10. (2) जागतिक लोकसंख्या दिन 11 जुलैला असतो, 12 जुलैला नाही.

सरावासाठी काही प्रश्न :

11. (1) मे (2) एप्रिल (3) डिसेंबर (4) ऑगस्ट
12. (1) विमान (2) मोटार सायकल (3) रेल्वे (4) सायकल
13. (1) कान (2) पोट (3) डोळे (4) हात
14. (1) तिखट (2) बोथट (3) गोड (4) कडू
15. (1) वर्धा (2) चंद्रपूर (3) औरंगाबाद (4) अमरावती
16. (1) बांगला देश (2) मालदिव (3) नेपाळ (4) उत्तर अमेरिका
17. (1) हरगोविंद खुराना (2) वि. वा. शिरवाडकर
    (3) चंद्रशेखर आझाद (4) सी. व्ही. रमण
18. (1) हिटर (2) मिक्सर (3) गिझर (4) शॉवर
19. (1) रायगड (2) अलीगड (3) राजगड (4) सिंहगड
20. (1) मंगळ (2) चंद्र (3) पृथ्वी (4) शनि
21. (1) सोने (2) पारा (3) चांदी (4) जस्त
22. (1) तवा-लोखंड (2) कागद-पेन्सिल (3) रांजण-माती (4) खुर्ची-लाकूड
23. (1) गारुडी (2) दरवेशी (3) मदारी (4) जादूगार
24. (1) कडकडाट (2) घमघमाट (3) खडखडाट (4) खणखणाट
25. (1) ग्रह (2) सदन (3) भुवन (4) आलय
26. (1) अंथरुण-उशी (2) पैसा-अडका (3) भाजीपाला (4) धनधान्य
27. (1) हिमालय (2) सह्याद्री (3) मानस (4) निलगिरी
28. (1) तरु (2) रुक्ष (3) पादप (4) द्रुम

29. (1) इराण-रशिया   (2) कॅनबेरा-ऑस्ट्रेलिया
    (3) नॉर्वे-युरोप   (4) अल्जेरिया-आफ्रिका
30. (1) रेडिअम   (2) थोरिअम   (3) सोडिअम   (4) पोलोनिअम
31. (1) जीवरा   (2) कपंज   (3) जबुअं   (4) बअंर
32. (1) शिळा   (2) डोळा   (3) टिळा   (4) गोळा
33. (1) सौम्य-तीव्र (2) हार-जीत (3) राव-रंक (4) भूप-नृप
34. (1) बासरी   (2) सतार   (3) सारंगी   (4) वीणा
35. (1) इंदू   (2) सिंधू   (3) शशी   (4) सोम
36. (1) घरदार   (2) देणेघेणे   (3) तारकमारक (4) आतबाहेर
37. (1) पथ   (2) मार्ग   (3) कड   (4) रस्ता
38. (1) सुलभ-सोपे (2) थंड-उष्ण (3) आत्ता-पूर्वी (4) रोख-उधार
39. (1) समीर   (2) अनिल   (3) अनल   (4) पवन
40. (1) हिरवा   (2) केशरी   (3) पांढरा   (4) काळा
41. (1) कनक   (2) कुंतल   (3) हेम   (4) हिरण्य
42. (1) काका-काकी (2) भाऊ-बहीण (3) आई-वडील (4) मामा-भाची
43. (1) अथर्ववेद (2) सामवेद   (3) आयुर्वेद (4) ऋग्वेद
44. (1) कृष्णा   (2) कावेरी   (3) गोदावरी   (4) तापी
45. (1) आत्महत्या (2) हत्या   (3) खून   (4) अपहरण
46. (1) चालणे   (2) पोहणे   (3) धावणे   (4) बोलणे
47. (1) चॅलेंजर   (2) आर्यभट्ट   (3) इन्सॅट   (4) ब्राह्मोस
48. (1) सदन   (2) राजमहाल   (3) झोपडी   (4) विद्यालय
49. (1) दैनिक   (2) साप्ताहिक (3) नाटक   (4) त्रैमासिक
50. (1) हो-हँगहो (2) मिसिसिपी   (3) लॅब्राडोर (4) थेम्स

उत्तरे

11.	(2)	12.	(1)	13.	(2)	14.	(2)	15.	(3)	16.	(4)	17.	(2)
18.	(4)	19.	(2)	20.	(2)	21.	(2)	22.	(2)	23.	(2)	24.	(2)
25.	(1)	26.	(1)	27.	(3)	28.	(2)	29.	(2)	30.	(3)	31.	(4)
32.	(1)	33.	(4)	34.	(1)	35.	(2)	36.	(1)	37.	(3)	38.	(1)
39.	(3)	40.	(4)	41.	(2)	42.	(4)	43.	(3)	44.	(4)	45.	(4)
46.	(4)	47.	(1)	48.	(4)	49.	(3)	50.	(3)				

5.7 क्रमपूर्ती / श्रेणी

यापूर्वी ऊहापोह केल्याप्रमाणे क्रमपूर्ती / श्रेणी यामध्ये विचारले जाणारे प्रश्न सम / विषम संबंधातील प्रश्नांमध्येही विचारले जाऊ शकतात. यामध्येही शाब्दिक आणि अशाब्दिक म्हणजेच आकृत्यांवरील प्रश्न या प्रकारात येऊ शकतात. विशिष्ट क्रमाने येणारे शब्द, अंक, अक्षरे आकृत्या एक निश्चित आकृतीबंध घेऊन आलेल्या असतात. त्यात मध्ये राहिलेली अथवा पुढे येणारी अक्षरे, अंक, शब्द अथवा आकृती विद्यार्थ्यांनी शोधावयाची असतात.

1. a, d, h, m, ?
   (1) n   (2) p   (3) q   (4) s

2. AE, CG, HL, PT, ?
   (1) RV   (2) VR   (3) ST   (4) TU

3. $\dfrac{D}{U}, \dfrac{H}{V}, \dfrac{L}{W}, \dfrac{P}{X}, \dfrac{T}{Y}, \dfrac{?}{?}$

   (1) $\dfrac{Z}{X}$ (2) $\dfrac{Y}{W}$ (3) $\dfrac{W}{Y}$ (4) $\dfrac{X}{Z}$

4. $\dfrac{B}{Y}, \dfrac{F}{U}, \dfrac{J}{Q}, \dfrac{?}{?}$

   (1) $\dfrac{M}{N}$ (2) $\dfrac{N}{M}$ (3) $\dfrac{O}{P}$ (4) $\dfrac{P}{O}$

5.

E	H	K	N	?
7	10	13	16	?

   (1) $\dfrac{O}{15}$ (2) $\dfrac{Q}{19}$ (3) $\dfrac{T}{20}$ (4) $\dfrac{Z}{26}$

6. जर A, F शी संबंधित असेल तर, P कशाशी संबंधित असेल?
   (1) U   (2) T   (3) V   (4) W

7. पूर्ण करा. CEFDGIJHKMNL.....
   (1) RQOP   (2) PQRO   (3) OQRP   (4) QORP

8. al, cn, ep, ?, it, kv
   (1) gr   (2) rg   (3) qr   (4) pr

9. (1) ↑↑↓   (2) ↑↑↓   (3) ? ↑↓   (4) ↑?↓
   (1) ↑↓   (2) ↓↑   (3) ↓↓   (4) ↑↑

10.

A	Y	B	X
V	D	W	C
E	U	F	T
?	H	S	G

   (1) Z   (2) R   (3) I   (4) J

स्पष्टीकरण :

1. (4) S; गॅप 2, 3, 4, 5, ने वाढत जाणारा आहे.

2. (1) RV; A + 1 = C , C + 4 = H, H + 8 = P, P + 1 = R
   तसेच पुढील अक्षरांचे गॅप E + 1 = G , G + 4 = L, L + 8 = T, T + 1 = V

3. (4) $\dfrac{X}{Z}$. D, H, L, P, T चे क्रमांक 4, 8, 12, 16, 20 पुढे 24 म्हणजेच <u>X</u> , आणि U V W X Y चे पुढील अक्षर <u>Z</u>

4. (2) $\dfrac{N}{M}$, वरील अक्षरे 3-3 च्या गॅपने पुढे व खालील अक्षरे 3-3 च्या गॅपने मागे चालली आहेत.

5. (2) $\dfrac{Q}{19}$, वरील अक्षरे 2 च्या फरकाने पुढे व खालील अंक 3 च्या फरकाने पुढे पुढे सरकत आहेत.

6. (1) U, A व F च्या मध्ये 4 चा गॅप, तसे P च्या पुढे 4 च्या गॅपनंतर U आहे.

7. (3) OQRP, 4-4 अक्षरांचे संच याप्रमाणे 3, 5, 6, 4 / 7, 9, 10, 8 / 11,13,14,12 म्हणून 15, 17, 18, 16

8. (1) एकेकच्या गॅपने दोन ग्रुप (1) a, c, e, <u>g</u>, i, k,   (2) l, n, p, <u>r</u>, t, v दोन्हीतील 1-1 अक्षराचे ग्रुप

9. (4) ↑↑↓ अशी मालिका आहे.

10. (2) R. वरून मालिका A, B, C, D, E, F, G, H, तर खालून <u>R</u>, S, T, U, V, W, X, Y

◇ ◇ ◇

11. HE, ID, JC, KB, ?
    (1) VR   (2) ST   (3) LA   (4) RV

12. Gi - t, wi - e, kni - e, - ace.
    (1) t   (2) f   (3) K   (4) Y

13. Rando -, Har -, O - en , ad - it
    (1) W   (2) Y   (3) P   (4) m

14. S - mple, sm - rt, Te - cher, - rmy
    (1) i   (2) a   (3) o   (4) p

15. Vnoj, Sklg, Phid?
    (1) Mefa   (2) Nefa   (3) Gefa   (4) Qefa

16. Pitd, ?, Tmxh, Vozj
    (1) Kvfg   (2) Vfgh   (3) Rkvf   (4) Frkv

17. ABBA, EFFE, IJJI, MNNM, ?
    (1) QRRQ   (2) RQQR   (3) STTU   (4) VWWV

18. KPQR, IRST, GTUV, EVWX ?
    (1) ZYDX   (2) DXYZ   (3) CXWZ   (4) CXYZ

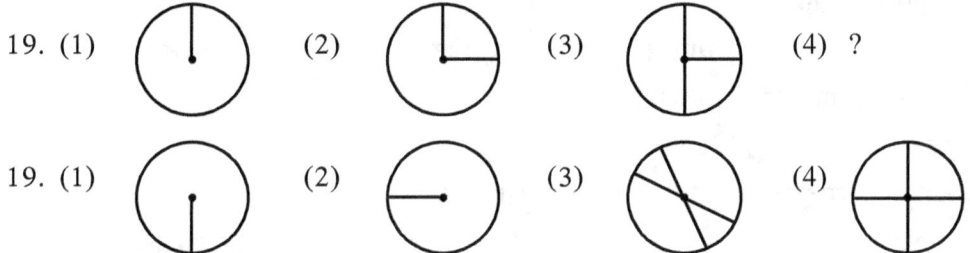

19. (1) (2) (3) (4) ?

19. (1) (2) (3) (4)

20. जानेवारी, मार्च, जून, ऑक्टोबर, ?
    (1) मार्च (2) डिसेंबर (3) नोव्हेंबर (4) जुलै

स्पष्टीकरणे

11. (3) LA, HIJKL = 8 ते 12 क्रमांक आणि EDCBA = 5 ते 1 क्रमांक
12. (2) F, Gift, Wife इ.
13. (4) m, Harm, omen इ.
14. (2) a, sample, Teacher इ.
15. (1) Mefa, पहिले अक्षर कॅपिटल, पुढे M + 2 = P, P + 2 = S, S + 2 = V या पद्धतीने सर्व अक्षरगट 2-2 च्या गॅपने मागे सरकत आहेत.
16. (3) Rkvf, पहिले अक्षर कॅपिटल. पुढे P + 1 = R + 1 = t = 1 = V याप्रमाणे एकेकच्या गॅपने सर्वच अक्षरे पुढे जात आहेत.
17. (1) QRRQ, गटात 1 व 4 अक्षर एकच, मध्ये पुढील अक्षराची द्विरुक्ती. पुढे मध्ये 2-2 च्या गॅपने संपूर्ण गट पुढे सरकतोय.
18. (4) CXYZ, पहिली अक्षरे उदा. C, E, G, I, K, H च्या गॅपने मागे चालली. आहेत. इतर तीनही गट 1-1 च्या गॅपने पुढे जात आहेत.
19. (4) एकेक रेघ घड्याळाच्या विरुद्ध दिशेने वाढत चाललीय; तेही बरोबर 90° च्या कोनात

20. मार्च - महिन्यातील अंतर 1, 2, 3, व 4 ने वाढत चालले आहे.

सरावासाठी प्रश्न

21. 0 - 1001 - 0011 - - 1 - 0011 -
    (1) 100010 (2) 001110 (3) 010001 (4) 110010
22. 43210 - 123 - - 321 - - 1234
    (1) 40040 (2) 04400 (3) 00040 (4) 40000
23. दैनिक, साप्ताहिक, ?, मासिक, वार्षिक
    (1) द्विवार्षिक (2) नियतकालिक (3) षण्मासिक (4) पाक्षिक

24. रेघ, समांतर रेषा, त्रिकोण?
    (1) वर्तुळ (2) चौकोन (3) बिंदू (4) आयत
25. वर्ष, महिना, ?, तास, मिनिट, सेकंद
    (1) साल (2) दिन (3) क्षण (4) प्रहर
26. कूपमंडूकवृत्ती, पमंडूकवृत्ती, ? , डूकवृत्ती, कवृत्ती, वृत्ती
    (1) वृत्तचिती (2) तीव्रता (3) वृत्तपत्र (4) मंडूकवृत्ती
27. 13, 25, 51, 101, 203,?
    (1) 405 (2) 408 (3) 411 (4) 413
28. 520, 350, 222, 130,?, 30
    (1) 64 (2) 68 (3) 75 (4) 83
29. 2, 5, 11, 22, 40, 67, 105, ?
    (1) 156 (2) 143 (3) 138 (4) 136
30. 9, 64, 25, 216, 49,?
    (1) 343 (2) 125 (3) 27 (4) 512

उत्तरे :

21. (4) 22. (2) 23. (4) 24. (2) 25. (2) 26. (4) 27. (1)
28. (2) 29. (1) 30. (4)

5.8 आकलन आणि सूचनापालन

आकलन म्हणजे समजणे, प्रश्नात दिलेल्या माहितीचे नीट आकलन होणे. प्राप्त माहितीच्या आधारे दिलेल्या सूचनांनुसार उत्तरे शोधणे म्हणजे सूचनापालन होय. या प्रश्नप्रकाराद्वारे परीक्षार्थीच्या ग्रहणशक्तीचा, आकलनाचा आणि दिलेल्या सूचनांच्या प्रतिपालनाचा आवाका तपासून पाहिला जातो. मानसिक क्षमता कसोट्यांवरील कोणत्याही प्रश्नप्रकाराचा यात समावेश होऊ शकतो; कारण कोणताही प्रश्न प्रथम नीट कळाला, त्याचे नीट आकलन झाले; तरच पुढील सूचनांचे पालन करता येणे शक्य आहे.

जर गुरुवारला रविवार म्हटले, शनिवारला सोमवार म्हटले, मंगळवारला बुधवार म्हटले आणि रविवारला शुक्रवार म्हटले तर

1. कॉलेजला सुटी कधी असेल ?
    (1) रविवार (2) शुक्रवार (3) बुधवार (4) मंगळवार
2. गुरु दत्तात्रेयाचा वार कोणता ?
    (1) गुरुवार (2) शनिवार (3) रविवार (4) शुक्रवार
3. देवीचा वार कोणता ?
    (1) शुक्रवार (2) मंगळवार (3) बुधवार (4) रविवार

जर सिंहाला शेळी म्हटले, शेळीला सिंह म्हटले, हत्तीला घोडा म्हटले, वाघाला गाय म्हटले आणि घोड्याला हत्ती म्हटले, तर

4. कोणत्या प्राण्याला आयाळ असते ?

(1) सिंह   (2) घोडा   (3) शेळी   (4) हत्ती

5. कोणत्या प्राण्याच्या दातांपासून विविध वस्तू बनवितात ?

(1) हत्ती   (2) घोडा   (3) शेळी   (4) गाय

6. कोणत्या प्राण्याचे शेपूट या सर्व प्राण्यात सर्वात लहान असते ?

(1) शेळी   (2) घोडा   (3) वाघ   (4) सिंह

7. कोणत्या प्राण्यावर अंबारी चढवितात ?

(1) हत्ती   (2) घोडा   (3) वाघ   (4) गाय

8. बेला शेंडे = सावनी रवींद्र म्हणून सुनीता विल्यम्स = ?

(1) कल्पना चावला   (2) इंदिरा हिंदुजा   (3) पी. टी. उषा   (4) लता मंगेशकर

9. राजन मोहनपेक्षा पाच दिवसांनी लहान आहे. मोहनचा जन्म तीन मार्च 2012 असेल तर राजनची जन्मतारीख किती ?

(1) 28 फेब्रुवारी 12   (2) 27 फेब्रुवारी 12   (3) 8 मार्च 12   (4) 7 मार्च 12

10. आज शुक्रवार आहे. गेल्या आठवड्यात मंगळवारी 25 मे ही तारीख होती. तर पुढील आठवड्यात शुक्रवारी कोणती तारीख असेल ?

(1) 28 मे   (2) 4 जून   (3) 11 जून   (4) 5 जून

11. इंग्रजी वर्णमालेतील 9, 13, 13, 5, 4, 9, 1, 20, 5, 12, 25 या क्रमांकाची अक्षरे घेऊन तयार होणाऱ्या अर्थपूर्ण शब्दातील पहिले, मधले व शेवटचे अक्षर कोणते ?

(1) YII   (2) IMY   (3) IDY   (4) IIY

12. Superfine मधील कोणते अक्षर इंग्रजी वर्णाक्षरातही त्याच क्रमांकावर येते?

(1) f   (2) s   (3) u   (4) e

स्पष्टीकरण :

1. (2) सुटी रविवारी असते. येथे रविवारला शुक्रवार म्हटले आहे.

2. (3) दत्तात्रेयाचा वार गुरुवार. येथे गुरुवारला रविवार म्हटले आहे.

3. (3) देवीचा वार मंगळवार, येथे मंगळवारला बुधवार म्हटले आहे.

4. (3) सिंहाला आयाळ असते. येथे शेळीला सिंह म्हटले आहे.

5. (2) हत्तीच्या दातांपासून विविध वस्तू बनवितात. येथे घोड्याला हत्ती म्हटले आहे.

6. (4) शेळीची शेपटी सर्वात लहान असते. येथे शेळीला सिंह म्हटले आहे.

7. (2) हत्तीवर अंबारी चढवितात. येथे हत्तीला घोडा म्हटले आहे.

8. (1) शेंडे, रवींद्र दोघी गायिका. तसे विल्यम्स, चावला दोघी अंतराळवीर.

9. (3) राजन लहान, म्हणजे त्याची जन्मतारीख 5 दिवस पुढे - म्हणून 3 मार्च + 5 मार्च = 8 मार्च ही राजनची जन्मतारीख

10. (3) गेल्या मंगळवारी 25 मे म्हणजे त्या आठवड्यात शुक्रवारी 28 मे, आज शुक्रवार 4 जून, पुढील शुक्रवार + 7 दिवस म्हणजे 11 जून

11. (4) अर्थपूर्ण शब्द IMMEDIATELY म्हणून IIY हे पहिले, मधले व शेवटचे अक्षर

12. (1) 'f' हे अक्षर या शब्दात आणि इंग्रजी वर्णमालेतही 6 व्या क्रमांकावर आहे.

आणखी काही प्रश्न

13. 8, 3, 4, 7, 8, 5, 2, 3, 8, 3, 6, 9, 8, 3, 2, 8, 1, 3 या अंकमालेत किती वेळा 8 नंतर 3 हा अंक आला आहे ?

    (1) 3   (2) 4   (3) 2   (4) 2

14. 11 ते 20 पर्यंतच्या सम संख्याची बेरीज आणि 31 ते 40 पर्यंतच्या समसंख्याच्या बेरजेमध्ये कितीचा फरक आहे?

    (1) 180   (2) 80   (3) 100   (4) 120

15. इंग्रजी वर्णमालेतील दुसऱ्या स्थानानंतर येणाऱ्या अक्षराच्या अगोदरचे तिसरे व्यंजन कोणते?

    (1) D   (2) C   (3) A   (4) B

16. बाळू, माधव आणि हरीच्या वयांची बेरीज 5 वर्षांपूर्वी 30 वर्षे होती. तर ती बेरीज आणखी 5 वर्षांनी किती वर्षे होईल ?

    (1) 30 years   (2) 45 years   (3) 50 years   (4) 60 years

17. 1 पासून 10 पर्यंतच्या सम संख्यांची बेरीज आणि विषम संख्यांची बेरीज यामध्ये कितीचा फरक असेल ?

    (1) 7   (2) 5   (3) 25   (4) 30

18. 6 ते 24 च्या दरम्यान असणाऱ्या मूळ संख्यांपैकी मधोमध असणाऱ्या दोन मूळ संख्यांची बेरीज काय होईल ?

    (1) 30   (2) 23   (3) 19   (4) 17

19. 4 व 3 चा गुणाकार आणि 50 ÷ 10 यांच्यातील फरक किती?

    (1) 12   (2) 5   (3) 7   (4) 10

20. 50 मधून कितीवेळा 5 वजा करता येतील ?

    (1) 9   (2) 8   (3) 7   (4) 10

स्पष्टीकरणे :

13. (1) तीन वेळा 8,3 अशी रचना आहे

14. (3) 32, 34, 36, 38, 40 = 180 आणि 12, 14, 16, 18, 20 = 80 म्हणून 180-80-100

15. (4) दुसऱ्या स्वरानंतरचे (E नंतर) अक्षर F त्यापूर्वीचे तिसरे व्यंजन B

16. (4) 5 वर्षांपूर्वी 30 वर्षे, आज + 15 = 45 वर्षे, आणखी 5 वर्षांनी 45 + 15 = 60 वर्षे

17. (2) 2, 4, 6, 8, 10 = 30 आणि 1, 3, 5, 7, 9 = 25. म्हणून 30 - 25 = 5

18. (1) मूळ संख्या 7, 11, <u>13</u>, <u>17</u>, 19, 23 यातील मधोमधील संख्या 13 + 17 = 30

19. (3) 50 ÷ 10 = 5 आणि 4 × 3 = 12, म्हणून 12-5 = 7

20. (4)

सरावासाठी काही उदाहरणे :

21. या मालिकेतील पुढील अंक कोणता ? 90, 116, 140, 162, ?

    (1) 182   (2) 180   (3) 178   (4) 176

22. दोन भावांच्या वयांचे गुणोत्तर 3 : 8 आहे, आणि त्यांच्या वयांची बेरीज 66 वर्षे आहे. तर लहान भावाचे वय किती ?

    (1) 48 years   (2) 11 years

    (3) 20 years   (4) 18 years

23. 5327, 89, 6425, 107, 6321 ?

    (1) 87   (2) 93   (3) 101   (4) 88

24. 9, 17, 33, 65, ?

    (1) 129   (2) 128   (3) 95   (4) 101

25. 170, 197, 226, 257, 290, ?

    (1) 298   (2) 320   (3) 325   (4) 360

26. 1, 2, 4, 4, 9, 6, 16, 8, ? ?

    (1) 18, 10   (2) 10, 25   (3) 10, 12   (4) 25, 10

27.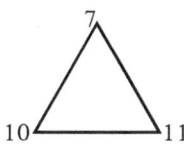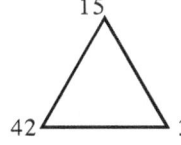

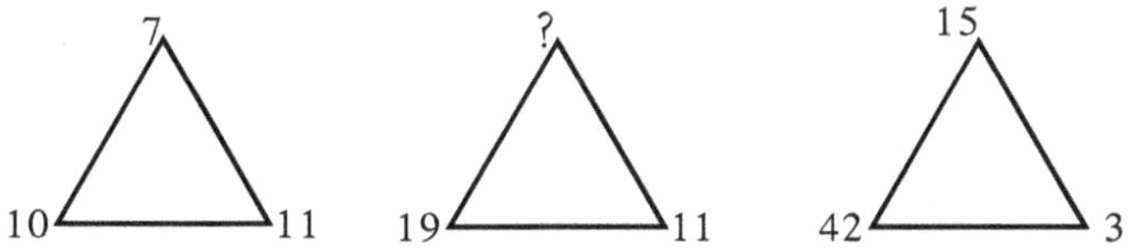

    (1) 10   (2) 3   (3) 9   (4) 4

28. $\frac{?}{27}$ आणि $\frac{3}{?}$ या दोन्हीत प्रश्नचिन्हाच्या जागी कोणता अंक लिहिल्यास त्यांच्या किंमतीत काहीही फरक पडणार नाही ?

    (1) 9   (2) 27   (3) 3   (4) 15

29.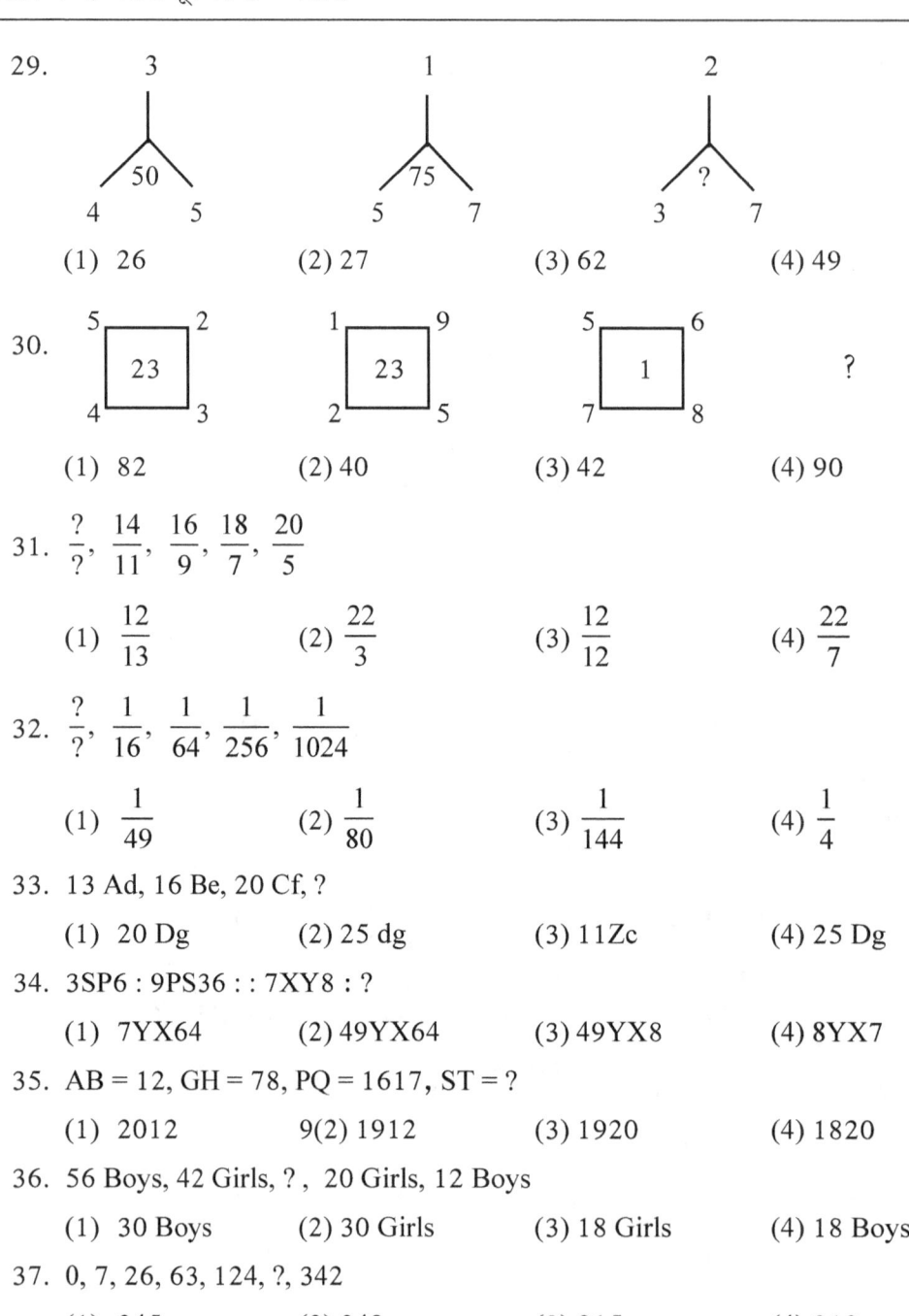

    (1) 26　　　　　(2) 27　　　　　(3) 62　　　　　(4) 49

30.

    (1) 82　　　　　(2) 40　　　　　(3) 42　　　　　(4) 90

31. $\dfrac{?}{?}, \dfrac{14}{11}, \dfrac{16}{9}, \dfrac{18}{7}, \dfrac{20}{5}$

    (1) $\dfrac{12}{13}$　　　　(2) $\dfrac{22}{3}$　　　　(3) $\dfrac{12}{12}$　　　　(4) $\dfrac{22}{7}$

32. $\dfrac{?}{?}, \dfrac{1}{16}, \dfrac{1}{64}, \dfrac{1}{256}, \dfrac{1}{1024}$

    (1) $\dfrac{1}{49}$　　　　(2) $\dfrac{1}{80}$　　　　(3) $\dfrac{1}{144}$　　　　(4) $\dfrac{1}{4}$

33. 13 Ad, 16 Be, 20 Cf, ?

    (1) 20 Dg　　　　(2) 25 dg　　　　(3) 11 Zc　　　　(4) 25 Dg

34. 3SP6 : 9PS36 : : 7XY8 : ?

    (1) 7YX64　　　　(2) 49YX64　　　　(3) 49YX8　　　　(4) 8YX7

35. AB = 12, GH = 78, PQ = 1617, ST = ?

    (1) 2012　　　　9(2) 1912　　　　(3) 1920　　　　(4) 1820

36. 56 Boys, 42 Girls, ? , 20 Girls, 12 Boys

    (1) 30 Boys　　　　(2) 30 Girls　　　　(3) 18 Girls　　　　(4) 18 Boys

37. 0, 7, 26, 63, 124, ?, 342

    (1) 245　　　　(2) 240　　　　(3) 215　　　　(4) 210

38. 6789 = + × - <, 5432 = ⊕∧ = •, = × < ∧ = ?

    (1) 7943　　　　(2) 4394　　　　(3) 9473　　　　(4) 3794

39.

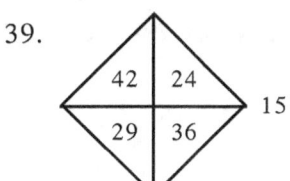

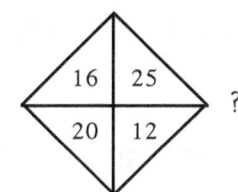

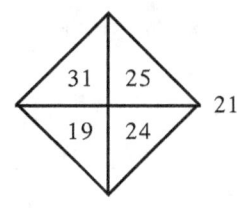

(1) 10 (2) 8 (3) 12 (4) 14

40. 72 = 17 म्हणून ? = 24

(1) 135 (2) 9 (3) 15 (4) 99

उत्तरे :

21.	1	22.	4	23.	2	24.	1	25.	3	26.	4	27.	1
28.	1	29.	3	30.	1	31.	1	32.	4	33.	4	34.	2
35.	3	35.	3	36.	1	37.	3	38.	4	39.	1	40.	1

5.9 सांकेतिक भाषा

1. एका सांकेतिक भाषेत तापु मापा म्हणजे सुंदर फूल, तापु हानु तानु म्हणजे सुंदर हुशार मुलगी; आणि हानु दानो म्हणजे हुशार मुलगा. तर त्या भाषेत मुलगी या अर्थाने कोणता शब्दसंकेत वापरला आहे ?

(1) हानु (2) तापु (3) मापा (4) तानु

2. एका सांकेतिक भाषेत राजीवलोचन म्हणजे 924761, तर त्याच भाषेत नचराजी साठी कोणता अंक येईल ?

(1) 9261 (2) 1692 (3) 6921 (4) 2169

3. एका सांकेतिक भाषेत वसन = 246, क्षपण = 891, हनन = 366 आणि श्रावण = 5 + 21 तर; त्याच भाषेत वाहन = ?

(1) 2316 (2) 632 (3) 2 + 36 (4) 236

4. एका सांकेतिक भाषेत सारेगमपधनि म्हणजे O।□△☆∨∧. तर त्याच भाषेत धनिगमरे म्हणजे काय ?

(1) ∨∧□△। (2) ∨□△।O (3) ∨△□।O (4) ∨O□△।

5. एका सांकेतिक भाषेत MUMBAI = 132131219, SATARA = 191201181, SOLAPUR = 1915121162118 तर त्याच भाषेत NASHIK = ?

(1) 141918917 (2) 141198917

(3) 149119817 (4)149118191

6. एका सांकेतिक भाषेत गाढव पाणी पिते म्हणजे ढागव णापी तिपे, तर त्याच भाषेत राघव चेंडू फेकतो कसे लिहिले जाईल ?

(1) घारव डेंचू केफतो. (2) वारघ डेंचू तेकफो. (3) घारव डेंचू केतोफ. (4) घारतू तेंफू केडतो.

7. एका सांकेतिक भाषेत 5321 म्हणजे मी वेळोवेळी भाषण केले. 46589 म्हणजे तो आणि मी वेळीच पोहोचलो, आणि 751011 म्हणजे त्याला मी भेटलो अगोदर; तर त्याच भाषेत 5 साठी कोणता शब्द आला आहे ?

(1) तो (2) म्हणजे (3) मी (4) अगोदर

8. एका सांकेतिक भाषेत ISLAND म्हणजे DNALSI. तर त्याच भाषेत COUNTRY शब्द कसा लिहावा लागेल ?

    (1) YRTUNOC   (2) YRTOCUN   (3) YRTCOUN   (4) YRTNUOC

9. एका सांकेतिक भाषेत LMN = 323334. तर त्याच भाषेत FGH म्हणजे काय?

    (1) 672228   (2) 262728   (3) 262827   (4) 272826

10. एका सांकेतिक भाषेत DOG म्हणजे 3146. तर त्याचभाषेत MILK म्हणजे काय ?

    (1) 1821110   (2) 1280111   (3) 1281011   (4) 1281110

11. एका सांकेतिक भाषेत Tik lak Po म्हणजे Sunil is smart; Lak Hip Yup म्हणजे Dog is barking आणि Hum Qi Po म्हणजे Sunil was absent; तर smart साठी कोणता संकेत वापरला आहे?

    (1) Hum   (2) Tik   (3) Po   (4) Lak

12. एका सांकेतिक भाषेत FOX म्हणजे GHPQYZ तर त्याच भाषेत BOAT म्हणजे काय?

    (1) CDPQBCUV   (2) CDQPBCUV   (3) CDQPCBUV   (4) CDPQBCVU

13. एका सांकेतिक भाषेत CENPNPQS म्हणजे DOOR; तर त्याच भाषेत FHNPNPCE म्हणजे काय ?

    (1) DOO   (2) GOO   (3) GOOD   (4) DOG

14. एका सांकेतिक भाषेत Ghost म्हणजे Aqpzn, Party म्हणजे Olmnx. तर त्याच भाषेत Pastry म्हणजे काय ?

    (1) Olznmx   (2) Ozlnmx   (3) Olzmnx   (4) Olzxnbm

15. एका सांकेतिक भाषेत DIVISION म्हणजे fKxKuKqP आहे. तर त्याच भाषेत DIRECT म्हणजे काय?

    (1) fKGtEv   (2) fKTgEV   (3) FKTgEv   (4) fKtGeV

16. एका सांकेतिक भाषेत TIGER = XMKIV. तर त्याचभाषेत WRITE म्हणजे काय?

    (1) AVMXI   (2) AvmxI   (3) AvMxI   (4) AVXMI

17. एका सांकेतिक भाषेत 5 × 3 = 7, 6 × 7 = 29, 8 × 3 = 13, तर त्याच भाषेत 3 × 11 = ?

    (1) 17   (2) 19   (3) 11   (4) 18

स्पष्टीकरण :

1. (4) तानु. तापु = सुंदर, हानु = हुशार, तर मुलगीसाठी 'तानु' चा वापर केला आहे.
2. (2) 1692 - क्रमाने त्या त्या अक्षरांना दिलेले क्रमांक घ्यावेत.
3. (3) 2 + 36 - त्या त्या अक्षराचे क्रमांक घ्यावेत.
4. (1) त्या त्या अक्षरांसाठी संबंधित क्रमांकांची चिन्हे घ्यावीत.
5. (2) 141198911 - इंग्रजी वर्णमालेतील त्या त्या अक्षरांचे क्रमांक घ्यावेत.
6. (1) घारव डेंचू केफतो. फक्त पहिल्या दोन अक्षरांचे स्थान बदलावे.
7. (3) मी - अंक व शब्द जुळविणे.
8. (4) YRTNUOC - तीच अक्षरे उलट्या क्रमाने लिहिणे.
9. (2) 262728 - इंग्रजी वर्णमालेतील त्या त्या अक्षराचा क्रमांक + 20
10. (4) 1281110 - इंग्रजी वर्णमालेतील त्या त्या अक्षराच्या क्रमांकाच्या आधीचा क्रमांक घेणे.
11. (2) TiK - Sunil साठी PO, is साठी Lak, Smart साठी Tik वापरले आहेत.

12. (1) CDPQBCUV, - F च्या पुढे GH, O च्या पुढे PQ, X च्या पुढे YZ; त्याप्रमाणे B-O-A-T या अक्षरांच्या पुढील दोन दोन अक्षरे घेणे.

13. GOOD - जसे D = CE च्या मध्ये O = NP च्या मध्ये; त्याप्रमाणे FH मधील G, NP मधील O आणि CE मधील D घेऊन GOOD तयार होते.

14. (1) Olznmx - त्या त्या अक्षरासाठी दिलेली अक्षरे वापरणे.

15. (4) fKtGeV - एकेक अक्षर सोडून पुढील अक्षरे घेणे. शिवाय एका आड एक अक्षरे स्मॉल व कॅपिटल लिहिणे.

16. (1) AVMXI - तीन तीन अक्षरांच्या पुढील अक्षर घेणे.

17. (2) 19 - जर 5 × 3 = 7 म्हणजे 5 × 3 = 15 - (5 + 3) = 7; त्याचप्रमाणे 3 × 11 = 33 - (3 + 11) = 19

सरावासाठी प्रश्न

18. L = O = 12 आणि F = U = 6, तसे J = ?

    (1) O   (2) P   (3) Q   (4) R

19. जर CAT म्हणजे XXIVXXVIVII, DOG म्हणजे XXIIIXIIXX; तर GOAT म्हणजे काय ?

    (1) XXXIIXVIVII   (2) XXIIXXVIVII   (3) XXXIIXXVIII   (4) XXXIIXXVIVII

20. जर MANGO = NBOHP; तर TIFFIN = ?

    (1) जर UJTTJO   (2) UGJJOP   (3) UJGIJO   (4) UJGGJO

21. जर AGD म्हणजे 063; तर BEH म्हणजे काय ?

    (1) 147   (2) 741   (3) 174   (4) 074

22. जर hand म्हणजे zxts, leg म्हणजे uqr, eye म्हणजे qbq आणि lip म्हणजे uvw; तर त्याच भाषेत head म्हणजे काय ?

    (1) zqxs   (2) zxqs   (3) zqsx   (4) zsqx

23. जर एका सांकेतिक भाषेत TEACHER हा शब्द TAECEHR असा लिहितात, तर त्याच भाषेत CRICKET हा शब्द कसा लिहाल?

    (1) CRICEKT   (2) CIRCEKT   (3) CIRECKT   (4) CIRCETK

24. एका सांकेतिक भाषेत जर BOAT म्हणजे 215120 आणि DEAR म्हणजे 45118, तर त्याच भाषेत TALK म्हणजे काय ?

    (1) 1120211   (2) 2011211   (3) 2021111   (4) 2011112

25. एका सांकेतिक गणितात 57 + 48 = 48, 95 + 12 = 34 आणि 68 + 89 = 62, तर त्याच भाषेत 99 + 35 = ?

    (1) 52   (2) 26   (3) 50   (4) 25

26. जर TEACH = 71258, CASE = 5231 आणि CHAIR = 58206, तर त्याच भाषेत 586037 म्हणजे काय ?

    (1) CHRSIT   (2) CHSTRI   (3) CHRIST   (4) CHSRTI

27. जर 1235 = + × - <, 9478 = ⊗☆> = तर =☆×<> म्हणजे काय ?

    (1) 8547　　　　(2) 8745　　　　(3) 8475　　　　(4) 8457

28. जर CAT = BZS तर RAT = ?

    (1) QZS　　　　(2) ZQS　　　　(3) SZU　　　　(4) QBV

29. जर TOUR म्हणजे 1234, CLEAR म्हणजे 56784 आणि SPARE म्हणजे 90847, तर त्याच भाषेत SCULPTURE म्हणजे काय ?

    (1) 956301347　　(2) 953603147　　(3) 935061347　　(4) 953601347

30. COME = XLNV, ULFI = ?

    (1) FUOR　　　　(2) RUOF　　　　(3) FOUR　　　　(4) FIVE

31. एका सांकेतिक भाषेत HARIBHAU हे नाव HIR3BHI5 असे लिहितात. तर त्याच भाषेत DEVIDAS हे नाव कसे लिहाल ?

    (1) D2V3D15　　(2) DEV3ADS　　(3) D2V3DAS　　(4) DEV3D1S

32. एका सांकेतिक भाषेत BOMBAY शब्द CPNCBZ असा लिहितात. तर त्याच भाषेत AURANGABAD शब्द कसा लिहाल ?

    (1) BVSBOHBCBE　　　　　　(2) BVSAOHACBE

    (3) BVSBOHACBE　　　　　　(4) BVSBTHBCBE

33. एका सांकेतिक भाषेत TEACHING हा शब्द CHEATING असा लिहितात. तर त्याच भाषेत GRADIENT हा शब्द कसा लिहाल ?

34. जर MAHARASHTRA = 108, तर KARNATAKA = ?

    (1) 75　　　　(2) 77　　　　(3) 76　　　　(4) 78

35. एका सांकेतिक भाषेत Hard Work pays, म्हणजे 471, Study very hard, म्हणजे 257, Study is important म्हणजे 805 तर या सांकेतिक भाषेत Study साठी कोणता अंक वापरला आहे ?

    (1) 8　　　　(2) 0　　　　(3) 5　　　　(4) 2

36. ENGLISH = FGNILHS, तर SELFISH = ?

    (1) RLEIFSH　　(2) TLEIFSH　　(3) TLEIFHS　　(4) ILEFIHS

37. PLATFORM = qKbSgNsL, तर RAILWAY = ?

    (1) sZjKxZz　　(2) SzJkXZz　　(3) szJKXzx4　　(4) sZJKxZz

38. BEG = 28, AC = 8, Z = 56, तर CBD = ?

    (1) 36　　　　(2) 17　　　　(3) 25　　　　(4) 50

39. जर एका सांकेतिक भाषेत PACKAGE म्हणजे 5278239, PARAGRAPH म्हणजे 521231254, तर त्याच भाषेत 627890 म्हणजे काय ?

    (1) JACKET　　(2) TECKAJ　　(3) JAKCET　　(4) JACKTE

40. जर A = 1, B = 2, O = 15, T = 20, Z = 26 तर COMING = 10, COACHING = 10, WORKING = 30, WATCHING = 30, तर MAKING = ?

    (1) 10　　　　(2) 20　　　　(3) 30　　　　(4) 32

41. WORKSHOP = 39, HARDSHIP = 24 तर VERDICT = ?

(1) 22 (2) 20 (3) 40 (4) 42

42. एका सांकेतिक भाषेत Water is good म्हणजे 342, Bright good boy म्हणजे 126 आणि Bring cold water म्हणजे 573. तर त्याचभाषेत Boy is bright कोणत्या अंकाने दाखविता येईल ?

(1) 672 (2) 641 (3) 660 (4) 565

43. जर 1 = 0, 2 = ×, 3 = ÷, 4 = +, 5 = -, 6 = ⊕, 7 = >, 8 = <, 9 = ∧, 0 = ∨ तर 927835 = ?

(1) ∧×⊕○∨∧ (2) < >∧∨÷× (3) ∧×><÷ - (4) ∧×∧∨>×

44. A = △, B = □, C = ○, D = ▽ आणि E = ⬠, तर ENGLISH = ?

(1) ⬠△△▽○□□ (2) ⬠▽□△▽⬠○

(3) ⬠▽□□○○△ (4) ⬠▽□□▽▽○

45. एका सांकेतिक भाषेत SUREKHA हे नाव T5S2LI1 असे लिहितात. तर त्याच भाषेत DEODUTTA हे नाव कसे लिहाल ?

(1) 22425551 (2) D24D5TT1 (3)22025TT1 (4) 220025U1

उत्तरे :

18.	(3)	19.	(4)	20.	(4)	21.	(1)	22.	(1)	23.	(2)	24.	(2)
25.	(1)	26.	(3)	27.	(4)	28.	(1)	29.	(4)	30.	(3)	31.	(1)
32.	(1)	33.	(2)	34.	(4)	35.	(3)	36.	(3)	37.	(1)	38.	(1)
39.	(1)	40.	(2)	41.	(4)	42.	(2)	43.	(3)	44.	(4)	45.	(1)

◇ ◇ ◇

5.10 तर्क व अनुमान

1. 27 फेब्रुवारी 2012 रोजी रविवार होता. तर 30 एप्रिल 2012 रोजी कोणता वार होता ?

(1) Sunday (2) Saturday (3) Monday (4) Tuesday

2. 2006 साली प्रजासत्ताक दिनी बुधवार होता. तर 2004 साली प्रजासत्ताक दिन कोणत्या दिवशी होता ?

(1) Wednesday (2) Tuesday (3) Monday (4) Sunday

3. माधव व रमा पती पत्नी आहेत. त्यांना वंदना, वसंत आणि वासुदेव ही तीन विवाहित अपत्ये आहेत. वंदनाला 2 मुली व 1 मुलगा आहे. वसंताला 1 मुलगा व एक मुलगी आहे; आणि वासुदेवला 2 मुलगे व एक मुलगी आहे. तर माधव व रमाच्या एकत्र कुटुंबात एकूण पुरुष किती ? आणि एकूण स्त्रिया किती रहात असणार ?

(1) 5 Females, 4 Males (2) 6 Males, 5 Females

(3) 6 Males, 10 Females (4) 6 Males, 7 Females

4. माझी आई माझ्या भावाच्या तिप्पट वयाची आहे. माझा भाऊ माझ्यापेक्षा 5 वर्षांनी लहान आहे, पण माझी बहीण माझ्यापेक्षा एक वर्षाने मोठी आहे. जर माझ्या बहिणीचे वय 21 वर्षे असेल तर माझ्या आईचे वय किती वर्षे असेल ?

(1) 30 years (2) 60 years (3) 45 years (4) 65 years

5. एका घरात आजी-आजोबा, त्यांची 5 मुले व सुना रहातात. प्रत्येक मुलास 2 मुलगे व 1 मुलगी आहे. तर त्या घरातील अनुक्रमे पुरुषांची व स्त्रियांची संख्या किती ?

    (1) 16 males, 11 females   (2) 15 males, 10 females

    (3) Insufficient information   (4) 11 males, 16 females

6. हर्षल आणि हर्षा झायलोने प्रवास करीत होते. गाडीतील 9 प्रवाशांपैकी 4 प्रवासी अपघातात दगावले. तर पुढीलपैकी कोणते विधान पूर्ण सत्य आहे.?

    (अ) हर्षल आणि हर्षा दोघे जखमी झाले.   (ब) झायलोची ट्रकबरोबर धडक झाली.

    (क) दोघेही जखमी झाले नाहीत.   (ड) 5 प्रवासी बचावले.

    (1) अ बरोबर   (2) अ व ब बरोबर   (3) फक्त ड ब व क बरोबर   (4) अ, ब, क चूक

7. घरातील सर्वांच्या वयाची बेरीज 82 वर्षे आहे. आई वडिलांपेक्षा 6 वर्षांनी लहान असून त्यांच्या मुला-मुलीच्या वयात 3 वर्षांचे अंतर आहे. वडील मुलापेक्षा 28 व मुलीपेक्षा 25 वर्षांनी मोठे आहेत. तर 8 वर्षांपूर्वी त्यांच्या वयांची बेरीज किती होती ?

    (1) 50 yrs,   (2) 74 years   (3) 70 years   (4) 52 years

8. राधिकाला दोन बहिणी आहेत. त्यातील प्रत्येकीला एक भाऊ आहे. तर राधिकेच्या आईला अपत्ये किती ?

    (1) 6   (2) 5   (3) 4   (4) 3

9. राजेशच्या आजोबांना 5 मुलगे आहेत. तर राजेशला काका किती आहेत?

    (1) 2   (2) 3   (3) 4   (4) 5

10. सौ. देशपांडेंना एक विवाहित आणि एक अविवाहित मुलगा आहे. तर त्यांच्या कुटुंबात एकूण माणसे किती ?

    (1) 4   (2) 5   (3) 6   (4) 7

स्पष्टीकरणे :

1. (1) रविवार - कारण 2012 लीप वर्ष असल्याने फेब्रुवारीचे 2 दिवस + मार्च 31 दिवस + एप्रिल 30 दिवस = एकूण 63 दिवस ÷ 7 = 9. बाकी 0. बाकी 00 असेल तर तोच दिवस. शिल्लक, 1, 2, 3 असेल तर त्या दिवसानंतरचे 1, 2, 3 च्या पुढील दिवस घेणे.

2. (4) रविवार - 365 दिवस ÷ 7 = 52 आठवडे व 1 दिवस, म्हणून प्रजासत्ताक दिन (26 जानेवारी) ज्या दिवशी असेल त्याच्या पुढील वर्षी एक दिवस पुढचा घेणे. लीप वर्ष असल्यास दोन दिवस पुढचे घेणे. मागील वर्षासाठी 1-1 दिवसाने मागे जाणे. येथे 2006 साली प्रजासत्ताक दिन बुधवारी, 2005 साली मंगळवार, 2004 साली सोमवार, पण लीप वर्ष असल्याने रविवार

3. (2) - माधव, वसंत आणि वासुदेव यांची तीनच जोडपी तेथे रहात असणार. कारण वंदना तिच्या पतिगृही राहात असणार. म्हणून माधव + वसंत + वासुदेव + वसंतचा 1 मुलगा + वासुदेवचे 2 मुलगे = 6 पुरुष + रमा + वसंत, वासुदेवच्या पत्नी 2 + वसंतची 1 मुलगी + वासुदेवची 1 मुलगी = 5 स्त्रिया

4. (3) -45 वर्षे - बहीण 21 वर्षे, मी 1 वर्षाने लहान म्हणून मी 20 वर्षे; माझा भाऊ माझ्यापेक्षा 5 वर्षांनी लहान म्हणून भाऊ 20-5 = 15 वर्षांचा. आईचे वय त्याच्या तिप्पट म्हणजे 15 × 3 = 45 वर्षे हे आईचे वय

5. (1) 16 पुरुष आणि 11 स्त्रिया - आजोबा + 5 मुले + प्रत्येकी 2 प्रमाणे 10 मुले = एकूण 16 पुरुष; आजी + 5 सुना + 5 नाती = एकूण 11 स्त्रिया
6. (4) अ, ब, क चूक - म्हणजेच फक्त = ड-5 प्रवासी बचावले. हे बरोबर आहे.
7. (1) 50 वर्षे - घरात एकूण 4 सभासद त्यांच्या वयाची आजची बेरीज 82 वर्षे, 8 वर्षांपूर्वी प्रत्येकजण 8 वर्षांनी लहान म्हणजेच 8 × 4 = 32 वर्षे, म्हणून 8 वर्षांपूर्वी त्यांच्या वयांची बेरीज 82 वर्षे (आज) - 32 वर्षे = 50 वर्षे (8 वर्षांपूर्वी)
8. (3) 4 अपत्ये - एकूण तीन बहिणी व एक भाऊ (3 भाऊ नव्हेत) = एकूण 4 भावंडे
9. (3) 4 काका, कारण आजोबाच्या 5 मुलात राजेशचे वडीलही आहेत. त्यामुळे वडील काका नाहीत.
10. (2) 5 - श्री / सौ. देशपांडे + विवाहित मुलगा + त्याची पत्नी + एक अविवाहित मुलगा

सरावासाठी काही प्रश्न

11. बाजीराव बिड्याच्या 5 तुकड्यातून 1 बिडी तयार करून ती ओढतो. आता त्याच्याकडे बिड्या ओढून 50 तुकडे आणि 5 अखंड बिड्या जमा आहेत. तर तो एकूण किती बिड्या ओढू शकेल ?

(1) 18 (2) 10 (3) 8 (4) 12

12. गोप, गोपिका, राम, राधिका आणि हरी, हरितालिका यांना 10 किलोमीटर्सचे अंतर जायला 120 मिनिटे लागतात. तर गोप आणि हरितालिका यांना तेवढेच अंतर - 10 किलोमीटर्स - जायला किती वेळ लागेल ?

(1) 30 mts (2) 40 mts (3) 50 mts (4) 120 mts

13. मेंढ्या आणि मेंढपाळाच्या एका गटामध्ये एकूण पायांची संख्या ही डोक्यांच्या संख्येच्या दुपटीपेक्षा 16 ने अधिक आहे. तर त्या गटात एकूण मेंढ्या किती ?

(1) 8 (2) 10 (3) 12 (4) 13

14. रश्मी शंकरपेक्षा कमी उंच आहे. सविता शंकरपेक्षा जास्त उंच आहे. गौरी शंकरपेक्षा कमी उंच आहे, पण रश्मीपेक्षा जास्त उंच आहे. तर सर्वात कमी उंच कोण आहे ? सर्वात जास्त उंच कोण आहे ?

(1) Savita & Rashmi (2) Shankar & Gouri
(3) Rashmi & Savita (4) Gouri & Shankar

15. 'फ' पेक्षा 'प' हलका, 'प' पेक्षा 'ब' जड, 'म' 'प' पेक्षा हलका आणि 'फ' पेक्षा हलका आहे. तर सर्वात जड आणि सर्वात हलका कोण आहे ?

(1) फ आणि फ (2) म आणि प (3) म आणि फ (4) प आणि ब

16. दीपाचे वय नेहाच्या वयाच्या चौपटीपेक्षा 1 वर्षाने जास्त आहे. गणेशचे वय नेहाच्या दुप्पट आहे. नेहाचे वय 5 वर्षे आहे. तर दीपाचे वय किती वर्षे आहे ?

(1) 20 (2) 10 (3) 21 (4) 5

17. एक घड्याळ दर तासाला 2 मिनिटे पुढे जाते. मंगळवारी सकाळी 8 वा. बरोबर लावलेल्या घड्याळात त्याच आठवड्यातील गुरुवारी सकाळी 8 वा. किती वाजले असतील ?

(1) 9.36 P.M (2) 8.00 P.M.
(3) 8.00 A.M. (4) 9.36 A.M

18. आशुतोषला पोहता येत नाही. त्याने तलावात बुडणाऱ्या वैदेहीस वाचविण्यासाठी उडी मारली. ही दोन्ही विधाने बरोबर असल्यास पुढीलपैकी कोणता निष्कर्ष बरोबर असेल ?

(अ) ती स्त्री आशुतोषची पत्नी असेल

(ब) त्या स्त्रीने आशुतोषला उडी मारायला भाग पाडले

(क) आशुतोषला आत्महत्या करावयाची होती.

(ड) वरीलपैकी एकही बरोबर नाही.

(1) अ + ब बरोबर (2) ब + क बरोबर (3) क + ड बरोबर (4) फक्त ड बरोबर

19. सचिनला भाषेत गणितापेक्षा जास्त गुण मिळाले; पण विज्ञानापेक्षा कमी गुण मिळाले. त्याला गणितात समाजशास्त्रापेक्षा जास्त गुण मिळाले. तर त्याला सर्वात जास्त गुण कोणत्या विषयात मिळाले ? सर्वात कमी गुण कोणत्या विषयात मिळाले ?

(1) Language / Maths (2) Maths / Science

(3) Science / Social Sc. (4) Social Sc./ Science

20. काल राघवेंद्र माझ्याकडे आला आणि म्हणाला, ''परवा (गुरुवारी) माझे मामा आमच्या घरी आले होते.'' तर उद्या कोणता वार असेल ?

(1) Sunday (2) Saturday (3) Friday (4) Monday

21. अभिजितच्या म्हणण्यानुसार त्याचे काका ता. 5 नंतर व ता. 10 पूर्वी नगरला त्यांच्याकडे आले होते. तर युगंधराच्या मते ते दि. 8 नंतर पण ता. 12 च्यापूर्वी नगरला आले होते. जर दोघांचेही म्हणणे बरोबर असेल तर काका नक्की कोणत्या तारखेला नगरला आले होते ?

(1) 9th (2) 10th (3) 8th (4) 12th

22. प्रणवने एका परीक्षेत 30 प्रश्न सोडविले. एका बरोबर उत्तराकरिता 8 गुण मिळतात व चुकीच्या उत्तरासाठी 2 गुण कापले जातात. त्याला 160 गुण मिळाले. तर त्याने किती उत्तरे बरोबर लिहिली असावीत ?

(1) 22 (2) 20 (3) 18 (4) 8

उत्तरे :

11. (1) 12. (4) 13. (1) 14. (3) 15. (1) 16. (3) 17. (4)
18. (4) 19. (3) 20. (4) 21. (1) 22. (1)

5.11 विश्लेषण आणि 5.12 वेन आकृत्या

दिलेली आकृती किंवा दिलेल्या आकृत्या, जमाखर्च, आकडेवारी, वार्षिक उलाढाल, घटना, माहिती यांची चिकित्सा करून, छाननी करून विचारलेल्या प्रश्नांची उत्तरे या प्रकारात शोधावी लागतात. या प्रश्नप्रकारांचा सखोल अभ्यास माहितीचे विश्लेषण आणि परिपूर्णता (Data Enterpretation and Data Sufficiency) या प्रकरणात विस्तारपूर्वक केलेला आहेच. नमुन्यादाखल काही प्रश्न या प्रकरणात दिलेले आहेत.

खालील आकृतीचे निरीक्षण करून त्याखाली दिलेल्या प्रश्नांची योग्य उत्तरे निवडा.

प्रश्न :

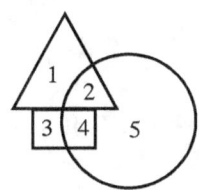

1. फक्त आयतात कोणता अंक आहे ?
   (1) 1   (2) 2   (3) 3   (4) v4

2. वर्तुळात एकूण किती अंक आहेत ?
   (1) 3   (2) 4   (3) 5   (4) 2

3. फक्त वर्तुळात कोणता अंक आहे ?
   (1) 4   (2) 2   (3) 3   (4) 5

4. त्रिकोणात व वर्तुळात कोणता अंक आहे ?
   (1) 4   (2) 5   (3) 1   (4) 2

5. फक्त त्रिकोणात असलेला अंक कोणता ?
   (1) 3   (2) 1   (3) 4   (4) 2

6. त्रिकोण, वर्तुळ व आयतात समाईक असलेला अंक कोणता ?
   (1) 4   (2) 2   (3) 3   (4) वेगळे उत्तर

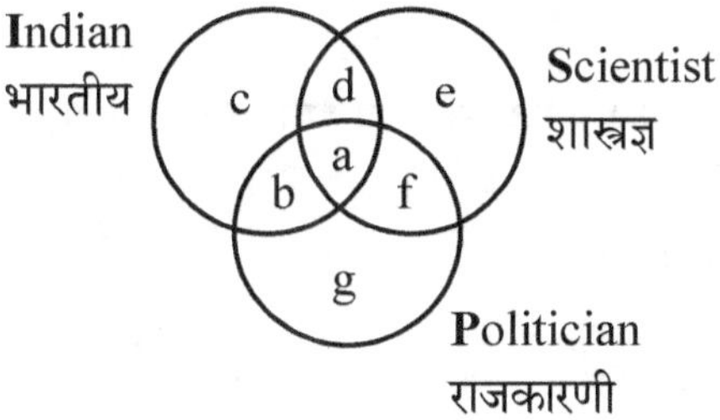

Indian
भारतीय   Scientist शास्त्रज्ञ

c   d   e
b   a   f
g

Politician राजकारणी

या आकृतीत I वर्तुळ भारतीयांचे (Indian), S वर्तुळ शास्त्रज्ञाचे (Scientist) आणि P वर्तुळ राजकारणी (Politician) यांचे आहे. यावर आधारित प्रश्नांची उत्तरे द्या.

7. फक्त राजकारणी (Only Politician)
   (1) g   (2) I   (3) f   (4) e

8. फक्त शास्त्रज्ञ (Only Scientist)
   (1) I   (2) P   (3) S   (4) e

9. फक्त भारतीय (Only Indian)
   (1) P   (2) C   (3) F   (4) I

10. भारतीय असून शास्त्रज्ञ कोण आहे ?
    (1) c   (2) d   (3) e   (4) a

11. भारतीय नाही; पण शास्त्रज्ञ आणि राजकारणी कोण आहे ?
    (1) f   (2) g   (3) d   (4) b

12. राजकारणी भारतीय आणि शास्त्रज्ञ कोण आहे ?
    (1) d   (2) g   (3) a   (4) f

13. राजकारणी असून भारतीय कोण आहे ?

(1) c (2) d (3) a (4) b

14. या आकृतीत त्रिकोणांची संख्या चौकोनांच्या संख्येपेक्षा किती अंकाने जास्त आहे ?

(1) 11 (2) 7 (3) 4 (4) 5

15. या आकृतीत एकूण किती चौकोन आहेत ?

(1) 14 (2) 10 (3) 11 (4) 12

16. विद्यार्थी वसतीगृहात जितके एकूण विद्यार्थी आहेत त्याच्या तिप्पट विद्यार्थी मैदानावर खेळत आहेत. एकूण विद्यार्थी 68 असल्यास मैदानावर एकूण किती विद्यार्थी आहेत ?

(1) 51 (2) 17 (3) 68 (4) 50

17. पाच मुले वर्तुळाकार उभी आहेत. अ हा इ व ब च्या मध्ये इ हा ड च्या डावीकडे ड च्या उजवीकडे आहे. तर ब च्या उजवीकडे कोण उभे आहे? त्या सर्वांची तोंडे वर्तुळाच्या आतील बाजूस आहेत.

(1) A (2) C (3) D (4) E

18. रेखा, आशा, हेमा व लता एका बाकावर बसलेल्या आहेत. रेखाच्या डाव्या बाजूला हेमा आहे. आशा, रेखा व लताच्या मध्ये आहे. तर सर्वात उजवीकडे व सर्वात डावीकडे कोण बसलेले आहे ?

(1) Asha, Rekha (2) Hema, Rekha (3) Lata, Hema (4) Vextreme

स्पष्टीकरण :

1. (3) 3 - फक्त आयतात 3 हा अंक आहे.
2. (1) 3 - एकूण वर्तुळात 3 अंक आहेत. 2, 4, 5
3. (4) 5 - फक्त 5 हा अंक वर्तुळात आहेत.
4. (4) 2 - फक्त 2 हा अंक त्रिकोण व वर्तुळात समाईक आहे.
5. (2) 1- फक्त त्रिकोणात 1 हा अंक आहे.
6. (4) - तिन्हीत समाईक अंक कोणताही नाही. म्हणून वेगळे उत्तर.
7. (1) P फक्त g त्या वर्तुळात आहे. राजकारण्यांसाठी P हे वर्तुळ आहे.
8. (3) S - शास्त्रज्ञांसाठी फक्त त्यात e आहे.
9. (2) I - भारतीयांसाठी त्यात c आहे. वर्तुळ आहे.
10. (2) d - कारण I व S वर्तुळांना फक्त d हे समाईक अक्षर आहे.

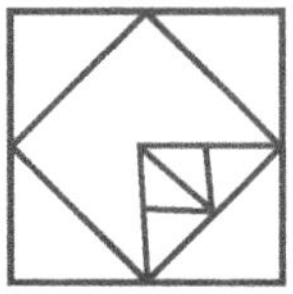

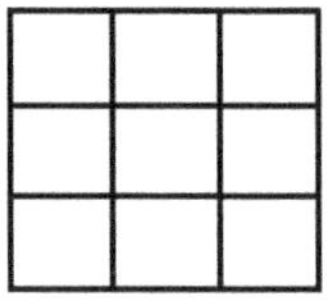

11. (1) f - कारण S व P वर्तुळांना फक्त f हे अक्षर समाईक आहे.

12. (3) a - तिन्ही वर्तुळांना फक्त a समाईक आहे.

13. (4) b - कारण P व I वर्तुळांना फक्त b समाईक आहे.

14. (2) 7 - एकूण त्रिकोण 11 - चौकोन 4 = 7

15. (1) 14 - सूत्र असे

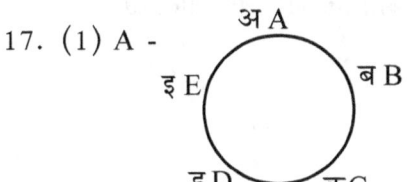

1	2	3
2		
3		

$1 \times 1 = \quad 1$
$2 \times 2 = \quad + 4$
$3 \times 3 = \quad + 9$

एकूण 14 चौकोन

16. (1) 17 विद्यार्थी वसतीगृहात + त्याच्या तिप्पट 51 मैदानावर = एकूण 68

17. (1) A -

दिलेल्या माहितीनुसार अ ते इ विद्यार्थ्यांचे उभे राहणे शेजारील आकृतीप्रमाणे झाले आहे. त्यामुळे ब च्या उजव्या हाताला अ आहे.

18. (3) - उजवीकडे लता, डावीकडे हेमा. त्यांची बैठक व्यवस्था दिलेल्या माहितीनुसार अशी होईल -
(उजवी बाजू - लता - आशा - रेखा - हेमा - डावीबाजू)

◇ ◇ ◇

एका षटकोनी टेबलाभोवती सहाजण बसले आहेत. राम आणि रमेश एकमेकांच्या विरुद्ध बाजूला बसले आहेत. ज्योती सीमाजवळ बसली आहे. नीता रामच्या जवळ नसून सीमाच्या समोर बसलेली आहे. अजय आणि रमेश यांच्यामध्ये एक व्यक्ती बसलेली आहे. तर

19. अजयच्या समोर कोण बसलेले आहे ?
(1) रमेश   (2) ज्योती   (3) नीता   (4) राम

20. ज्योती आणि नीताच्या मध्ये कोण बसलेले आहे ?
(1) राम   (2) सीमा   (3) कोणी नाही   (4) रमेश

21. जर रामच्या उजव्या बाजूला अजय असेल तर डाव्या बाजूला कोण असेल ?
(1) नीता   (2) सीमा   (3) रमेश   (4) ज्योती

22. अजयच्या समोर कोण बसले आहे ?
(1) रमेश   (2) राम   (3) सीमा   (4) ज्योती

23. सीमाच्या अनुक्रमे उजव्या व डाव्या हाताला कोण आहे ?
(1) राम, ज्योती   (2) अजय, नीता   (3) रमेश, ज्योती   (4) अजय, राम

स्पष्टीकरण : दिलेल्या माहितीनुसार बैठकव्यवस्था अशी झाली आहे.

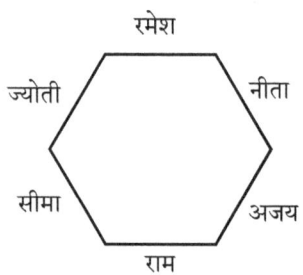

उत्तरे : 19. (2) ज्योती; 20. (4) रमेश; 21. (2) सीमा; 22. (4) ज्योती; 23. (1) राम, ज्योती

अबकडइ या पाच मैत्रिणी क्रमवार बसलेल्या आहेत. अ सर्वात उजवीकडे आहे. प्रथम अ आणि क जागा बदलतात. नंतर ब आणि ड जागा बदलतात; आणि शेवटी अ आणि इ जागा बदलतात. तर तर

24. सर्वात डाव्या बाजूला कोण आहे ?

    (1) इ   (2) अ   (3) क   (4) ड

25. मध्यभागी कोण आहे ?

    (1) ब   (2) ड   (3) क   (4) इ

26. क आणि ब यांच्यामध्ये कोण आहे ?

    (1) ड, इ   (2) अ, ड   (3) अ, इ   (4) कोणी नाही.

स्पष्टीकरण :

		A	B	C	D	E
मूळची बैठक व्यवस्था	:	अ	ब	क	ड	इ
बदलेली शेवटची बैठक व्यवस्था	:	क	ड	इ	ब	अ
		C	D	E	B	A

उत्तरे :

    24. (2) अ   25. (4) इ   26. (1) ड , इ

◇ ◇ ◇

अ, ब, क, ड, इ या 5 मित्रांना क्रिकेट खेळायचे आहे. संपूर्ण आठवड्यात 'अ' ला मंगळवार बुधवार आणि शनिवार सोईचे आहेत. 'ब' बुधवार, गुरुवार व रविवारी येऊ शकत नाही. 'क' फक्त सोमवार व शनिवारी येऊ शकेल. 'ड' सोमवार, गुरुवार, शुक्रवार व रविवारी खेळू शकत नाही. 'इ' मंगळवार व रविवार सोडून इतर दिवशी येऊ शकतो. तर

27. सर्वजण कोणत्या दिवशी खेळू शकतात ?

    (1) रविवार   (2) बुधवार   (3) शनिवार   (4) मंगळवार

28. 'अ' आणि 'इ' शनिवार शिवाय कोणत्या दिवशी खेळू शकतात ?

    (1) सोमवार   (2) मंगळवार

    (3) बुधवार   (4) रविवार

29. कोणत्या दिवशी एकही जण खेळू शकणार नाही ?

    (1) सोमवार   (2) गुरुवार   (3) शुक्रवार   (4) रविवार

30. सर्वात कमी दिवस सोईस्कर असलेला कोण ?

    (1) इ   (2) क   (3) ब   (4) अ

स्पष्टीकरण :

संपूर्ण माहितीचे लेखन पुढीलप्रमाणे होईल.

		सोम	मंगळ	बुध	गुरु	शुक्र	शनि	रवि
अ	A	✗	✓	✓	✗	✗	✓	✗
ब	B	✓	✓	✗	✗	✓	✓	✗
क	C	✓	✗	✗	✗	✗	✓	✗
ड	D	✗	✓	✓	✗	✗	✓	✗
इ	E	✓	✗	✓	✓	✓	✓	✗

उत्तरे :

27. (3) शनिवार   28. (3) बुधवार   29. (4) रविवार   30. (2) क

सरावासाठी काही प्रश्न :

मोहन व शेखरने इंग्रजी आणि विज्ञान घेतलेले आहे. शेखर आणि रफिकने रसायन आणि इंग्रजी घेतलेले आहे. रोशन व मोहन गणित व विज्ञान शिकतात. दीपक व मोहन रसायन व इंग्रजी शिकतात. तर

31. इंग्रजी विषय कोणी घेतलेला नाही ?

    (1) रफिक   (2) मोहन   (3) शेखर   (4) रोशन

32. सर्व विषय कोण शिकते आहे ?

    (1) मोहन   (2) दीपक   (3) रफिक   (4) रोशन

33. सर्वात कमी पसंतीचा विषय कोणता ?

    (1) रसायन   (2) इंग्रजी   (3) गणित   (4) विज्ञान

34. विज्ञान व गणित हे दोन्ही विषय घेणारे किती जण आहेत ?

    (1) 1   (2) 2   (3) 3   (4) 4

◇ ◇ ◇

आकृती खालील प्रश्नांची उत्तरे शोधा.

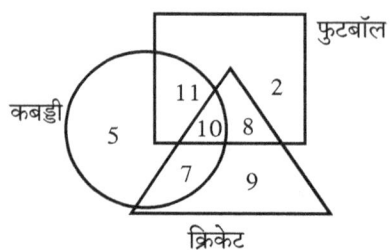

35. फक्त क्रिकेट खेळणारे खेळाडू किती आहेत ?

    (1) 7   (2) 9   (3) 10   (4) 8

36. क्रिकेट व फुटबॉल खेळणारे क्रीडापटू किती आहेत ?

    (1) 8   (2) 10   (3) 11   (4) 5

37. क्रिकेट व कबड्डी खेळणारे खेळाडू, पण फुटबॉल न खेळणारे कितीजण आहेत ?

    (1) 9   (2) 11   (3) 7   (4) 8

38. तिन्ही खेळ खेळणारांची संख्या किती आहे ?

    (1) 11   (2) 8   (3) 7   (4) 10

39. कबड्डी खेळणारे एकूण खेळाडू किती आहेत ?

    (1) 33   (2) 32   (3) 30   (4) 28

40. एकूण फुटबॉलपटूंची संख्या किती ?

    (1) 30   (2) 28   (3) 31   (4) 32

41. क्रिकेट खेळणारे एकूण खेळाडू किती आहेत ?

    (1) 26   (2) 34   (3) 24   (4) 30

खाली काही आकृत्या दिलेल्या आहेत. त्याखालील कोणत्या प्रश्नाचे योग्य उत्तर त्या आकृत्याद्वारे स्पष्ट होते ते लिहा.

1) 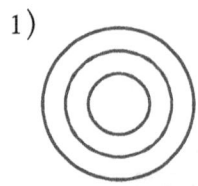   2) 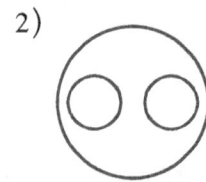   3) 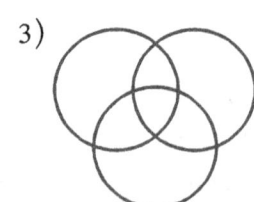   4)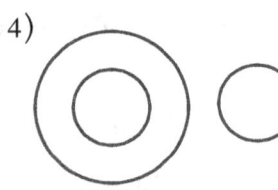

42. राज्य, देश, शहर

43. टेबल, खुर्ची, फर्निचर

44. कुत्रा, मांजर, सस्तन प्राणी

45. शिक्षक, पदवीधर, खेळाडू

46. तांबे, कागद, वायर

47. पोपट, चिमणी, पक्षी

48. गाढव, छावा, वाघ

49. जग, पृथ्वी, भारत

50. जंगल, हत्ती, हरीण

उत्तरे :

31.	4	32.	1	33.	3	34.	2	35.	2	36.	1	37.	3
38.	4	39.	1	40.	3	41.	2	42.	1	43.	2	44.	2
45.	3	46.	4	47.	2	48.	4	49.	1	50.	2		

5.13 दिशांवर आधारित प्रश्न

दिशांवर आधारित प्रश्न सोडविताना प्रश्नातील प्रत्येक वाक्यात दिलेल्या दिशादर्शनानुसार कोणती दिशा ? कोणत्या बाजूला ? किती अंतर ? कोणत्या वेगाने ? हे लक्षात घेऊन त्या जागी स्वत:स कल्पावे; आणि त्या त्या प्रमाणे अचूक दिशा, डावी, उजवी दिशा, तर कच्च्या कामात नकाशाच्या रूपात योग्य कोनात नोंदवावी. प्रसंगी भूमितीतील आकृत्यांचे नियम उपयोगी पडतात. प्रत्येक वाक्यात दिलेल्या सूचनेप्रमाणेच रेखाटन करावे. त्यात झालेली एक चूक उत्तर चुकवू शकतो. पुढे काही नमुन्यादाखल दिलेल्या उदाहरणांचा नीट अभ्यास करा. सरावासाठी काही उदाहरणे आहेतच. त्यांची उत्तरे त्यानंतर दिलेली आहेत. तीही पडताळून पहा.

1. आसावरी 'क्ष' बिंदूपासून 10 कि.मी. उत्तरेला गेली. तेथून उजवीकडे वळून आणखी 10 कि.मी. गेली. तेथून दक्षिणेकडे वळत 10 कि.मी. अंतर चालत गेली. तर आता ती मूळ ठिकाणाच्या कोणत्या दिशेला आणि किती कि.मी. अंतरावर आहे ?

   (1) दक्षिण 10 कि.मी. (2) पूर्व 10 कि.मी.   (3) उत्तर 30 कि.मी.   (4) पश्चिम 20 कि.मी.

2. घड्याळाचा मिनिटकाटा सहा वाजता जर उत्तर दिशा दाखवीत असेल तर तास काटा कोणती दिशा दाखवील ?

   (1) पश्चिम   (2) दक्षिण   (3) पूर्व   (4) अनिश्चित

3. एखाद्या नकाशात 'पश्चिम' दिशा 'आग्नेय' दिशेच्या स्थानी आली. तर त्या नकाशामध्ये 'नैऋत्य' दिशा कोणत्या दिशेला येईल ?

   (1) ईशान्य   (2) दक्षिण   (3) वायव्य   (4) पूर्व

4. जर 'ईशान्य' दिशेला 'उत्तर' म्हटले; आणि 'पूर्व' दिशा 'आग्नेय' दिशेला म्हटले, तर 'दक्षिण' दिशा कोणत्या दिशेला म्हणावे लागेल ?

   (1) ईशान्य   (2) नैऋत्य   (3) वायव्य   (4) आग्नेय

5. अमितराज 10 किमी पूर्वेकडे गेला. तेथून उत्तरेकडे वळून तो 4 किमी गेला. तेथून आग्नेयेकडे वळून तो 5 किमी गेला. तर आता तो मूळ ठिकाणापासून किती किमी अंतरावर असेल ?

   (1) 10 किमी   (2) 17 किमी   (3) 14 किमी   (4) 13 किमी

6. 100 मीटर अंतरावरील दोन ठिकाणाहून विजेता व सुजाता एकमेकींकडे एकाच वेगाने सरळरेषेत निघाल्या. 30 मी. चालल्यावर विजेता डावीकडे वळली आणि 10 मी. गेली. पुन्हा उजवीकडे वळून 20 मी. गेली. पुन्हा उजवीकडे वळून 10 मी चालून मूळ रस्त्यावर आली. जर दोघी एकाच वेगाने चालत असतील तर

आता दोघींमध्ये किती मीटर्सचे अंतर पडलेले असेल ?

(1) 50 mts (2) 20 mts (3) 30 mts (4) 40 mts

7. अनन्या दक्षिणेकडे 5 पावले गेली. मग उजवीकडे वळून 3 पावले गेली. नंतर डावीकडे वळून 3 पावले गेली. पुन्हा डावीकडे वळून 3 पावले गेली. तर आता ती मूळ ठिकाणाहून किती पावलांवर आहे ?

(1) 5 (2) 3 (3) 8 (4) 4

स्पष्टीकरणे :

1. (2) पूर्व.

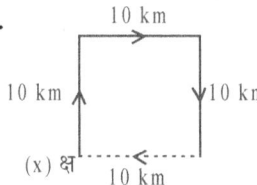

- 10 km. हा समभुज चौकोन झाला. समभुज चौकोनाच्या चारही बाजू समान असतात. क्ष बिंदूच्या पूर्वेस 10 किमी अंतर ती आली.

2. (2) दक्षिण.

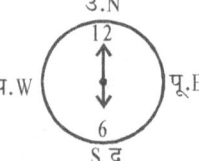

हा सरळ कोन आहे.
मिनिटकाटा 12 वर आहे. ती दिशा उत्तर आहे. तास काटा 6 वर. ती दिशा दक्षिण आहे.

3. (4) पूर्व.

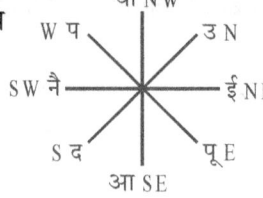

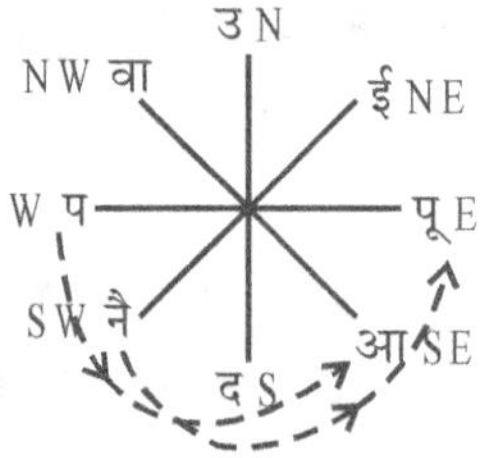

- घड्याळाच्या काट्याच्या उलट्या दिशेने प्रवास आहे. पश्चिम दिशा मागे 135° म्हणजे आग्नेय, तसेच
नैऋत्य दिशा मागे 135° म्हणजे पूर्व दिशा होय.

4. (2) नैऋत्य

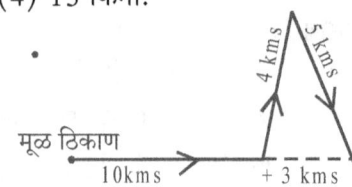

सर्वच दिशा घड्याळाच्या काट्याच्या दिशेने 45° त सरकतील. त्यामुळे ‘दक्षिण’ दिशा आग्नेयच्या जागेवर येईल. शेजारच्या बदलत्या दिशांवरून हे लक्षात येईल.

5. (4) 13 किमी.

(पायथागोरसचा प्रमेय) त्रिकोणाच्या 3 बाजू : एक 4 दुसरी 5 : तिसरी 3. मूळ 10 किमी + 3 तिसरी बाजू = 13 Km मूळ ठिकाण
10 Kms + 3Kms = 13 Kms

6. (2) 20 mts - विजेता 30 + 10 + 20 + 10 = 70 मीटर्स जाईपर्यंत (म्हणजे A पर्यंत) सुजाताही 70 मीटर्स (B पर्यंत) जाईल. आयताच्या समोरासमोरील बाजू समान म्हणून A व B मध्ये 20 मीटरचे अंतर

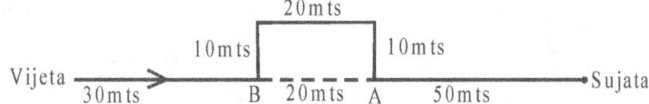

7. (3) 8 पावले.

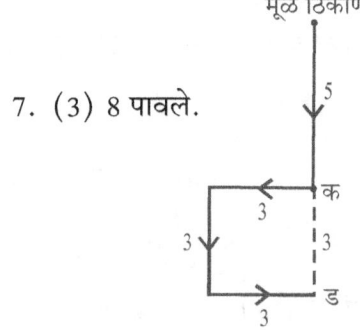

दिलेल्या माहितीनुसार दक्षिणेकडे समभुज चौकोन तयार झाला. अशा चौकोनाच्या चारही बाजू सारख्या असतात. क पर्यंत 5 पावले + ड पर्यंत 3 पावले = एकूण 8 पावले.

सरावासाठी काही प्रश्न

8. आधिष्ठी उत्तरेकडे तोंड करून उभी आहे. ती आठ वेळा 45° त उजवीकडे वळाली. तर आता तिचे तोंड कोणत्या दिशेकडे असेल ?
   (1) दक्षिण   (2) पूर्व   (3) पश्चिम   (4) उत्तर

9. अनुराधा मावळतीच्या सूर्याकडे तोंड करून हात पसरून उभी आहे. तिच्या पाठीला पाठ लावून तसेच हात पसरून कमल उभी आहे. तर कमलच्या डाव्या हाताला कोणती दिशा असेल ?
   (1) दक्षिण   (2) उत्तर   (3) पश्चिम   (4) पूर्व

10. मधुकांत शीर्षासन करताना जर त्याचे तोंड दक्षिणेकडे असेल तर त्याचा डावा हात कोणत्या दिशेला असेल ?
    (1) पूर्व   (2) दक्षिण   (3) उत्तर   (4) पश्चिम

11. स्कूटीने राजेश 15 किमी वर पश्चिमेकडे राममंदिरात गेला. तेथून 12 किमी उजवीकडे पोस्टात गेला. पुन्हा 10 किमी उजवीकडे बँकेत गेला. तर त्याला घरी जाण्यासाठी कोणत्या दिशेला जावे लागेल ?
    (1) वायव्य   (2) दक्षिण   (3) आग्नेय   (4) नैऋत्य

12. तेथून घराचे कमीत कमी अंतर किती ?
    (1) 16 किमी   (2) 27 किमी   (3) 12 किमी   (4) 13 किमी

13. त्याचा अंदाजे प्रवास किती किमी झाला ?
    (1) 37 ते 38 किमी   (2) 30 ते 40 किमी
    (3) 45 ते 48 किमी   (4) 52 ते 55 किमी

उत्तरे :

8. (4),   9.   (2),   10. (1),   11. (3),   12. (3),   13. (1)

5.14 कूट प्रश्न व 5.15 रांगेतील क्रमांक

1. 1947 मध्ये भारताला स्वातंत्र्य मिळाले. तर 2012 मध्ये भारताचा कितवा स्वातंत्र्यदिन होता ?

   (1) 65　　　　(2) 64　　　　(3) 67　　　　(4) 66

2. भारताने 2012 मध्ये आपल्या स्वातंत्र्याचा कितवा वर्धापनदिन साजरा केला ?

   (1) 65th　　　(2) 66th　　　(3) 64th　　　(4) 64rd

3. एका रांगेत मधल्या मुलाचा क्रमांक 19 आहे. तर त्या रांगेत मुले किती आहेत ?

   (1) 38　　　　(2) 37　　　　(3) 36　　　　(4) 39

4. आमराईत मध्येच एक सीताफळाचे झाड आहे. ते डावीकडून 27 वे व उजवीकडून 28 आहे. तर एकूण झाडे किती ?

   (1) 56　　　　(2) 53　　　　(3) 55　　　　(4) 54

5. 45 विद्यार्थ्यांच्या रांगेत रघुवंशचा उजवीकडून 27 वा क्रमांक आहे. तर त्याचा डावीकडून कितवा क्रमांक आहे ?

   (1) 18th　　　(2) 19th　　　(3) 20th　　　(4) 21st

6. 5 किमी वर एक बाग याप्रमाणे 50 किमी लांबीच्या राजमार्गावर एकूण किती बागा तयार कराव्या लागतील ?

   (1) 9　　　　(2) 10　　　　(3) 11　　　　(4) 12

7. एका त्रिकोणाच्या तिन्ही बाजूंवर प्रत्येकी चार बिंदू रेखाटले. तर एकूण किती बिंदू रेखाटला येतील ?

   (1) 12　　　　(2) 11　　　　(3) 10　　　　(4) 9

8. 30 सेंमी उंचीच्या ग्रिलला 5 सेंमीवर एक याप्रमाणे एकूण किती गज आडवे बसविता येतील ?

   (1) 5　　　　(2) 6　　　　(3) 4　　　　(4) 7

9. इंग्रजी वर्णाक्षरातील 25, 20, 5, 9, 15, 18, 18, 18, 20 या क्रमांकाची अक्षरे घेऊन तयार केलेल्या अर्थपूर्ण शब्दातील उपान्त्य अक्षर कोणते असेल ?

   (1) r　　　　(2) y　　　　(3) o　　　　(4) i

10. 6, 8, 5, 3, 2, 4 या अंकातील कोणत्या दोन अंकांची अदलाबदल केल्यास 6 अंकी मोठ्यात मोठी संख्या तयार होईल ?

    (1) 6, 8　　　(2) 8, 5　　　(3) 2, 4　　　(4) 8, 3

11. पदवी परीक्षेत क्ष गुणानुसार य च्या खाली होता. तर र क्ष च्या पुढे होता. परंतु ल च्या मागे होता. मात्र व ल च्या पुढे होता. तर सर्वांत कमी गुण कोणाला होते?

    (1) L　　　　(2) R　　　　(3) Y　　　　(4) X

12. एका रांगेत माझा क्रमांक दोन्ही टोकांकडून 9 वा आहे. तर त्या रांगेत एकूण कितीजण आहेत ?

    (1) 18　　　　(2) 16　　　　(3) 17　　　　(4) 15

13. एका मांडणीवर लाल, पिवळे, हिरवे, निळे व पांढरे वेष्टन असलेली 10-10 पुस्तके एकावर एक थर करून ठेवलेली आहेत. पांढऱ्यांवर हिरवी पुस्तके असून लालच्या खाली निळी पुस्तके आहेत. निळ्या आणि पांढऱ्या वेष्टनाच्या पुस्तकांमध्ये हिरवी पुस्तके आहेत. तर तळाशी कोणत्या वेष्टनाची पुस्तके आहेत ?

    (1) हिरवे　　　(2) निळे　　　(3) लाल　　　(4) पिवळे

स्पष्टीकरणे

1. (4) = 66 - स्थापना दिन / तो दिवस उगवणे / जन्मणे / निर्माण होणे (म्हणजे 1947) हा पहिला दिवस - मोजताना तो पहिला दिवस, म्हणून 66 वा स्वातंत्र्यदिन
2. (1) 65 th - वर्धापनदिन म्हणजे त्या घटनेला एक वर्ष पूर्ण झाल्यावर (म्हणजे 1948) एक - पहिला वाढदिवस. म्हणून 65 वा वर्धापनदिन
3. (2) 37 - क्र. 19 दोन्हीकडून तोच विद्यार्थी दोनदा मोजला जातो. म्हणून त्याचे दुप्पट म्हणजेच 19 × 2 = 38 - 1 = 37 एकूण विद्यार्थी
4. (4) 54 - सीताफळाचे झाड (एकच) दोनदा मोजले गेले (27 व 28 क्रमांक) म्हणून 27 + 28 = 55 - 1 (दोनदा मोजलेले) = 54 एकूण झाडे
5. (2) 19th - एकूण विद्यार्थी (45) उजवीकडील क्रमांक (27) = 18 + 1 (डावीकडून क्रमांक) = 19 वा (कारण तोच विद्यार्थी पुन्हा मोजला जाणार)
6. (3) 11 बागा - 50km ÷ 5 = 10 बागा + 1 (पहिल्या बागेजवळ 0 किमी) = 11 बागा
7. (4) 9 - अशा परिस्थितीत कोपऱ्यावरील बिंदू दुसऱ्यांदा मोजला जातो. म्हणून सूत्र असे - त्रिकोण अथवा चौकोनावरील एकूण बिंदू काढताना बाजूंची संख्या (येथे त्रिकोण म्हणजे 3 बाजू) × बिंदूंची संख्या (येथे 4) = 12 - बाजूंची संख्या (येथे 3) = 9 एकूण बिंदू
8. (1) 5 गज - सूत्र - उंची ÷ अंतर - 1 = एकूण गज; म्हणून 30 ÷ 5 = 6 - 1 = 5 गज
9. (1) r - अर्थपूर्ण शब्द Territory म्हणून उपान्त्य अक्षर
10. (1) - 68 - 865324 ही सर्वात मोठी संख्या फक्त दोनच अंक हलवून मिळेल.
11. (4) X - गुणानुक्रमे उतरती रचना अशी - Y, V, L, R, X.
12. (3) 17 - एकच क्रमांक दोनदा मोजला जातो. म्हणून 9 × 2 - 1 = 17
13. (4) पिवळे - रचना अशी - लाल → निळे → हिरवे → पांढरे → पिवळे (तळ)

सरावासाठी प्रश्न :

14. विजयचे स्थान वरून 22 वे आणि खालून 17 वे आहे. तर त्या रांगेत एकूण किती मुले आहेत ?

(1) 39 (2) 38 (3) 36 (4) 39

15. एका रांगेत विश्वासचा उजवीकडून 12 वा क्रमांक आहे. तर सुरेशचा डावीकडून 24 वा क्रमांक आहे. दोघांच्या मध्ये 16 मुले आहेत. तर त्या रांगेत एकूण किती मुले आहेत ?

(1) 49 (2) 50 (3) 51 (4) 52

प्रश्न : एका वर्तुळाकार टेबलाभोवती अ, ब, क, ड, इ, फ, ग आणि ह असे आठजण बसले आहेत. क आणि ग, अ आणि इ, ब आणि फ, ह आणि ड एकमेकांच्या समोरासमोर बसलेले आहेत. ब च्या शेजारी ड नाही. अ च्या शेजारी ग नाही, ह आणि इ मध्ये फ आणि ग आहेत. ग पूर्व दिशेला बसलेला आहे. तर -

16. उत्तरेला कोण बसलेले आहे ?

(1) अ (2) इ (3) क (4) यापैकी कोणी नाही.

17. ईशान्येला कोण बसले आहे ?

(1) फ (2) ह (3) क (4) यापैकी कोणी नाही.

18. ह च्या डाव्या बाजूला कोण बसले आहे ?

(1) इ (2) ब (3) फ (4) यापैकी कोणी नाही.

19. एका मोठ्या पेटीत 8 पेट्या आहेत. प्रत्येक पेटीत आणखी 3 पेट्या आहेत. तर एकूण पेट्या किती आहेत ?

(1) 32 (2) 24 (3) 30 (4) 33

20. वाचनीय पुस्तकांच्या एका चळतीमध्ये कादंबऱ्या, कथासंग्रह, नाटके आणि वात्रटिकासंग्रह आहे. प्रत्येक कादंबरीनंतर नाटक आहे. प्रत्येक कथासंग्रहानंतर वात्रटिकासंग्रह आहे. आणि कथासंग्रह कादंबरीनंतर नाही. जर कादंबरी सर्वात वर असेल आणि एकूण पुस्तके 40 असतील तर चळतीतील पुस्तकांचा क्रम पुढीलपैकी कोणता बरोबर असेल ?

(1) कादंबरी, कथासंग्रह, नाटक व वात्रटिकासंग्रह

(2) कादंबरी, नाटक, कथासंग्रह व वात्रटिकासंग्रह

(3) कादंबरी, वात्रटिकासंग्रह, कथासंग्रह व नाटक

(4) कादंबरी, कथासंग्रह, वात्रटिकासंग्रह व नाटक

21. मुला-मुलींच्या एका रांगेत सलील पहिला आणि मोना शेवटची आहे. बेला मध्यावर आहे. गिरीश बेलापासून चौथा व मोनापासून सातवा आहे; आणि सलीलपासून पंधरावा आहे. तर रांगेत एकूण मुले किती ?

(1) 11 (2) 20 (3) 22 (4) 21

22. एका रांगेत 7 खांब आहेत. दोन खांबात 3 मीटरचे अंतर आहे. तर पहिल्या व शेवटच्या खांबात एकूण किती मीटरचे अंतर असेल ?

(1) 21 (2) 17 (3) 18 (4) 20

23. एक कोंबडी प्रत्येक महिन्यातील पाचव्या दिवशी अंडे देत नाही. तर फेब्रुवारी 2012 या महिन्यात त्या कोंबडीने किती अंडी दिली ?

(1) 27 (2) 28 (3) 29 (4) 30

24. उन्मेष आणि श्वेता एकाच ठिकाणाहून परस्परविरुद्ध दिशेने निघाले. उन्मेषचा ताशी वेग 4 किमी आणि श्वेताचा ताशी वेग 6 किमी होता. तर साडेतीन तासानंतर त्या दोघांमध्ये किती किमीचे अंतर पडेल ?

(1) 21 kms (2) 14kms (3) 35 kms (4) 42 kms

25. 4 पेन्स व 5 पेन्सिल्स यांची किंमत 30 रु. आहे. 5 पेन्सिल्स आणि 3 पेन्स यांची किंमत 28 रु. आहे. तर 7 पेन्सची किंमत किती रुपये ?

(1) Rs 14 (2) RS 16/- (3)3 RS 18 (4) RS 7/-

उत्तरे :

14. (2) 15. (4) 16. (1) 17. (2) 18. (3) 19. (4) 20. (2)
21. (4) 22. (3) 23. (2) 24. (3) 25. (1)

5.16 नातेसंबंध

नातेसंबंधी प्रश्न सोडविताना स्वत:स त्या पैकी एका ठिकाणी कल्पून आपली नाती शोधण्याचा प्रयत्न केल्यास या प्रश्नांची उत्तरे शोधणे सोपे जाते.

1. तुझे बाबा म्हणतात की त्यांना तीन मुले आहेत. आणि तू म्हणतोस की तुला दोन भाऊ आहेत. तर कोणाचे म्हणणे चूक आहे ?

   (1) बाबा (2) मुलगा (3) दोघेही (4) कोणाचेही नाही.

2. माझ्या आईच्या एकुलत्या एक मुलाच्या मुलाची बहीण कोण ?

   (1) माझी बहीण (2) माझी मुलगी (3) माझी नात (4) माझी मावशी

3. निनादची आई गीताच्या वडिलांची एकुलती एक सून आहे. तर गीता निनादची कोण लागते ?

   (1) चुलत भाऊ (2) भाची (3) आते भाऊ (4) मावस भाऊ

4. साध्वी आणि माधवी यांच्या वयाचे आजचे प्रमाण 1 : 7 आहे. आणखी 4 वर्षांनंतर हेच प्रमाण 1 : 4 होईल. तर साध्वीचे आजचे वय किती वर्षे आहे ?

   (1) 8 (2) 28 (3) 4 (4) यापैकी नाही

5. एका घरात क, ख, ग या तीन स्त्रिया राहतात. क ही ख ची सून असून ग ही क ची मुलगी आहे. तर ग चे ख शी नाते काय ?

   (1) बहीण (2) नात (3) नणंद (4) आजी

6. एक स्त्री एक मुलीस म्हणाली, ''तू माझ्या सुनेची मुलगी'' तर ती स्त्री त्या मुलीची कोण लागते ?

   (1) नात (2) बहीण (3) आजी (4) आई

स्पष्टीकरणे

1. (4) तुझ्या बाबांना 3 मुले म्हणजेच तू + 2 तुझे भाऊ, म्हणून दोघेही खोटे बोलत नाहीत.
2. (2) माझी मुलगी - माझ्या आईचा एकुलता एक मुलगा म्हणजे मी, माझ्या मुलाची बहीण म्हणजे माझी मुलगी
3. (2) भाची-निनादची आई गीताच्या बाबांची एकुलती एक सून, म्हणजे गीता निनादची भाची झाली.
4. (3) 4 वर्षे - साध्वीचे आजचे वय 4 वर्षे तर माधवी 28 वर्षे (1:7 प्रमाण) 4 वर्षांनी साध्वी 8 वर्षांची व माधवी 32 वर्षाची (प्रमाण 1 : 4 झाले) होईल. म्हणून साध्वी आज 4 वर्षाची
5. (2)

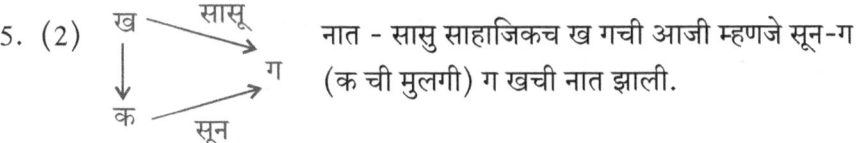

नात - सासु साहाजिकच ख गची आजी म्हणजे सून-ग (क ची मुलगी) ग खची नात झाली.

6. (3) आजी - त्या बाईच्या सुनेची मुलगी म्हणजे तिची नात, म्हणजे ती तिची आजी.

सरावासाठी काही प्रश्न

7. गीता श्यामला म्हणाली, ''तुझ्या मुलाचा बाप हा माझ्या भावाचा मुलगा आहे.'' तर गीताचे भाऊ श्यामचे कोण लागतात ?

   (1) आजोबा (2) वडील (3) सासरा (4) चुलता

8. एका स्त्रीची ओळख करून देताना माधवराव म्हणाले की त्या स्त्रीची आई म्हणजे माधवरावांच्या सासूची एकुलती एक मुलगी आहे. तर त्या स्त्रीचे माधवरावांशी नाते काय ?
(1) सून (2) बहीण (3) मुलगी (4) भाची

9. कामिनी ही माझ्या आईच्या सासूच्या मुलीची मुलगी आहे. तर ती माझी कोण आहे ?
(1) आतेबहीण (2) मामे बहीण (3) आई (4) नणंद

10. अ, ब आणि क बहिणी आहेत. ड हा इ चा भाऊ आहे. इ ही ब ची मुलगी आहे. तर अ चे ड नाते काय ?
(1) बहीण (2) मावशी (3) भाची (4) आत्या

11. एका मुलाकडे निर्देश करीत वैदेही म्हणते की तो माझ्या आजोबांच्या एकुलत्या एक मुलाचा मुलगा आहे. तर त्या मुलाची आई आणि वैदेहीचे नाते काय ?
(1) आई (2) चुलती (3) बहीण (4) यापैकी एकही नाही.

12. राजेश सुरेशला म्हणाला, ''तुझ्या वडिलांच्या वडिलांचे काका हे माझे आजोबा आहेत.'' तर सुरेश राजेशचा कोण आहे ?
(1) मुलगा (2) भाचा (3) भाऊ (4) पुतण्या

13. X हा Y चा भाऊ तर Z ही X ची बहीण आहे. M हा N चा भाऊ आणि N ही Y ची मुलगी आहे. O हे X चे बाबा आहेत. तर X चे चुलते कोण आहेत ?
(1) X (2) Y (3) Z (4) N

14. शेजारच्या माणसाचा परिचय करून देताना एक स्त्री म्हणाली, ''यांची बायको माझ्या आईची एकुलती एक मुलगी आहे. तर त्या स्त्रीचे त्या माणसाशी नाते काय आहे ?
(1) मेहणी (2) पत्नी (3) आत्या (4) यापैकी एकही नाही.

उत्तरे :

7. (2) 8. (3) 9. (1) 10. (2) 11. (1) 12. (4) 13. (1) 14. (2)

5.17 वयासंबंधी प्रश्न

1. सारिका राधिकापेक्षा 7 वर्षांनी लहान आहे. त्या दोघींच्या वयाची बेरीज 43 वर्षे आहे. तर राधिकाचे वय किती वर्षे आहे ?
(1) 33 (2) 25 (3) 23 (4) 18

2. शाहरुख आणि अजय यांचे आजच्या वयांचे गुणोत्तर 3 : 2 आहे. मात्र 10 वर्षानंतर ते 5 : 4 होईल. तर शाहरुखचे आजचे वय काय ?
(1) 15 (2) 10 (3) 12 (4) 20

3. सुदेष्णाबाई आणि त्यांच्या जुळ्या मुलांच्या वयाचा गुणाकार 2835 आहे. सुदेष्णाबाईंचे वय 35 वर्षे असल्यास त्यांच्या थोरल्या किंवा धाकट्या मुलाचे वय किती ?
(1) 7 (2) 9 (3) 5 (4) 11

4. महेश आणि मंगेश यांच्या वयाचे आजचे गुणोत्तर 3 : 4 आहे. आणखी 2 वर्षांनी ते 10 : 13 होईल. तर आज मंगेशचे वय काय ?
(1) 18 (2) 20 (3) 21 (4) 24

5. मोहिनीबाई आणि तिच्या 5 मुलांचे सरासरी वय 15 वर्षे आहे. आई वगळून हे वय 7 वर्षांनी कमी होते. तर मोहिनीबाईंचे आजचे वय किती वर्षे ?
   (1) 90 (2) 40 (3) 50 (4) 60
6. वैष्णवी आणि वैदेही यांच्या वयांचे गुणोत्तर 5 : 7 आहे. जर वैदेहीचे वय 35 वर्षे असेल तर वैष्णवी वैदेहीपेक्षा, किती वर्षांनी लहान आहे ?
   (1) 10 (2) 12 (3) 25 (4) 35
7. योगेश व सायलीच्या वयांची बेरीज 121 वर्षे आहे. त्यांच्या वयांचे गुणोत्तर 5 : 6 आहे. तर योगेशचे वय काय ?
   (1) 66 (2) 44 (3) 55 (4) 45
8. श्वेताचे वय तिच्या आईच्या वयाच्या अर्धे आहे. 20 वर्षानंतर तिच्या आईचे वय, श्वेताच्या वयाच्या दीडपट होईल. तर श्वेताचे आजचे वय किती ?
   (1) 40 (2) 20 (3) 60 (4) 30
9. बाळचे आजचे वय त्याच्या बाबांच्या आजच्या वयाच्या $\frac{1}{3}$ आहे; तर आईचे वय बाबांपेक्षा 5 वर्षांनी कमी आहे. बाळ जर आज 13 वर्षांचा असेल तर त्याच्या आईचे बाळच्या जन्माच्या वेळचे वय किंती वर्षे होते ?
   (1) 34 (2) 39 (3) 42 (4) 21
10. कामिनी, मोहिनी आणि रोहिणी यांच्या वयाचे गुणोत्तर 2 : 3 : 4 आहे. जर मोहिनी 15 वर्षांची असेल तर कामिनी व रोहिणीचे वय काय ?
   (1) 15, 25 (2) 12,14 (3) 16,20 (4) 10,20
11. माधव राजापेक्षा 5 वर्षांनी मोठा आहे. 5 वर्षापूर्वी माधवचे वय 11 वर्षे होते. तर 5 वर्षानंतर त्यांच्या वयात किती अंतर पडेल ?
   (1) 5 (2) 7 (3) 8 (4) 16
12. 20 वर्षांपूर्वी वडिलांचे वय मुलाच्या वयाच्या बारापट होते. आज वडिलांचे वय मुलाच्या वयाच्या दुप्पट आहे. तर आज दोघांची वये किती वर्षे आहेत ?
   (1) वडील 44, मुलगा 22, (2) 40, 20
   (3) 36,18 (4) 60, 30

स्पष्टीकरणे

1. (4) 18 वर्षे - राधिकाचे वय = क, आणि सारिकाचे वय ब
   दोघींच्या वयाची बेरीज ब + क = 43 क + ब = 43
   ब क पेक्षा लहान म्हणून क - ब = 7 क - ब = 7
   ब + क = 43 2 क = 50
   क मोठी = 25 वर्षे राधिका क = 25
   ब लहान = 25 - 7 = 18 सारिका
   पडताळा 25 + 18 = 43

2. (1) 15 - शाहरुखचे आजचे वय 3x व अजयचे आजचे वय 2x

$$10 \text{ वर्षानंतर } \frac{2x+10}{2x+10} = \frac{5}{4} = 12x + 40 = 10x + 50$$

$2x = 10$

$x = 5$

म्हणून शाहरुख $5 \times 3 = 15$ वर्षे

अजय $5 \times 2 = 10$ वर्षे

3. (2) 9 वर्षे - सुदेष्णाबाई × जुळी × मुले - $35 \times 9 \times 9 = 2835$

4. (4) 24 - महेशचे वय 3x, मंगेशचे वय 4x

म्हणून $3x + 2 = 10$, $4x + 2 = 3$ $39x + 26 = 40x + 20$, म्हणून $x = 6$

$6 \times 3 = 18$ महेशचे वय आणि $6 \times 4 = 24$ मंगेशचे वय

5. (3) 50 - मोहिनीबाई + 5 मुले = एकूण 6. सरासरी 15 म्हणजे $15 \times 6 = 90$ वर्षे. मोहिनीबाई वगळता सरासरी 15- 7 म्हणजे 8

5 मुलांच्या वयांची सरासरी $8 \times 5 = 40$ वर्षे

90 - 40 = 50 वर्षे = मोहिनीबाईंचे वय

6. (1) वैष्णवी 5 व वैदेही 7. प्रत्यक्षात वैदेही 35 वर्षे. $35 \div 7 = 5$

$5 \times 5 = 25$ वर्षे (वैष्णवी), 35 - 25 = 10 वर्षांनी लहान

7. (3) 55 - योगेशचे 55, सायलीचे 66 म्हणजेच गुणोत्तर 5 : 6 - पडताळा 55 + 66 = 121 वर्षे

8. (2) 20 - श्वेताचे आजचे वय, म्हणजे आई 40 वर्षांची. 20 वर्षांनी आई 60 वय, श्वेता 40. म्हणजेच आईचे वय दीडपट

9. (4) 21 - बाळचे आजचे वय 13 वर्षे, बाबा तीन पट म्हणजे $13 \times 3 = 39$ बाबांचे वय - आई 5 वर्षांनी आज लहान म्हणजे 39-5 = 34 वर्षे. (आई) बाळ जन्मतेवेळी 34 - 13 (बाळचे आजचे वय) = 21 वर्षे (जन्मवेळी बाळचे वय)

10. (4) 10, 20 - मोहिनी 15, तर कामिनी 10, व रोहिणी 20 म्हणजे प्रमाण 2 : 3 : 4

11. (1) 5 वर्षे - पूर्वी किंवा आता दोघातील 5 वर्षांचे अंतर कायमच राहणार.

12. (1)

	मुलाचे आजचे वय X	20 वर्षापूर्वी	मुलाच्या वयाची 12 पट
वडील 44	वडिलांचे आजचे वय 2X		$12(x - 20) = 2x - 20$
मुलगा 22	वडिलांचे आजचे वय 2X - 20		$x = 22$ मुलाचे आजचे वय
			$2X = 44$ वडिलांचे आजचे वय

सरावासाठी उदाहरणे

13. सदाशिवचे वय मधुकरच्या वयाच्या 7 पट आहे. त्यांच्या वयांची बेरीज 96 वर्षे आहे. तर मधुकरचे वय किती वर्षे आहे ?

(1) 16 (2) 14 (3) 12 (4) 10

14. मुग्धाच्या आईचे वय 5 वर्षांपूर्वी मुग्धाच्या वयाच्या पाच पट होते. 10 वर्षानंतर मुग्धाचे वय तिच्या मम्मीच्या आईच्या निम्मे असेल, तर मुग्धाचे आजचे वय किती वर्षे आहे ?

(1) 20 (2) 15 (3) 12 (4) 10

15. सचिनचे वय संग्रामच्या वयाच्या तिप्पटीपेक्षा 4 वर्षांनी जास्त आहे. जर सचिनचे वय 31 वर्षे असेल तर संग्रामचे वय काय असेल ?

(1) 18 (2) 9 (3) 13 (4) 17

16. सुनिता अनितापेक्षा 4 वर्षांनी लहान आहे. जर अनिताचे वय Z असेल; तर सुनिताचे वय 8 वर्षांपूर्वी किती वर्षे होते ?

(1) X-12 (2) Z + 12 (3) 12Z (4) Z + 8

17. राजू, हरी, स्नेहा, कुणाल आणि प्राची या पाच व्यक्ती आहेत. हरीचे वय राजूच्या वयाच्या तिप्पट आहे. हरी प्राचीच्या आजच्या वयाच्या दुप्पटीने लहान आहे. स्नेहाचे वय कुणालच्या वयाच्या दुप्पट आहे. राजूचे वय स्नेहाच्या वयाच्या दुप्पट आहे. पुढच्या वर्षी राजूचे वय 9 वर्षे पूर्ण होईल. तर पुढील वर्षी सर्वांत मोठ्या व सर्वात लहान व्यक्तींची वये काय असतील ?

(1) 72 & 2 (2) 73 & 2 (3) 72 & 3 (4) 73 & 5

18. स्नेहलताची मोठी बहीण तिच्यापेक्षा 5 वर्षांनी मोठी आहे. स्नेहलताचा भाऊ तिच्यापेक्षा 4 वर्षांनी लहान आहे. तिघांच्या वयाची बेरीज 73 वर्षे आहे, तर तिच्या भावाचे वय काय ?

(1) 29 (2) 20 (3) 24 (4) 73 & 5

19. राहुल, त्याची मम्मी व डॅडी यांच्या वयांचे गुणोत्तर 2 : 12 : 14 आहे. ते किती वर्षांनी 4 : 9 : 10 होईल ?

(1) 7 (2) 8 (3) 6 (4) 10

20. गणपतरावांचे वय त्यांच्या नातीच्या वयाच्या 6 पट आज आहे. त्या दोघांच्या वयाची बेरीज 84 वर्षे आहे. तर आज गणपतरावांचे वय किती वर्षे आहे ?

(1) 66 (2) 72 (3) 78 (4) 68

उत्तरे :

13. (3) 14. (4) 15. (2) 16. (1) 17. (4) 18. (2) 19. (3) 20. (2)

5.18 कालमापन / दिनदर्शिका

कालमापनावर 'आकलन' या प्रकरणात प्रश्न आलेले आहेत. या प्रकारच्या प्रश्नांची उत्तरे देताना काही मुद्दे लक्षात ठेवावेत.

1. जानेवारी, मार्च, मे, जुलै, ऑगस्ट, ऑक्टोबर, डिसेंबर हे 7 महिने 31 दिवसांचे; तर
2. एप्रिल, जून, सप्टेंबर, नोव्हेंबर हे 4 महिने 30 दिवसांचे असतात.
3. लीप वर्ष असल्यास फेब्रुवारी 29 दिवसांचा व लीपवर्ष नसल्यास 28 दिवसांचा असतो.
4. ज्या वर्षाला 4 ने नि:शेष भाग जातो (उदा. 1996, 2000, 2004, 2008, 2012 इ.) ते वर्ष लीपवर्ष असते.
5. जानेवारी, जून, जुलै हे तीन महिने J या अक्षराने सुरू होतात.
6. लीप वर्ष नसल्यास 1 जानेवारी व 31 डिसेंबर एकाच दिवशी येतात. लीप वर्ष असल्यास जानेवारीला असलेल्या दिवसाचा पुढचा दिवस 31 डिसेंबरला येतो.

7. लीप वर्ष नसल्यास प्रत्येक पुढील वर्षीचा / जानेवारी (नववर्षप्रारंभ), 26 जानेवारी (प्रजासत्ताक दिन), 15 ऑगस्ट (स्वातंत्र्यदिन), 14 जानेवारी (संक्रांत) इ. दिवस एकेक दिवसाने पुढील दिवसास येतात.
8. लीप वर्ष नसल्यास वर्षाचा पहिला दिवस त्या वर्षात 53 वेळा येतो.
9. लीप वर्ष असल्यास वर्षाचा पहिला व दुसरा दिवस त्या वर्षात 53 वेळा येतो.

वरील माहितीच्या आधारे दिनदर्शिका / कालमापनाचे प्रश्न सोडविता येतात.

उदाहरणार्थ

1. गुरुवारी 15 मार्च ही तारीख होती. तर 22 जुलै रोजी कोणता वार असेल ?

(1) गुरुवार (2) शनिवार (3) रविवार (4) सोमवार

स्पष्टीकरण : उत्तर (3) रविवार

उरलेले मार्चचे 16 दिवस + 30 एप्रिल + 31 मे + 30 जून + 22 जुलै = 129 दिवस. 7 दिवसांचा आठवडा म्हणून 129 ÷ 7 = 18, बाकी 3 म्हणून गुरुवारनंतर पुढील 3 दिवस घेणे - म्हणून रविवार.

2. जर शनिवारी 15 जानेवारी हा दिवस होता, तर 18 फेब्रुवारी रोजी कोणता दिवस होता ?

(1) शुक्रवार (2) रविवार (3) गुरुवार (4) सोमवार

उत्तर : (1) - शुक्रवार

3. आज मंगळवार आहे. तर बरोबर 96 दिवसांनी कोणता वार असेल ?

(1) सोमवार (2) बुधवार (3) गुरुवार (4) रविवार

उत्तर : (4) - रविवार

4. जर 15 ऑक्टोबरला सोमवार असेल तर गांधी जयंती कोणत्या वारी येईल ?

(1) रविवार (2) शुक्रवार (3) मंगळवार (4) शनिवार

उत्तर : (3) मंगळवार (2 ऑक्टोबर पर्यंत मागे जाणे)

5. एका शुक्रवारी 2 तारीख होती. तर त्याच महिन्यात 22 तारखेनंतर चौथ्या दिवशी कोणता वार असेल ?

(1) सोमवार (2) बुधवार (3) गुरुवार (4) शुक्रवार

उत्तर : (1) - सोमवार

6. मनभाविनीचा जन्म 1976 साली शुक्रवारी झाला. तर 1987 साली तिचा अकरावा वाढदिवस कोणत्या दिवशी येईल ?

(1) सोमवार (2) बुधवार (3) शुक्रवार (4) शनिवार

उत्तर : (3) - शुक्रवार

स्पष्टीकरण : 11 वर्षांनी 11 दिवस पुढे + 76, 80, 84 हे 3 लीपवर्षांचे + 3 दिवस. म्हणजे 11 + 3 = 14 दिवस पुढे. 7 दिवसांचा आठवडा. भाग नि:शेष जातो. म्हणून तोच दिवस

7. 2006 साली प्रजासत्ताकदिन बुधवारी होता. तर 2004 साली तो कोणत्या वारी होता ?

(1) रविवार   (2) गुरुवार   (3) शुक्रवार   (4) शनिवार

उत्तर : (1) - सोमवार

स्पष्टीकरण : एकेक दिवसाने मागे जाणे - 2004 लीप वर्ष; म्हणून 2 दिवस मागे जाणे नाही. कारण फेब्रुवारी पूर्वी प्रजासत्ताक दिन असतो.

5.19 आरशातील प्रतिमा

आरशातील प्रतिमा तसेच जलप्रतिमा यावर आतापर्यंत आयोगाने अभावानेच प्रश्न विचारले याचे सखेद आश्चर्य वाटते. खरे तर तिसरी - चौथीच्या प्रज्ञाशोध, शिष्यवृत्ती परीक्षांमध्ये यावर प्रश्न असतात. दिलेल्या आकृतीची आरशातील प्रतिमा कशी दिसेल असा हा प्रश्न असतो. खालील वर्गातही यावरील सोपे उपाय सुचविले जातात.

आरशातील प्रतिमेबाबत अत्यंत महत्त्वाची आणि लक्षात ठेवायची बाब म्हणजे आरशातील प्रतिमा मूळ आकृतीच्या, अंकांच्या डाव्या बाजूकडील भाग उजवीकडे आणि उजवीकडील डावीकडे अशा स्वरूपात दिसते. डावा हात उजवीकडे तर उजवा हात डावीकडे दिसतो. डाव्या हातातील रिस्टवॉच उजव्या हातात दिसते तर उजवीकडे वळविलेला भांग डावीकडे दिसते; परंतु नित्यदर्शनामुळे हे आपल्या लक्षात येत नाही.

दुसरी बाब म्हणजे मूळ वस्तूची डावी आणि उजवी बाजू सारखीच असेल तर आरशातील प्रतिमांमध्ये काहीच फरक जाणवणार नाही. त्यामुळे वस्तूंच्या डाव्या उजव्या बाजू जर वेगळ्या असतील तो नेमका वेगळेपणा, वेगळा आकार, वेगळे वळण, वेगळी रचना यांच्यात कसे डावे, उजवे बदल होतात ते आरशातील प्रतिमात जाणवेल. त्यासाठी एक सोपी युक्ती वापरतात. मूळ प्रतिमा छापलेला कागद उलटा न करता मागील बाजूने पाहिला तर आरशातील प्रतिमा दिसते.

उदाहरणार्थ : रोमन लिपीतील I, II, III, V, X या अंकांची आरशातील प्रतिमा, त्यांना डावी उजवी बाजू नसल्याने I, II, III, V, X अशाच दिसतील; पण VI, VII, VIII यांना डावी उजवी बाजू असल्याने यांच्या आरशातील प्रतिमा IV, IIV, IIIV अशा दिसतील. 8 व 0 अंक तसेच दिसतील; तर 1 ते 10 अंक असे दिसतील.

मूळ अंक	1	2	3	4	5	6	7	9	10 मात्र 17 26
आरशातील प्रतिमा	ı	ऽ	६	४	ﾐ	७	९	10	26 17 ಸ ৭६ इत्यादी

आरसा मूळ आकृतीच्या समोर, डावीकडे अथवा उजवीकडे असेल तर आरशातील प्रतिमेच्याच दिसण्याचा विचार करायचा. प्रश्नही अशाच स्वरूपाचा असू शकतो. मात्र आरसा मूळ आकृतीच्या खाली किंवा वर धरला तर मात्र तो प्रकार जलप्रतिमेचा झाला; आरशातील प्रतिमेचा नव्हे. अर्थात हा प्रश्नप्रकार असंभव आहे.

1. X V

(1) ⅄X   (2) X V   (3) V X   (4) X ⅄

उत्तर : क्र. (3) - फक्त डावीकडील आकृती उजवीकडे व उजवीकडील डावीकडे जाईल. आकृत्या जलप्रतिमेप्रमाणे उलट्या होणार नाहीत.

2. | ६ ३ |

(1) | ६ ३ | (2) | ३ ६ | (3) (4)

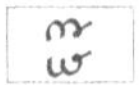

उत्तर : क्र. (1) - दोन्ही आकृत्या सारख्याच असल्याने तशीच प्रतिमा दिसेल. (डावे उजवे, उजवे डावे झाले असले तरी)

3. | ७२ |

(1) | २७ | (2) (3) (4)

उत्तर : क्र. (2) - अंक डावे उजवे, उजवे डावे बाजूंसह बदलतील.

4. | RAM |

(1) | ЯAM | (2) | MAR | (3) | MAЯ | (4) | ꓤ∀W |

उत्तर : क्र. (3) - अक्षरांचे डावे उजवे व त्यांच्या डाव्या उजव्या बाजूत बदल होईल. AM सारखेच पण डावे उजवे स्थान घेतील. तेच R चे Я असे होईल.

5. | WIV |

(1) | WIV | (2) | MIΛ | (3) | ΛIW | (4) | VIW |

उत्तर : क्र. (4) - अक्षरांना डावे उजवे असे काही नाही. मात्र डावीकडील अक्षर उजवीकडे आणि उजवीकडील अक्षर डावीकडे गेले आहे.

6. | 6V7X8 |

(1) | 8XΓVϑ | (2) | 6VΓX8 | (3) | ϑVΓX8 | (4) | 8XΓΛϑ |

उत्तर : क्र. (1) - V,X,8 मध्ये बदल नाही. 6, 7 मध्ये बदल; आणि डावीकडील अंक, अक्षरे क्रमाने उजवीकडे गेली आहेत.

5.20 जलप्रतिमा

एखाद्या वस्तूची पाण्यात दिसणारी प्रतिमा ही मूळ आकृतीच्या बरोबर उलटी दिसते. म्हणजेच पायाकडील भाग वर; म्हणजे डोक्याच्या जागी; आणि डोके खाली म्हणजे पायाच्या जागी दिसेल. थोडक्यात काय, तर सरळ असणारी, दिसणारी आकृती पाण्यात 'खाली डोके वर पाय' अशी दिसते. म्हणजे आरसा जर आकृतीच्या पायाशी व डोक्याशी ठेवला तर जशी आकृती दिसेल तशी आकृती म्हणजे जलप्रतिमा; पण आरशातील प्रतिमेसाठी आरसा समोर, फारतर डावी-उजवीकडे असतो. त्यामुळे आरशातील प्रतिमांमध्ये डावी बाजू उजवी आणि उजवी बाजू डावीकडे दिसते. सारांश असा की, जलप्रतिमा उलटी तर आरशातील प्रतिमा डावी, उजवी असे असले तरी जर एखाद्या आकृतीची वरची आणि खालची बाजू सारखीच असेल तर मूळ प्रतिमा आणि जलप्रतिमा यांच्यात काहीही फरक पडणार नाही. पुढे दिलेल्या आकृत्या :

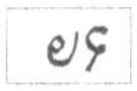

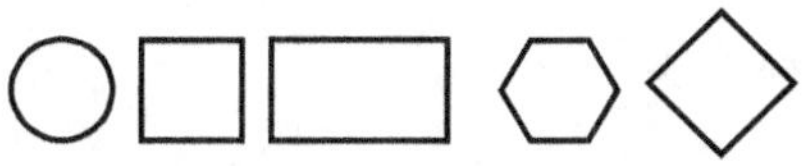

यांच्या जलप्रतिमेत काहीही बदल होणार नाहीत. किंवा रोमन लिपीतील अक्षरे I, II, III, X यांच्या प्रतिमांमध्ये काहीही बदल होणार नाहीत. तसेच इंग्रजी अक्षरे C, D, E, H, I, K, O, X; किंवा इंग्रजी अंक 8 यांच्या जलप्रतिमांमध्ये बदल होणार नाहीत. P अक्षराची प्रतिमा b तर M - W अशी दिसेल. तसेच A,V याउलट ∀ Λ असे दिसतील. N - ᴎ याप्रमाणे दिसेल.

प्रश्न :

1.

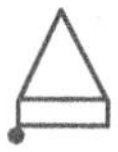

(1) (2) (3) (4)

उत्तर : (2) - आकृती उलटी आणि त्यामुळे त्रिकोणाचे वरचे टोक खाली येईल. खालचा ठळक बिंदू वर जाईल. मात्र तो ज्या बाजूला आहे (येथे आकृतीच्या उजव्या बाजूला आहे) त्याच बाजूला (उजवीकडेच) राहील.

2.

(1) (2) (3) (4)

उत्तर : (2) - आकृती उलटी दिसेल. गंध, डोळे, तोंड यांचे वक्र बरोबर उलटे दिसतील. मात्र कान आणि नाकाची रेघ, त्यांना खालची, वरची बाजू सारखी असल्याने त्यांच्या जलप्रतिमेत काहीही बदल दिसणार नाही.

3. NOTE

(1) ᴎOTE (2) ᴎOꓕƎ (3) ᴎOꓕE (4) NOꓕE

उत्तर : (3) - सर्व अक्षरे उलटी दिसतील, मात्र O आणि E तसेच राहतील, कारण त्यांची खालची व वरची बाजू सारखीच आहे.

4. HIJKM

(1) HIJKW (2) IHʅKM (3) HIʅKW (4) HIɾKW

उत्तर : (4) - H,I,K ही अक्षरे वरखाली सारखीच असल्याने त्यांच्या आरशातील प्रतिमेमध्ये काही बदल होणार नाहीत, मात्र J, M ही अक्षरे उलटी दिसतील.

5. पुढीलपैकी कोणती अक्षरे अथवा अक्षर जलप्रतिमा आहे?

(1) ʅ (2) ꓘ (3) ⅃ (4) ꓕ

उत्तर : (4) - फक्त T ची पाण्यातील प्रतिमा बरोबर आहे. बाकी ʅ ꓘ ⅃ या चुकीच्या प्रतिमा आहेत.

6.

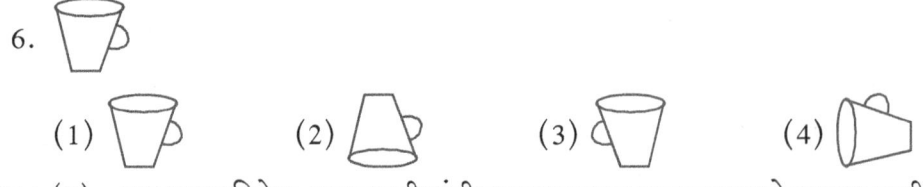

(1) (2) (3) (4)

उत्तर : (2) - कप उलटा दिसेल. मात्र त्याची दांडी मूळ कपाच्याच बाजूला म्हणजे त्याच्या डावीकडे दिसेल.

7.

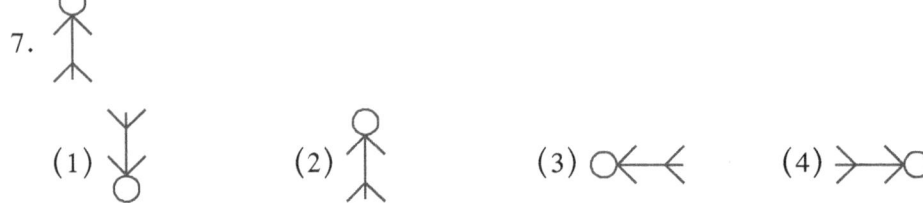

(1) (2) (3) (4)

उत्तर : (1) - मूळ आकृतीच्या बरोबर उलटी जलप्रतिमा दिसेल. हात, पाय सारखेच असल्याने त्यात फरक दिसणार नाही.

8.

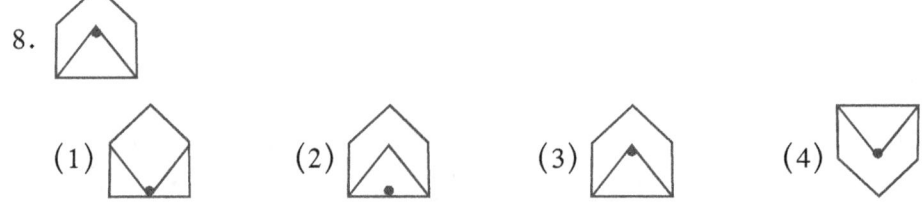

(1) (2) (3) (4)

उत्तर : (4) - पंचकोन आणि त्यातील त्रिकोण बरोबर उलटे झाले आहे. वर असणारा ठिपका खाली आला आहे.

आरशातील प्रतिमा

सरावासाठी प्रश्न

		उत्तरे			
	प्रश्न	(1)	(2)	(3)	(4)
7.					
8.					

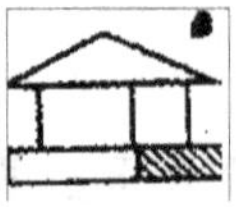

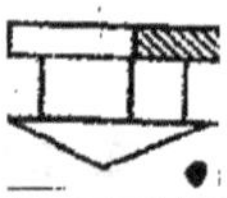

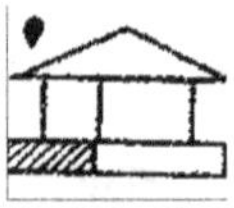

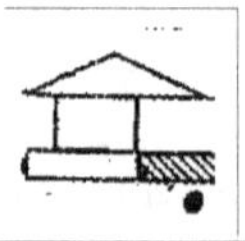

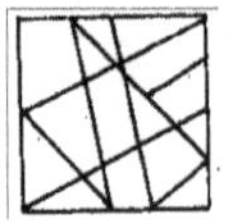

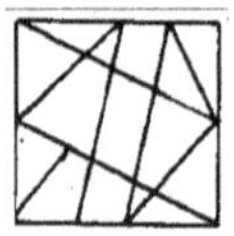

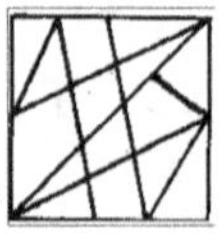

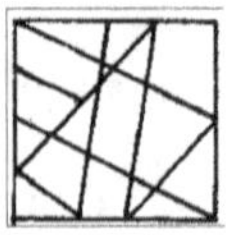

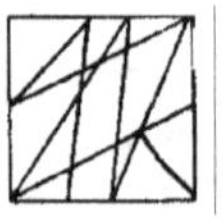

	प्रश्न	उत्तरे			
		(1)	(2)	(3)	(4)
9.				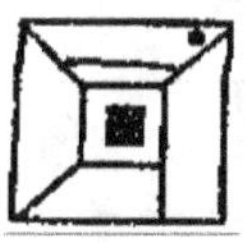	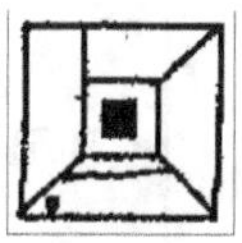
10.			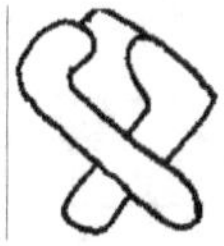	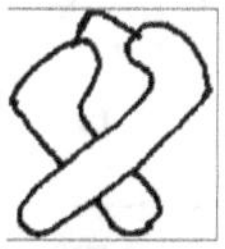	
11.					
12.					
13.					
14.	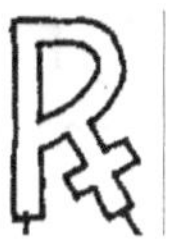	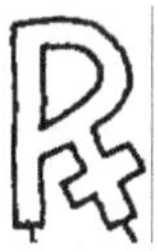			
15.		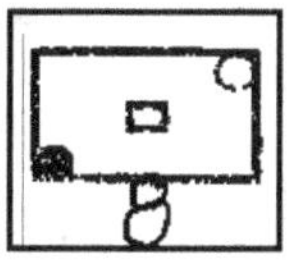	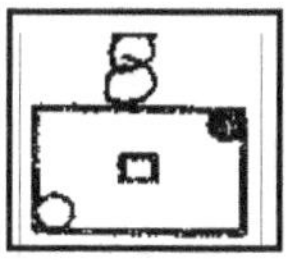	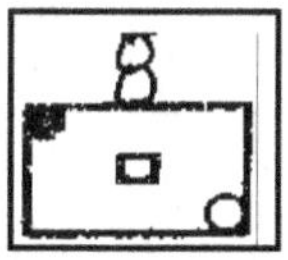	

उत्तरे :

7. (2)　　8. (3)　　9. (4)　　10. (2)　　11. (4)　　12. (2)　　13. (1)
14. (3)　　15. (2)

जलप्रतिमा

सरावासाठी प्रश्न

		उत्तरे			
	प्रश्न	(1)	(2)	(3)	(4)
9.					
10.					
11.					
12.					
13.					
14.					
15.					
16.					

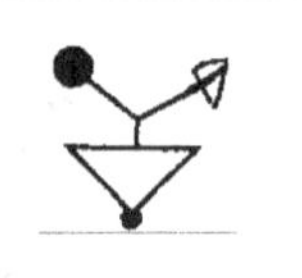

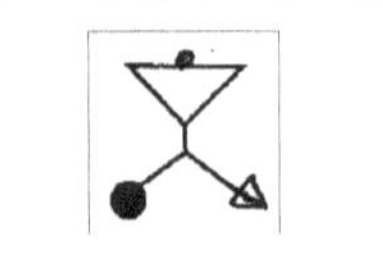

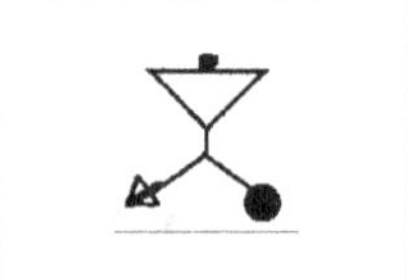

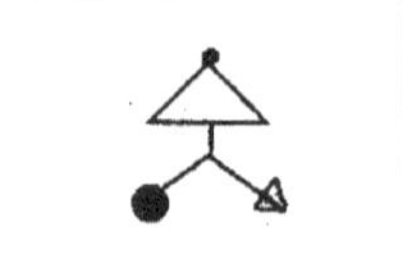

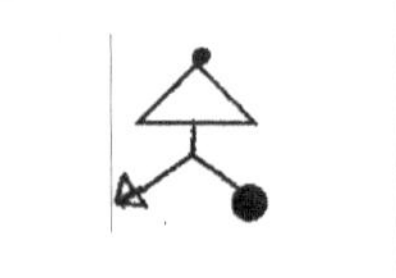

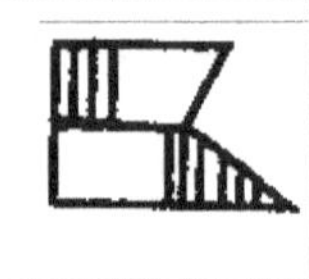

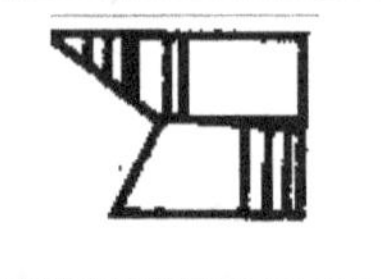

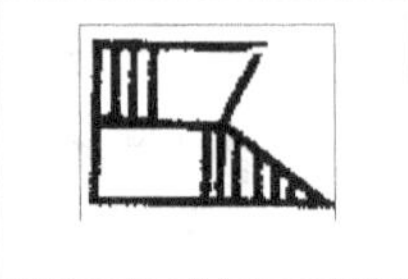

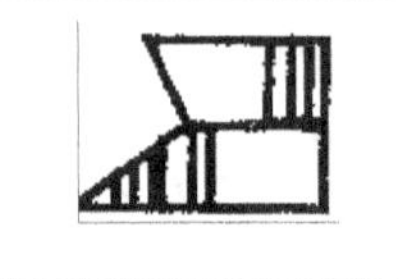

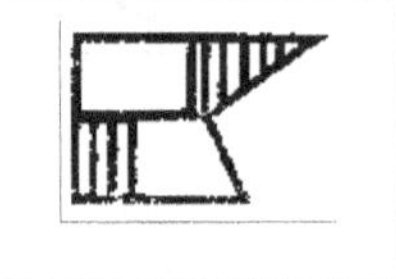

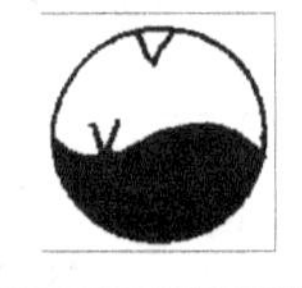

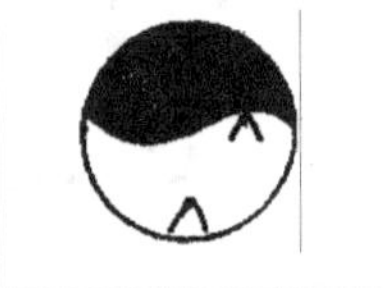

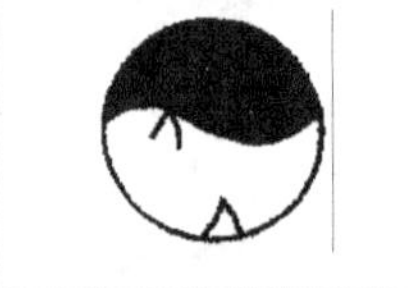

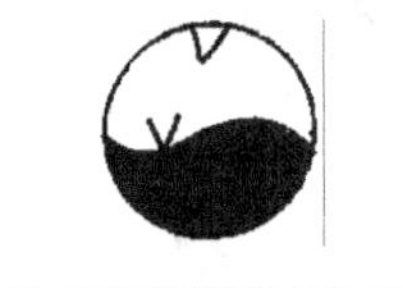

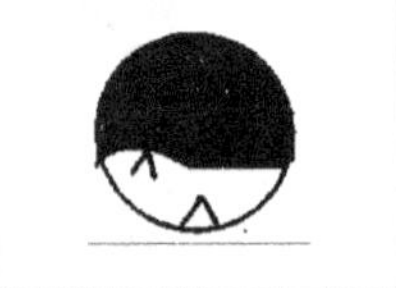

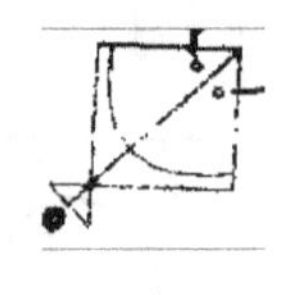

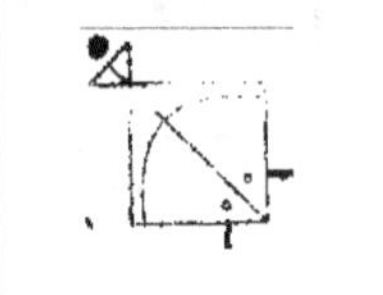

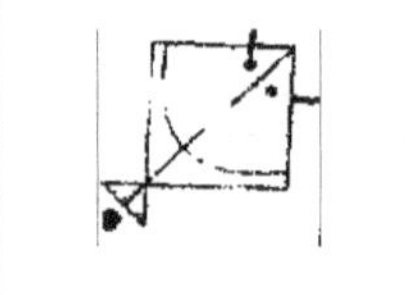

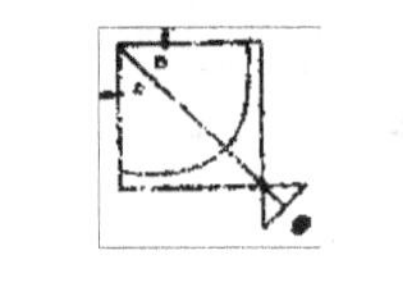

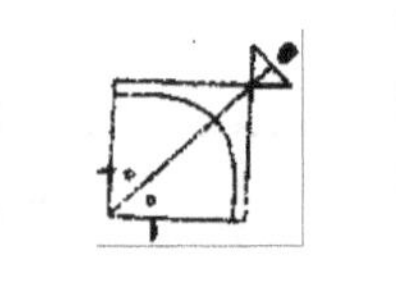

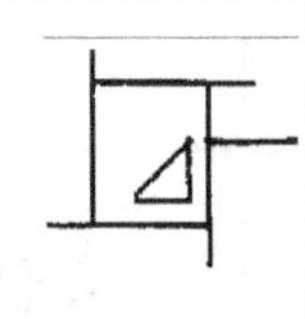

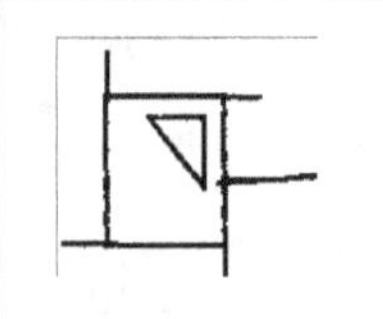

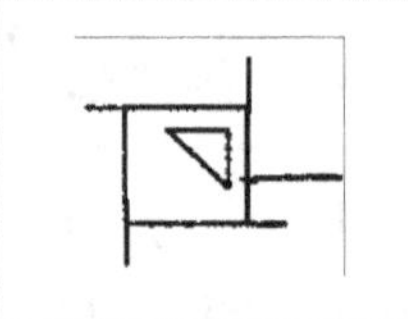

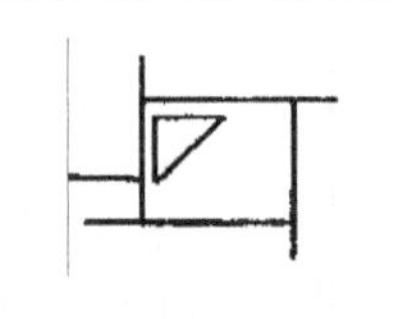

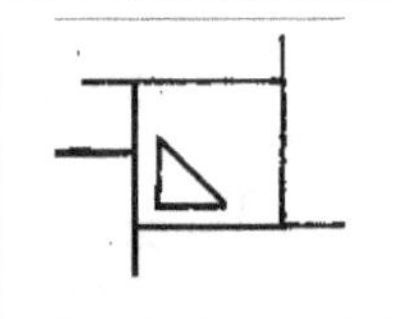

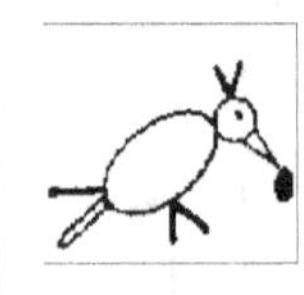

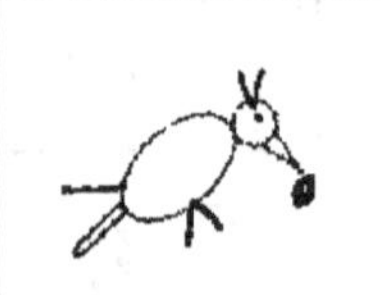

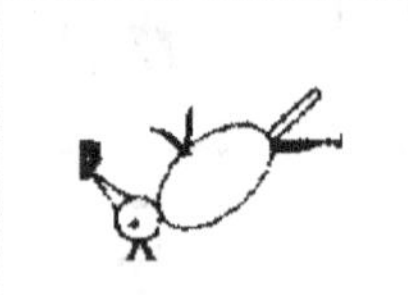

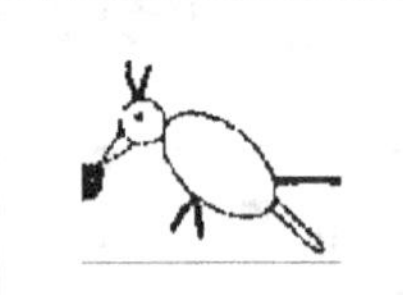

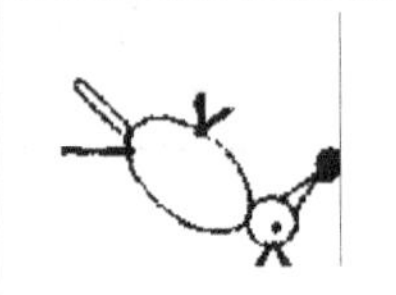

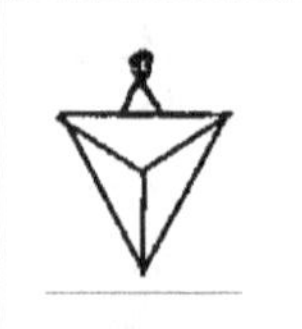

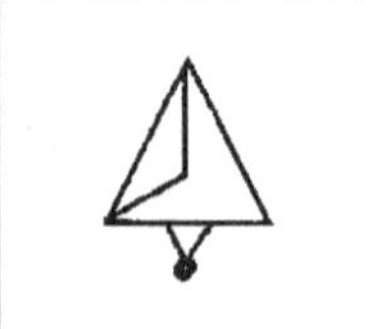

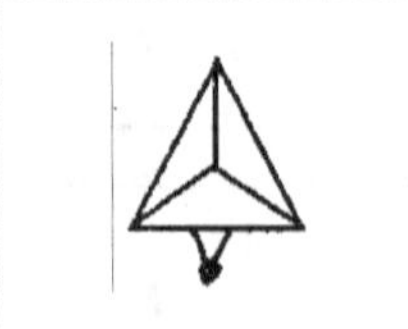

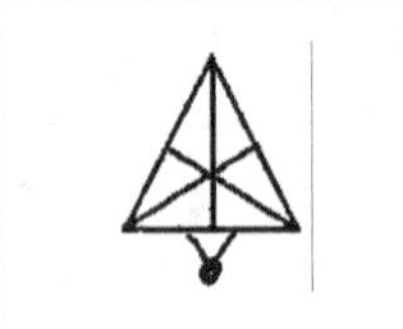

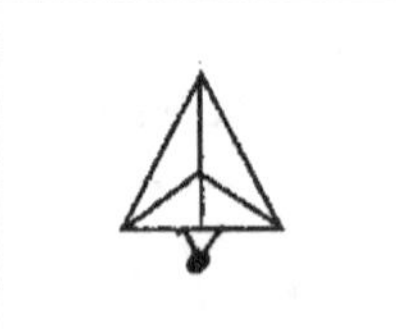

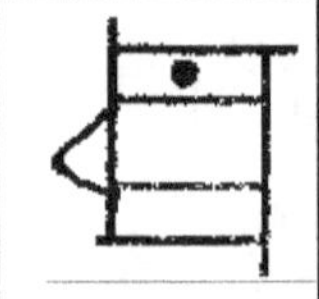

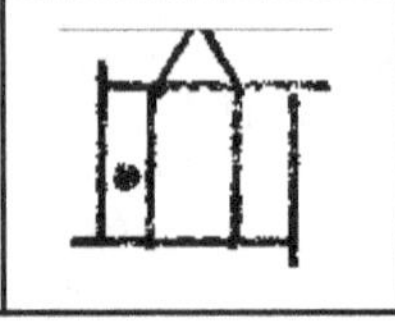

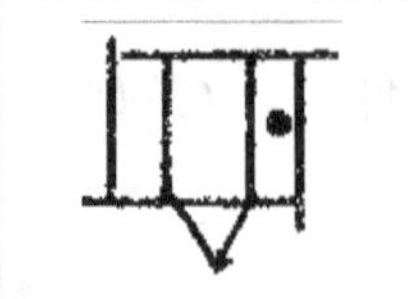

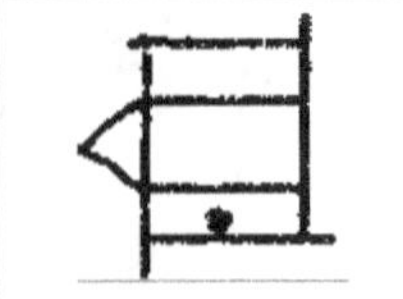

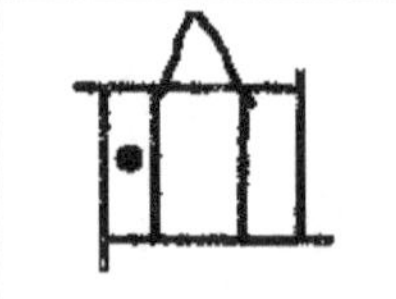

	प्रश्न	उत्तरे (1)	(2)	(3)	(4)
17.					
18.					

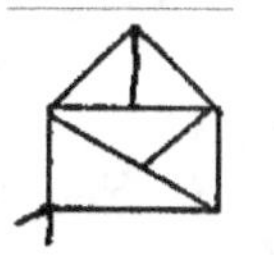

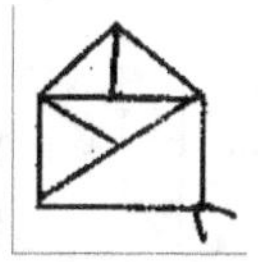

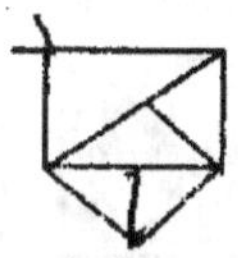

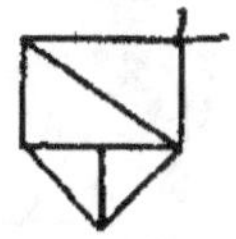

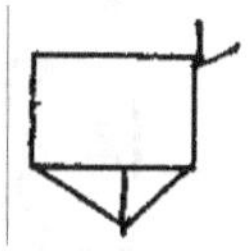

उत्तरे :

9. (3) 10. (4) 11. (1) 12. (1) 13. (2) 14. (4) 15. (2)
16. (3) 17. (1) 18. (2)

5.21 - (2) अशाब्दिक कसोटी (Non Verbal)

यापूर्वीच्या शाब्दिक कसोटी या प्रकरणात आपल्या लक्षात आले असेल की बहुतेक प्रश्नप्रकार (आरशातील व जलप्रतिमा सोडून) अक्षरे, अंक, अक्षर व अंकमालिका, शब्द, वाक्ये यांच्यावर आधारित होते. मात्र अशाब्दिक कसोटीमध्ये सारे प्रश्न दिलेल्या आकृत्यांवर आधारित असतात. म्हणजे दिलेल्या आकृतीसारखी आकृती किंवा त्यापुढील आकृती, विसंगत आकृती असे प्रश्नप्रकार अशाब्दिक कसोटीमध्ये असतात.

अ) सहसंबंध / संबंधित आकृती

खालील प्रश्नात क्रमाने येणारी आकृती ओळखा. किंवा
प्रश्नचिन्हाच्या जागी येणारी आकृती शोधा.

1. प्रश्नाकृती

1 2 3 4

उत्तरांचे पर्याय

2.

1 2 3 4

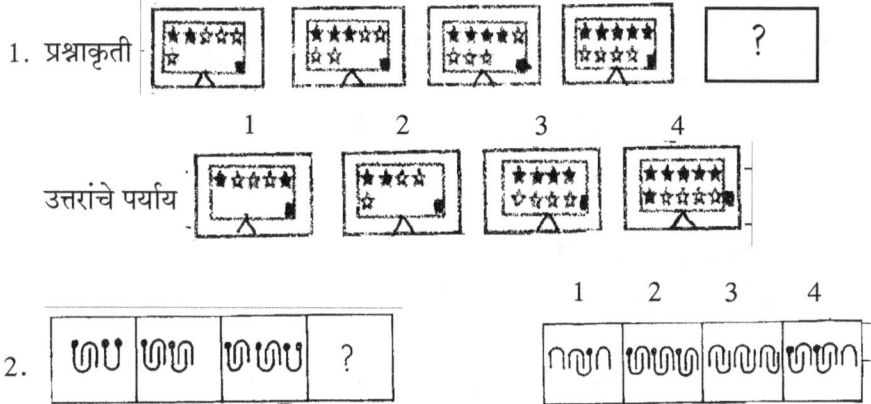

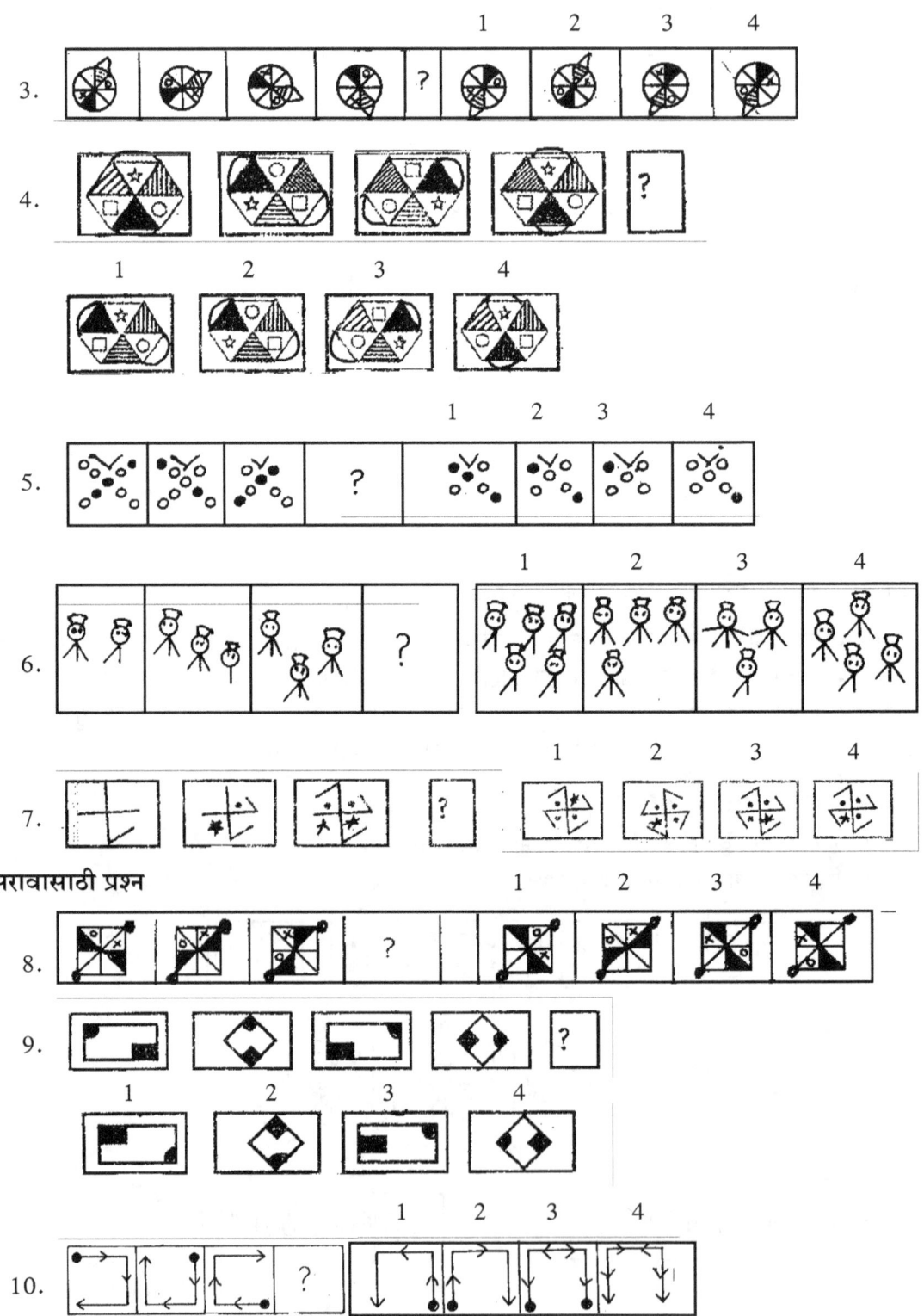

1 2 3 4

3.

4.

1 2 3 4

1 2 3 4

5.

1 2 3 4

6.

1 2 3 4

7.

सरावासाठी प्रश्न

1 2 3 4

8.

9.

1 2 3 4

1 2 3 4

10.

11.

12.

13.

14.

15.

16.

17.

18.

19.

20.

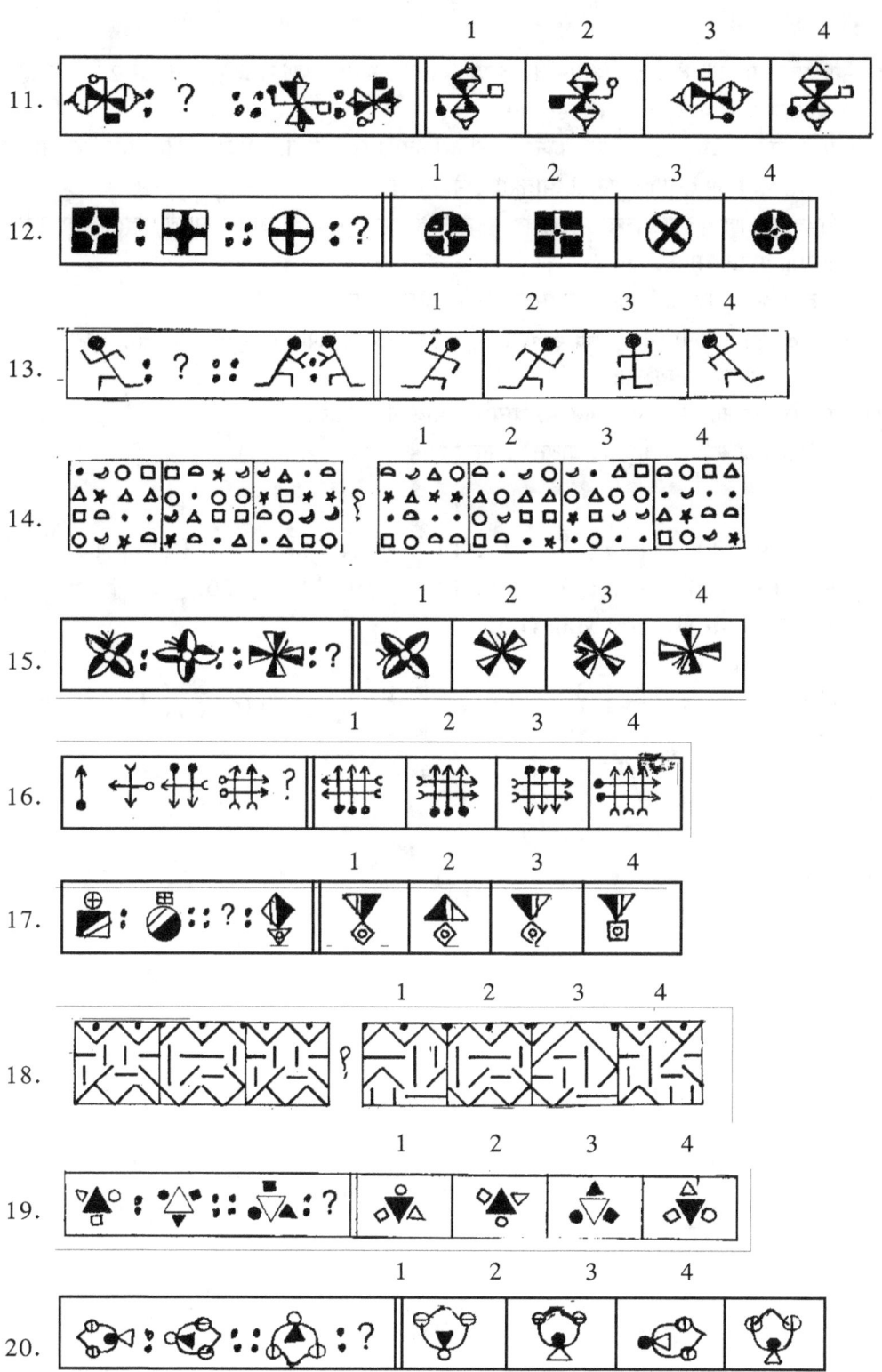

स्पष्टीकरणे :

1. (4) - प्रश्नाकृतीमध्ये 6 ते 9 तारे क्रमाने वाढत गेले आहेत. शिवाय पूर्ण गडद केलेले तारे 2 ते 5 आहेत. म्हणून एकूण 10 तारे, त्यात 6 गडद तारे.
2. (2) - पहिल्या दोन आकृत्या समान, फक्त उलटी आकृती 1 ने वाढली. त्याप्रमाणे तीनसारखीच आकृती पर्याय 2 मध्ये आहे. फक्त उलटी आकृती 1 ने वाढली.
3. (4) - गडद त्रिकोण घड्याळाच्या विरुद्ध दिशेने सरकत चालला आहे; आणि त्याच पद्धतीनुसार इतर 3 आकृत्या फिरत आहेत.
4. (2) - घड्याळाच्या विरुद्ध दिशेने साऱ्या आकृत्या फिरत आहेत.
5. (2) - वर्तुळे 1-1 ने कमी, मात्र गडद केलेली वर्तुळ 3-2-3-2 अशी. त्यामुळे पर्यायात 2 मध्ये 6 वर्तुळे व गडद 2 हा क्रम योग्य आहे.
6. (4) - पायांची संख्या, 5,7,9 म्हणून 11 पायांची आकृती हे उत्तर.
7. (3) - एकेक बाजू व एकेक ठिपका वाढत चालला आहे.

उत्तरे :

8. (4) 9. (1) 10. (2) 11. (4) 12. (1) 13. (2) 14. (4)
15. (2) 16. (2) 17. (3) 18. (2) 19. (4) 20. (2)

ब) विसंगत आकृती शोधणे. Odd Man Out

1. (1) (2) (3) (4)

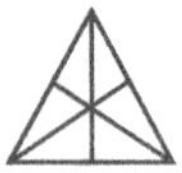

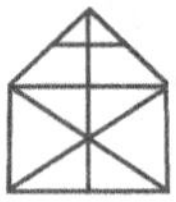

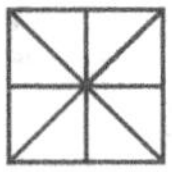

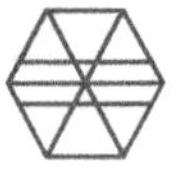

2. (1) (2) (3) (4)

3. (1) (2) (3) (4)

4. (1) (2) (3) (4)

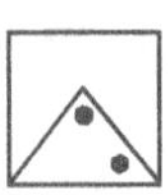

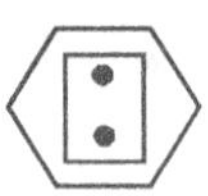

5. (1) (2) (3) (4)

6. (1)

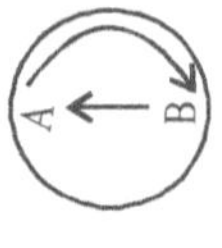

(2)

(3)

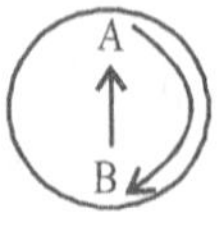

(4)

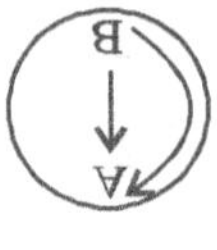

7. (1) (2) (3) (4)

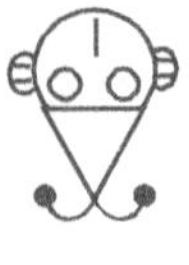

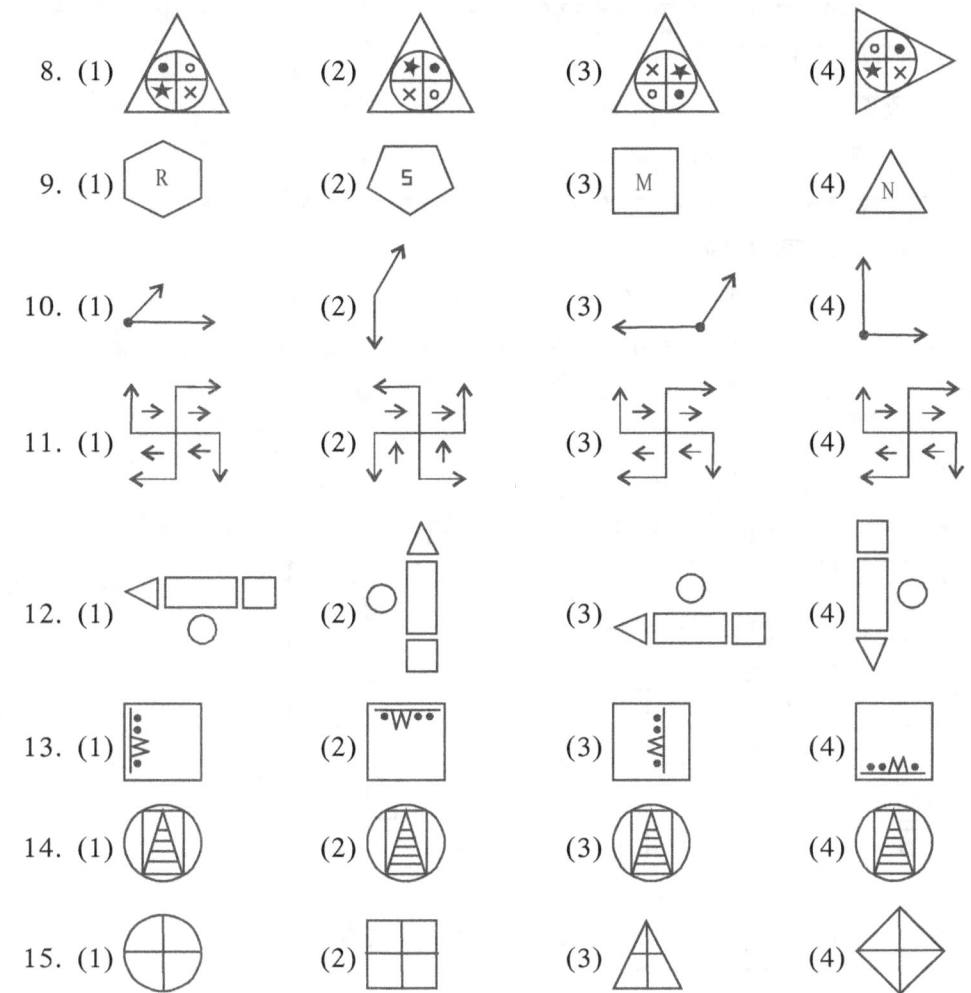

8. (1) (2) (3) (4)

9. (1) (2) (3) (4)

10. (1) (2) (3) (4)

11. (1) (2) (3) (4)

12. (1) (2) (3) (4)

13. (1) (2) (3) (4)

14. (1) (2) (3) (4)

15. (1) (2) (3) (4)

स्पष्टीकरण :

1. (4) - जितक्या बाजू, तितक्याच आत रेषा. फक्त 4 क्र. च्या षटकोनात 5 रेषा.

2. (2) - कपाचा कान डावीकडे आला. इतर तीन आकृतीत उजवीकडे आहे.

3. (4) - अक्षर उलटे. शिवाय मधील रेषेवरील आडव्या रेघांची दिशा वेगळी.

4. (3) - 3 सोडून बाहेरील आकृतीपेक्षा आतील आकृती एक बाजूने कमी; आणि टिंब त्याहूनही एकने कमी.

5. (1) - 2, 3, 4 मध्ये मोठ्या कोनात ठिपका आहे.

6. (4) - 1, 2, 3 मध्ये बाणाचे टोक A कडे व परिघाजवळील बाणाचे टोक B कडे आहे.

7. (2) - 1, 3, 4 मध्ये विदूषकाच्या कानावर केस व टोपीचे गोंडे भरीव आहेत.

8. (4) - 1, 2, 3 च्या त्रिकोणातील वर्तुळात घड्याळाच्या दिशेने सर्व आकृत्या फिरतात. अपवाद फक्त 4 क्रमांकातील, वर्तुळातील आकृत्यांचा आहे.

9. (1) - 2, 3, 4 मध्ये आतील अक्षराला तितक्यात बाजू आहेत जितक्या बाहेरील आकृतीला बाजू आहेत. फक्त R ला 5 बाजू तर आकृती 6 बाजूंची आहे.

10. (4) - 1,2,3 अनुक्रमे सव्वा, दीड, पावणेदोन ह्या वेळा दर्शविल्या आहेत. 4 या आकृतीत 2 वाजावयास हवेत. त्याऐवजी 3 वाजलेले आहेत.

11. (2) - दुसरे स्वस्तिक उलटे आहे. तसेच आतील लहान बाणही आकृती, 1, 3 व 4 प्रमाणे नाहीत.

12. (3) - आयताच्या उजव्या बाजूला वर्तुळ आहे. (आकृती 1,2 व 4)

13. (3) - आकृती 1,2 व 4 मध्ये प्रथम 2 बिंदू, नंतर 2 त्रिकोण व एक बिंदू आहे. मात्र आकृती 3 मध्ये प्रथम 1 बिंदू, नंतर 2 त्रिकोण व शेवटी 2 बिंदू आहेत.

14. (1) - आकृती 2,3,4 मध्ये त्रिकोणात 5-5 आडव्या रेषा आहेत. फक्त आकृती 1 मध्ये 4 रेषा आहेत.

15. (3) - आकृती क्र. 1, 2 व 4 प्रत्येकाचे 4 समान भाग झाले आहेत. मात्र आकृती क्र. 3 मध्ये 4 च भाग झाले आहेत. पण दोन दोन समान.

सरावासाठी प्रश्न :

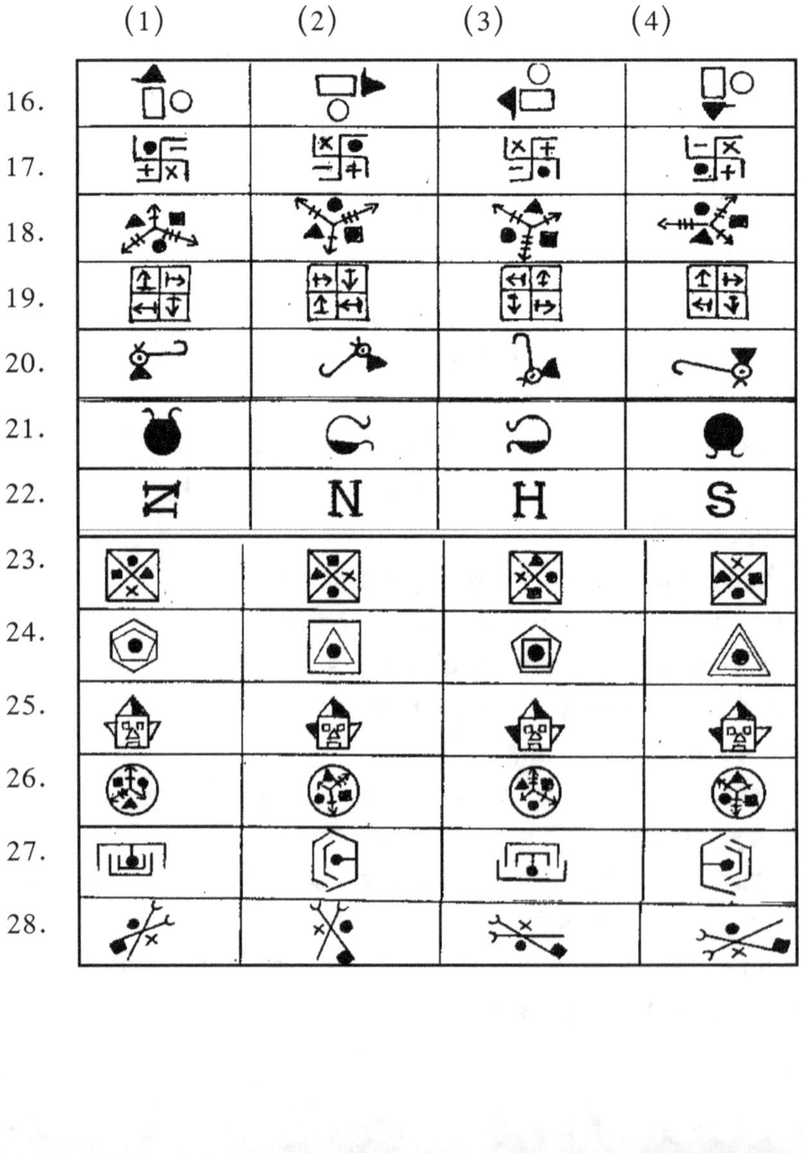

	(1)	(2)	(3)	(4)
16.				
17.				
18.				
19.				
20.				
21.				
22.	N	N	H	S
23.				
24.				
25.				
26.				
27.				
28.				

29.	![symbol]	![symbol]	![symbol]	![symbol]
30.				
31.				
32.				
33.				
34.				
35.				
36.				
37.				
38.				
39.				
40.				

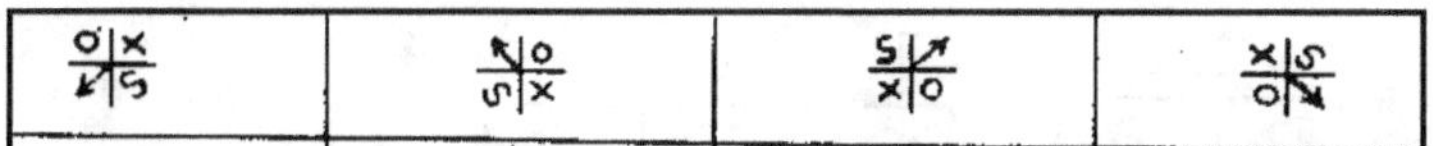

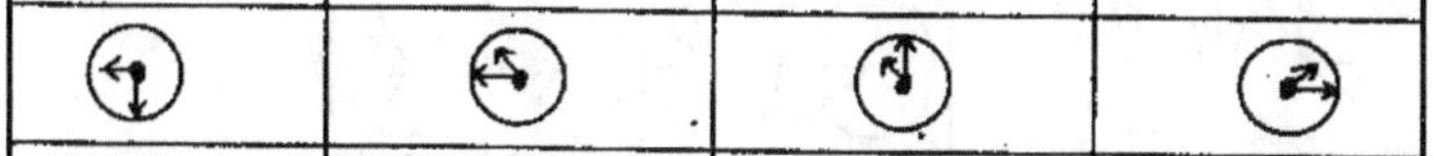

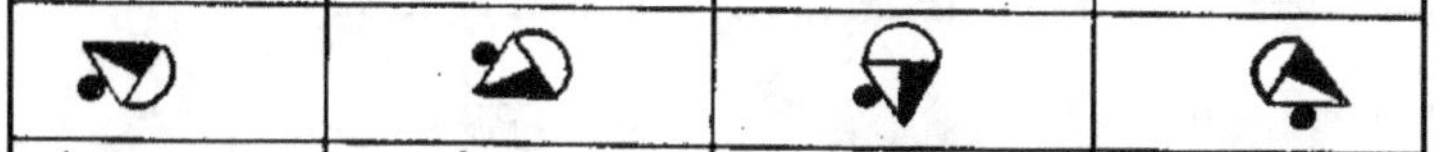

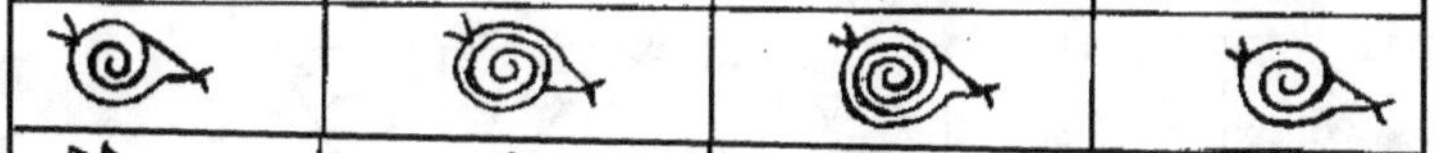

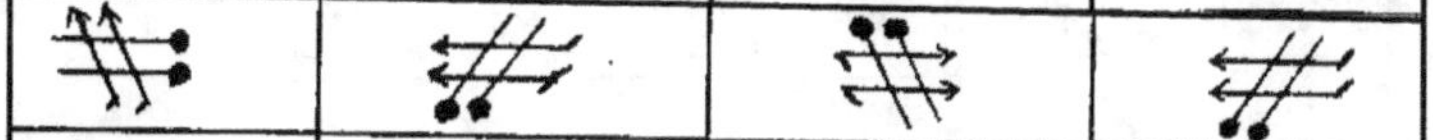

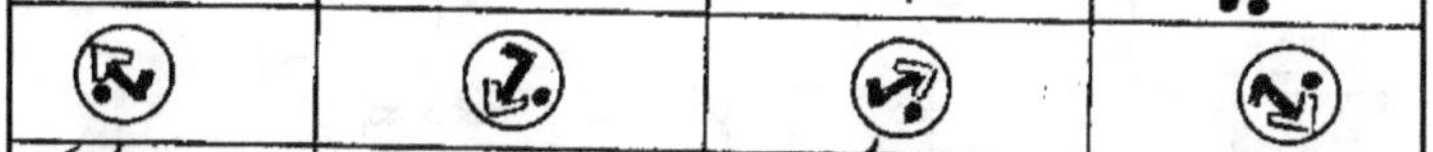

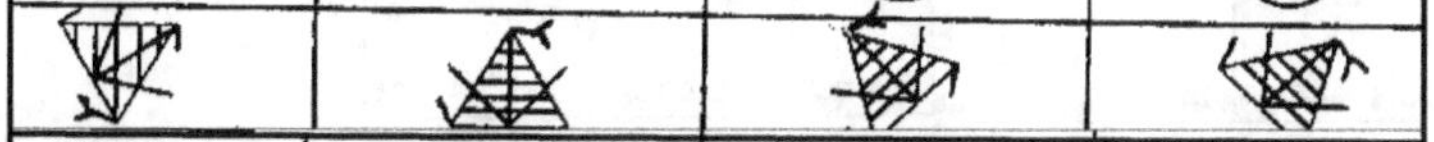

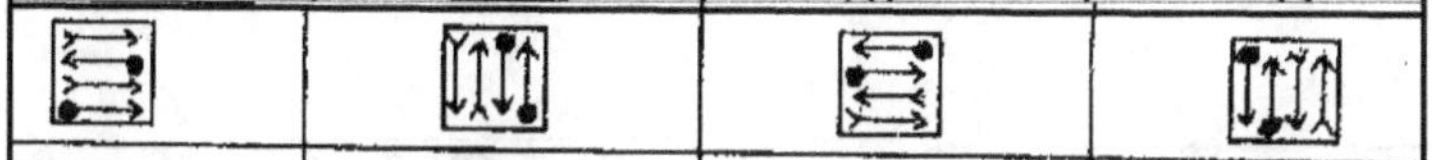

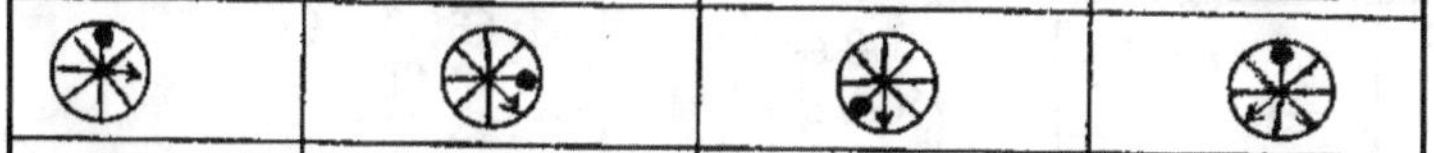

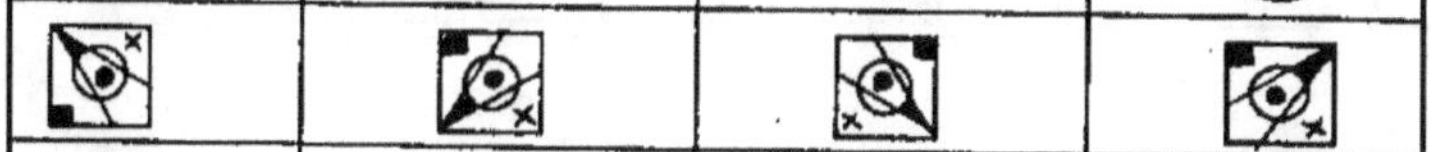

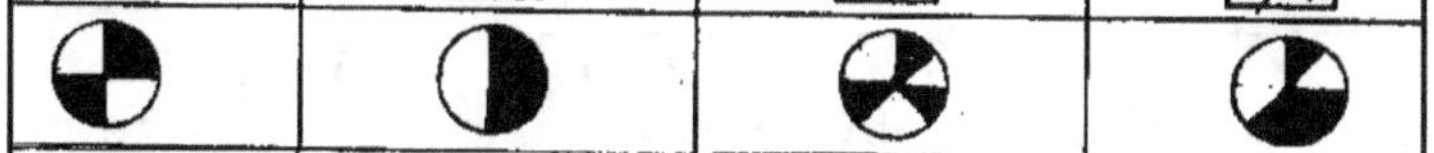

उत्तरे :

16. (4)	17. (5)	18. (4)	19. (3)	20. (2)	21. (4)	22. (4)
23. (2)	24. (4)	25. (1)	26. (4)	27. (3)	28. (2)	29. (3)
30. (3)	31. (1)	32. (2)	33. (1)	34. (3)	35. (1)	36. (1)
37. (4)	38. (2)	39. (3)	40. (2)			

क) सरावासाठी आणखी काही प्रश्न
पुढील आकृती निवडा.

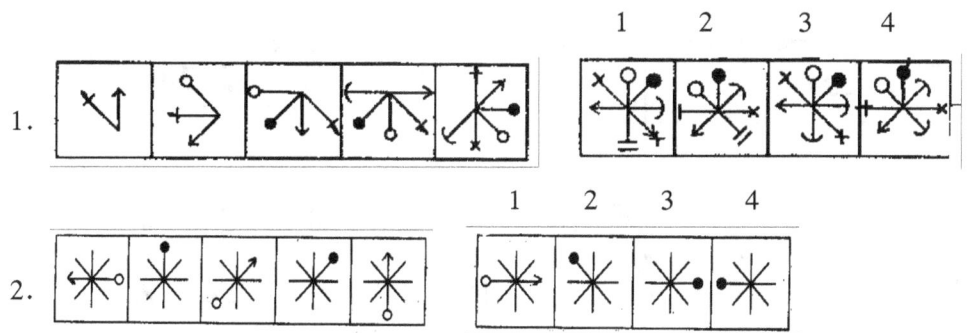

3.

4.

5.

6.

7.

8.

9.

10.

11.

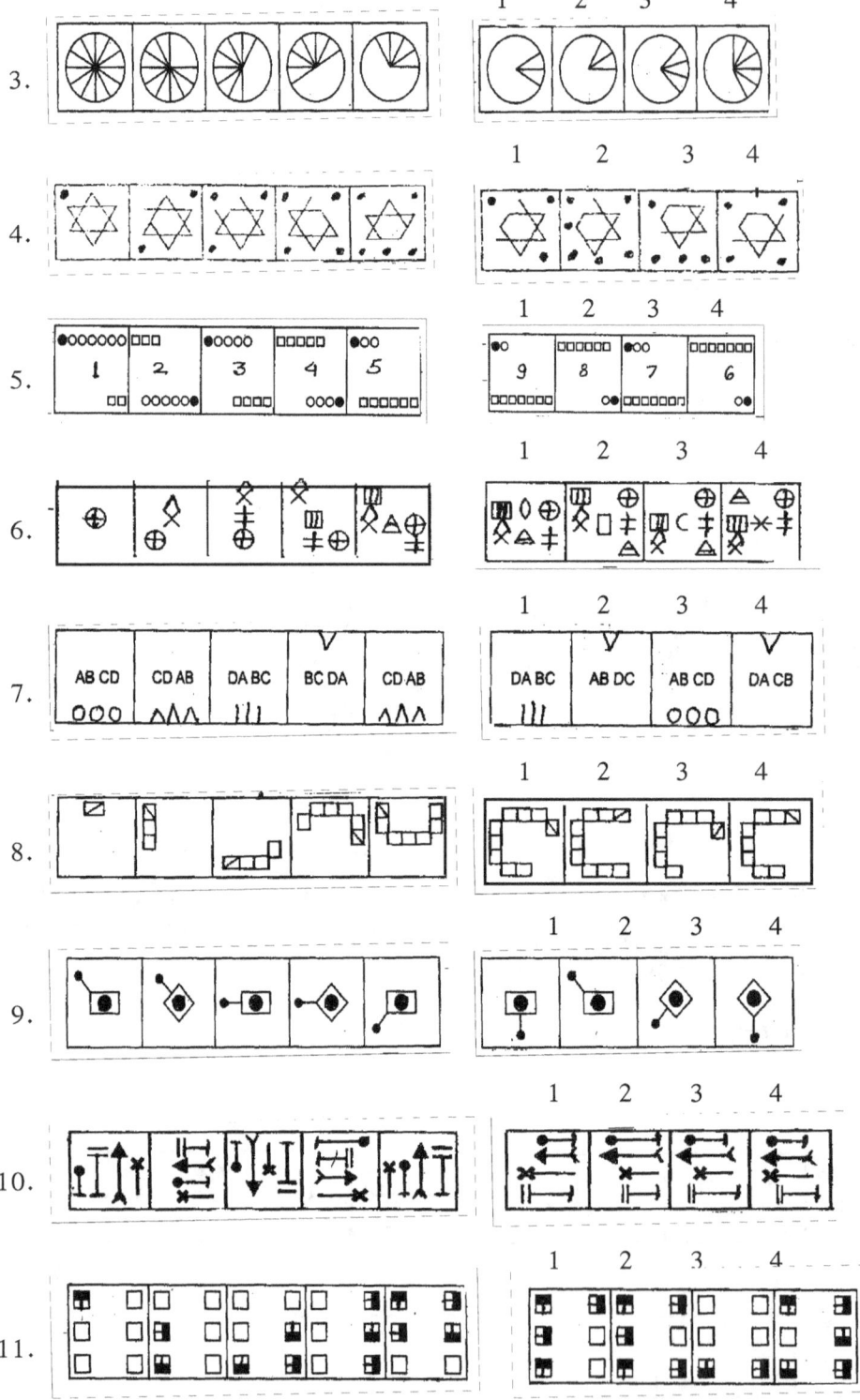

12.

13.

14

15.

16.

17.

18.

19.

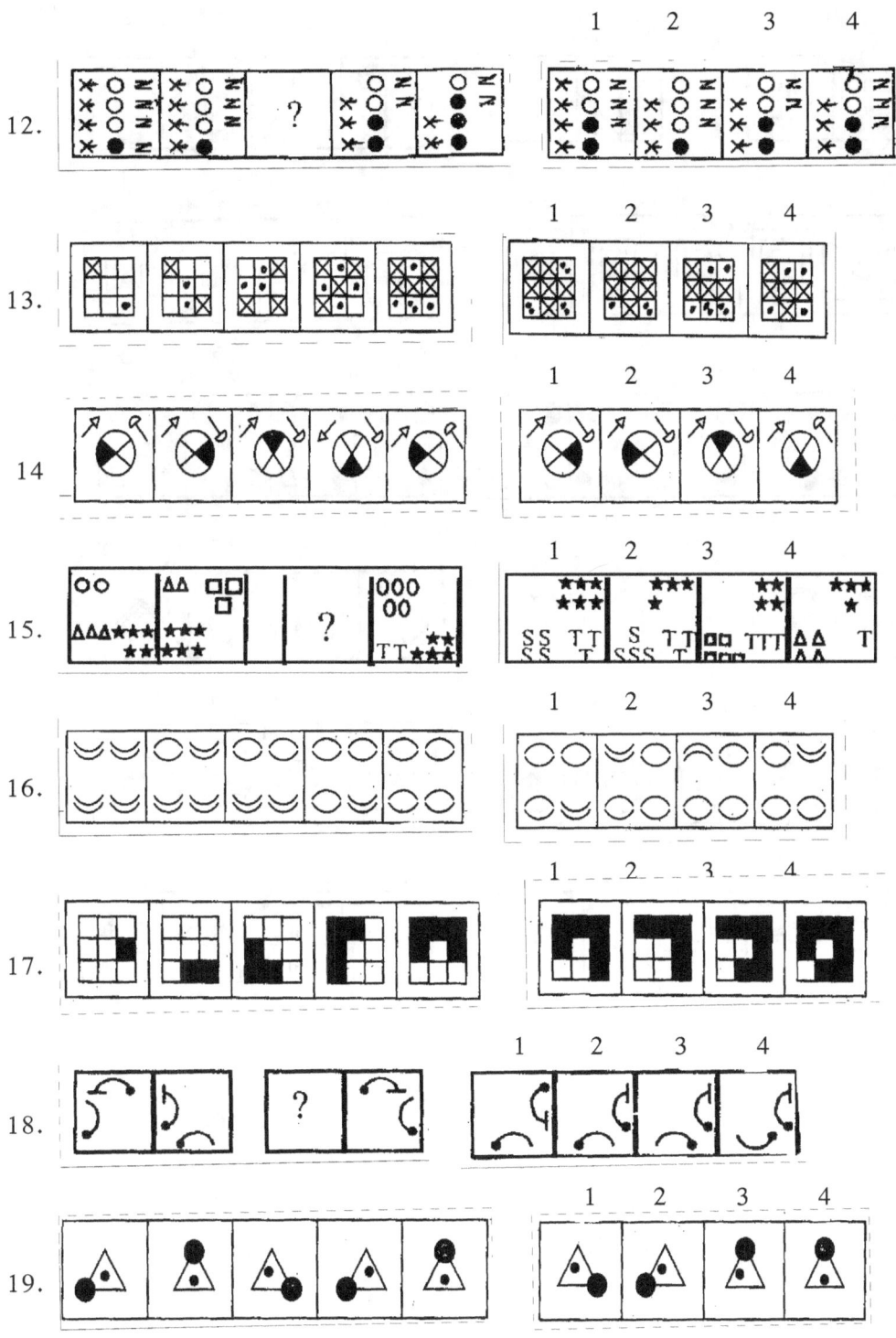

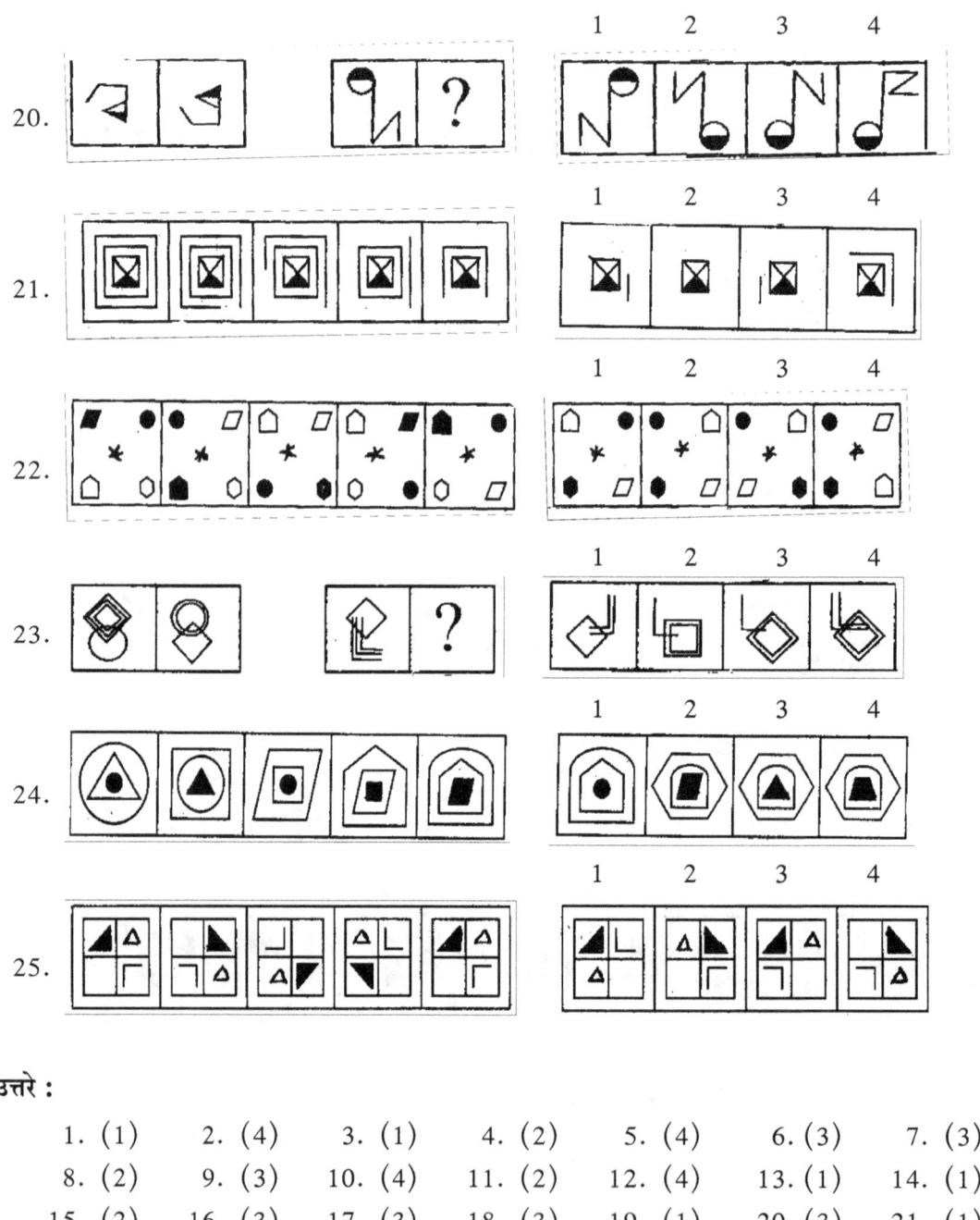

उत्तरे :

1. (1)   2. (4)   3. (1)   4. (2)   5. (4)   6. (3)   7. (3)

8. (2)   9. (3)   10. (4)   11. (2)   12. (4)   13. (1)   14. (1)

15. (2)   16. (3)   17. (3)   18. (3)   19. (1)   20. (3)   21. (1)

22. (2)   23. (3)   24. (2)   25. (4)

5.22 आयोगाने यापूर्वी विचारलेले प्रश्न

1. मूळ प्रतीच्या दोन नकला मिळाव्यात म्हणून सुनीलने 3 कागदांमध्ये दोन कार्बन घातले. नंतर त्याने नकला मिळाव्यात म्हणून कागदाचा वरचा अर्धा भाग बरोबर खालच्या अर्ध्या भागावर येईल अशी घडी घातली नंतर त्याने टंकलेखन केले, तर त्यास किती कार्बन नकला मिळतील?

   (1) 2 (2) 4 (3) 3 (4) 1

2. एका सांकेतिक भाषेत RED हा शब्द SFE असा लिहिला जातो तर त्याच भाषेत BLUE, हा शब्द कसा लिहावा?

   (1) CLVF **(2) CMVE** (3) ALTD (4) ALDT

3. जर LMN म्हणजे 32, 33, 34, तर F G H म्हणजे ....

   (1) 27,28,26 (2) 25,26,27 (3) 27,29,28 **(4) 26,27,28**

4. जर 201 म्हणजे GOD व 102 म्हणजे DOG, तर 2001 म्हणजे काय?

   (1) DOOG (2) OODG (3) OOGD **(4) GOOD**

5. TELEVISION चे रूपांतर 1-2-3-2-4-5-6-5-7-8 मध्ये केले, तर 4-5-6-5-1 हे कसले रूपांतर आहे?

   (1) VISIT (2) VISION (3) LESION (4) LOTION

6. अ) वनिता ही मुलगी गप्पिष्ट आहे.

   ब) वनिता ही जनसंपर्क अधिकारी आहे. यावर आधारित योग्य अनुमान कोणते?

   (1) जनसंपर्क अधिकाऱ्याने गप्पिष्ट असणे आवश्यक आहे.

   (2) जनसंपर्क अधिकाऱ्याने योग्य माहिती पुरविणे हे काम आहे.

   (3) प्रत्येक जनसंपर्क अधिकारी गप्पिष्ट असतो.

   (4) जनसंपर्क अधिकारी गप्पिष्ट असू शकतो.

7. योग्य पर्यायाची निवड करा.

   NOITGC : OPHSHD :: ? : MBMQPV

   (1) NCLPQW **(2) LANROU** (3) LCLRQW (4) NANPQU

8. जरा 81 (17) 64 आणि 121 (21) 100, तर 169 (?) 144

   (1) 25 (2) 19 (3) 31 (4) 13

9. जर RENT हा शब्द + O X - सांकेतिक लिपीत असा लिहिला असेल व तसाच SAND जर */×÷ असे लिहिले, तर START हा शब्द सांकेतिक लिपीत कसा लिहाल?

   (1) + - / + - (2) * - / + - **(3) * - / + -** (4) × - / ÷ -

10. ''निसर्ग हा वास्तववादी आहे'', यावरून कोणते अनुमान काढाल?

    (1) निसर्गाचे नियम हे ठरलेले असतात.

    (2) निसर्गाचे नियम वास्तववादी असतात.

    (3) सर्वच विश्वनियम सारखेच तयार होतात.

    (4) वास्तववादातून विश्वनियम तयार होतात.

11. प्रत्येक कॅपिटल अक्षराखाली एक अंक लिहिला आहे. अंक ही अक्षरांसाठी सांकेतिक लिपी व अक्षरे अंकासाठी सांकेतिक लिपी आहे.

H	C	T	D	B	M	P	G	N	X
4	1	7	9	3	6	0	8	5	2

यावरून PMXNHC अक्षरांसाठी सांकेतिक अंक शोधा.

(1) 026514 **(2) 062541** (3) 065241 (4) 056214

12. N, K, H, E, ...?

(1) B (2) D (3) A (4) C

13. एका लायब्ररीमध्ये 84 विद्यार्थी बसले आहेत. त्यांना 6 ग्रुपमध्ये असे विभागा की, जेणेकरून प्रत्येक ग्रुपमध्ये 7 पेक्षा कमी व 18 पेक्षा जास्त विद्यार्थी नसतील, तर किती जणांचा ग्रुप राहील?

(1) 20 **(2) 14** (3) 35 (4) 8

14. पुढील आकृत्यांमधील संबंधाचा विचार करून तिसऱ्या आकृतीशी संबंध असणारी चौथी आकृती कोणती ते ओळखा.

?

(1)
(2)
(3)
(4)

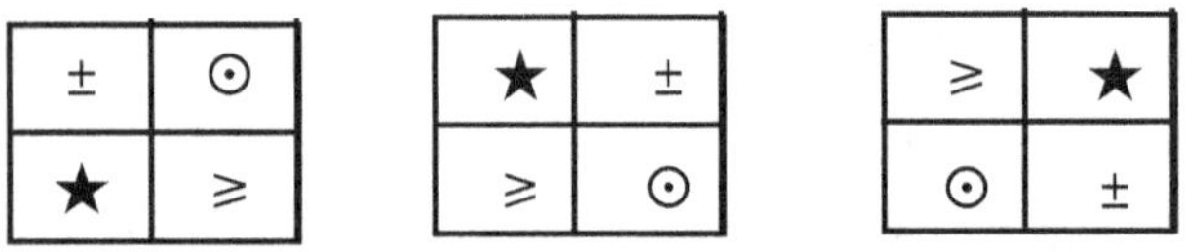

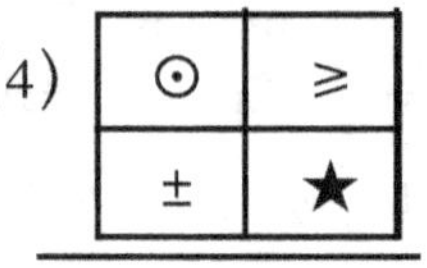

15. मोहिनी सरोजला म्हणाली की, तुझा वाढदिवस 15 च्या पुढे व 19 च्या आत आहे. सविता सरोजला म्हणाली, तुझा वाढदिवस 17 च्या पुढे व 25 च्या आत आहे, तर सरोजचा वाढदिवस कोणत्या तारखेस असेल?

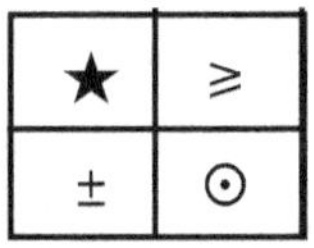

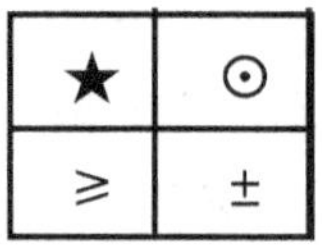

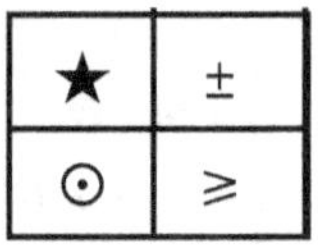

(1) 18 (2) 17 (3) 19 (4) 25

16. मालिका पूर्ण करा. 3, 24, 12, 96....?

(1) 48 (2) 24 (3) 56 (4) 47

17. खालीलपैकी विसंगत घटक ओळखा.

(1) पृथ्वी (2) शनी (3) मंगळ **(4) सूर्य**

18. 3,5,8,13,..... या श्रेणीतील आठवी संख्या कोणती असेल?

(1) 89 (2) 55 (3) 34 **(5) 121**

19. खालील समीकरणामध्ये चिन्हे व 4 आणि 5 या अंकांची अदलाबदल केल्यास कोणते समीकरण बरोबर येईल?

(1) $4 \times 5 - 2 = 2$ (2) $4 - 4 \times 5 = 10$

(3) $2 \times 5 - 4 = 6$ **(4) $5 - 4 \times 2 = 18$**

20. रिकाम्या जागा भरा. ABXW, ..., MAYX

(1) IJOP (2) JIOP (3) IOJP **(4) JIPO**

21. रिकाम्या जागा भरा. 13, 211, 17, 19, ... 18.
    (1) 275   (2) 280   (3) 296   **(4) 342**

22. सुरेशचे गणितातील 1/3 गुण हे त्याच्या इतिहासाच्या गुणांच्या निम्मे आहेत. दोन्ही विषयात मिळून 90 गुण पडले असतील तर त्याचे इतिहासातील गुण किती?
    (1) 36   (2) 46   (3) 54   (5) 56

23. जर X व X/Y यांची बेरीज 4, तर X = ?
    (1) 2   (2) 0   (3) 8   **(4) यापैकी नाही.**

24. जर घड्याळ = वेळ, तर मेणबत्ती = ?
    (1) ज्योत   **(2) प्रकाश**   (3) मिणमिणता दिवा   (4) मेण

25. जर 'अ' चा पगार 'ब' पेक्षा 5% ने जास्त आहे तर 'ब' चा पगार 'अ' पेक्षा किती टक्क्यांनी कमी आहे?
    (1) 10%   (2) 5%   (3) $95\frac{16}{21}$%   (4) $4\frac{16}{21}$%

26. एका संख्येची 9 पट आणि तिची 4 पट यांच्यातील फरक 70 आहे, तर ती संख्या कोणती?
    (1) 20   (2) 15   (3) 16   **(4) 14**

27. DOTING = ENUHOF, तर NEVER = ?
    (1) ODWDS   (2) ODDWS   (3) FJPN   (4) RNIS

28. एका गोलाकार टेबलाभोवती A पासून Z पर्यंत घड्याळ्याच्या दिशेने व्यक्ती बसलेल्या आहेत. एका व्यक्तीने A पासून सुरुवात करून, मधल्या तीन लोकांना वगळून प्रत्येकी 3 चिक्कू दिल्यानंतर अशा दोन फेऱ्या केल्या. नंतर B पासून सुरुवात करून, मधल्या पाच व्यक्तींना वगळून प्रत्येकी 5 चिक्कू दिले. तर अशा वाटपासाठी एकूण किती चिक्कू लागतील?
    (1) 42   (2) 67   (3) 52   **(4) 46**

29. BDF : JKL :: ? : UVW
    (1) PQR   (2) OPQ   (3) QRS   **(4) MOQ**

30. क्रिकेट = मैदान, तर बुद्धिबळ = ?
    (1) चौरस   **(2) पट**   (3) कोर्ट   (4) टँक

31. जर X = 10, Y = 1, तर कशाची किंमत सर्वात जास्त येईल?
    (1) X2 + Y2   (2) $X^2 - Y^2$ (3) $X^2 \times Y^2$ (4) $X^2 \div Y^2$

32. 17/20, 19/18, 21/16, ...?, 25/12 हा क्रम पूर्ण करा.
    (1) 23/14   (2) 28/12   (3) 14/12   (4) 27/14

33. जर INTERNATIONAL हा शब्द सांकेतिक लिपीत LANOITANRETNI असा लिहिला असेल, तर TELECOMMUNICATION हा शब्द कसा लिहावा?
    (1) ELETMMCOUNICATNOI   (2) TEELOCNUMMICATINO
    (3) NOITACINUMMOCELET   (4) यापैकी एकही नाही.

34. प्रमोदचा रांगेत 25 वा क्रमांक असून त्याच्या अलीकडे महेश व पलीकडे सचिन उभे आहेत. महेश रांगेत मध्यभागी आहे, तर रांगेत एकूण किती मुले आहेत?
    (1) 49   **(2) 47**   (3) 48   (4) 43

35. प्रकाश : आंधळा :: ? : बहिरा

    (1) ध्वनी   (2) संवाद   (3) बोलणे   (4) कान

36. रमेश, सुरेश, दिनेश व महेश हे चार भाऊ आहेत. रमेश सुरेशपेक्षा तीन वर्षांनी मोठा आहे. महेश सुरेशपेक्षा तीन वर्षांनी लहान आहे. दिनेश रमेशपेक्षा तीन वर्षांनी मोठा आहे. जर दिनेशचा जन्म 1960 चा असेल तर महेशचा जन्म कोणत्या वर्षी झाला?

    (1) 1962   (2) 1966   **(3) 1969**   (4) 1972

37. A, D, G, J, M ...?

    (1) O   **(2) P**   (3) Q   (4) R

38. 72 : 738 :: 20 : ?

    (1) 68   (2) 90   (3) 110   (4) 130

39. जर 1 + 1 = 101, 1 + 2 = 114, 2 + 3 = 419, तर 3 + 4 = ?

    (1) 9116   (2) 926   (3) 918   (4) 928

40. 36, 150, 336, 600, ...?, 1269 या मालिकेत प्रश्नचिन्हाच्या जागी काय येईल?

    (1) 1452   (2) 940   (3) 960   **(4) यापैकी नाही**

41. जर EF म्हणजे 56, तर HI म्हणजे काय?

    (1) 98   **(2) 89**   (3) 87   (4) 88

42. जर 7 दिवसांच्या आठवड्यापैकी 5 दिवसांचा आठवडा केला, तर एप्रिल महिन्यात किती आठवडे असतील?

    (1) 6 आठवडे   (2) 2 आठवडे   (3) 9 आठवडे   (4) 4 आठवडे

43. STU, TYU, UVW....?

    (1) VWX   **(2) VXW**   (3) WXZ   (4) WXV

44. ''काल पाऊस पडत होता, आज रविवार आहे'' ही दोन विधाने बरोबर असतील तर पुढीलपैकी कोणते विधान निश्चित बरोबर ठरेल?

    (1) आज पाऊस पडेल   (2) उद्याही पाऊस पडेल
    (3) शुक्रवारी पाऊस नव्हता   **(4) शनिवारी पाऊस पडला**

45. AB, EF, IJ, JK, MN, QR, UV यातील विसंगत घटक कोणता?

    (1) EF   (2) PQ   **(3) JK**   (4) IJ

46. एका सांकेतिक भाषेत HIJ साठी 54 तर STU साठी?

    (1) 120   (2) 140   (3) 258   (4) 160

47. 81, 27, 9, 3, ...?

    (1) 5   (2) 4   (3) 2   **(4) 1**

48. रिक्त स्थानी योग्य अंक शोधा.

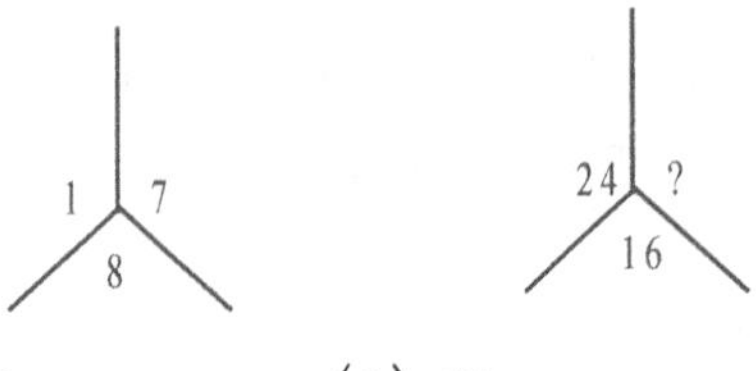

    (1) 40   (2) 48   **(3) 8**   (4) 12

49. केतन आणि त्याचे वडील यांच्या वयाचे गुणोत्तर 4 : 7 आहे. जर त्यांच्या वयाची बेरीज 77 वर्षे असेल तर त्यांची वये किती वर्षांची?

    (1) 53, 56   (2) 26, 51   (3) 29, 48   **(4) 28, 49**

50. एका सांकेतिक भाषेत LAKE हा शब्द MBLF असा लिहिला जातो. तर त्याच भाषेत FACE हा शब्द कसा लिहावा?

    (1) GBDF   (2) FDBG   (3) GBFD   (4) FDGB

51. F/L : 1/2 :: F/X :?

    (1) 1/2   (2) 1/3   **(3) 1/4**   (4) 1/8

52. जर 11 (121169) 13, आणि 9 (81100) 10 तर, 4 (?) 3

    (1) 155   (2) 130   (3) 120   **(4) 169**

53. एका कंपनीमध्ये 500 कामगार आहेत. त्यात 150 कुशल कामगार आहेत. त्यात 100 कामगार पुरुष आहेत, तर 60 पुरुष कुशल आहेत, तर अकुशल स्त्रियांची संख्या किती?

    (1) 310   (2) 40   (3) 90   (4) यापैकी नाही.

54. (A) हरितक्रांतीमुळे राज्यांचा विकास असमतोल झाला.

    (R) त्यामुळे राज्यांची निरनिराळी उत्पादन क्षमता दिसून आली.

    वरीलपैकी योग्य काय?

    (1) A सत्य आहे व R त्याचा परिणाम आहे. (2) A सत्य नाही व R त्याचा परिणाम आहे.

    (3) R सत्य आहे आणि A त्याचा परिणाम आहे.(4) कोणतेही नाही

55. +, O, o प्राचीन भारतीय संस्कृती

    o, o, O भारतीय इतिहास

    +, +, / प्राचीन कला, पैकी 'संस्कृती' कोणत्या चिन्हाने स्पष्ट होते?

    (1) +   (2) O   (3) O   (4) ▢

56. नंतरचा अंक कोणता? 9, 16, 25, 36, ...

    (1) 65   (2) 29   (3) 41   **(4) 49**

57. QR/BC, ND/BP, ...?

    (1) AB/DN   (2) BD/CL   (3) KG/MG   **(4) कोणतेच उत्तर नाही.**

58. 'अ' व 'ब' ह्या दोन बहिणी आहेत. 'ब' ही 'क' ची मुलगी आहे. 'ल' हा 'क' चा पती आहे, तर 'अ' आणि 'क' मधील नाते काय?

    (1) आई-मुलगी   (2) वडील-मुलगी   (3) कोणतेच नाही   **(4) मुलगी-आई**

59. COME हे XLNV नी दर्शविले जाते तर NYWAUS कशाचे नाव होईल?

    (1) BOMBAY   (2) SANGIL   **(3) MADRAS**   (4) दिलेल्यापैकी नाही

60. आयताला = वर्तुळ, वर्तुळाला = त्रिकोण, त्रिकोणाला = बिंदू, तर गाडीच्या चाकाला = ...?

    (1) त्रिकोण   (2) वर्तुळ   (3) आयत   (4) यापैकी काहीही नाही

61. सिरीज मधील अंक ओळखा.

    29, 37, 41, 47, ...

    (1) 15   (2) 18   **(3) 53**   (4) 25

62. जर BEST = YUGHE तर DIG = ...?

    (1) WRT　　　(2) VRT　　　(3) DSP　　　**(4) दिलेल्यापैकी नाही**

63. 3, 27, 5, 125, 7, ...?

    (1) 343　　　(2) 49　　　(3) 93　　　(4) 9

64. सदू, मधू व कचरू या तिघांजवळ 1990 साली अनुक्रमे 4397, 2397, 8217 एवढी रक्कम होती. 1991 साली अनुक्रमे सदूच्या रकमेत पाच टक्के, मधूच्या रकमेत 10% व कचरूच्या रकमेत 20% वाढ झाली तर 1991 साली तिघांजवळ सरासरी रक्कम किती होती?

    (1) 7505　　　**(2) 5705**　　　(3) 5750　　　(4) 5570

65. खालील संख्या गट तयार करण्यासाठी कोणत्या नियमाचा वापर करतात?

    53, 45, 37, 29

    (1) $n \pm 8$　　　(2) $n^2 \pm 8$　　　**(3) n - 8**　　　(4) $n^2 + 8$

66. एका रांगेत प्रत्येकी 10 फूट अंतरावर एक झाड आहे. तर पहिल्या व पाचव्या झाडांतील अंतर किती फूट असेल?

    (1) 50　　　**(2) 40**　　　(3) 45　　　(4) 55

67. काही पक्षी प्राणी आहेत. सर्व आकाश प्राणी आहे. या माहितीच्या आधारे खालीलपैकी कोणते विधान निश्चित सत्य असेल असे तुम्ही म्हणू शकाल.

    (1) काही आकाश पक्षी आहेत　　　(2) सर्व प्राणी पक्षी आहेत

    (3) काही प्राणी आकाश आहेत　　　(4) काही पक्षी आकाश आहेत

68. P हा A चा भाऊ आहे, पण A हा P चा भाऊ नाही. A ची आई Q ही आहे. P चे वडील R असून त्याचे काका S आहेत. A, P, Q, R, S हे सर्व एकाच घरात राहतात. तर P व A या दोघांचे नाते काय?

    (1) वडील - मुलगा　　　(2) काका - पुतण्या

    (3) मामा - भाचा　　　**(3) बहीण - भाऊ**

69. जर 'राळेगणसिद्धी' हे नाव 'रागसिळेणद्धी' असे लिहिलेए तर 'अहमदनगर' हे नाव कसे लिहिणार?

    (1) अहमदनगर　　　(2) अहमनगरद　　　(3) नगरअहमद　　　**(4) अमनरहदग**

70. एक मनुष्य उत्तरेकडे 5km चालत गेला. नंतर उजवीकडे वळून 3km गेला. पुन्हा उजवीकडे वळून 2km आणि पुन्हा उजवीकडे 1km जाऊन डावीकडे वळून 3km अंतर गेल्यास सुरुवातीच्या ठिकाणापासून तो किती km अंतरावर आहे.

    (1) 3　　　(2) 7　　　(3) 5　　　**(4) 2**

71. जर एका वर्तुळाचा परीघ 22 cm असेल तर त्या वर्तुळाचे क्षेत्रफळ किती असेल?

    (1) 77 सें.मी²　　　**(2) $\frac{77}{2}$ सें.मी2**　　　(3) 38.4 सें.मी²　　　(4) 154 सें.मीं²

72. SPEAKER = 9451356 : : SEAP = ?

    (1) 9514　　　(2) 5914　　　(3) 9515　　　(4) 5941

73. लोकर कापसापेक्षा महाग आहे. पण रेशमाइतकी नाही, तर सर्वात महाग काय?

    (1) लोकर　　　(2) कापूस　　　**(3) रेशीम**　　　(4) अनिश्चित

74. FCA, HEC, JGE, LIG, ...?

(1) MJH   **(2) NKI**   (3) NIK   (4) MHJ

75. पुढील आकृतीत त्रिकोणातील अंक 'राजकारणी' आहेत. वर्तुळातील 'अंक शास्त्रज्ञ' आहेत तर आयतातील अंक 'डॉक्टर' आहेत. तर 'राजकारणी' 'डॉक्टर' किती आहेत?

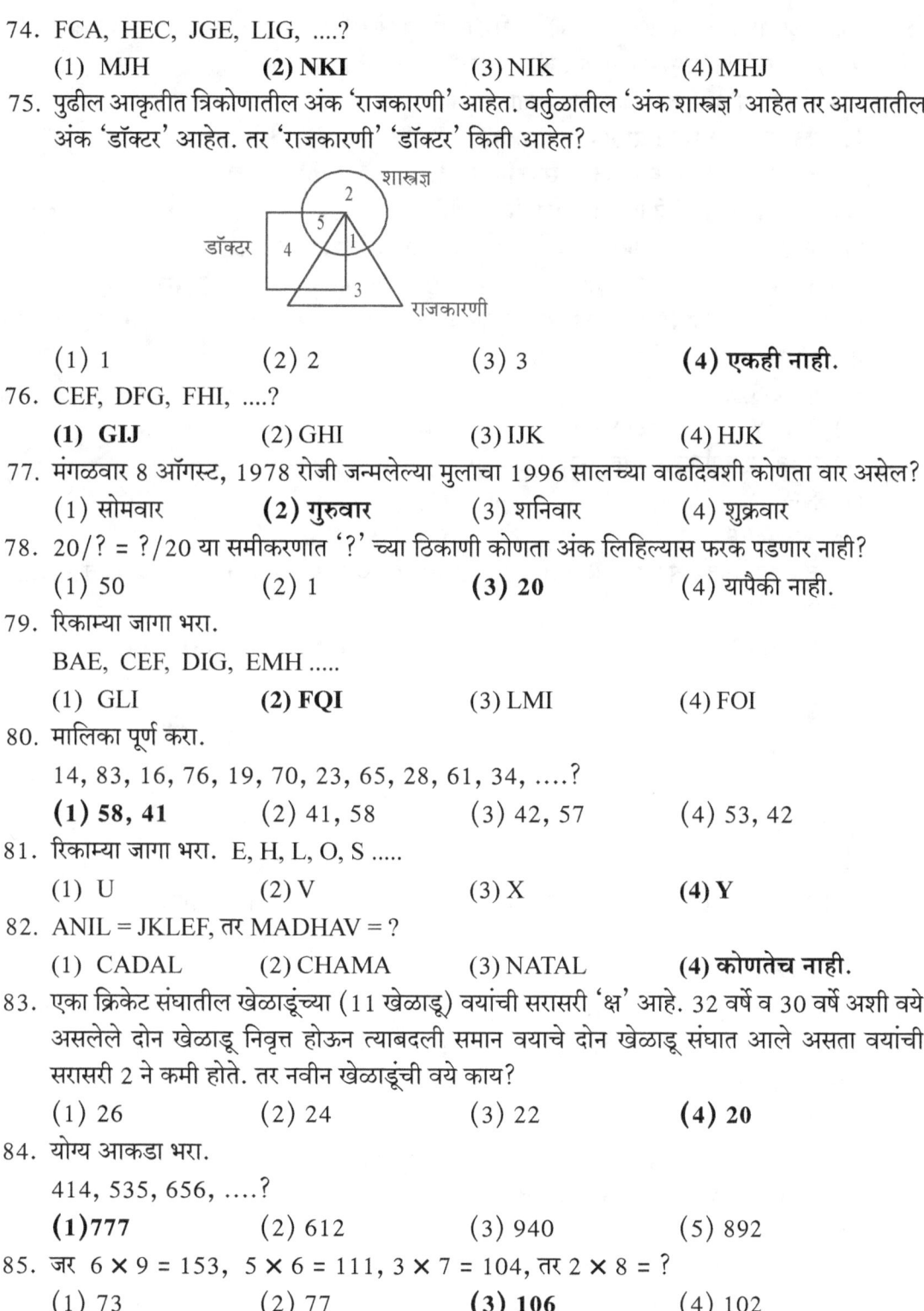

(1) 1   (2) 2   (3) 3   **(4) एकही नाही.**

76. CEF, DFG, FHI, ...?

(1) GIJ   (2) GHI   (3) IJK   (4) HJK

77. मंगळवार 8 ऑगस्ट, 1978 रोजी जन्मलेल्या मुलाचा 1996 सालच्या वाढदिवशी कोणता वार असेल?

(1) सोमवार   **(2) गुरुवार**   (3) शनिवार   (4) शुक्रवार

78. 20/? = ?/20 या समीकरणात '?' च्या ठिकाणी कोणता अंक लिहिल्यास फरक पडणार नाही?

(1) 50   (2) 1   **(3) 20**   (4) यापैकी नाही.

79. रिकाम्या जागा भरा.

BAE, CEF, DIG, EMH .....

(1) GLI   **(2) FQI**   (3) LMI   (4) FOI

80. मालिका पूर्ण करा.

14, 83, 16, 76, 19, 70, 23, 65, 28, 61, 34, ...?

(1) 58, 41   (2) 41, 58   (3) 42, 57   (4) 53, 42

81. रिकाम्या जागा भरा. E, H, L, O, S .....

(1) U   (2) V   (3) X   **(4) Y**

82. ANIL = JKLEF, तर MADHAV = ?

(1) CADAL   (2) CHAMA   (3) NATAL   **(4) कोणतेच नाही.**

83. एका क्रिकेट संघातील खेळाडूंच्या (11 खेळाडू) वयांची सरासरी 'क्ष' आहे. 32 वर्षे व 30 वर्षे अशी वये असलेले दोन खेळाडू निवृत्त होऊन त्याबदली समान वयाचे दोन खेळाडू संघात आले असता वयांची सरासरी 2 ने कमी होते. तर नवीन खेळाडूंची वये काय?

(1) 26   (2) 24   (3) 22   **(4) 20**

84. योग्य आकडा भरा.

414, 535, 656, ...?

(1) 777   (2) 612   (3) 940   (5) 892

85. जर 6 × 9 = 153, 5 × 6 = 111, 3 × 7 = 104, तर 2 × 8 = ?

(1) 73   (2) 77   **(3) 106**   (4) 102

86. दुकान 'अ' गिऱ्हाईकांना प्रत्येकी 10% असे तीन डिस्काऊंटस् लागोपाठ देते. दुकान 'ब' अनुक्रमे 10% व 20% असे दोन डिस्काऊंटस् देते. तर खालीलपैकी कोणते विधान सत्य आहे?

    (1) दुकान 'अ' मधील माल स्वस्त पडतो.

    (2) दुकान 'ब' मधील माल स्वस्त पडतो.

    (3) दुकान 'अ' व 'ब' यात किंमत सारखीच पडते.

    (4) स्वस्तसोबत काहीही किंमत सांगता येत नाही.

87. बीनाची मुलगी अनिलच्या मुलाची आतेबहीण आहे, तर अनिल बीनाचा कोण?

    (1) आतेभाऊ   (2) पुतण्या   (3) मावसभाऊ   **(4) भाऊ**

88. खालील प्रश्नात एका विशिष्ट तत्त्वानुसार अक्षरांची जुळवणी केलेली आहे. हे तत्त्व ओळखून त्यानुसार खालीलपैकी एक पर्याय निवडून रिकामी जागा भरा.

    AEIM : OSWA :: GKO....?

    (1) VQCY   (2) YWOS   **(3) QUYC**   (4) BCEM

89. स्थानांची योग्य पर्यायाद्वारे पूर्तता करा.....?: nEA :: deB ....?

    (1) NEa-DEb   (2) Nea, Deb

    (3) NEa-dEB   **(4) NeA, DEb**

90. एका विशिष्ट सांकेतिक भाषेत STRONG शब्द TSORNG असा लिहिला जातो, तर त्याच भाषेत PUBLIC शब्द कसा लिहाल ?

    (1) UPBLIC   (2) PULBCI   (3) PUBLIC   **(4) UPLBCI**

91. 8 : 9 :: 64 : ?

    (1) 85   **(2) 81**   (3) 121   (4) 125

92. 6, 14, 30..... 126

    (1) 46   **(2) 62**   (3) 36   (4) 47

93. काही मुलगे घड्याळ आहेत.

    रमेश हा मुलगा आहे.

    या दोन विधानांच्या आधारे खालीलपैकी कोणते अनुमान निश्चित सत्य आहे असे म्हणता येईल ?

    (1) सर्व घड्याळे मुलगे आहेत   (2) रमेश घड्याळ आहे.

    (3) काही मुलगे घड्याळ नाहीत.   (4) रमेश घड्याळ नाही.

94. जर A10A = A26B, तर C26z = ?

    (1) B 14 D   (2) B 28 D   (3) B 30 C   **(4) B 34 D**

95. पुढील मालिका पूर्ण करा.

    23, 47, 71, 95,....?

    (1) 120   (2) 131   **(3) 119**   (4) 140

96. आयताकृती कागदाचे आठ समान भाग करण्यासाठी किती घड्या घालणे आवश्यक आहे ?

    (1) 3   (2) 4   (3) 5   (4) 7

97. जर A25Z = B24Y, तर O23x = ?

    (1) E22W   (2) D22D   (3) D20W   **(4) D22W**

98. एका सांकेतिक भाषेत SHORE साठी 86954, तर ROSE साठी काय ?

    (1) 5954   (2) 9554   (3) 5594   **(4) 5984**

99. RYO : OZ 25 :: IM 10 :.....?

    (1) JN41   (2) IN40   **(3) FN28**   (4) JM43

100. $2 \times 3 = 9$, $4 \times 5 = 24$, $6 \times 7 = 47$, $8 \times 9 = ?$

    (1) 20   (2) 70   **(3) 78**   (4) 84

101. एक संख्या 7 अंकी असून पहिल्या व दुसऱ्या अंकांचा गुणाकार मधल्या अंकाबरोबर आहे. शेवटचा अंक मधल्या अंकाच्या वर्गाबरोबर आहे. तिसऱ्या, पाचव्या व सहाव्या क्रमांकाच्या अंकांची बेरीज उरलेल्या अंकाच्या बेरजेबरोबर आहे. तर ती संख्या कोणती ?

    (1) 1132144   (2) 2284358   **(3) 1242234**   (4) 1383819

102. एका सांकेतिक लिपीत HORSE हा शब्द DRONG असा लिहितात, तर त्याच सांकेतिक लिपीत LOIN हा शब्द कसा लिहाल ?

    (1) KHNM   (2) MNHK   (3) MJPO   **(4) HLLI**

103. RECRUITMENT हा शब्द जर MENTTIURCER असा लिहिला असेल, तर EXAMINATION हा कसा लिहावा ?

    (1) EAIXMNOITAM   **(2) TIONANIMAXE**

    (3) NOITANIMAXE   (4) MINATIONEXA

104. 3/7 बादली एका मिनिटात भरते, तर उर्वरित भरण्यास किती वेळ लागेल ?

    (1) 7/3   (2) 3/7   (3) 1/7   **(4) 4/3**

105. प्रश्नचिन्हाच्या जागी काय येईल ?

    DY, EEY, FFFY,....?

    (1) EEY   (2) GGGY   (3) DDDY   **(4) GGGGY**

106. मालिका पूर्ण करा.

    2, 7, 14, 23, 34... 60

    (1) 16   (2) 39   (3) 36   **(4) 47**

107. 36, 25, 16, 9, ?

    (1) 4   (2) 6   (3) 7   (4) 8

108. प्रश्नचिन्हाच्या जागी काय येईल? 3, 8, 15, 24, 35 ....?

    (1) 42   (2) 47   (3) 46   **(4) 48**

109. मालिका पूर्ण करा. TSD, ROF, POH, NMU, ...

    (1) KLL   (2) LKK   (3) LLK   **(4) LKL**

110. एका शहराची आजची लोकसंख्या 2,42,000 आहे. त्यात दर दहा वर्षांनी 10% वाढ होते. तर 2 वर्षांपूर्वी त्या शहराची लोकसंख्या किती होती?

    (1) 20,00,000   (2) 2,40,000   (3) 2,45,000   (4) 2,25,000

111. जर CEJQ म्हणजे XVQJ, तर BDIP म्हणजे = ?

    (1) WVRO   (2) WVPI   **(3) YWRK**   (4) YWPI

112. फ्लॉवरपॉट = फुले, तर जॅकपॉट = ?

    (1) पाणी   (2) पॉट   (3) जॅक   **(4) यापैकी नाही.**

113. ADEGT यासाठ एका सांकेतिक भाषेत जर 97145 वापरले, तर AIDE साठी त्याच भाषेत खालीलपैकी काय होईल?

    (1) 8945   (2) 7654   (3) 6321   **(4) 9571**

114. बरोबर जोडी कोणती?

    (1) गुजराथ - गणेशोत्सव   (2) केरळ - दुर्गापूजा

    (3) गोवा - कार्निव्हल   (4) महाराष्ट्र - ओनम

115. खालील मालिका पूर्ण करा.

    3, 7, 13, 27, 53, ...

    (1) 106   **(2) 107**   (3) 105   (4) 211

116. रिकाम्या जागा भरा. CAT = 24, FLX = 42, HE = 13, SHE = ?

    (1) 30   (2) 31   **(3) 32**   (4) 33

117. प्रश्नचिन्हाच्या जागी काय येईल?

    50, 72, 98, 128 ....?

    (1) 166   **(2) 162**   (3) 148   (4) 136

118. एका बसस्टॉपवर 10, 17 व 25 क्रमांकाच्या बसेस येतात. बस क्र. 10 दर 10 मिनिटांनी येते. सागर स्टॉपवर पोचला, तेव्हा एक बस नुकतीच सुटली होती. दुसरी बस मिळण्यासाठी त्यास कमीत कमी किती मिनिटे थांबावे लागेल?

    (1) 2 मिनिटे   (2) 4 मिनिटे   (3) 6 मिनिटे   **(4) 10 मिनिटे**

119. जेवढे विद्यार्थी तेवढीच वर्गणी गोळा केली असता 6561 रु. वर्गणी जमते, तर विद्यार्थ्यांची संख्या किती?

    (1) 79   (2) 75   **(3) 81**   (4) 83

120. रिकाम्या जागा भरा. ab-bca-ca-c

    (1) cabb   (2) abbb   (3) cabc   (4) acbc

121. 'अ' 'ब' चे वडील आहेत, परंतु 'ब' 'अ' चा मुलगा नाही. तर 'ब' व 'अ'चे एकमेकांशी नाते काय?

    (1) 'ब', 'अ' चा भाऊ   (2) 'ब', 'अ' चे वडील

    (3) 'ब', 'अ'ची मुलगी   (4) 'अ' 'ब'ची मुलगी

122. जर अमर एका तासाला 20 पाने लिहितो. तर त्यास 45 पाने लिहिण्यास किती वेळ लागेल?

    (1) 1 तास 45 मि.   (2) 2 तास 30 मि.   **(3) 2 तास 15 मि.**   (4) 2 तास 35 मि.

123. ab....ca.....bcab......C....

    (1) abc   **(2) bbb**   (3) cba   (4) cbb

124. ZWV, XUT, VSR, TQP ....?

    (1) RON   (2) IRQ   (3) QRS   (4) RNO

125. 13, 6, 9, 12, ...?

    (1) 21   (2) 42   (3) 14   **(4) 15**

126. एका सांकेतिक भाषेत CHEST हा शब्द GLIWX असा लिहितात. तर त्याच संकेतानुसार AGE हा शब्द कसा लिहिला जाईल?

    (1) EKI　　　　(2) DJH　　　　(3) CIG　　　　(4) BHF

127. अ) सर्व पुरुष हे ज्ञानी आहेत.

    ब) सर्व पुरुष हे मर्त्य आहेत. यावर आधारित योग्य निष्कर्ष सांगा.

    (1) सर्व मानव मर्त्य आहेत.　　　　(2) सर्व मानव ज्ञानी आहेत.

    (3) सर्व ज्ञानी मर्त्य आहेत.　　　　**(4) ज्ञानी व मर्त्य पुरुष असू शकतो.**

128. एका विशिष्ट सांकेतिक भाषेत DEBT हा शब्द TBED असा लिहितात तर त्याच संकेतानुसार NAIL हा शब्द कसा लिहिला जाईल?

    (1) NLAI　　　　(2) NALI　　　　(3) AILN　　　　**(4) LIAN**

129. BEST : YUHG : : ? : XZIE

    (1) BARV　　　　(2) CAVR　　　　**(3) CARV**　　　　(4) ANUR

130. जर HORSE : 82539 तर ROSE : ?

    (1) 5239　　　　(2) 2398　　　　(3) 2539　　　　(4) 5238

131. बबनने बंदुकीने चारवेळा नेम धरला. पहिला नेम दुसऱ्यापेक्षा अधिक चूक होता. तिसरा नेम दुसऱ्यापेक्षा फारच वाईट होता, पण चवथ्या नेमापेक्षा बरा होता. तर सर्वात चांगला नेम होता?

    (1) दुसरा　　　　(2) पहिला　　　　**(3) चवथा**　　　　(4) तिसरा

132. खालील पर्यायातून जुळणारी संख्या शोधा.

21	33	53
66	19	42
98	?	26

    (1) 52　　　　(2) 72　　　　**(3) 81**　　　　(4) 85

133. 25 : 35 : 31 : ?

    (1) 30　　　　**(2) 23**　　　　(3) 33　　　　(4) 24

134. जर CUT = XFG, तर YES = ?

    (1) BWI　　　　**(२) BVH**　　　　(3) LRF　　　　(4) LVH

135. एका कुटुंबात वसंत वैभवपेक्षा लहान आहे. वासंती सुनंदापेक्षा मोठी आहे. वसंत सुनंदापेक्षा मोठा आहे. वासंती वसंतपेक्षा लहान आहे, तर सर्वात मोठे कोण?

    (1) वासंती　　　　**(2) वैभव**　　　　(3) सुनंदा　　　　(4) वसंत

136. खालील वर्तुळात कोणता अंक निवडला म्हणजे अंकमालिका पूर्ण होईल?

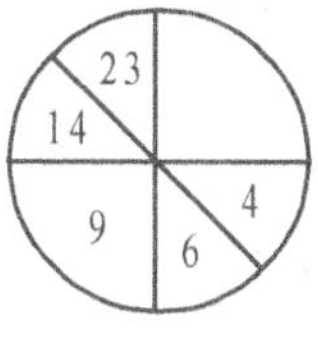

    (1) 37　　　　(2) 40

    (3) 33　　　　(4) 30

137. जर BOAT साठी 2, 15, 1, 20 आणि DEAR साठी 4, 5, 1, 18 संकेत असतील तर TALK साठी कोणता संकेत वापराल?

    (1) 20, 1, 12, 11   (2) 19, 1, 12, 11

    (3) 20, 11, 2, 11   (4) 20, 11, 21, 1

138. खालील संख्या संचामधील संबंध ओळखून त्या संख्यांमध्ये बसणारी संख्या दिलेल्या पर्यायांमधून शोधा. 898, 787, 676?

    (1) 879   **(2) 565**   (3) 545   (4) 555

139. दीपकचे दहा वर्षांपूर्वीचे वय तीस होते, तर तो किती वर्षांनी साठ वर्षांचा होईल.

    (1) 10   **(2) 20**   (3) 30   (4) 60

140. बाजूच्या आकृतीत चौरस किती आहेत?

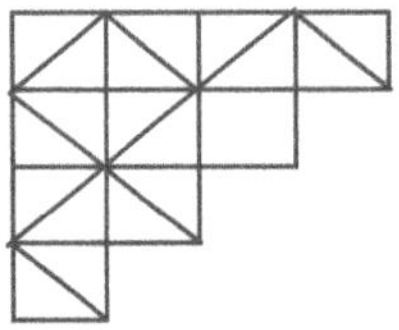

                              (1) 10   (2) 11

                              (3) 12   **(4) 14**

141. खालीलपैकी वेगळी व्यक्ती कोणती ? Bacd, pqrs, Lkmn, Gfhi

    (1) Bacd   **(2) Pqrs**   (3) Lkmn   (4) Gfhi

142. विधानासंबंधित अनुमान अभ्यासून योग्य पर्याय निवडा.

    विधान : राज्यांकडून अधिक स्वायत्ततेची मागणी होते; पण अधिक हक्क म्हणजे अधिक जबाबदारी अनुमाने - अ) राज्ये आपल्या कर्तव्याबाबत जागृत नाहीत. ब) राज्याला स्वायत्तता देता येत नाही.

    (1) फक्त अ अनुमान निश्चित   **(2) फक्त ब अनुमान निश्चित**

    (3) दोन्ही अनुमाने निश्चित   (4) एकही अनुमान निश्चित नाही.

143. योग्य अनुमान निवडा.

    'ड' हा 'इ' पेक्षा मोठा आणि 'इ' हा 'फ' पेक्षा लहान आहे. पण 'फ' हा 'ड' हून कधीही मोठा नाही.

    (1) 'इ' हा 'ड' पेक्षा कधीही मोठा नाही.   (2) 'इ' हा 'ड' पेक्षा कधीही लहान नाही.

    (3) 'इ' हा 'फ' पेक्षा कधीही लहान नाही.   (4) 'फ' हा 'इ' पेक्षा मोठा आहे.

144. चिन्हांच्या जागी योग्य अंक व अक्षर लिहा.

C	F	J	O	⊕
4	7	11	16	⊕

    (1) L/26   (2) T/20   **(3) U/22**   (4) S/18

145. खालील मालिका पूर्ण करा.

    1/2, 3/4...? 10/256

    (1) 5/16   (2) 5/12   **(3) 6/16**   (4) 6/18

146. पुढील अक्षर गट तयार करण्यासाठी खालीलपैकी कोणत्या नियमांचा वापर केला आहे ?
AYE, BXF, CWO, DVH
(1) प्रत्येक गटातील 1 ल्या 3 ऱ्या क्रमांकाच्या अक्षरामध्ये नियम नाही व मधली अक्षरे उलट क्रमाने येतात.
(2) गटातील सर्व अक्षरे क्रमाने येतात.
(3) गटातील सर्व अक्षरांचा क्रम उलट आहे.
(4) प्रत्येक गटातील 3 रे अक्षर 1 ल्या अक्षरापासून चवथ्या क्रमांकाचे असून मधली अक्षरे उलट क्रमाने येतात.

147. जर "A' हे अक्षर "F' अक्षराशी संबंधित असेल तर "P' हे अक्षर कोणत्या अक्षराशी संबंधित असेल ?
(1) S (2) Q (3) V **(4) U**

148. अंकांची कोणती जोडी पुढील संख्या मालिका पूर्ण करील?
5, 11, 23..., ..., 191, 383
(1) 35, 47 **(2) 47, 95** (3) 29, 59 (4) 69, 81

149. रिकाम्या जागी कोणती संख्या येईल?
3.5, 12.25, 13, 4.5, 20.25...
(1) 20 **(2) 21** (3) 22 (4) 23

150. खालील मालिकेत कोणती अक्षरे बरोबर असतील ?
LKN, NMP, POR, RQT....
(1) QST (2) UST **(3) TSV** (4) STU

151. गटात न जुळणारा अक्षरगट कोणता ?
(1) CHET (2) CREATE (3) REPEAT (4) ABATE

152. प्रश्नचिन्हाच्या जागी येणारी अक्षरे कोणती ?
LXNU : NYPV : QTBR :?
(1) RSUD (2) RUSD (3) SRUD **(4) SUDS**

153. खालील श्रेणीत रिकाम्या जागी येणारी संख्या कोणती ?
0, ... 8, 27, 64, 125
(1) 4 (2) 3 (3) 2 **(4) 1**

154. प्रश्नचिन्हांच्या जागी कोणती अक्षरे हवीत ?

$\frac{B}{Y}, \frac{F}{U}, \frac{J}{Q}, \frac{?}{?}$

(1) $\frac{O}{M}$ **(2) $\frac{N}{M}$** (3) $\frac{O}{L}$ (4) $\frac{N}{L}$

155. प्रश्न चिन्हाच्या जागी येणारा अंक कोणता ?

$$5 \; \overset{3}{\underset{2}{\textcircled{3}}} \; 3 \qquad 5 \; \overset{6}{\underset{3}{\textcircled{4}}} \; 3 \qquad 2 \; \overset{5}{\underset{9}{\textcircled{?}}} \; 2$$

    (1) 5   (2) 6   **(3) 7**   (4) 8

156. सतीशचे पंधरा वर्षांपूर्वी वय तीस होते, तर तो किती वर्षांनी साठ वर्षांचा होईल ?

    (1) 10   **(2) 15**   (3) 25   (4) 30

157. 'अ' स्त्री 'ब' स्त्रीस म्हणाली तू माझ्या सुनेची मुलगी आहेस तर 'अ' 'ब' ची कोण ?

    (1) आजी   (2) आई   (3) मुलगी   (4) बहीण

158. खालीलपैकी कोणता अक्षरसमूह इतरांसारखा नाही ?

    (1) Bike   **(2) Strike**   (3) Mike   (4) Like

159. जर 4312 म्हणजे NICE व 75 म्हणजे PRO तर 75312 म्हणजे काय ?

    (1) RICEP   (2) CEPRI   (3) PIRCE   **(4) PRICE**

160. 36 BC चा 6 BC शी जसा संबंध आहे, तसा 49 ST चा खालीलपैकी कुणाशी आहे ?

    (1) 7 ST   (2) 30 ST   (3) 13 TS   (4) 5 Ts

161. एका सांकेतिक भाषेत CAT = BZS तर RAT = ?

    (1) QZS   (2) ZST   (3) TSZ   (4) ZTS

162. खालील गटात दिसून येणारा नियम निवडा.

    233, 203, 175, 149, 125

    (1) क्रमवार संख्यांच्या वर्गात 4 मिळवून

    (2) क्रमवार विषम संख्यांच्या वर्गात अनुक्रमे 4, 5, 6, 7, 8 मिळवून

    (3) क्रमवार संख्यांच्या वर्गात 8 मिळवून

    (4) क्रमवार संख्यांच्या वर्गात अनुक्रमे 8, 7, 6, 5, 4, मिळवून

163. A शहरात 52,000 लोकांपैकी 0.30% व्यक्तीकडे मोटारकार आहे. B शहरात 48,000 लोकांपैकी 0.25% व्यक्तीकडे मोटारकार आहेत. तर कोणत्या शहरात जास्त मोटारकार आहेत ?

    (1) A   (2) B

    (3) A व B दोन्ही सारख्याच   (4) माहिती अपुरी

164. खालील श्रेणीत येणारी संख्येची जोडी कोणती ?

$$\frac{9}{5} = \frac{7}{125}, \; \frac{8}{6} = \frac{6}{126}, \; \frac{7}{7} = \frac{5}{343} \; ..... \; = ...$$

    (1) $\frac{4}{8} = \frac{3}{414}$ **(2) $\frac{6}{8} = \frac{4}{512}$**   (3) $\frac{6}{6} = \frac{2}{212}$ (4) $\frac{3}{6} = \frac{2}{136}$

165. संख्या श्रेणीतील रिक्त स्थानांची पुढील संख्या कोणती ?

    13, 26, 78, 312, 1560,....

    (1) 9060   (2) 9160   (3) 9260   **(4) 9360**

166. पहिल्या दोन अंकात जो संबंध आहे. तसाच तिसऱ्या अंकाचा रिक्त जागेतील अंकाशी आहे. रिक्त जागेतील अंक कोणता ?

    $2601 : 51 :: 4096 :....$

    (1) 66   **(2) 64**   (3) 56   (4) 4

167. जर $B^2 = 6$ आणि $D^2 = 20$ तर $K^2 = ?$

    (1) 121   **(2) 132**   (3) 143   (4) 154

168. जर CD हा अक्षरगट 34 असा व WX हा अक्षरगट 43 असा दाखवला आणि M=N असेल, तर कोणते अक्षर G अक्षराच्या किमतीचे राहिल ?

    (1) Y   (2) X   **(3) T**   (4) U

169. एका कुटुंबात A चा B शी जो संबंध आहे तोच B चा A शी आहे. तर हे ..... आहेत.

    (1) भाऊ व बहीण   (2) पती व पत्नी   (3) वडील व मुलगा   **(4) भाऊ व भाऊ**

170. प्रश्नचिन्हाच्या जागी योग्य पर्याय लिहा.

    $17 : 37 :: 65:?$

    (1) 95   (2) 104   (3) 101   (4) 100

171. खालील क्रम पूर्ण करा.

    BOC, PDR, ERF, SGT, ...

    (1) HWU   (2) HWI   **(3) HUI**   (4) HYU

172. योग्य पर्याय निवडून खालील मालिका पूर्ण करा.

    19, 39, ... 103, 147

    (1) 81   (2) 71   (3) 63   **(4) 67**

173. खालील मालिकेत न जुळणारा अक्षरगट कोणता ?

    FOX, GOX, HOX, GOB, IOX

    (1) FOX   **(2) IOX**   (3) GOX   **(4) GOB**

174. चिन्हांच्या जागी अचूक अक्षर आणि अंक असलेला पर्याय कोणता ?

E	H	K	N	*
7	10	13	16	*

    (1) $\dfrac{P}{18}$ (2) $\dfrac{R}{20}$ (3) $\dfrac{T}{22}$ **(4) $\dfrac{Q}{19}$**

175. खालील आकृती अभ्यासून प्रश्नचिन्हाच्या जागी येणारा अंक लिहा.

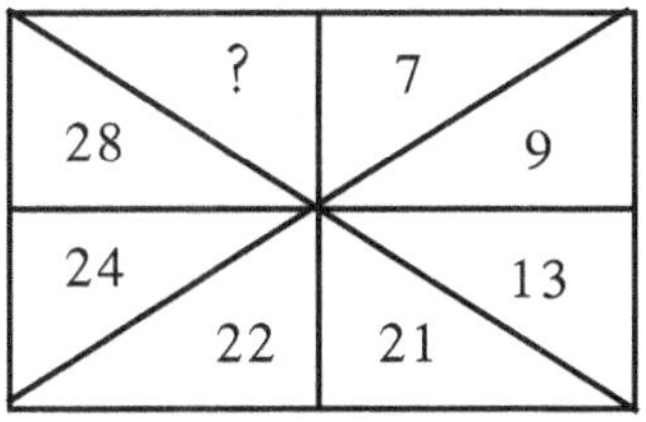

    (1) 30   (2) 32

    (3) 34   **(4) 36**

176. (1) X हा Y चा भाऊ (2) Z ही X ची बहीण
(3) M हा N चा भाऊ (4) N ही Y ची मुलगी
(5) O हे X चे वडील
वरील माहितीच्या आधारे खालील प्रश्नाचे उत्तर द्या. खालीलपैकी कोण M चे काका किंवा चुलते आहेत ?
(1) X (2) Y (3) Z (4) N

177. गाय-गवत यासारख्या संबंध दर्शविणारा पर्याय कोणता ?
(1) विद्यार्थी-वर्ग (2) वृत्तपत्र-संपादक **(3) पक्षी-दाणे** (4) कारखाना-उत्पादक

178. खालीलपैकी शब्दातील कोणता शब्द जो योग्य आहे तो प्रश्नचिन्हाच्या जागी ठेवाल ?
पोपट : पिंजरा, मनुष्य :?
(1) घर (2) जंगल **(3) तुरुंग** (4) इमारत

179. रमेश सुरेशपेक्षा मोठा आहे. विजय अविनाशपेक्षा मोठा आहे, पण सुरेशपेक्षा लहान आहे, तर सर्वात मोठा कोण आहे ?
(1) रमेश (2) सुरेश (3) विजय (4) अविनाश

180. रिकाम्या जागी कोणती संख्या येईल ?
2, 4, 5, 10, 12, 24, 27,...
(1) 34 (2) 38 **(3) 54** (4) 81

181. खाली दोन विधाने दिली आहेत त्यावरून कोणता निष्कर्ष सत्य आहे ?
विधाने : (1) काही मांजरे काळी आहेत. (2) सर्व कावळे काळे आहेत.
निष्कर्ष : (1) काही मांजरे काळी आहेत. (2) काही काळे कावळे आहेत.
(1) (1) सत्य (2) (2) सत्य (3) (1) व (2) सत्य (4) (1) व (2) असत्य

182. मनीष व त्यांची तीन मुले यांच्या वयांची सरासरी 13 आहे. सर्वात लहान मुलाचे वय 2 वर्षे आहे. मुलांमध्ये 2-2 वर्षाचे अंतर आहे. तर मनीषचे वय किती आहे ?
(1) 35 **(2) 40** (3) 42 (4) 44

183. प्रश्नचिन्हाच्या जागी कोणता अक्षरगट येईल ?
HE, ID, IC, HB, ?
(1) JC (2) JA (3) LC **(4) LA**

184. यकृत, हृदय, किडनी यांच्या कार्यासारखेच समान असे कोण ?
(1) नाक (2) रक्त (3) लघवी **(4) फुप्फुस**

185. खालील शब्दसमूहातील विसंगत शब्द ओळखा .
(1) Watch **(2) clock** (3) catch (4) Match

186. CONTRACTOR या शब्दात दोन किंवा अधिक वेळा आलेली अक्षरे कोणती ?
(1) C.T (2) C.N.T. (3) C.T.R. **(4) C.O.T.R.**

187. संबंध शोधून प्रश्नचिन्हाच्या जागी योग्य पर्याय निवडून लिहा. जानेवारी : जून :: एप्रिल ?
(1) सप्टेंबर (2) जुलै (3) ऑक्टोबर (4) डिसेंबर

188. सहसंबंध ओळखा.

123 : 213 :: 527 :?

(1) 725　　　　　(2) 321　　　　　(3) 432　　　　　**(4) 257**

189. जर BAND हा शब्द ABME असा लिहितात तर STOP हा शब्द कसा लिहाल ?

(1) ROME　　　　(2) RPMN　　　　**(3) RUNQ**　　　(4) TOPQ

190. सीता जर गीतापेक्षा तीन दिवसांनी लहान आहे आणि सीताचा जन्म शनिवारी झाला असल्यास गीताचा जन्म कोणत्या वारी झाला असेल ?

(1) मंगळवार　　　**(2) बुधवार**　　　(3) सोमवार　　　(4) रविवार

191. ELEMENTARY या शब्दातील एक किंवा अधिक अक्षरे घेऊन बनविलेले अर्थपूर्ण शब्द खाली दिले आहेत. त्यापैकी कोणत्या शब्दात मूळ शब्दात नसलेले अक्षर आले आहे ?

(1) LEMEN　　　(2) ENTRY　　　**(3) TUNE**　　　(4) MENTLE

192. अभ्यास म्हटले की सर्वात महत्त्वाचे काय ?

(1) गुरु　　　　　(2) ग्रंथ　　　　**(3) अभ्यासक**　　　(4) ज्ञान

192. प्रश्नचिन्हाच्या ठिकाणी योग्य पर्याय निवडून लिहा.

मनुष्य : नाक :: झाड :?

(1) पान　　　　(2) फळ　　　　　(3) फूल　　　　　(4) मूळ

194. सहसंबंध ओळखा

80.5 : 805 :: 110.4 :?

(1) 1100　　　　(2) 11040　　　**(3) 1104**　　　(4) 11040

195. सहसंबंध ओळखा. घोटा : गुडघा :: मनगट:?

(1) बोट　　　　　(2) पाय　　　　　(3) हात　　　　**(4) कोपर**

196. 5 व 3 हे अंक एकेकदाच वापरून तयार होणाऱ्या लहान व मोठ्या संख्येतील फरक किती ?

(1) 53　　　　　(2) 35　　　　　(3) 48　　　　　**(4) 18**

197. खालील जोड्यांमधील विसंगत शब्द ओळखा.

(1) वृक्ष आणि रोप　　　　　**(2) चाकू आणि पेअर**

(3) आंबा आणि संत्रा　　　　(4) डाळिंब आणि ऑलिव्ह

198. पुढील जोड्यांमधील विसंगत जोडी ओळखा.

(1) 13-17　　　　(2) 23-31　　　**(3) 24-28**　　　(4) 11-19

199. खालील मालिकेत समावेश होऊ शकत नसलेली संख्या ओळखा.

180, 154, 130, 108, 88, 78

(1) 130　　　　　(2) 108　　　　　(3) 88　　　　　**(4) 78**

200. शेजारच्या माणसाचा परिचय करून देताना एक स्त्री म्हणाली, ''त्याची बायको माझ्या आईची एकुलती एक मुलगी आहे,'' स्त्रीचे त्या माणसाशी नाते काय ?

(1) मेहुणी　　　　**(2) पत्नी**　　　(3) आत्या　　　　(4) यापैकी नाही.

201. खालीलपैकी कोणता अक्षरसमूह इतरांसारखा नाही ?

acquire, require, enquire, requiern

(1) acquire   (2) require   (3) rnquire   (4) requiem

202. खालीलपैकी कोणती संख्या इतर संख्यांसारखी नाही ?

78, 117, 234, 154

(1) 78   **(2) 117**   (3) 234   (4) 154

203. खालील प्रश्नांत अक्षरांचे गट विशिष्ट क्रमाने दिलेले आहेत. तो क्रम ओळखून रिकाम्या जागी दिलेल्या पर्यायांपैकी कोणता गट येतो तो शोधा.

ACZXP, BDYYQ, CEXZR, DFWAS, FHUCU

(1) FGVBT   (2) EGUBT   (3) EGVZT   **(4) EGVBT**

204. जर BARODA हे B1R4D1 असे लिहिले; आणि BHOPAL हे BH4PIL लिहिले, तर INDORE कसे लिहावे.

(1) 3ND4RZ   (2) 3NDZR4   (3) IND4RZ   (4) INDZR4

205. जर APTITUDE = 15646723 तर 16646723 म्हणजे काय ?

(1) ALTITUDE   (2) ATTRIBUTE   **(3) ATTITUDE**   (4) यापैकी नाही.

206. जर TIREDNESS = SLEEP तर NoNGER = ?

(1) THROST   **(2) FOOD**   (3) DAY   (4) APETITE

207. जर a = 3, b = 4, c = 3, d = 4... तसेच n = 3, O = -4, P = 3, q = -4.... आहे CARPOV ची किंमत −1 आहे तर BHAGYAWAN = ?

(1) -7   (2) 9   **(3) -9**   (4) 7

208. जर RED चे रूपांतर WED असे केले तर DEW चे रूपांतर कसे होईल ?

(1) EDR   (2) DRE   **(3) DER**   (4) RED

209. खाली दिलेल्या अक्षरांच्या यादीत किती स्वरानंतर द्विरुक्त अक्षरे व त्यानंतर पुन्हा स्वर येतात ?

B K H H P D T P P N N P J J I M R F F G O U B B E H I N N A G D X X Q Y L S S K Z N P P T O T U U A C N

(1) 2   **(2) 3**   (3) 4   (4) 5

210. एका संकेतात + म्हणजे ✕, - म्हणजे + आणि गुणाकार म्हणजे भागाकार तर

7 + 4 - 12 ✕ 3 ची किंमत काय ?

(1) 32   (2) 25   (3) 4   (4) 44

211. पुढे काही संच दिले आहेत. त्यामधील घटकांचा संबंध पुढीलपैकी कोणती आकृती उत्तम प्रकारे दाखवते ?

(1)    (2)    (3)    (4)

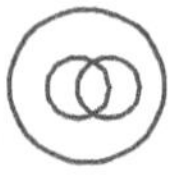

212. जर 1235 म्हणजे + ✕ - < व 9478 हे * 7 = आहे तर = ✕ < > यातून कोणती संख्या दर्शविली आहे ?

(1) 42587   (2) 45728   **(3) 84257**   (4) 47852

213. खालील दिलेल्या आकड्यांनी मालिका वेगवेगळ्या गटांमध्ये विभागली जाऊ शकते. दिलेल्या उत्तरांच्या संदर्भात, आकड्यांचे गट निश्चित करा.

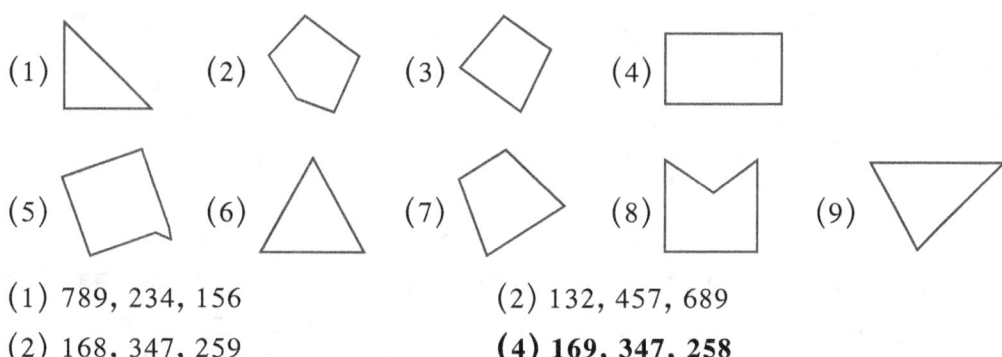

(1) 789, 234, 156 (2) 132, 457, 689

(2) 168, 347, 259 **(4) 169, 347, 258**

214. जर CAQ हे 5040 असे लिहिले व YAW हे 60055 असे लिहिले. तर MOQ कसे लिहावे ?

(1) 353040 (2) 304035 **(3) 303540** (4) 354045

215. पुढील अक्षरगट तयार करण्यासाठी खालीलपैकी कोणत्या नियमाचा वापर केला आहे ?

PRS, ORT, NRU, MRV

(1) प्रत्येक गटातील तिसऱ्या क्रमांकाचे अक्षर आधीच्या गटातील तिसऱ्या क्रमांकाच्या अक्षराच्या पुढचे असून गटातील 1 ले अक्षर उलट क्रमाने येते आणि मधले अक्षर कायम राहते.

(2) प्रत्येक गटातील अक्षरे एका आड एक येतात.

(3) प्रत्येक गटातील तीनही अक्षरे सुलट क्रमाने येतात.

(4) प्रत्येक गटातील तीनही अक्षरे उलट क्रमाने येतात.

216. प्रश्नचिन्हाच्या जागी येणारी संख्या कोणती ?

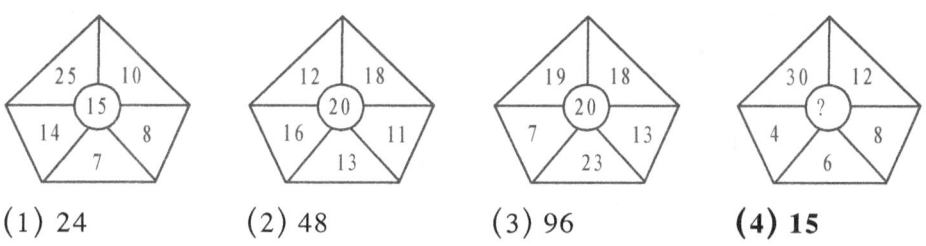

(1) 24 (2) 48 (3) 96 **(4) 15**

117. प्रश्नचिन्हाच्या जागी येणारी संख्या शोधा :

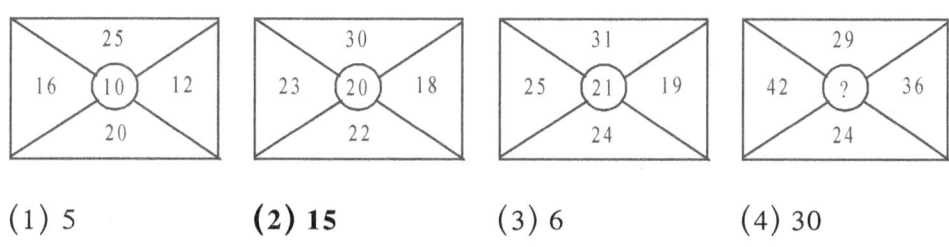

(1) 5 **(2) 15** (3) 6 (4) 30

218. खालील मालिका पूर्ण करा.

Aef, 112, BGH, 177, Cij 244,...,...

(1) Dhk, 312   **(2) Dk1, 313**   (3) Ejk, 313   (4) Ekj, 312

219. मोकळी जागा पूर्ण करा.

$\frac{27}{23}$	$\frac{22}{16}$	$\frac{17}{9}$	$\frac{35}{25}$	$\frac{29}{-}$

(1) 14   (2) 15   (3) 16   **(4) 17**

220. 'क्ष' हा पूर्व दिशेने चालू लागला. काही वेळाने तो उजवीकडे वळून चालू लागला. नंतर तो डावीकडे वळला आणि पुन्हा उजवीकडे वळून चालू लागला तर तो शेवटी कोणत्या दिशेने चालला ?

(1) उत्तर   **(2) दक्षिण**   (3) पश्चिम   (4) पूर्व

221. राम बाजाराला जात होता. वाटेत त्याला तेथे जाणारा मनुष्य त्यांच्या सात बहिणींसह भेटला. प्रत्येक स्त्रीजवळ एकेक बाळ होते. त्यात एकूण चार मुलगे, तीन मुली होत्या, तर स्त्री, पुरुष व मुले मिळून किती लोक एकत्र बाजारात जात होते ?

(1) 15   (2) 01   **(3) 16**   (4) 08

222. जर 21 = ab, 43 = cd, 65 = ef, 87= gh आणि acef = 8 तर adfh ची किंमत किती ?

(1) 9   (2) 7   (3) 6   **(4) 8**

223. मालिका पूर्ण करा. 39, 76, 111,?

(1) 121   (2) 133   **(3) 144**   (4) 151

224. चौकोनाचे निरीक्षण करा. 13 या संख्येच्या उजवीकडे संख्येच्या दहावा अंक एक स्थानी व 12 या संख्येचा उजवीकडील संख्येच्या खालच्या संख्येचा एकंचा अंक दशंस्थानी कल्पून नवीन तयार झालेली संख्या ?

11	23	22	16
25	12	24	17
21	26	13	19
15	20	18	14

(1) 72   **(2) 11**   (3) 57   (4) 75

225. एका संकेतात Bed = Red व Cat = Sat तर Tip कोणाऐवजी येईल ?

(1) Sip   (2) Bip   (3) Nip   **(4) Dip**

226. जर a b a b = 11, c z c z = 22 व d e d e = 33 तर गाळलेली जागा भरा.

a b a b + c z c z = d e d e

c z c z + f y f y = ?

(1) g h g h   (2) c z c z   (3) h x h x   **(4) i x i x**

227. प्रश्नचिन्हाच्या जागी योग्य संख्या लिहा.

9 (106) 5, 4(65) 7, 2 (?) 6

(1) 40   (2) 24   (3) 36   (4) 64

228. खालील मालिका पूर्ण करा.

(3, 5, 8, 9) - (5, 13, 15, 17) - (17, 29, 11, 18) - (?)

(1) बेरीज 100 आहे असा संख्या समूह

(2) बेरीज 25 आहे असा संख्या समूह

(3) 32, 46, 55, 62

(4) 4, 6, 9, 9

229. योग्य पर्याय निवडून पुढील मालिका पूर्ण करा.

20, 80, 180, ?, 500, 720

(1) 360   (2) 340   **(3) 320**   (4) 300

230. खालील मालिका पूर्ण करा.

G F H, G E J, G D M, G C Q,....

(1) GBR   **(2) GBV**   (3) GBU   (4) GBS

231. आकृतीचे निरीक्षण करून प्रश्नचिन्हाच्या जागी योग्य संख्या लिहा.

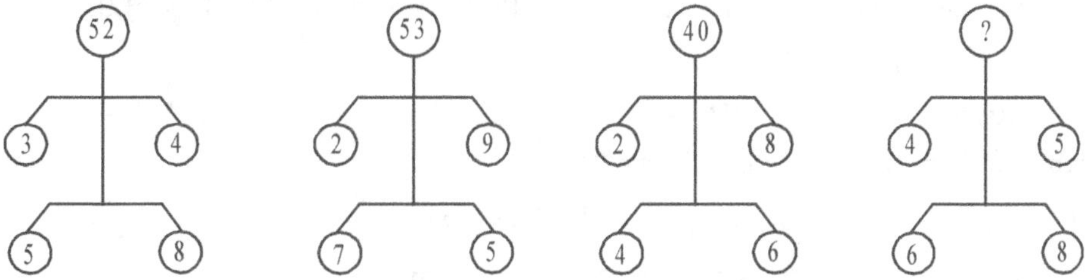

(1) 63   (2) 65   **(3) 68**   (4) 67

232. दिलेल्या संख्या समूहाशी साम्य असलेला समूह पर्यायातून निवडा. 21, 31, 51

(1) 11, 21, 41   (2) 7, 17, 27   (3) 11, 13, 119   (4) 7, 9, 11

233. एका सांकेतिक भाषेत जर British = English आणि Rubbish = Uozzish असे लिहिले तर Selfish हा शब्द कसा लिहाल ?

(1) Avdxish   (2) Davaish   **(3) Vadxish**   (4) Davxish

234. खालील मालिकेत गाळलेल्या जागी कोणती संख्या जोडी येईल ?

70.5, 70, 72, 68.5, 74.5, 67, 78,....,....

(1) 60.5, 80.5   **(2) 65.5, 82.5**   (3) 82.5, 62.5   (4) 75.5, 92.5

235. जर Clock - 44 व Time = 47 तर Watch = ?

(1) 45   **(2) 55**   (3) 52   (4) 50

236. खालील पैकी वेगळा अक्षरसमूह ओळखा.

AEIM, BFJN, NRVZ, QTWZ

(1) AEIM   (2) BEJN   (3) NRVZ   **(4) QTWZ**

237. खालील अंकमालिकेत काही अंक वगळले आहेत. बिनचूक वगळलेले अंक योग्य त्या क्रमाने चार पर्यायात दिलेले आहेत. बिनचूक पर्याय शोधून काढा.

-037 - 30-1-37-01

(1) 170731   (2) 013710   (3) 177130   **(4) 171073**

238. खालील मालिका पूर्ण करा. Vnoj, Sk1g, Phil d,....

(1) Mefb   **(2) Mefa**   (3) Mafg   (4) Mgfa

239. रिक्त चौकोनासाठी योग्य ती अक्षरे निवडा:

D	H	L	P	T	
U	V	W	X	Y	

(1) | P | **(2) | X |**   (3) | L | (4) | N |
    | W | | Z | | T | | Y |

240. खालील अक्षरमालिकेत एक विशिष्ट क्रम आहे. योग्य पर्याय निवडून मालिका पूर्ण करा.

C E F D G I J H K M N L O....

(1) PRQS   **(2) QRPS**   (3) QPSR   (4) RSPQ

241. पुढीलपैकी कोणती संख्या संपूर्ण वर्ग आहे ?

(1) 487893   **(2) 5489649**   (3) 847842   (4) 44200

242. खालील दर्शविलेल्या आकृतीत त्रिकोणांची संख्या किती आहे ?

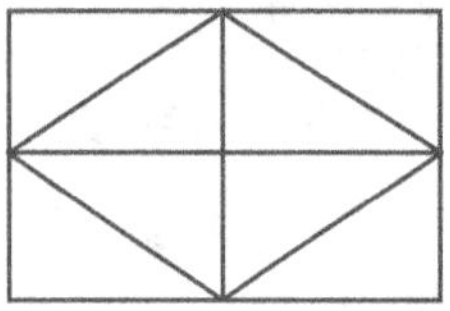

(1) 10   (2) 8   **(3) 12**   (4) 13

243. खालील मालिकेत कोणता अक्षरगट बरोबर असेल ?

IMQ, KOS, MQU, OSW....

(1) QSY   (2) SWY   **(3) QUY**   (4) STU

244. एका सांकेतिक लिपीत UNITY हा शब्द 76423 असा लिहितात आणि SOBLIDARITY हा शब्द 875 4910 423 असा लिहितात. तर त्याच सांकेतिक भाषेत UNITARY हा शब्द कसा लिहाल ?

(1) 7642103   (2) 7620139   (3) 7642102   (4) 3012467

245. खालील मालिकेत पुढे कोणते वर्ण आणि संख्या येतील ?

ACY-5, EGW - 7, IKU - 11 MOS - 19, ...

(1) QSR-25   **(2) QSQ-35**   (3) PRQ-45   (4) QSQ-55

246. खालील मालिकेत पुढे कोणते वर्ण आणि संख्या येतील ?

AC 10, EG 18, IK 32, MO 58,....

(1) PQ 108   **(2) QS 108**   (3) RS 104   (4) ST 106

247. खाली अक्षर समूहांची मालिका दिलेली आहे. त्यात एक अक्षरसमूह दिलेला नाही. तो अक्षरसमूह ओळखा.

GHI, XYZ, JKL, ..., MNO, RST

(1) ABC   (2) PQR   **(3) UVW**   (4) DEF

248. खालील मालिकेत पुढे कोणत्या संख्यांची जोडी येईल ?

1996, 2000, 1988, 2008, 1980,....

(1) 2016, 1972   (2) 2012, 1972   (3) 2016, 1976   (4) 74, 210

249. खालील मालिकेत पुढे कोणत्या संख्यांची जोडी येईल ?

1, 5, 15, 35,...., ...

(1) 70, 126   (2) 56, 84   (3) 84, 126   (4) 74, 210

सोडवा:

250. 222 (23) 176; 158 (?) 130

(1) 18   **(2) 20**   (3) 26   (4) 14

251. मेंढ्या आणि मेंढपाळांच्या एका गटामध्ये एकूण पायांची संख्या ही डोक्यांच्या संख्येपेक्षा 16 ने अधिक आहे. तर गटातील मेंढ्यांची संख्या किती ?

(1) 6   **(2) 8**   (3) 22   (4) 35

252. 1 / 0.04 चे नेमके उत्तर किती ?

(1) $2\dfrac{1}{2}$ (2) $\dfrac{2}{5}$ (3) $\dfrac{1}{40}$ **(4) 25**

253. एका संस्थेत मुला-मुलींचे प्रमाण 8 : 5 असे आहे. जर मुलींची संख्या एकूण 160 आहे तर संस्थेतील एकूण विद्यार्थ्यांची संख्या किती ?

(1) 416   (2) 100   (3) 250   (4) 260

254. एका सांकेतिक भाषेत GHOST हा शब्द AQPZN असा लिहितात आणि PARTY हा शब्द OLMNX असा लिहितात. तर PASTRY शब्द कसा लिहिता येईल ?

(1) OZLAXN   (2) OLZNMA   (3) OLNZAM   **(4) OLZNMX**

255. GREAT या इंग्रजी शब्दाच्या सांकेतिक खुणा 24808 आहेत. तर खालीलपैकी नेमका कोणता पर्याय PETROL या शब्दाच्या सांकेतिक खुणा दर्शविते ?

(1) 088482   (2) 084282   (3) 088428   (4) 084882

256. खालील अक्षरमालिकेत काही अक्षरे वगळली आहेत. वगळलेली अक्षरे योग्य त्या अनुक्रमाने 4 पर्यायात दिलेली आहेत. योग्य पर्याय शोधा.

b....a ...., aab... ab....,

(1) aabaa   (2) abaaa   (3) ababa   **(4) babaa**

257. खालील अक्षरमालिकेत अक्षरे वगळली आहेत. वगळलेली अक्षरे विशिष्ट अनुक्रमाने पर्यायात दिलेली आहेत. योग्य पर्याय निवडा.

P... xrg...., wxr...., mpw....gm

(1) gmwpxrp   **(2) wmpgxr**   (3) pwxgmr   (4) xgwprm

258. खालील प्रश्नात मोकळ्या जागेत एक प्रश्नचिन्ह आहे. त्या जागी खाली दिलेल्या चार उत्तरांपैकी एक उत्तर बिनचूक आहे. तो पर्याय शोधा.

27 : 54 :: 63: ?

(1) 126   (2) 79   (3) 81   (4) 69

259. खालील अंक मालेतील प्रश्नचिन्हाच्या जागी योग्य अंक शोधा.

4, 9, 16, 25, 36, 49,?

(1) 64   (2) 81   (3) 100   (4) 25

260. खालील श्रेणीत प्रश्नचिन्हाच्या जागी कोणते इंग्रजी अक्षर येईल ?

a, d, h, m ?

(1) a   (2) r   **(3) s**   (4) t

261. BOAT हा शब्द एका सांकेतिक भाषेत 5 - 18-4-23 असा लिहितात तर त्याच सांकेतिक भाषेत RICE हा शब्द कसा लिहिला जाईल ?

(1) 20 --12 -- 6 -- 8   **(2) 21 -- 12 -- 6 -- 8**

(3) 21 --11 -- 6 -- 8   (4) 20 -- 12 -- 7 -- 9

262. जर C = 4, D = 6, E = 8,... तर 2806 याचा अर्थ काय ?

(1) DEAB   (2) DAEB   (3) BAED   **(4) BEAD**

263. गणित चिन्हांची मालिका पूर्ण करा.

+ - × ÷ | ÷ × - + | - + ÷ × | .....

(1) - + × ÷   (2) × + - -   (3) ÷ × × -   **(4) × ÷ + -**

264. मानसशास्त्राचा संबंध वर्तनाशी तर पुरातत्त्व शास्त्राचा संबंध कशाशी ?

(1) पूल   **(2) ऐतिहासिक स्मारक**   (3) कमानी   (4) जुन्या संरचना

265. पूर्ण करा.

रात्र : दिवस :: ? : आनंद

(1) अंधार   (2) विश्रांती   (3) हास्य   **(4) दु:ख**

266. जर 456.789 ची किंमत 1522.63 आहे तर 987.654 ची किंमत काय घेईल ?

(1) 3456.781   (2) 4256.692   **(3) 2962.962**   (4) 2876.54

267. खालील मालिका पूर्ण करा.

$$\frac{A}{QPO} \quad \frac{Y}{JIH} \quad \ldots\ldots \quad \frac{U}{XWV}$$

(1) $\frac{V}{BCD}$ (2) $\frac{F}{DCB}$ (3) $\frac{D}{AYZ}$ **(4)** $\frac{W}{DCB}$

268. खालील दिलेल्या चार संख्यांपैकी कोणती संख्या शेवटच्या मोकळ्या जागेत लिहिता येईल ?

1/6, 1/12, 1/20, 1/30,....

(1) 1/40   **(2) 1/42**   (3) 1/48   (4) 1/50

269. खालील श्रेणीत पुढे येणारी संख्यांची जोडी कोणती ?

$$\frac{9}{5} = \frac{7}{125}, \quad \frac{8}{6} = \frac{6}{216}, \quad \frac{7}{7} = \frac{5}{343}, \quad \ldots\ldots = \ldots\ldots$$

(1) $\frac{4}{8} = \frac{3}{314}$ **(2)** $\frac{6}{8} = \frac{4}{512}$ (3) $\frac{6}{6} = \frac{2}{212}$ (4) $\frac{3}{6} = \frac{1}{136}$

270. प्रेम गोड असेल तर कडू काय असेल ?

(1) रडणे   (2) मैत्री   (3) एकाकीपणा   **(4) द्वेष**

271. खालील क्रमातील पुढचा अक्षरगट लिहा.

ABBA, EFFE, IJJI, MNNM,....

(1) PQQP   **(2) QRRQ**   (3) OUUO   (4) JOOP

272. हिराची दर महिन्याची बचत रु. 650 आहे. दर वर्षी 34% व्याज तिच्या खात्यावर जमा होते. तर प्रत्येक महिन्याला तिला किती व्याज मिळते ?

(1) रु. 2.58   (2) रु. 19.12   **(3) रु. 221.00**   (4) रु.408.00

273. खालील संख्या पाहून प्रश्नचिन्हाच्या जागी योग्य संख्या लिहा.

673 (28) 589, 975 (31) 882, 1125 (?) 777

(1) 116   (2) 56   (3) 232   (4) 29

274. "A' खेड्यातील 18000 लोकांपैकी 0.25% व्यक्तींकडे संगणक आहे. "B' खेड्यातील 19000 व्यक्तींपैकी 0.30% व्यक्तींकडे संगणक आहे. कोणत्या खेड्यात जास्त संगणक आहेत ?

(1) A खेडे   **(2) B खेडे**   (3) दोन्हीत समान   (4) माहिती अपुरी

275. वीणा ताशी 40km वेगाने जाते. मीनल ताशी 42km वेगाने स्कूटर चालवते. नितीन अडीच तासात 120km जातो. अनंत 5 मिनिटात 3Km जातो. तर सर्वाधिक वेग कोणाचा ?

(1) मीनल   **(2) नितीन**   (3) अनंत   (4) वीणा

276. मोत्याचा हाराशी जसा संबंध आहे तसाच मूर्तीचा .... शी आहे.

(1) प्रतिमे   (2) देवा   **(3) मंदिरा**   (4) चित्रपट तारका

278. प्रियाला अर्थशास्त्रापेक्षा समाजशास्त्र अधिक आवडते. तिला शिक्षण शास्त्र जितके आवडते त्यापेक्षा समाजशास्त्र कमी आवडते. कॉलेजच्या अन्य अभ्यासक्रमापेक्षा मानसशास्त्र ती सर्वात जास्त पसंत करते.

तिला अर्थशास्त्र जितके आवडत नाही, त्या पेक्षा जास्त तर्कशास्त्र आवडत नाही. दिलेल्या माहितीच्या आधारे खालीलपैकी एक सोडून सर्व निष्कर्ष काढता येतात. तो निष्कर्ष कोणा ?

(1) सुप्रियाला समाजशास्त्र व शिक्षण शास्त्रापेक्षा मानसशास्त्र अधिक आवडते.

(2) सुप्रिया तर्कशास्त्रापेक्षा अर्थशास्त्र जास्त पसंत करते.

(3) सुप्रिया अर्थशास्त्रापेक्षा व तर्कशास्त्रापेक्षा समाजशास्त्र अधिक पसंत करते.

(4) सुप्रिया राज्यशास्त्रापेक्षा मानसशास्त्र अधिक पसंत करते.

279. चिन्हांच्या जागी त्या क्रमाने येणाऱ्या आकृतीचा पर्याय कोणता ?

△ ○ □   △ ? □

? ○ □   △ ○ ?

(1) ○ △ □   (2) □ □ ○   (3) ○ ○ △   (4) △ □ ○

280. सोबत दिलेल्या आकृतीतील वर्तुळ रोजगार असलेले लोक दर्शविते, त्रिकोण कष्टाळू लोक दर्शवितो, चौरस प्रामाणिक लोक दर्शवितो, आणि आयत (लंबचौरस) स्त्रिया दर्शवितो. आकृतीच्या आधारे खालील प्रश्नाचे उत्तर द्या.

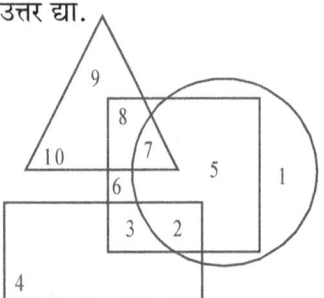

प्रश्न : रोजगार नसलेल्या स्त्रिया दर्शविणारे आकडे .... व ... हे आहेत.

(1) 3 व 4 अनुक्रमे   (2) 2 व 4 अनुक्रमे

(3) 2 व 3 अनुक्रमे   (4) 2 व 5 अनुक्रमे

281. प्रश्नचिन्हाच्या जागी योग्य अंक घाला.

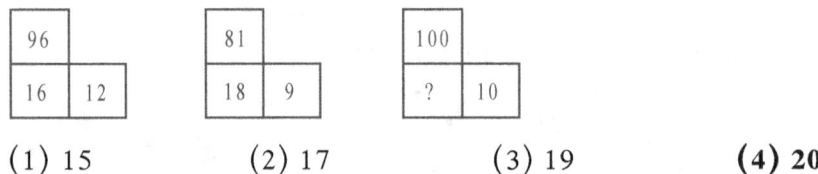

(1) 15   (2) 17   (3) 19   **(4) 20**

282. खालील आकृत्या पहा व प्रश्नचिन्हाच्या जागी योग्य अंक लिहा.

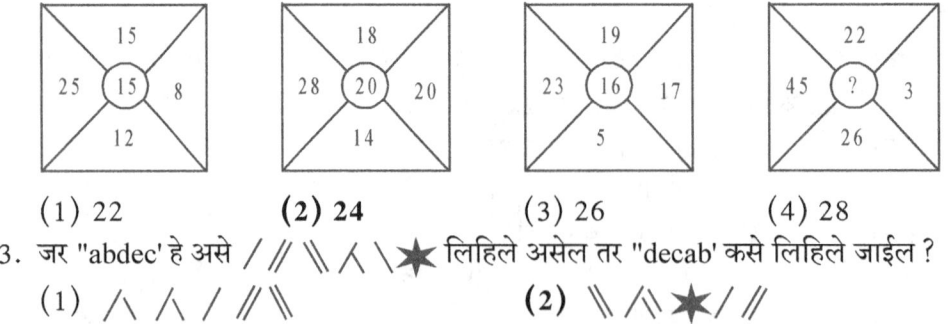

(1) 22   **(2) 24**   (3) 26   (4) 28

283. जर "abdec' हे असे / // \\ /\ \ ★ लिहिले असेल तर "decab' कसे लिहिले जाईल ?

(1) /\ /\ / // \\   **(2) \\ /\ ★ / //**

(3) /\\ /\ // \\   (4) /\ /\ // \\ /

284. गाळलेला अंक भरा.

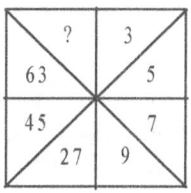

(1) 89   (2) 71   (3) 72   **(4) 81**

285. खालील तक्त्यात रिकाम्या जागी कोणता आकडा योग्य ठरेल ?

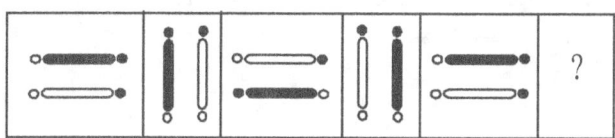

3	8	10	2	?	1
6	56	90	2	20	0

(1) 4   (2) 6   **(3) 5**   (4) 0

286. खाली समस्या आकृतींची साखळी दिली आहे. पर्यायी उत्तरांपैकी कोणती आकृती रिकाम्या जागी येईल ?

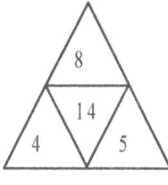

(1) 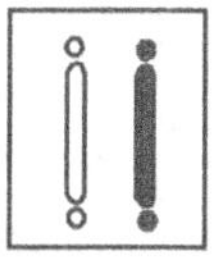   (2) 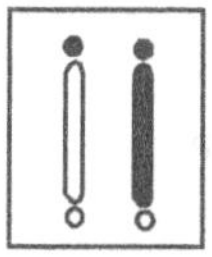   **(3)** 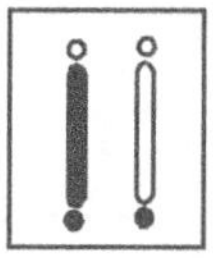   (4) यापैकी नाही

287. एका विशिष्ट भाषेत AURANGABAD हा शब्द EYVERKEFEH असा लिहितात. तर त्या भाषेत NAGPUR हा शब्द कसा लिहाल ?

(1) RTEKYV   (2) RETKYV   (3) RKETYV   **(4) REKTYV**

289. सोडवा. 11, 14, 19, 26 ?

(1) 32   (2) 40   **(3) 35**   (4) 45

290. खालील आकृत्या पहा व प्रश्नचिन्हाच्या जागी योग्य संख्या लिहा.

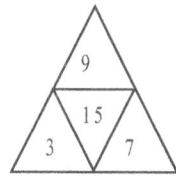 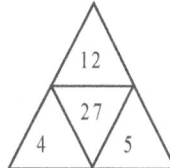 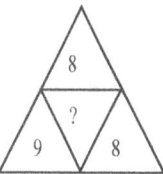

(1) 42   **(2) 40**   (3) 44   (4) 46

291. खालील दिलेल्या अपूर्णांकापैकी कोणत्या अपूर्णांकाची किंमत सर्वात कमी आहे ?

$$\frac{1}{5}, \frac{1}{4}, \frac{3}{20}, \frac{4}{25}$$

(1) $\frac{1}{5}$ (2) $\frac{1}{4}$ **(3) $\frac{3}{20}$**   (4) $\frac{4}{25}$

292. प्रश्नचिन्हाच्या जागी येणारा अपूर्णांक कोणता ?

$$\frac{F}{L} : \frac{1}{Z} :: \frac{F}{X} ?$$

(1) $\frac{1}{2}$ **(2) $\frac{1}{4}$**   (3) $\frac{1}{3}$ (4) $\frac{1}{8}$

293. जर 1 = 2, 3 = 4, 5 = 6, 7 = 8 तर 105 = ?

(1) 380   **(2) 384**   (3) 376   (4) 372

294. जर L = O = 12, F = U = 6 तर J = ?

(1) Q   (2) R   (3) S   (4) T

295. खालील मालिकेत रिकाम्या जागी योग्य ते अक्षर लिहा.

AAA BDB CGC D..D EME

(1) F   **(2) J**   (3) H   (4) K

296. जर BPL, BST, BLY यांच्या किंमती अनुक्रमे 60, 10, 120 असतील, तर BPT ची किंमत किती होईल ?

(1) 15   (2) 40   (3) 80   **(4) 20**

297. रिक्त जागी इंग्रजीतील कोणते मूळाक्षर येईल ?

L, N, G, I, C,...Z

(1) D   **(2) E**   (3) F   (4) G

298. जर अक्षरेही अंक दाखवित असतील आणि H = ZR असेल तर M = ?

(1) YW   (2) YD   (3) ZD   **(4) ZW**

299. एका विशिष्ट सांकेतिक भाषेत FOX हा शब्द ULC असा लिहिला जातो. तर त्याच सांकेतिक भाषेत CAT हा शब्द कसा लिहिला जाईल ?

(1) XZG   (2) RAT   (3) YBH   (4) ZBS

300. जर RISK चे रूपांतर 18 9 19 11 असे केले, तर तुम्ही DISK चे अंकात्मक रूपांतर कसे लिहाल ?

(1) 41 11 19   (2) 4 11 1 19   (3) 4 19 1 11   **(4) 4 9 19 11**

301. खालील मालिकेत कोणत्या संख्या गाळलेल्या आहेत ?

99, 198, 297, 89, 178, 267..., ..., ..., 69, 138, 207

(1) 79, 158, 237   (2) 79, 157, 247

(3) 79, 158, 247   (4) 79, 156, 236

302. खालील क्रमातील गाळलेली संख्या लिहा.

172, 292, 447, ...

(1) 528   (2) 618   **(3) 628**   (4) 718

303. एका सांकेतिक भाषेत AUGUST हा शब्द BVESVW असा लिहितात, तर त्याच सांकेतिक भाषेत NOVEMBER कसा लिहाल ?

(1) OPTCODCP   **(2) OPTCPEAN**   (3) OPWFLAGT   (4) OPUDODCP

204. जर MANAGEMENT हा शब्द PQRS असा CAGE हा शब्द TQ असा आणि AGENT हा शब्द QS असा लिहिला तर r म्हणजे ....

(1) GEM   (2) MEN   (3) EM   **(4) ME**

305. खालील संख्यांच्या जोडीत, पहिल्या अंकाच्या जोडीत काही साधर्म्य आहे. हेच साधर्म्य आहे तिसऱ्या व चौथ्यात तर चौथा अंक शोधा.

2601 : 51 :: 4096 :?

(1) 66   **(2) 64**   (3) 56   (4) 54

306. बाजूची आकृती अभ्यासून प्रश्नचिन्हाच्या जागी येणारा अंक लिहा.

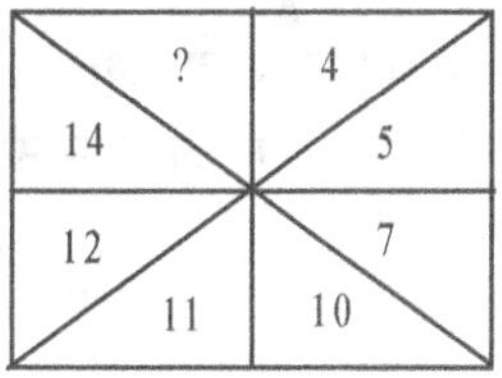

(1) 15   (2) 19

(3) 17   (4) 16

307. खालीलपैकी कोणता अक्षरसमूह इतरांच्या सारखा नाही ?

Pet, Wet, Mate, Set

(1) Pet   (2) Wet   **(3) Mate**   (4) Set

308. खाली अक्षरे व अंकाची एक विशिष्ट आकृतीबंध असणारी मालिका दिली आहे. तो आकृतीबंध ओळखा व मालिका पूर्ण करण्यासाठी त्या खालील पर्यायातील योग्य पर्याय निवडा.

B D 6... I... L 26 QS

(1) G16M36   (2) F15O30   (3) M17N36   **(4) G16N36**

309. खालील अक्षरांच्या जोडीत पहिल्या अक्षरांच्या जोडीत काही साधर्म्य आहे. ते ओळखा आणि साधर्म्यदर्शक अक्षरसमूह लिहून साधर्म्य पूर्ण करा.

EJOT : VQLG :: CHMR :?

(1) IWST   (2) VYKL   (3) BVZO   **(4) XSNI**

310. अक्षर व अंक यामधील संबंध अभ्यासून उत्तर लिहा.

ABCD जर 1-2-4-8 असेल तर GHIJ = ?

(1) 6-8-12-16   **(2) 64-128--256-512**

(3) 12-14-16-18   (4) 24-26-32-36

311. खाली इंग्रजी अक्षरांचे पाच गट आहेत. पैकी चार गट विशिष्ट बाबतीत समान असून एक गट वेगळा आहे; तो शोधा.

(a) AZB (b) DVE (C) LON (d) GTH (e) KPL

(1) a (2) b **(3) c** (d) d

312. खालील संख्या मालिकेत न बसणारे पद ओळखा.

80, 16, 4, 4/3, 2/4, 2/3

(1) 16 (2) 4/3 **(3) 2/4** (4) 2/3

313. खालील विधानांतून योग्य पर्याय निवडा. नव्वदमधून नऊ किती वेळा वजा करता येतील ?

(1) 0 (2) 7 (3) 9 **(4) 10**

314. खालील विधानाच्या संदर्भात पुढील गृहिते तपासून पहा.

विधान : शेअर्समध्ये पैसा गुंतविणारा मी किती मूर्ख आहे !

गृहीत : 1) मी मूर्ख आहे.

2) शेअर्समध्ये गुंतवणूक करणे मूर्खपणाचे आहे.

(1) दोन्ही गृहिते अध्याहृत नाहीत. (2) दोन्ही गृहिते अध्याहृत आहेत.

(3) फक्त (1) गृहीत अध्याहृत आहे. **(4) फक्त (2) गृहीत अध्याहृत आहे.**

315. सोबत दिलेल्या आकृतीतील वर्तुळ रोजगार असलेले लोक दर्शविते, त्रिकोण कष्टाळू लोक दर्शवतो, चौरस प्रामाणिक लोक दर्शवतो व आयत स्त्रिया दर्शवितो. आता पुढील आकृतीच्या आधारे खालील प्रश्नाचे उत्तर द्या.

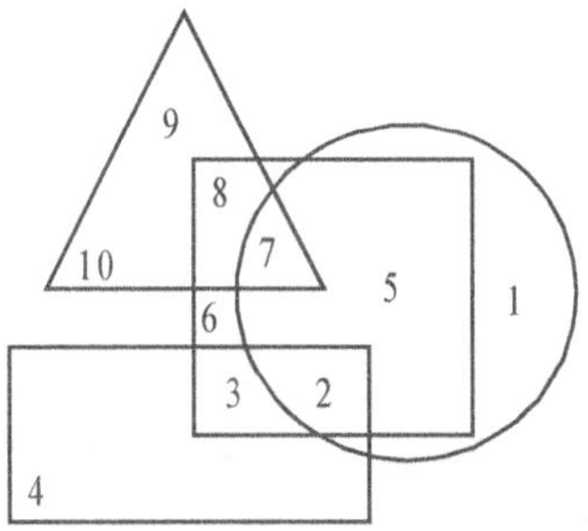

प्रश्न : प्रामाणिक व कष्टाळू स्त्रिया दर्शविणारा... हा आकडा आहे.

(1) 7 (2) 8 (3) 9 **(4) यापैकी नाही.**

316. अनुमान : प्रशिक्षित आणि अनुभवी लोकांची कारखान्यात नेमणूक करावी. हे अनुमान....

(1) खरे आहे. (2) खरे असण्याचा संभव आहे.

(3) खोटे असण्याचा संभव आहे. (4) खोटे आहे.

317. 100 चे 100% म्हणजे किती ?

(1) 1 **(2) 100** (3) 200 (3) 10,000

318. संख्या श्रेणीतील पुढील संख्या ओळखा.

13, 26, 78, 312, 1560?

(1) 9060 (2) 9160 (3) 9260 **(4) 9360**

319. या मालिकेत कोणता आकडा बरोबर बसेल ?

    90, 176, 140, 162?

    (1) 176   (2) 180   **(3) 182**   (4) 186

320. एका सांकेतिक भाषेत COME हा शब्द XLNV असा लिहितात. तर त्या सांकेतिक भाषेत ULFI चा अर्थ काय होईल ?

    (1) FOUR   (2) FIVE   (3) TAKE   (4) NINE

321. गाळलेली जागा भरा.

    B, G, L, Q...

    (1) V   (2) U   (3) W   (4) T

322. खालीलपैकी कोणता अक्षरसमूह इतरांसारखा नाही ?

    aeuo, oieu, uioa, fbed

    (1) aeuo   (2) oieu   (3) uioa   **(4) fbed**

323. पानाचा रोपाशी जो संबंध आहे तोच... चा स्त्रीशी आहे.

    (1) तोंड   (2) पुरुष   **(3) मुलगा**   (4) नाक

324. दिलेल्या विधानावरून अनुमानाची सत्यता तपासून पर्याय निवडा. कार्बन डाय ऑक्साईड हा वायू आहे. सिलेंडरमध्ये वायू असतो.... म्हणून या सिलेंडरमध्ये कार्बन डाय ऑक्साईड वायू आहे.

    (1) सत्य   (2) असत्य   **(3) बहुधा असत्य**   (4) अनिश्चित

325. खालील शब्दांतील विसंगत शब्द ओळखा.

    BOOk, BOIL, BIKE, BEAT

    (1) BOOK   (2) BOIL   **(3) BIKE**   (4) BEAT

326. 824464 या संख्येचे वर्गमूळ किती ?

    (1) 686   (2) 809   (3) 868   **(4) 908**

327. वाळवंटात उंट, जंगलात माकड तर गवताळ प्रदेशात घोडा, झेब्रा हे प्राणी आढळतात; कारण

    (1) त्यांना जीवनाच्या बदलत्या परिस्थितीशी जुळवून घ्यावे लागते.

    (2) शत्रूपासून संरक्षण करावे लागते.

    (3) प्राणीजीव स्वाभाविक विभागावर अवलंबून असते.

    (4) वरील सर्व पर्याय बरोबर आहेत.

328. योग्य पर्याय निवडा.

    - kt - kk - xk - txk ...

    (1) kk tk kx   (2) xx tt kx   (3) tk xt kx   (4) kx tk kt

    (1) i   (2) ii   (3) iii   **(4) iv**

329. खालील अक्षरसमूहातील संबंध शोधून समान संबंध असलेला अक्षरसमूह निवडा.

    AGD, BHE, CIF, DJG, EKH...?

    (1) FIL   **(2) FLI**   (3) FMJ   (4) FJL

330. एका कुटुंबात X चा Y शी जो संबंध आहे. तोच संबंध Y चा X शी आहे तर X आणि Y हे .... आहेत.
    (1) भाऊ व बहीण
    (2) पती व पत्नी
    (3) वडील व मुलगा
    (4) भाऊ-भाऊ

331. संजय व सुजाता यांचा विवाह शुक्रवार दि. 18-1-1980 रोजी झाला. दर वर्षी लग्नाच्या वाढदिवसाला ती दोघे सहलीला जातात. मात्र वाढदिवस सोमवार किंवा बुधवारी असेल तर ते सहलीला जाऊ शकत नाहीत. पुढील दहा वर्षात लग्नाच्या वाढदिवशी किती वेळा त्यांना सहलीला जाता येणार नाही?
    (1) 4
    (2) 3
    (3) 2
    (4) 5

332. रवि त्याच्या बहिणीपेक्षा 732 दिवसांनी मोठा आहे. त्याचा जन्म सोमवारी झाला तर त्याच्या बहिणीचा जन्मवार कोणता?
    (1) शनिवार
    (2) रविवार
    (3) गुरुवार
    (4) शुक्रवार

333. जर वर्ष : दिवस :: तर तास :?
    (1) तास
    (2) महिना
    (3) मिनिट
    (4) सेकंद

334. खालील संख्यामाला पूर्ण करा.
    4, 3, 12, 9, 36, 81?
    (1) 72
    (2) 108
    (3) 64
    (4) 124

335. 8062 या संख्येतील कोणता अंक गाळल्यास तीन अंकी लहानात लहान संख्या शिल्लक राहील?
    (1) 8
    (2) 0
    (3) 6
    (4) 2

336. विधान : सर्व गुन्हेगारांना शिक्षा दिली जाईल.
    खालीलपैकी कोणता निष्कर्ष बरोबर आहे?
    (1) कोणत्याही स्थितीत गुन्हेगारांना माफ केले जाणार नाही.
    (2) गुन्हे करणाऱ्यांपैकी काही जण शिक्षेस पात्र असतील.
    (3) गुन्हे करणाऱ्यांना शिक्षा देण्यासाठी विचार केला जाईल.
    (4) काही गुन्हेगारांना शिक्षा देण्यासाठी तर काहींना माफ करण्यासाठी प्रयत्न केले जातील.

337. चोविस (24) तासांमध्ये घड्याळाचे तीनही काटे (सेकंद, मिनिट व तास) एकमेकांना किती वेळा भेटतील?
    (1) 2 वेळा
    (2) 4 वेळा
    (3) 12 वेळा
    (4) 24 वेळा

338. एका वर्गातील 25% मुले गणितात, तर 37% मुले इंग्रजीत उत्तीर्ण झाली. 13% मुले या दोन्ही विषयात उत्तीर्ण झाली तर किती टक्के मुले या दोन्ही विषयात अनुत्तीर्ण झाली?
    (1) 49%
    (2) 41%
    (3) 51%
    (4) 25%

339. प्रश्नचिन्हाच्या जागी कोणती संख्या येईल?

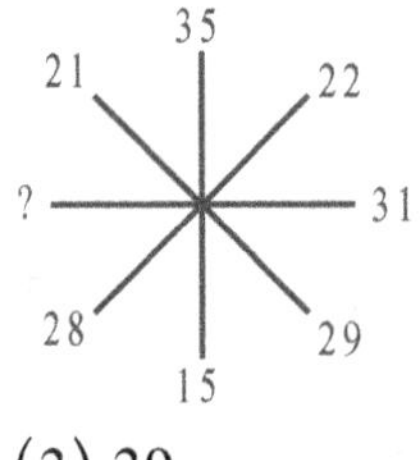

    (1) 34
    (2) 29
    (3) 19
    (4) 39

340. एका श्रीमंत माणसाने त्याच्या मृत्यूनंतर रु. 90000 त्याची विधवा पत्नी, 4 मुले व 6 मुली यांच्यासाठी ठेवले होते. प्रत्येक मुलाला मुलीच्या रकमेच्या चौपट व प्रत्येक मुलीला त्यांच्या आईच्या रकमेच्या दुप्पट रक्कम मिळावी तर प्रत्येक मुलाचा वाटा किती होता?

    (1) 16,000   (2) 8,000   (3) 4,000   (4) 2,000

341. प्रश्न चिन्हाच्या जागी कोणती संख्या येईल?

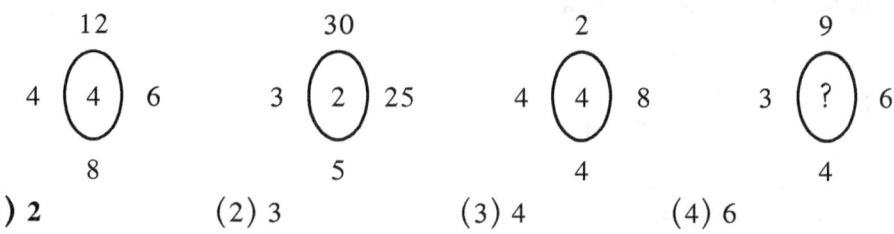

    (1) 2   (2) 3   (3) 4   (4) 6

342. सात क्रमवार विषम संख्यांची सरासरी 23 आहे. तर, त्यापैकी सर्वात मोठी संख्या कोणती?

    (1) 29   (2) 27   (3) 31   (4) 25

343. तिन्ही आकृत्यांमध्ये असणारे मुळाक्षर कोणते?

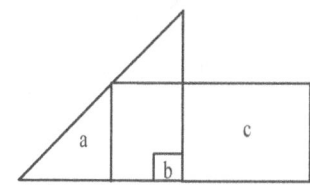

    (1) c   (2) a   **(3) b**   (4) यापैकी कोणतेही नाही.

344. NET : KBQ : : JPTX : : ....

    वरील पहिल्या दोन शब्दात विशिष्ट साधर्म्य आहे, तर तसे साधर्म्य असलेला रिक्त जागेतील शब्द कोणता?

    (1) HNOT   (2) HMQU   (3) MHQU   **(4) HQMU**

345. एका सांकेतिक भाषेत GREAT हा शब्द ⊙ + × = ÷, व CHART हा शब्द - * = + ÷ असा लिहितात त्याच संकेतामध्ये TEACHER हा शब्द कसा लिहिला जाईल?

    (1) ÷ × = - * × +   (2) ÷ + * - = + -

    (3) * + = ÷ + ⊙ -   (4) ⊙ ÷ * - × ÷ +

346. खालील आकृती अभ्यासून प्रश्नचिन्हाच्या जागी येणारा अंक लिहा.

76	39	47
49	?	92
63	15	85

    (1) 68   (2) 79   (3) 87   **(4) 98**

347. खालील श्रेणीत पुढे येणारी संख्या कोणती?

$$\frac{5}{15}, \frac{6}{24}, \frac{9}{45}, \frac{11}{?}$$

(1) 66　　　(2) 50　　　(3) 60　　　(4) 44

348. सोबतच्या आकृतीत किती आयत आहेत?

(1) 16　　　(2) 14　　　**(3) 15**　　　(4) 13

349. विसंगत अक्षरगट ओळखा.

(1) ZBX　　　(2) XDV　　　**(3) VET**　　　(4) THR

350. प्रश्नचिन्हाच्या (?) जागेसाठी अचूक पर्याय शोधा.

8 : 32 : : 12 : ?

(1) 44　　　(2) 58　　　**(3) 72**　　　(4) 71

351. दिलेल्या पर्यायांपैकी प्रश्नचिन्हाच्या जागी येणारे विशिष्ट पद शोधा.

3C	2B	4A
27A	?	64B
9C	4A	16B

(1) 8C　　　(2) 12B　　　(3) 16C　　　(4) 18C

352. 51 कमांडोच्या रांगेत सुरजीतसिंगचा मधला क्रमांक आहे. तर सुरजीतसिंगचा रांगेत कितवा क्रमांक आहे?

(1) 25　　　(2) 27　　　**(3) 26**　　　(4) 24

353. एका विज्ञान वर्गातील विद्यार्थ्यांनी दाखवलेली करिअर संबंधी आवड वेन आकृतीमध्ये दिली आहे.

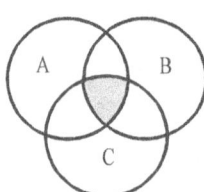

(A) इंजिनिअरिंग　　　(B) मेडिकल　　　(C) ॲग्रिकल्चर

छायांकित भागावरून काय निष्कर्ष काढाल?

(1) इंजिनिअरिंग व मेडिकलची आवड असणारे विद्यार्थी

(2) इंजिनिअरिंग व ॲग्रिकल्चरची आवड असणारे विद्यार्थी

(3) इंजिनिअरिंग, मेडिकल व ॲग्रिकल्चरची आवड असणारे विद्यार्थी

(4) मेडिकल व ॲग्रिकल्चरची आवड असणारे विद्यार्थी

354. पुढील प्रश्नात दोन विधाने दिलेली आहेत, त्या दोन विधानांवरून दोन निष्कर्ष काढलेले आहेत. दिलेली विधाने आपल्या नेहमीच्या माहितीपेक्षा अगदी वेगळी आहेत. विधानात जी माहिती दिलेली आहे ती खरी समजून योग्य पर्यायी उत्तर निवडा.

विधान : (i) सर्व दिवे खांब आहेत.

(ii) सर्व खांब दार आहेत.

निष्कर्ष : (A) कोणतेही दार दिवे नाहीत.

(B) काही खांब दिवे आहेत.

(1) फक्त (A) बरोबर

(2) फक्त (B) बरोबर

(3) (A) किंवा (B) बरोबर

(4) (A) किंवा (B) यापैकी कोणतेही बरोबर नाही.

355. प्रश्नचिन्हाच्या जागी कोणती आकृती येईल?

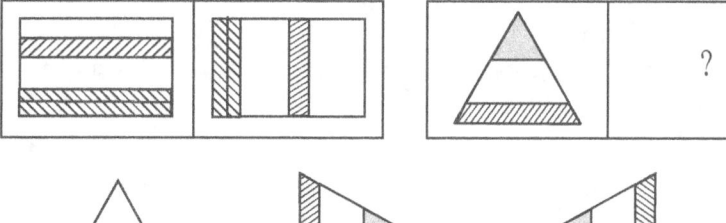

(1) 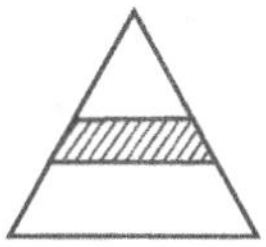   **(2)** 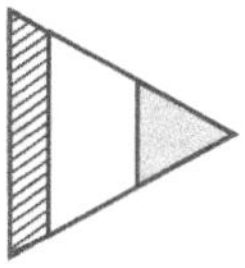   (3)   (4)

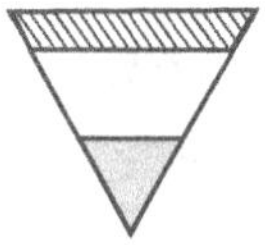

356. जर O+H+P = 39; M+A+N = 28 तर M+A+C+H+I+N+E = ?

(1) 43   **(2) 53**   (3) 64   (4) 54

357. पुढील उदाहरणाप्रमाणे योग्य पर्याय निवडा.

THEREFORE हा TEEOERFRH असा दर्शविला जातो तर HELICOPTER हा शब्द .... दर्शविला जाईल.

(1) HELICOREPT   **(2) HLCPERTOIE**

(3) RETPOCILEH   (4) RETPOCILHE

358. योग्य आकृतीची निवड करा.

व्यावसायिक, सुतार आणि शिंपी

(1) 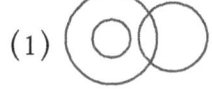   **(2)**    (3)    (4)

359. एक व्यक्ती त्याच्या घरापासून दक्षिणेस 8 मी. गेली. तेथून 6 मी. पूर्वेस गेली. तेथून उत्तरेस 5 मी. चालली. तेथून पुन्हा पूर्वेस 9 मीटर चालली. तेथून पुन्हा दक्षिणेकडे 5 मीटरवर जाऊन थांबली. तर त्याच्या घरापासून ती किती अंतरावर आहे?

(1) 33 मी **(2) 17 मी** (3) 23 मी (4) 28 मी

360. एका रांगेत प्रत्येकी 10 फूट अंतरावर एक झाड आहे. तर पहिल्या व पाचव्या झाडांतील अंतर किती फूट असेल?

(1) 50 **(2) 40** (3) 45 (5) 55

361. चिन्हाच्या जागी योग्य अक्षर शोधा.

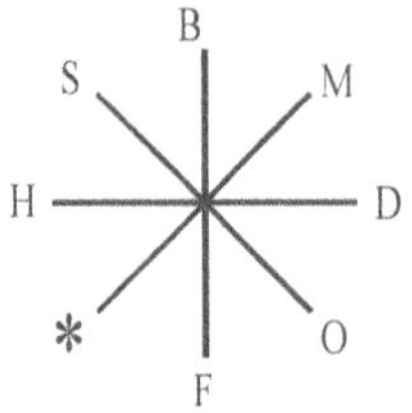

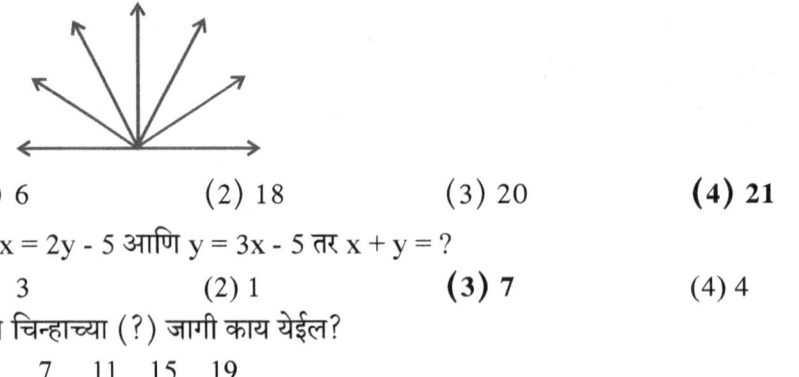

(1) T (2) N (3) P **(4) Q**

362. पुढीलपैकी जोड्यांमधील विसंगत जोडी ओळखा.

(1) 41-29 (2) 47-59 **(3) 57-69** (4) 73-61

363. खाली एक संच दिला आहे त्यामधील घटकांचा संबंध पुढीलपैकी कोणती आकृती उत्तम तऱ्हेने दर्शविते?
घटक : कुटुंब, भाऊ, बहीण

(1) (2) (3) **(4)**

364. पुढील आकृतीतील कोनांची संख्या किती?

(1) 6 (2) 18 (3) 20 **(4) 21**

365. जर $x = 2y - 5$ आणि $y = 3x - 5$ तर $x + y = ?$

(1) 3 (2) 1 **(3) 7** (4) 4

366. प्रश्न चिन्हाच्या (?) जागी काय येईल?

$\frac{3}{10}, \frac{7}{16}, \frac{11}{23}, \frac{15}{31}, \frac{19}{40}, ?$

(1) $\mathbf{\frac{23}{50}}$ (2) $\frac{24}{48}$ (3) $\frac{23}{49}$ (4) $\frac{22}{50}$

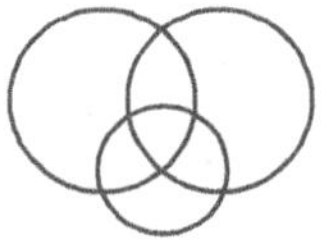

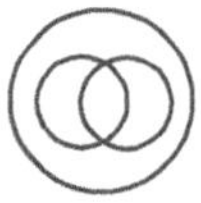

367. प्रदीप हा 31 जानेवारी 2004 ते 1 मार्च 2005 पर्यंत गैरहजर आहे. तर प्रदीप किती दिवस अनुपस्थित आहे? (दोन्ही दिवस धरून)

(1) 396 (2) 395 (3) 397 (4) 426

368. जर BAD हा शब्द एका सांकेतिक भाषेत 4-3-6 असा लिहिला तर INDIAN हा शब्द कशाप्रकारे लिहिता येईल?

(1) 11-16-6-11-3-16 **(2) 11-16-4-10-3-16**

(3) 11-15-6-11-3-16 (4) 11-15-5-11-3-15

369. क्रम पूर्ण करा.

F, J, M, O, Q, T .... ?

(1) Y **(2) X** (3) V (4) Z

370. दिलेल्या संख्या मालिकेत 8 नंतर 18 किती वेळा येतात?

818881881811818181881888111818181181881

(1) 9 **(2) 10** (3) 11 (4) 8

371. एका विशिष्ट संकेतानुसार BEAT हा शब्द GIDV असा लिहितात. तर त्याच संकेतानुसार SOUP हा शब्द कसा लिहिला जाईल?

(1) YSXR (2) XSYR **(3) XSXR** (4) XSYS

372. वडील आणि मुलगा यांच्या वयाची बेरीज 10 वर्षापूर्वी 50 वर्षे होती. तर 20 वर्षानंतर त्यांच्या वयाची बेरीज किती असेल?

(1) 80 **(2) 110** (3) 70 (4) 100

373. VWXYZ हे 5 मित्र आहेत. VXZ यांना आंबा आवडतो, WXY यांना सफरचंद आवडते. VWZ यांना केळी आवडतात. WXZ यांना द्राक्षे आवडतात. VY यांना चेरी आवडतात. तर कोणतीही दोन फळे कोणाला आवडतात ?

(1) V (2) W (3) X **(4) Y**

374. तुझे वडील म्हणतात, मला तीन मुले आहेत आणि तू म्हणतोस मला दोन भाऊ आहेत तर कोणाचे म्हणणे चुकीचे आहे?

(1) वडिलांचे (2) मुलांचे (3) दोघांचे **(4) कोणाचेच नाही.**

375. प्रश्नचिन्हाच्या जागी योग्य पर्याय शोधा.

$\frac{A}{4} : \frac{5}{Z} : ? : \frac{7}{Y}$

(1) $\frac{B}{6}$ (2) $\frac{B}{7}$ (3) $\frac{C}{7}$ (4) $\frac{C}{5}$

376. जर 12345 म्हणजे TIGER, 876 म्हणजे MOB, तर 128645 म्हणजे काय?

(1) MITBER **(2) TIMBER** (3) MOTBER (4) MTIBER

377. राजू 23 ऑगस्ट 2008 रोजी एक वर्ष. नऊ दिवसाचा असेल 23 ऑगस्ट 2008 रोजी शनिवार असल्यास त्याचा जन्मदिवस कोणता?

(1) सोमवार (2) मंगळवार **(3) गुरुवार** (4) शनिवार

378. एका सांकेतिक भाषेत BRIGHTER हा शब्द CSKHIUGS असा लिहिला तर FIGHTER हा शब्द कसा लिहावा?

(1) GKHIUGS (2) GJHIUFS (3) GJKHUIG (4) GJHIUFK

379. सहा माणसे अ, ब, क, ड, ई आणि फ एका रांगेत उभे आहेत. क आणि ड हे जवळजवळ असून ई च्या बाजूला आहेत. ब हा अ च्या जवळ उभा आहे. अ हा फ पासून चौथा आहे. तर सगळ्यात टोकाला कोण उभे आहेत?

(1) अ आणि फ (2) ब आणि ड **(3) ब आणि फ** (4) यापैकी कोणतेही नाही.

380. जर PUBLIC लिहिताना ƆI⅃ᙠUꟼ असे लिहितात. तर SERVICE कसे लिहू?

(1) SERVICE (2) ECIVRES **(3)** ƎƆIVЯƎƧ (4) ƧƎЯVIƆƎ

381.

A	B	C	D	E...
△	★	α	β	∅

वरील संकेतांचा अभ्यास करून CONCEPT साठी कोणते संकेत येतील ते सांगा.

(1) α β ∅ α ∅△α (2) α ∅ β α ∅ ∅△

(3) α ∅ ∅ α β β α **(4)** α ∅ β α ∅△∅

382. जर CAT = 24, DOG = 26, तर HORSE साठी कोणता अंक असेल?

(1) 56 **(2) 65** (3) 64 (4) 66

383. एका सांकेतिक भाषेत 573 चा अर्थ "bring cold water' असा होतो. 342 चा अर्थ "Water is good' असा होतो व "bright good boy' यासाठी 126 असा संकेत वापरतात तर, "boy is bright' साठी खालीलपैकी कोणते संकेत येतील?

(1) 671 (2) 475 **(3) 641** (4) 376

384. 1 जानेवारी 2010 ला शुक्रवार होता. तर 31 जानेवारी 2012 ला कोणता वार येईल?

(1) सोमवार (2) मंगळवार (3) बुधवार (4) गुरुवार

385. जर $\frac{OT}{L} = 25$ तर $\frac{IX}{F} = ?$

(1) 12 (2) 16 (3) 24 **(4) 36**

386. DHLP हा शब्द विशिष्ट नियमानुसार लिहिला आहे. पुढील शब्दांसाठी हा नियम वापरून या नियमानुसार लिहिलेला शब्द ओळखा.

(1) BEHK (2) JNLP (3) KOSW **(4) SOKG**

387. जर 15 × 3 = 27, 9 × 8 = 55 व 11 × 7 = 59 तर 12 × 5 = ?

(1) 60 (2) 34 (3) 17 **(4) 43**

388. 9 व 8 हे अंक एकेकदाच वापरून तयार होणाऱ्या लहान व मोठ्या संख्येतील फरक किती?

(1) 9 (2) 19 (3) 11 (4) 43

389. जर DUTY म्हणजे 4-21-20-25 तर TALK म्हणजे .....

(1) 20-11-2-10 **(2) 20-1-12-11** (3) 20-11-21-1 (4) 20-11-1-21

390. तर 65 + 23 = 35, 38 + 75 = 58, 81 + 24 = 41 तर 49 + 27 = ?

(1) 67 **(2) 79** (3) 64 (4) 96

391. PET : NCR :: LONE : .....

(1) JLCM **(2) JMLC** (3) MJCN (4) MLJC

392. भारत, नेपाळ आणि श्रीलंका यांच्यातील परस्पर संबंध दर्शविणारी आकृती कोणती?

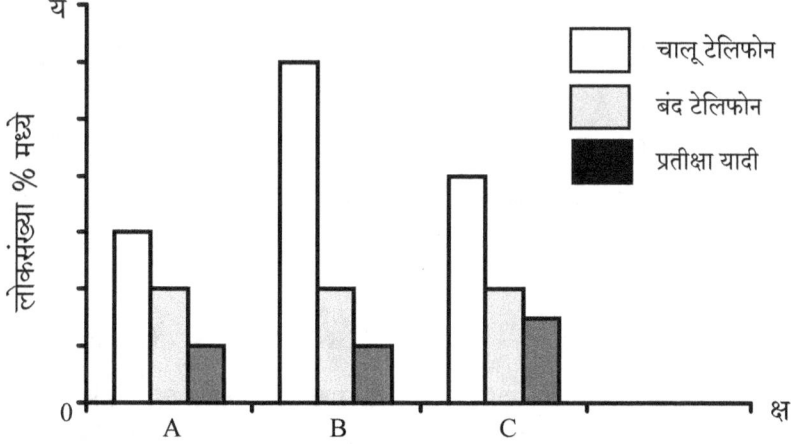

(1) (2) (3) **(4)**

393. सागर विजय पेक्षा उंच आहे, अजित श्रीकांतपेक्षा उंच आहे. सुजित सागरपेक्षा उंच आहे. श्रीकांत सुजित पेक्षा उंच आहे तर सर्वात कमी उंची कोणाची?

(1) सुजित (2) सागर **(3) विजय** (4) अजित

394. गटात न बसणारी संख्या कोणती?

11, 13, 15, 17

(1) 11 (2) 13 **(3) 15** (14) 17

395. A उत्तरेकडे 3 किमी चालत गेला, नंतर डावीकडे वळून 2 कि.मी. चालला, पुन्हा डावीकडे वळून तो 3 कि.मी. चालला, या नंतर उजवीकडे वळून तो परत 3 कि.मी. चालला, तर A हा निघालेल्या जागेच्या कोणत्या दिशेस व किती अंतरावर असेल?

(1) 1 कि.मी. आणि पूर्व (2) 3 कि.मी. आणि दक्षिण

(3) 4 कि.मी. आणि पूर्व **(4) 5 कि.मी. आणि पश्चिम**

दिलेल्या आलेखाच्या आधारे प्रश्नांची उत्तरे द्या.

396. (i) कोणत्या जिल्ह्यात प्रतीक्षा यादीतील टेलिफोनची संख्या जास्त आहे?

(1) A (2) B **(3) C** (4) A and B

397. (i) जिल्हा "A' व जिल्हा "B' मध्ये चालूस्थितीत असणाऱ्या टेलिफोनचे प्रमाण काय?

(1) 'A' जिल्ह्यातील चालू टेलिफोनचे प्रमाण 'B' जिल्ह्याच्या दुप्पट आहे.

(2) 'A' जिल्ह्यातील चालू टेलिफोनचे प्रमाण 'B' जिल्ह्याच्या निमपट आहे.

(3) दोन्ही जिल्ह्यातील चालू स्थितीत असणाऱ्या टेलिफोनचे प्रमाण समान आहे.

(4) 'A' जिल्ह्यातील चालू टेलिफोनचे प्रमाण 'B' जिल्ह्यातील टेलिफोनच्या तीन पटीने जास्त आहे.

398. (iii) सर्वात कार्यक्षम असलेला जिल्हा कोणता?

(1) A **(2) B** (3) C (4) सांगता येत नाही.

399. 1500 च्या $\frac{5}{3}$ च्या $\frac{1}{5}$ किती?

(1) 250 (2) 260 **(3) 500** (4) 550

400. पुढील गटातील विसंगत पर्याय ओळखा.

(1) भ्रमणध्वनी (2) आंतरजाल (3) दूरध्वनी **(4) संगणक**

401. सचीनचे घड्याळ प्रत्येक तासाला 4 सेकंद पुढे जाते. सोमवारी सकाळी 11.00 वाजता बरोबर लावलेले घड्याळ त्यानंतर येणाऱ्या शनिवारी 11.00 वाजता कोणती वेळ दाखवेल?

(1) 11.08 (2) 11.02 (3) 11.30 (4) 11.48

402. संध्याकाळी 6.00 वाजता ग्रंथालयात वाचत बसलो असता माझ्या डाव्या बाजूच्या भिंतीतील खिडकीतून प्रकाश आत येत होता. जर, ग्रंथालयाचे मुख्य प्रवेशद्वार पूर्वेस असेल तर माझे तोंड कोणत्या दिशेस होते?

(1) उत्तर (2) दक्षिण (3) पूर्व (4) पश्चिम

403. प्रश्नात सांगितल्याप्रमाणे चिन्हांचा बदल करून अचूक पर्याय लिहा.

- = ÷, × = +, + = ×, ÷ = -

(i) जर '÷' म्हणजे '-' '×' म्हणजे '÷', '+' म्हणजे '×', '-' म्हणजे '+' ही चिन्हे वापरली तर 20-4 + 3 × 7 ÷ 2 चे उत्तर काय येईल?

(1) 42 (2) 35 (3) 15 **(4) 20**

404. ii) जर भागिले म्हणजे '-', गुणिले म्हणजे ÷, बेरीज म्हणजे '×' व वजाबाकी म्हणजे '+' तर खालील प्रश्नाचे उत्तर काय?

4 × 2 + 3 - 4 ÷ 1 - 3

(1) 4 **(2) 12** (3) 36 (4) 18

405. एका मैदानात अरुण एका खांबापासून ईशान्येकडे 9 मीटर चालत गेला. तरुण आग्नेयेकडे 12 मीटर चालत गेला. तरुण दोन मीटर परत आला तर अरुण एक मीटर परत आला. तर दोघांमध्ये किती मीटर अंतर आहे?

(1) 21 **(2) 18** (3) 24 (4) 20

406. महेशचे वय सारंगच्या वयाच्या निमपट आहे. 5 वर्षानंतर सारंगचे वय त्याच्या वडिलांच्या तत्कालीन वयापेक्षा 25 वर्षांनी कमी असेल. त्याच्या वडिलांचे आजचे वय 55 वर्षे असेल तर महेशचे आजचे वय किती?

(1) 45 वर्ष (2) 30 वर्ष (3) 25 वर्ष **(4) 15 वर्ष**

407. नंतर क्रमाने येणारी आकृती ओळखा.

प्रश्न आकृती

		×	?
+	+ -	+ -	

उत्तर आकृती

(1)	(2)	**(3)**	(4)
× ÷	÷ -	÷ ×	- ×
+ -	+ ×	+ −	+ ÷

पुढील माहितीवरून प्रश्नांची उत्तरे द्या.

एका शाळेतील पाच विद्यार्थ्यांचा मराठी, इंग्रजी, गणित व हिंदी विषयांचा निकाल आला असून
A, B व D हे गणित व इंग्रजी या विषयात उत्तीर्ण आहेत.
B, E व C हे इंग्रजी व मराठी या विषयात उत्तीर्ण आहेत.
D, C व E हे हिंदी व मराठी या विषयात उत्तीर्ण आहेत.
A, D व E हे इंग्रजी व हिंदी या विषयात उत्तीर्ण आहेत.

408. i) खालीलपैकी कोण इंग्रजी विषयात उत्तीर्ण आहेत?

(1) फक्त B, E, C (2) फक्त A, D, C (3) फक्त A व D **(4) सर्वजण**

409. ii) गणितात उत्तीर्ण विद्यार्थी कोणत्या गटाने दाखविले आहेत?

(1) A, B, C (2) B, C, D **(3) A, B, D** (4) A, E, C

410. iii) सर्व विषयात कोण उत्तीर्ण झाले आहे?

(1) D (2) B (3) A (4) C

411. iv) मराठी उत्तीर्ण परंतु हिंदीत अनुत्तीर्ण कोण आहे?

(1) D **(2) B** (3) C (4) A

412. v) C व E खालीलपैकी कोण इंग्रजी विषयात उत्तीर्ण आहेत?

(1) हिंदी (2) मराठी **(3) गणित** (4) इंग्रजी

413. विसंगत अक्षरगट ओळखा.

(1) BEH (2) HKN **(3) TWN** (4) SPM

414. जर 'MUMBAI' हा शब्द 'KCDOWO' असा लिहिला तर 'SURAT' हा शब्द कसा लिहाल?

(1) UBSVT (2) UWTCV **(3) VCTWO** (4) TVSBU

415. गाळलेले चिन्ह योग्य क्रमाने असणारा पर्याय निवडा.

○ △ – ☆ □ – △ △ ☆ □ ○ △ △ – –

(1) △ ○ ☆ □ (2) △ ○ ○ □ (3) △△☆□ (4) ☆ △ □ ○

416. विसंगत अक्षरगट ओळखा.

    (1) ZBX   (2) XDV   **(3) VET**   (4) THR

417. जर SG = 12, JK = -1 व QE = 12 तर OX ?

    (1) 9   **(2) -9**   (3) 8   (4) -8

418. खालील अंकमालिकेत काही अंक गाळलेले आहेत. गाळलेले अंक योग्य क्रमाने असणारा पर्याय निवडा.

    ... 989−9−98−898

    (1) 98889   (2) 88998   (3) 98989   (4) 89898

419. जर WATCHING = 30, WORKING = 30, COMING = 10, COACHING = 10, तर MAKING = ?

    (1) 20   (2) 30   (3) 10   (4) 32

420. जर B = 10, AC = 20, BED = 55, तर PPF = ?

    (1) 180   **(2) 190**   (3) 196   (4) 550

421. जर STATEMET = 384857, CEMENT = 157, GARMENT = 2467, तर 8647 =?

    (1) STARMENT   **(2) TRAMENT**   (3) TREATMENT   (4) TRAEMENT

422. जर A = 1 , B = 2, C = 3 ... त्याप्रमाणे तर GOODWILL हा शब्द कसा लिहावा ?

    (1) 7−15−15−4−23−9−12−12   (2) 7−15−15−23−4−9−12−12

    (3) 7−15−4−15−9−12−12−4   (4) 7−15−15−4−23−12−9−12

423. पुढील श्रृंखला पूर्ण करा.

    S, M, T, W, ... F, S.

    (1) A   **(2) T**   (3) S   (4) E

424. गोल '●' चिन्हाच्या जागी कोणता अंक येईल ?

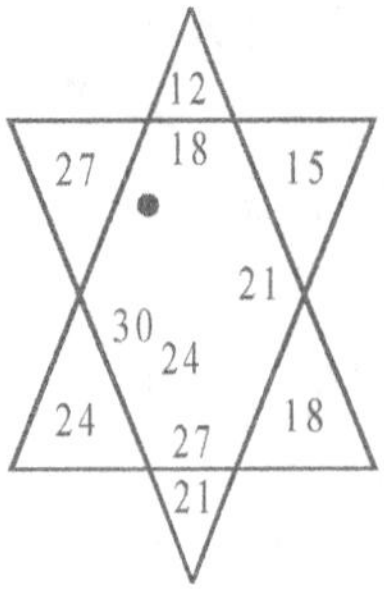

    (1) 30   **(2) 33**   (3) 36   (4) 26

दिलेल्या संकेताचा अभ्यास करा. त्यावरून विचारलेल्या शब्दांचे सांकेतिक रूप निवडा.

A	B	C	D	E
○	△	□	#	☆

425. MUTTNY = ?

    (1) □ ○ ☆ # # ☆   (2) □ ☆ □ # △ ○

    (3) □ ○ ☆ □ ☆ #   (4) ○ ☆ ○ # △ □

426. TABLE = ?

    (1) △ # ☆ △ ○   **(2) ☆ ○ △ △ ☆**

    (3) ○ # # △ ☆   (4) □ ○ △ □ ☆

427. AUTOCAD = ?

    (1) ○ ○ □ □ ☆ □ #   (2) ○ ☆ △ ○ □ # ○

    (3) □ ☆ △ # □ ○ ☆   **(4) ○ ○ ☆ ☆ □ ○ #**

428. CLOTH = ?

    (1) ○ △ # ☆ △   (2) □ △ ○ ☆ #

    (3) □ △ ☆ ☆ □   (4) □ ○ ☆ ☆ ○

429. प्रश्न आकृती

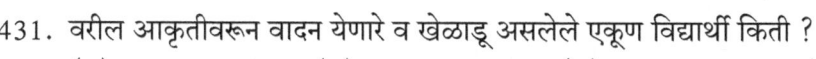

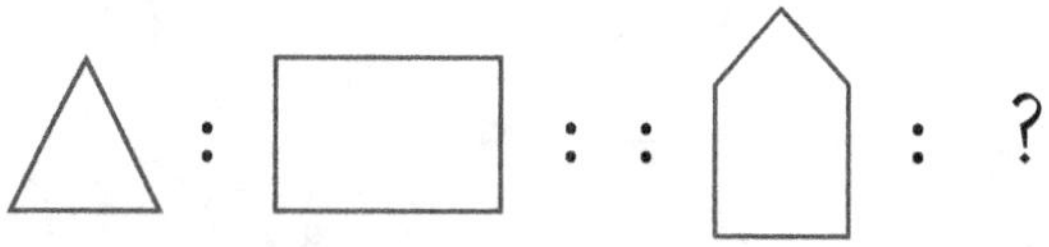

उत्तर आकृती

(1) 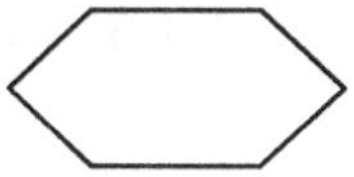   (2)

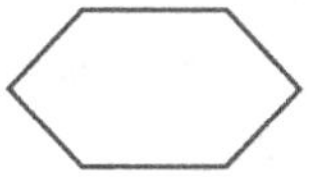

(3) 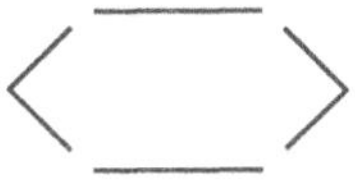   (4)

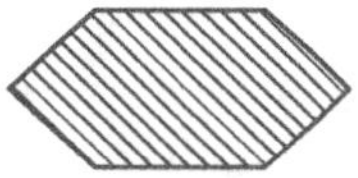

430. पुढील श्रृंखला पूर्ण करा.

    (1)    (2)    (3)    **(4)**

वेन आकृतीचे निरीक्षण करून उत्तर लिहा.

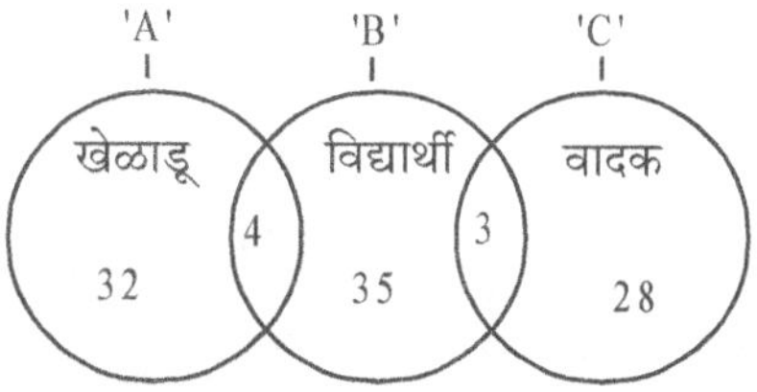

'A' खेळाडू 32, 4, 'B' विद्यार्थी 35, 3, 'C' वादक 28

431. वरील आकृतीवरून वादन येणारे व खेळाडू असलेले एकूण विद्यार्थी किती ?

    (1) 42   (2) 28   **(3) 07**   (4) 60

432. संच : खेळाडू, विद्यार्थी, वादक संच X, संच Y, संच Z हे अनुक्रमे खेळाडू, विद्यार्थी व वादकांचे तीन संच आहेत. काही खेळाडू हे विद्यार्थी आहेत व काही विद्यार्थी वादक आहेत.

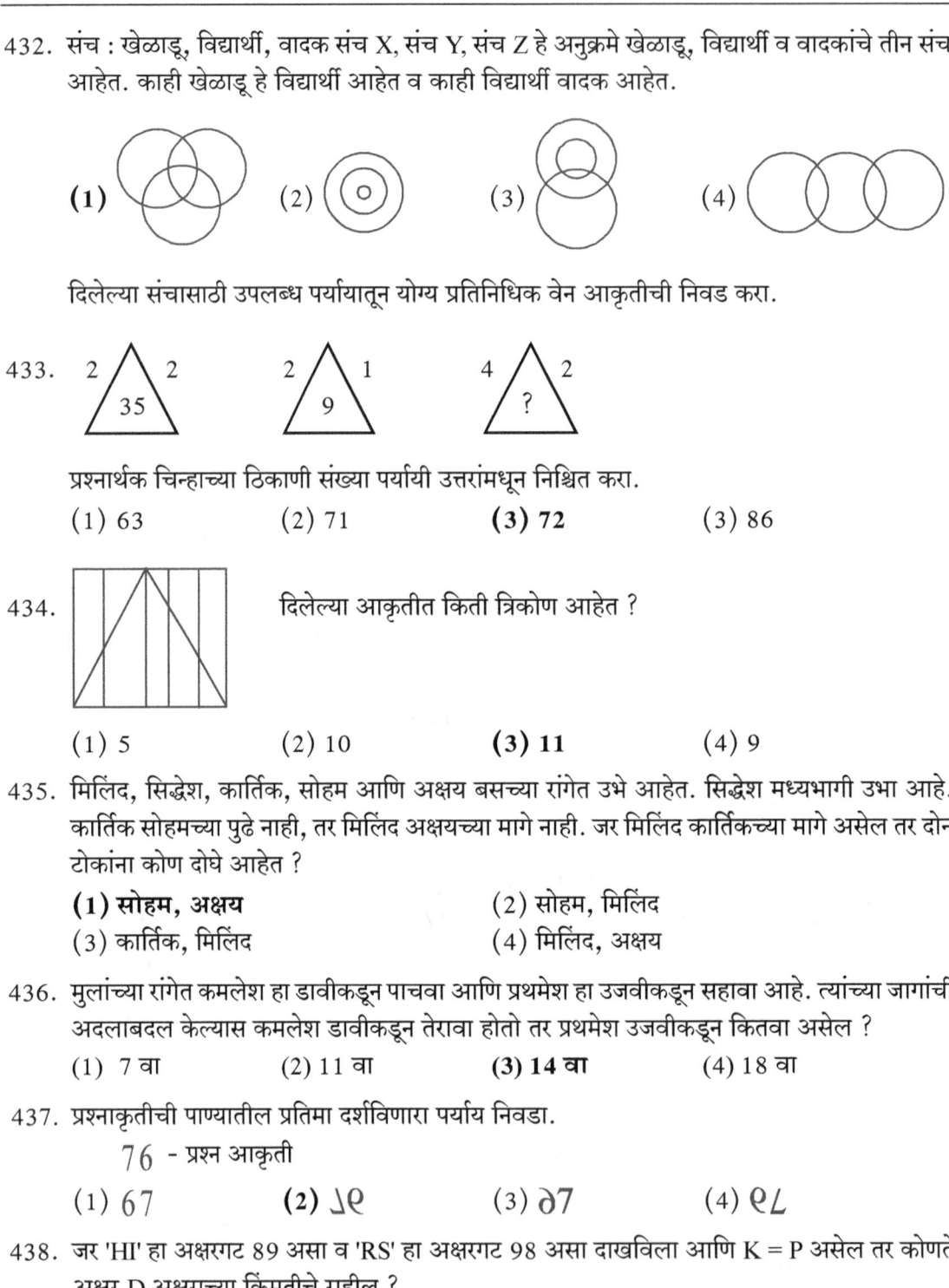

(1) (2) (3) (4)

दिलेल्या संचासाठी उपलब्ध पर्यायातून योग्य प्रतिनिधिक वेन आकृतीची निवड करा.

433.

प्रश्नार्थक चिन्हाच्या ठिकाणी संख्या पर्यायी उत्तरांमधून निश्चित करा.

(1) 63 (2) 71 **(3) 72** (3) 86

434. दिलेल्या आकृतीत किती त्रिकोण आहेत ?

(1) 5 (2) 10 **(3) 11** (4) 9

435. मिलिंद, सिद्धेश, कार्तिक, सोहम आणि अक्षय बसच्या रांगेत उभे आहेत. सिद्धेश मध्यभागी उभा आहे. कार्तिक सोहमच्या पुढे नाही, तर मिलिंद अक्षयच्या मागे नाही. जर मिलिंद कार्तिकच्या मागे असेल तर दोन टोकांना कोण दोघे आहेत ?

(1) सोहम, अक्षय (2) सोहम, मिलिंद
(3) कार्तिक, मिलिंद (4) मिलिंद, अक्षय

436. मुलांच्या रांगेत कमलेश हा डावीकडून पाचवा आणि प्रथमेश हा उजवीकडून सहावा आहे. त्यांच्या जागांची अदलाबदल केल्यास कमलेश डावीकडून तेरावा होतो तर प्रथमेश उजवीकडून कितवा असेल ?

(1) 7 वा (2) 11 वा **(3) 14 वा** (4) 18 वा

437. प्रश्नाकृतीची पाण्यातील प्रतिमा दर्शविणारा पर्याय निवडा.

76 - प्रश्न आकृती

(1) 67 **(2) ⅃ϱ** (3) ∂7 (4) ϱ⅃

438. जर 'HI' हा अक्षरगट 89 असा व 'RS' हा अक्षरगट 98 असा दाखविला आणि K = P असेल तर कोणते अक्षर D अक्षराच्या किंमतीचे राहील ?

(1) W (2) R (3) P (4) L

439. प्रश्नचिन्हाच्या जागी येणारी आकृती कोणती ?

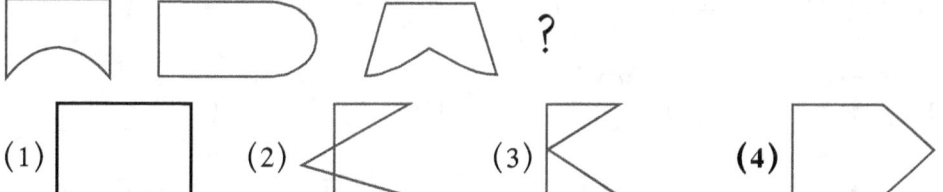

(1) (2) (3) **(4)**

440. एका कुटुंबात 'X' चा 'Y' शी जो संबंध आहे तोच 'Y' चा 'X' शी आहे, तर 'X' आणि 'Y' हे .... आहेत.

(1) पती व पत्नी **(2) बहीण व बहीण**

(3) भाऊ व बहीण (4) आई व मुलगा

441. खालील वेन आकृतीमध्ये खेड्यातील युवक △, बेरोजगार युवक □ व शिक्षित युवक ○ ने दाखवले आहेत. 6 ही संख्या काय दर्शविते.

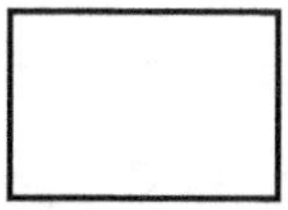

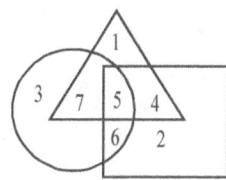

(1) बेरोजगार युवक **(2) शिक्षित बेरोजगार युवक**

(3) खेड्यातील शिक्षित बेरोजगार युवक (4) खेड्यातील शिक्षित युवक

442. A आणि B मिळून एका शेताची कापणी 30 दिवसात करतात. परंतु काम सुरू झाल्यानंतर 20 दिवसांनी B काम सोडून गेला. उरलेले काम एकट्या A ने ते काम किती दिवसात पूर्ण केले असते ?

(1) 50 दिवस (2) 55 दिवस

(3) 60 दिवस (4) 65 दिवस

443. खालीलपैकी विसंगत पद ओळखा.

डोळे, हात, जीभ, कान

(1) डोळे **(2) हात** (3) जीभ (4) कान

444. वेन आकृतीचे निरीक्षण करून उत्तर लिहा.

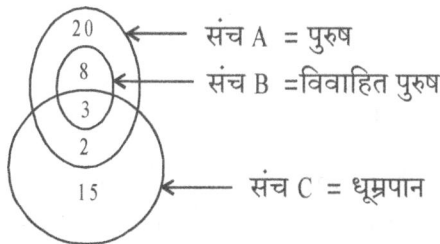

संच A = पुरुष
संच B = विवाहित पुरुष
संच C = धूम्रपान

एकूण पुरुषांपैकी किती पुरुष धुम्रपान करणारे आहेत ?

(1) 20 (2) 11 **(3) 05** (4) 28

445. खालील शब्दगट कोणत्या वेन आकृतीशी अ, ब, क, ड संबंधित आहे ते ठरवा व त्या आकृतीचे सांकेतिक अक्षर दर्शविणारा योग्य पर्याय निवडा ?

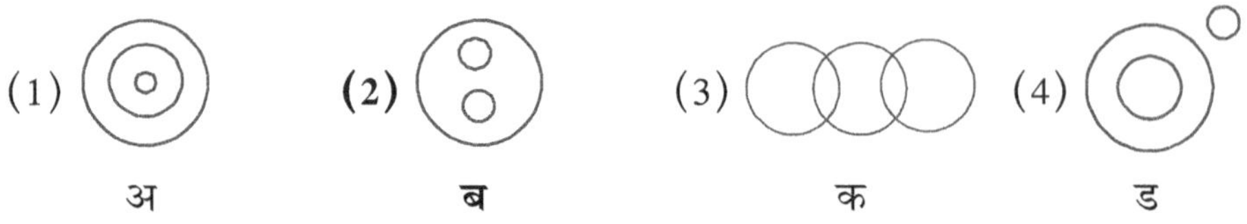

(1) ⊙   (2) ⊙   (3) ○○○   (4) ◎°

अ   ब   क   ड

शब्दगट – कोबी, मेथी, भाजी.

446. ठीक 8 वाजता आरशात किती वाजलेले दिसतील ?

    (1) 4   (2) 8   (3) 5   (4) 3

447. खालील आकृती अभ्यासातून प्रश्नचिन्हाच्या जागी येणारा अंक लिहा.

76	39	47
49	?	92
63	15	85

(1) 86   (2) 79   (3) 87   **(4) 98**

448. या गटांशी जुळणारे पद ओळखा.

567, 945, 594, 738

(1) 667   (2) 548   **(3) 693**   (4) 746

449. एक छायाचित्र दाखवून एक गृहस्थ म्हणाला, ''मला बंधु किंवा भगिनी नाहीत, पण त्या माणसाचे वडील हे माझ्या पित्याचे पुत्र आहेत.'' तर ते छायाचित्र कोणाचे होते ?

    (3) त्याच्या पुत्राचे   (2) त्याचे स्वतःचे

    (3) त्याच्या पित्याचे   (4) त्याच्या पुतण्याचे

450. प्रश्नचिन्हाच्या जागी कोणती अक्षरे हवीत ?

$$\frac{C}{P}, \frac{G}{L}, \frac{T}{S}, \frac{?}{?}$$

    (1) $\frac{X}{O}$ (2) $\frac{O}{L}$ (3) $\frac{N}{L}$ (4) $\frac{N}{M}$

451. मी घरापासून 20 मीटर उत्तरेकडे गेलो व पूर्वेकडे वळून 15 मीटर गेलो, नंतर दक्षिण दिशेला वळून 10 मीटर पार केले व पश्चिमेकडे वळनू 15 मीटर अंतर चाललो, तर मी घरापासून कोणत्या दिशेला आहे ?

    (1) पश्चिम   (2) पूर्व

    (3) दक्षिण   **(4) उत्तर**

452. प्रश्नचिन्हाच्या जागी येणारी आकृती कोणती ?

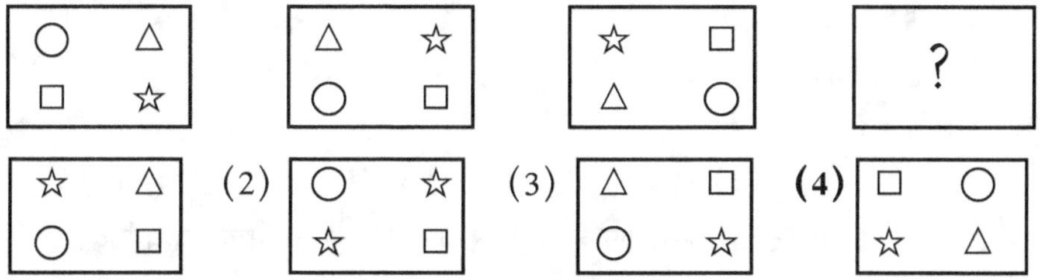

| ○ △ | △ ☆ | ☆ □ | |
| □ ☆ | ○ □ | △ ○ | ? |

(1)
| ☆ △ |
| ○ □ |

(2)
| ○ ☆ |
| ☆ □ |

(3)
| △ □ |
| ○ ☆ |

(4)
| □ ○ |
| ☆ △ |

453. पहिल्या व दुसऱ्या संख्येत जो संबंध आहे तोच तिसऱ्या व चौथ्या संख्येत आहे. तो शोधा आणि प्रश्नचिन्हाच्या जागी येणारी संख्या शोधा. 64 : 10 : : 39 : ?

(1) 13   (2) 21   **(3) 12**   (4) 100

454. जर ACT ÷ AT = 11 तर ACT म्हणजे कोणती संख्या असेल ?

(1) 426   **(2) 264**   (3) 624   (4) 642

455. विसंगत अक्षरगट ओळखा.

(1) UVEF   (2) ZYAB   (3) XWCD   (4) TSGH

456. खालीलपैकी कोणती संख्या इतरांसारखी नाही ?

51, 66, 87, 94

(1) 51   (2) 66   (3) 87   **(4) 94**

457. खाली काही संख्या विशिष्ट क्रमाने दिलेल्या आहेत. तो क्रम ओळखून रिकाम्या जागी येणारी संख्या लिहा.

3, 7, 15, 31, 63 …

(1) 126   (2) 109   **(3) 127**   (4) 94

458. एक माणूस विहिरीतून 5 सेकंदात पाणी काढतो. आणि मुलगा त्याच विहिरीतून 10 सेकंदात पाणी काढतो. म्हणून माणसाची … आहे.

(1) ऊर्जा जास्त   **(2) शक्ती जास्त**   (3) ऊर्जा कमी   (4) शक्ती कमी

459. A, B, C, D, E, F हे सहा मित्र समोरासमोर बसून एका वर्तुळाकृती मैदानात खेळत आहेत.

(i) E हा D च्या डाव्या बाजूस आहे. (ii) C हा A आणि B च्या मध्ये आहे.

(iii) F हा E आणि A च्या मध्ये आहे. तर B च्या डाव्या बाजूला कोण ?

(1) A   (2) C   **(3) D**   (4) E

460. जर 1235 म्हणजे + × − < व 9478 म्हणजे ⊗ * > = आहे. तर = * × < > यातून कोणती संख्या जाईल ?

(1) 42587   (2) 45728   **(3) 84257**   (4) 47852

461. खालील बेरजेत * चिन्हाच्या जागी कोणता अंक असेल ?

```
      3   *   4
  +   8   *   3
  +   2   9   6
  ─────────────
     14   *   3
```

(1) 1   **(2) 0**   (3) 5   (4) 2

462. जर $2 \times 3 = 64$

$4 \times 5 = 108$

$7 \times 8 = 1614$

तर $5 \times 6 = ?$

(1) 30 (2) 1012 **(3) 1210** (4) 1415

463. 988, 572, 653 ? संचाचे निरीक्षण करून प्रश्नचिन्हाच्या जागी योग्य पर्याय निवडा.

(1) 587 **(2) 959** (3) 469 (4) 935

464. रामचा वेग अखिलच्या दुप्पट आहे. अखिलचा वेग अक्षयच्या तिप्पट आहे. तर अक्षयने 1 तास 18 मिनिटात कापलेल्या अंतराच्या दुप्पट अंतरासाठी रामला किती वेळ लागेल ?

(1) 13 मिनिटे **(2) 26 मिनिटे** (3) 36 मिनिटे (4) 2 तास 36 मिनिटे

465. इतरांपेक्षा वेगळा असलेला अक्षरांचा समूह निवडा.

(A) PIS (B) QAT (C) CUZ (D) BLW

(1) A (2) B (3) C **(4) D**

466. प्रश्नचिन्हाच्या जागी योग्य पर्याय निवडा.

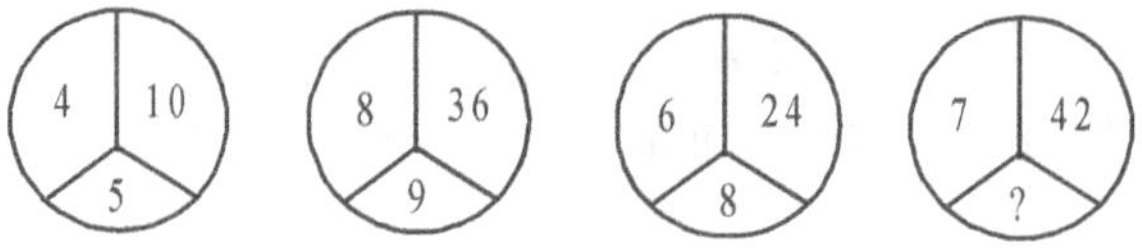

(1) 6 (2) 8 (3) 10 **(4) 12**

467. विसंगत गट ओळखा.

(A) CHM (B) HMR (C) LPU (D)DIN

(1) A (2) B **(3) C** (4) D

468. खाली दिलेल्या घटकांमधील संबंध दर्शविणारी अचूक आकृती निवडा.
शिक्षिका, आई, स्त्रिया.

(1) (2) **(3)** (4)

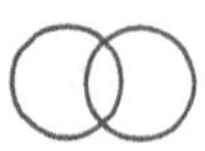

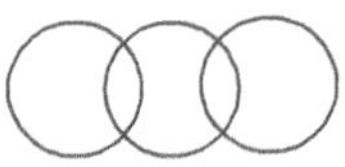

469. जर $\sqrt{P} = 4$ असेल व $\sqrt{I} = 3$ असेल तर $\sqrt{?} = 5$

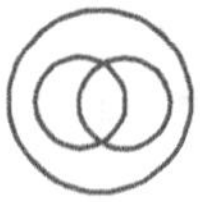

(1) $\sqrt{J}$ (2) $\sqrt{T}$ **(3) $\sqrt{Y}$** (4) $\sqrt{E}$

470. किरण, गोपाळ आणि हिम्मेश बुद्धिमान आहेत. किरण, रूपेश आणि जीवन हे कष्टाळू आहेत. रूपेश, हिम्मेश आणि जीवन प्रामाणिक आहेत. किरण, गोविंद आणि जीवन हे महत्त्वाकांक्षी आहेत. खालीलपैकी कोणती व्यक्ती ही कष्टाळू किंवा महत्त्वाकांक्षी नाही ?

(1) किरण **(2) गोपाळ** (3) गोविंद (4) रूपेश

471. प्रश्नार्थक चिन्हाच्या जागी योग्य अंक भरा.

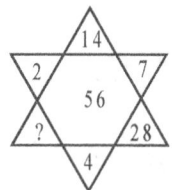

(1) 21 (2) 32 (3) 64 **(4) 8**

472. विसंगत आकृती निवडा.

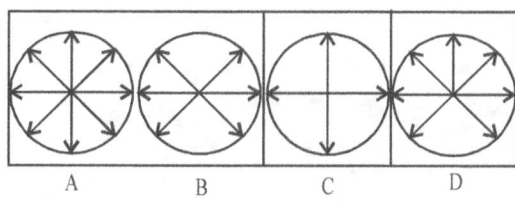

(1) A (2) B (3) C **(4) D**

473. गाळलेली अक्षरे शोधा.

cdd - cd - c - ddc

(1) d, d, c (2) d, c, d, (3) d, c, c **(4) c, d, c**

474. खालील संख्या मालिकेत असे किती वेळा 6 अंक आहेत की जे 3 किंवा 4 नंतर लगेच आलेत परंतु त्या 6 नंतर 7 किंवा 9 हे अंक नाहीत.

36964663684657367664623610.

(1) तीन (2) चार **(3) पाच** (4) दहा

475. एक घड्याळ एक तासाला 20 सेकंद मागे पडते. शनिवार सकाळी 6 वाजता घड्याळ बरोबर लावले होते. सोमवारी दुपारी 12 वाजता त्या घड्याळात कोणती वेळ दाखविली जाईल ?

(1) 12.18 (2) 11.20

(3) 11.42 (4) 12.36

476. एका सांकेतिक भाषेनुसार P, Q, R, S, T यांच्याबद्दल 5, 6, 7, 8, 9 हे अंक वापरले आहेत. पण दिलेल्या क्रमाने नव्हे Q बद्दल 7 अथवा 9 यापैकी कोणताच अंक नाही. P साठी विषम तर R साठी पहिला सम अंक वापरला आहे. S बद्दल 5 तरी आहे किंवा 9 तरी आहे. पण T बद्दल मात्र 7, 8, 9 यापैकी कोणताच नाही, या माहितीच्या आधारे सोडवा.

$$\frac{Q \times S - P \times R}{T} = ?$$

(1) 3 **(2) 6** (3) 9 (4) 12

477. प्रश्नचिन्हाच्या जागी कोणता अंक येईल ?

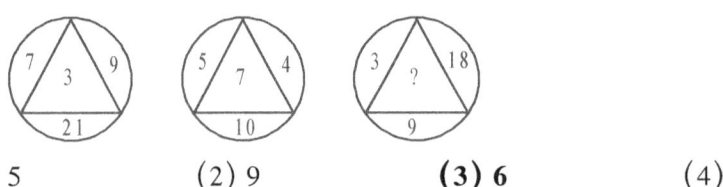

(1) 5   (2) 9   **(3) 6**   (4) 11

478. रिकाम्या जागी सुसंगत आकडा भरा.

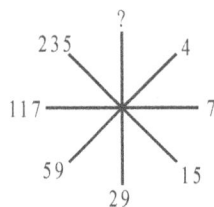

(1) 471   **(2) 469**   (3) 470   (4) 2

479. एका सांकेतिक भाषेत BROKE शब्द DOSFK असा लिहितात. START हा शब्द UQEMZ असा लिहिला, तर INDIA हा शब्द कसा लिहिला जाईल ?

(1) KKHDG   (2) KHDKG   (3) DHGKK   (4) KHGKD

480. खालील विधानांचे काळजीपूर्वक निरीक्षण करा आणि प्रश्नचिन्हांच्या जागी येणारी चिन्हे प्रश्नाखालील पर्यायांमध्ये निश्चित करा.

6 ? 3 ? 4 ? 9 = 23

(1) +++   **(2) × - +**   (3) ÷ × +   (4) ÷ × ×

481. B : 9 : : H : ?

(1) 10   **(2) 81**   (3) 49   (4) 100

482. प्रत्येक तासाला घड्याळात त्यावेळी जितके वाजले असतील तितके टोल पडतात, म्हणजे एक वाजता एक टोल, दोन वाजता दोन टोल याप्रमाणे तर 24 तासात एकूण किती टोल पडतील ?

(1) 154   **(2) 156**   (3) 158   (4) 152

483. अचूक पर्याय निवडा.

6 : 49 : : 7 : ?

(1) 50   (2) 42   **(3) 64**   (4) 62

484. प्रश्नचिन्हाच्या जागी योग्य पर्याय निवडा.

8 (97)6, 4 (56)5, 6 (75)4, 7 (?) 8.

(1) 85   (2) 102   **(3) 89**   (4) 48

485. जर □ × ○ = 20, ○ × △ = 32, □ × △ = 40 आणि ☆ × △ = 72 तर ☆ ची किंमत किती ?

(1) 9   (2) 8   (3) 7   (4) 6

486. पर्याय निवडा.

CEGI : JHFD : : KMOQ : ?

(1) RPNL (2) LNPR (3) RNPL (4) LPNR

487. जर EDUCATION शब्द 5421312091514 असा लिहिला, तर CAT कसा लिहिला जाईल ?

(1) 13120 **(2) 3120** (3) 312 (4) 31209

488. एका विशिष्ट गणिती क्रियेमध्ये दिलेल्या संख्या प्रथम पुढीलप्रमाणे बदलल्या जातात.

1, 2, 3 यांच्याऐवजी 1

4, 5, 6 यांच्याऐवजी 2

7, 8, 9 यांच्याऐवजी 3.

'0' या संख्येत बदल नाही.

वरील बदल करून नंतर गणिताच्या नियमाप्रमाणे दिलेल्या पदावल्यांना सरळरूप दिले. आलेल्या उत्तरातील संख्या पुनश्च वरीलप्रमाणे बदलून अंतिम उत्तर तयार झाले. तर ते काय असेल ?

825 − 437 + 302 = ?

(1) 690 (2) 300 (3) 200 **(4) 100**

489. जर DOOR = 25, LOWER = 37, TOWER = 18 तर OVER = ?

(1) 60 (2) 81 **(3) 06** (4) 45

490. जर एका सांकेतिक भाषेत QUEEN शब्द OVCFL असा लिहिला तर KING शब्द कसा लिहिला जाईल ?

(1) MKOF **(2) IJLH** (3) PHIK (4) FOKM

491. दिलेली आकृती काढण्यासाठी कमीत कमी किती सरळ रेषा आवश्यक आहेत ?

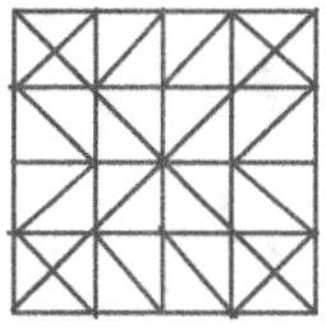

(1) 16 (2) 28 (3) 20 **(4) 24**

492. फरझाना आणि तस्लिमा बहिणी आहेत. अलीम आणि अकबर भाऊ आहेत. अलीमचा मुलगा महंमद तस्लिमाचा भाऊ आहे. तर अकबरचे फरझानाशी काय नाते आहे ?

(1) कोणीच नाही (2) वडील **(3) काका** (4) भाऊ

493. प्रश्नचिन्हाच्या ठिकाणी योग्य आकृती निवडा.

6 8 10 12

(1) (2) **(3)** (4)

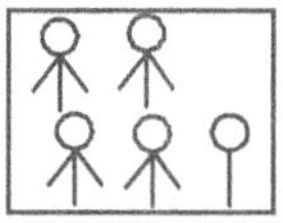

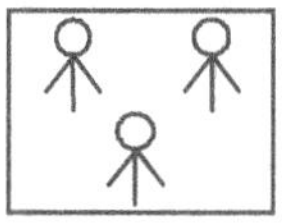

494. खाली दोन विधाने दिली आहेत. 'अ' व 'ब' आणि त्यांची दोन अनुमाने दिली आहेत. तिन्ही विधानांचा संबंध लक्षात घेऊन दिलेल्या अनुमानांचे परीक्षण करून अचूक पर्याय निवडा.

विधाने A) सर्व आंबे सफरचंद आहेत.

B) काही सफरचंद अननस आहेत

अनुमान I) काही आंबे अननस आहेत.

II) काही अननस आंबे आहेत.

(1) अनुमान 1 बरोबर आहे (2) अनुमान 11 बरोबर आहे.

(3) अनुमान 1 व 11 बरोबर आहेत **(4) अनुमाने 1 व 11 बरोबर नाहीत.**

495. फाश्याच्या दोन अवस्था दिलेल्या आहेत.

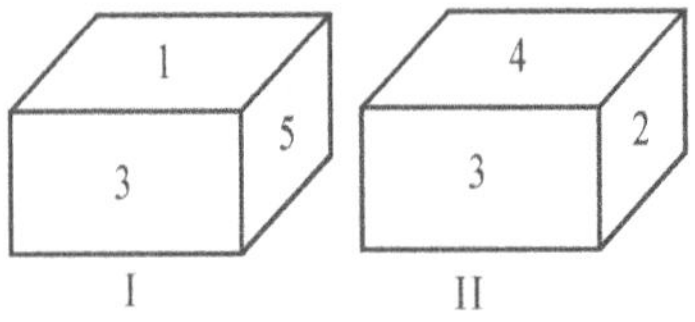

यावरून 'I' च्या विरूद्ध अंगास कोणती संख्या असेल ?

(1) 2 (2) 3 **(3) 4** (4) 6

496. गटात न बसणारा पर्याय निवडा.

बिरबल, अब्दुलफजल, तानसेन, फैज अहमद

(1) बिरबल (2) अब्दुलफजल (3) तानसेन **(4) फैज अहमद**

497. विसंगत अक्षर संच ओळखा.

kngro, dgjif, behgd, psvur,

(1) kngro (2) dgjif (3) behgd (4) psvur.

498. 338, 221, 120, 59 .... ?

(1) 18 **(2) 22** (3) 35 (4) 37

499. पाच मुलांमध्ये विनय हा मनिषपेक्षा उंच आहे. पण तो रवि इतक्या उंचीचा नाही. जेकब हा दिलीपपेक्षा उंच पण मनिषपेक्षा कमी उंचीचा आहे. त्यांच्या गटात सर्वात उंच कोण ?

(1) रवि (2) मनिष

(3) विनय (4) निश्चित करणे शक्य नाही.

500.

1

2 3 4

5 6 7 8 9

10 11 12 13 14 15 16

17 18 19 20 21 22 23 24 25

26 27 28 29 30 31 32 33 34 35 36

37 38 39 40 41 42 43 44 45 46 47 48 49

561211 : 10111918 :: 981415 : ?

हा प्रश्न वरील संख्या पिरॅमिडवर आधारित आहे. निरीक्षण करून उत्तर द्या.

(1) 15232214   (2) 15162423   **(3) 16152324**   (4) 15233345

501.

A	G	M	S	*
49	54	59	64	*

चिन्हांच्या जागी अचूक अक्षर आणि अंक असलेला पर्याय कोणता ?

(1) $\dfrac{Y}{69}$ (2) $\dfrac{Z}{75}$ (3) $\dfrac{W}{65}$ (4) $\dfrac{T}{64}$

502. विसंगत आकृती ओळखा.

(1) 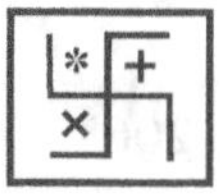 [figure]   (2) 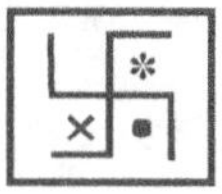 [figure]   (3) 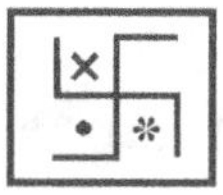 [figure]   **(4)** 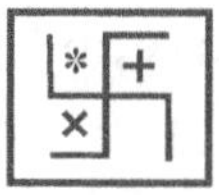 [figure]

503. एका सांकेतिक भाषेत favourable हा शब्द GLW45SLCM2 असा लिहितात. तर 'Beautiful' कसे लिहिता येईल ?

(1) X215VG5M   **(2) C215U3G5M**   (3) C21553H5M   (4) C21U53GUN.

504. प्रश्नचिन्हाच्या जागी अचूक पर्याय निवडा.

65 : 101 :: ? : 97

(1) 85   **(2) 145**   (3) 140   (4) 170

505. पुढील संख्यामाला पूर्ण करा.

8, 13, 16, 6, 24, 9, 32 ?

(1) 40   **(2) 12**   (3) 18   (4) 48

506. क्रम पूर्ण करा.

338, 211, 120, 59 –

(1) 18   **(2) 22**   (3) 35   (4) 37

507. जर A = 2, B = 4, C = 6, D = 8 तर CHENNAI .... असा लिहिता जाईल.

(1) 616102828218   (2) 616012828218

(3) 610612882281   (4) 616018228218

508. जर नैनिताल–पुणे–मद्रास म्हणजे 46713, पुणे–लंडन म्हणजे 675, तर लंडन नैनिताल म्हणजे ...

(1) 54   (2) 546   (3) 754   (4) 7546

509. खालील मालिका पूर्ण करा.

AEI, CGK, EIM, GKO ...

(1) IMQ   (2) IGK   (3) IKL   (4) KMO.

510. जर एका सांकेतिक लिपीमध्ये GOVERN हे 1QXGTP असे लिहिले असेल तर त्याच लिपीत CHANGE हे कसे लिहितात ?

    (1) EJCIGP   (2) EJCIGP   **(3) EGCPIG**   (4) EJCGIP

511. प्रश्नचिन्हाच्या जागी योग्य पर्याय निवडून लिहा.

    XVT, RPN, LJH, FDB ?

    (1) AZY   (2) ZYX   **(3) ZXV**   (4) ZWV

512. जर CD हा अक्षर गट $\boxed{3}$ $\boxed{4}$ असा आणि QR हा अक्षर गट $\boxed{10}$ $\boxed{9}$ असा दाखविला, तसेच M चा संकेत क्रमांक = N चा संकेत क्रमांक E ह्या अक्षराच्या संकेत क्रमांकाएवढा असेल ?

    (1) U   **(2) V**   (3) W   (4) X

513. रिकाम्या जागी कोणता अंक येईल ?

    24, 576, 600 : 34, 1156 ...

    (1) 1150   (2) 1160   **(3) 1190**   (4) 1200

514. खालील अक्षर संचातील विसंगत अक्षरसंच ओळखा.

    DFHGE, HJMKI, SUWVT, LNPOM

    (1) DFHGE   **(2) HJMKI**   (3) SUWVT   (4) LNPOM

515. क्रम पूर्ण करा.

    BOC, PDQ, ERF, SGT ...

    (1) HWI   (2) HWU   (3) HVU   **(4) HUI**

516. जर 1 = $\overline{\Lambda}$, 2 = $\vee$, 3 = X, 4 = ○, 5 = +, 6 = □, 7 = ☉, 8 = ◎, 9 = ⊖, 0 = ⊕ तर 20–02–2900 ह्या तारखेचा संकेत काय असेल ?

    (1) $\vee$ ○ - $\vee$ ○ - $\vee$ ⊖ ☉ ○   (2) $\vee$ ○ - ○ $\vee$ - $\vee$ ⊖ ○ ○

    (3) $\vee$ ⊕ - + $\vee$ - $\vee$ ⊖ ⊕ ⊕   (4) $\vee$ ⊕ - ○ $\vee$ - $\vee$ ⊕ ⊖ ⊖

517. जर A = 2, B = 4, C = 6 ... तर TERMINUS ह्या शब्दासाठी सांकेतिक संख्या ... असेल.

    (1) 40–10–34–26–18–28–42–36   (2) 38–10–36–26–18–28–40–38

    (3) 38–10–34–26–18–40–36   **(4) 40–10–36–26–18–28–42–38**

518. एका विशिष्ट संकेतानुसार Traning व Teaching दोन्ही 27 ने दर्शविले जाते. तसेच conditioning व coaching दोन्ही 10 ने दर्शविले जाते. तर खालीलपैकी कोणती जोडी 19 ने दर्शविता येईल.

    (1) Education & Examination   (2) Demonstration & orientation

    (3) Teaching & Instruction   (4) Coaching & Tution

519. जर SUITABLE हा शब्द WXYZ असा CABLE हा शब्द QZ असा आणि EATABLE हा शब्द PYZ असा लिहिला तर YZ म्हणजे ....

    (1) LE   (2) BLE   (3) ABLE   **(4) TABLE**

520. मालिका पूर्ण करा. EFS - 1J25 - MN6 - ?

(1) OP6   **(2) OP7**   (3) QR36   (4) OP36

521. जर $\dfrac{A}{B} = \dfrac{1}{2}$, $\dfrac{X}{Y} = \dfrac{6}{7}$, आणि $\dfrac{F}{U} = \dfrac{10}{15}$ तर $\dfrac{EX}{BH}$ ची किंमत किती ?

(1) $\dfrac{63}{42}$ (2) $\dfrac{54}{24}$ (3) $\dfrac{61}{27}$ **(4) $\dfrac{36}{42}$**

522. प्रश्नचिन्हाच्या जागी अचूक पर्याय शोधा.

$$\dfrac{A}{4} : \dfrac{5}{Z} : ? : \dfrac{7}{4}$$

(1) $\dfrac{B}{6}$ (2) $\dfrac{B}{7}$ (3) $\dfrac{C}{7}$ (4) $\dfrac{C}{5}$

523. जर DEEP = 30 तर MOON म्हणजे किती ?

(1) 55   **(2) 57**   (3) 47   (4) 56

524. PKD चा '11' ह्या अंकाशी जसा संबंध आहे तसा खालीलपैकी कोणत्या अंकाचा UNG शी आहे ?

(1) 6   (2) 7   (3) 18   **(4) 14**

525. पर्याय निवडा.

29VX : 60ZA ? : 64 : HN

(1) 31DK   (2) 16M   (3) 23MN   (4) 13KD

526. चिन्हाच्या डावीकडील पदांमध्ये विशिष्ट संबंध आहे. तो संबंध ओळखा व तसाच संबंध उजवीकडील पदांमध्ये राहील अशाप्रकारे योग्य पर्याय निवडा.

STNMOP : UVNMPO :: ABHGWX : ?

(1) CDHGYZ   **(2) CDHGXW**   (3) CDHGXW   (4) CDGHXG

527. संकेतांचा अभ्यास करून FEROZ ह्या शब्दाचा नेमका संकेत कोणता ते ओळखा.

संकेत :   H   I   J   K   L   M   N

         +   -   ×   ÷   <   >   =

(1) > ÷ - + =   (2) > × ÷ + >   (3) > > ÷ × <   **(4) > < ÷ + <**

528. समान संबंध असलेला अक्षर समूह निवडा.

KPQR, IRST, GTUV, EVWX, ...?

(1) CXYZ   (2) CZXY   (3) CXZY   (4) CYZX

529. पर्याय निवडा.

XVT, RPN, LJH, FDB .... ?

(1) AZY   (2) ZYX   **(3) ZXV**   (4) ZWV

530. विसंगत अक्षर संच ओळखा.

DFHGE, HJMKI, SUWVT, LNPOM.

(1) DFHGE   **(2) HJMKI**   (3) SUWVT   (4) LNPOM

531. अंकमालिका पूर्ण करा.

6 : 20 : 62 : 188, ...?

(1) 566   (2) 564   (3) 625   (4) 526

532. विसंगत समूह ओळखा. 121, 169, 225, 289

(1) 121   (2) 169   **(3) 225**   (4) 289

533. अंकमालिका पूर्ण करा : 342, 306, 272, 240, ..

(1) 212   **(2) 210**   (3) 222   (4) 232

534. अंकांची कोणती जोडी पुढील अंकमालिका पूर्ण करील ?

1, 5, 11, 19 ..., ... 55, 71, 89

(1) 29, 41   (2) 22, 33   (4) 27,37   (4) 28,36

535. खालील गटांमध्ये दिसून येणारा नियम लिहा.

233, 203, 175, 149, 125

(1) क्रमवार संख्यांच्या वर्गात 4 मिळवून

(2) क्रमवार संख्यांच्या वर्गात 8 मिळवून

(3) क्रमवार विषम संख्यांच्या वर्गात अनुक्रमे 4, 5, 6, 7, 8 मिळवून

(4) क्रमवार संख्यांच्या वर्गात अनुक्रमे 8, 7, 6, 5, 4 मिळवून

536. जर 12 + 3 =4, 6 - 2 = 12, 18 ÷ 3 = 15 आणि 6 × 6 = 12 तर 4 × 2 − 6 + 3 ÷ 1 = ?

(1) 3   (2) 5   **(3) 11**   (4) 12

537. अ, ब, क आणि ड ह्या चार व्यक्तींना पगार सारखाच आहे.

अ : – आपल्या पगाराचा 3/8 भाग खर्च करतो.

ब : – आपल्या पगाराचा 3/5 भाग खर्च करतो.

क : – आपल्या पगाराचा 2/6 भाग खर्च करतो.

ड : – आपल्या पगाराचा 6/10 भाग खर्च करतो.

तर खालीलपैकी कोणते विधान सत्य आहे ?

(1) अ ने क पेक्षा कमी खर्च केला.   (2) ब ने ड पेक्षा जास्त खर्च केला.

(3) ब ने ड पेक्षा कमी खर्च केला.   **(4) क ने सर्वात कमी खर्च केला.**

538. खालील मांडणीत ✳ जागी कोणते अक्षर हवे ?

A	Y	B	X
V	D	W	C
E	J	F	T
✳	H	S	G

(1) S   **(2) R**   (3) Q   (4) P

539. मोकळ्या जागी योग्य ती संख्या लिहा.

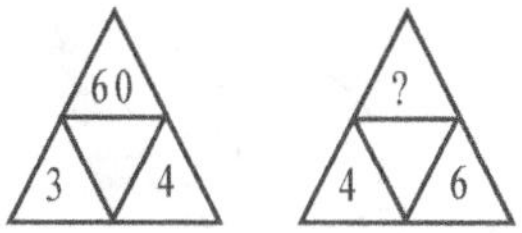

(1) 24   (2) 100   **(3) 96**   (4) 36

540. खालील संचापैकी त्यामधील संबंध पुढीलपैकी कोणती आकृती दर्शविते ?

कुटुंब, भाऊ, बहीण ...

(1)    (2)    (3) 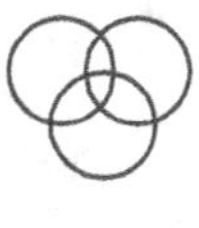   (4)

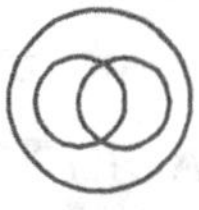

541. जर spirit म्हणजे 123456, treat म्हणजे 54675 Speed म्हणजे 12668 Wasp म्हणजे 9712, तर spread म्हणजे ....

(1) 127856   (2) 128457   (3) 124576   **(4) 124678**

542. खालील विधानाच्या संदर्भात पुढील गृहितके तपासून पहा.

* विधान : पार्लमेंटचे काम अधिक सक्षमतेने होण्यासाठी त्याच्या सभासदांना प्रशिक्षण दिले पाहिजे.

i) गृहितक 1 : पार्लमेंटच्या काही सभासदांना अशा प्रशिक्षणाची गरज असते.

ii) गृहितक 11 : अशा प्रशिक्षणामुळे पार्लमेंटच्या कामकाजात सक्षमता येण्यास मदत होते.

(1) गृहितके i व ii अध्याहृत आहेत.   (2) फक्त गृहितक i अध्याहृत आहे.

(3) गृहितके i व ii अध्याहृत नाहीत.   **(4) फक्त गृहितक ii अध्याहृत आहे.**

543. पुढील आकृतीतील वर्तुळ रोजगार असलेले लोक, त्रिकोण कष्टाळू लोक, चौरस प्रामाणिक लोक व आयत स्त्रिया दर्शविते. आकृतीच्या आधारे प्रश्नोत्तरे द्या. कष्टाळू व रोजगार असलेल्या स्त्रिया दर्शविणारे आकडे ... आहेत.

(1) 3 व 4   (2) 2 व 3   (3) 6 व 5   **(4) वरीलपैकी कोणतेच नाही.**

544. जर एखाद्या नकाशात 'पश्चिम' दिशा व 'आग्नेय' दिशेच्या स्थानी आली तर त्या नकाशात नैऋत्य दिशा कोणत्या दिशेच्या स्थानी येईल ?

(1) उत्तर   (2) ईशान्य   (3) दक्षिण   **(4) पूर्व**

545. प्रश्नचिन्हा जागी '?' येणारी संख्या कोणती ?

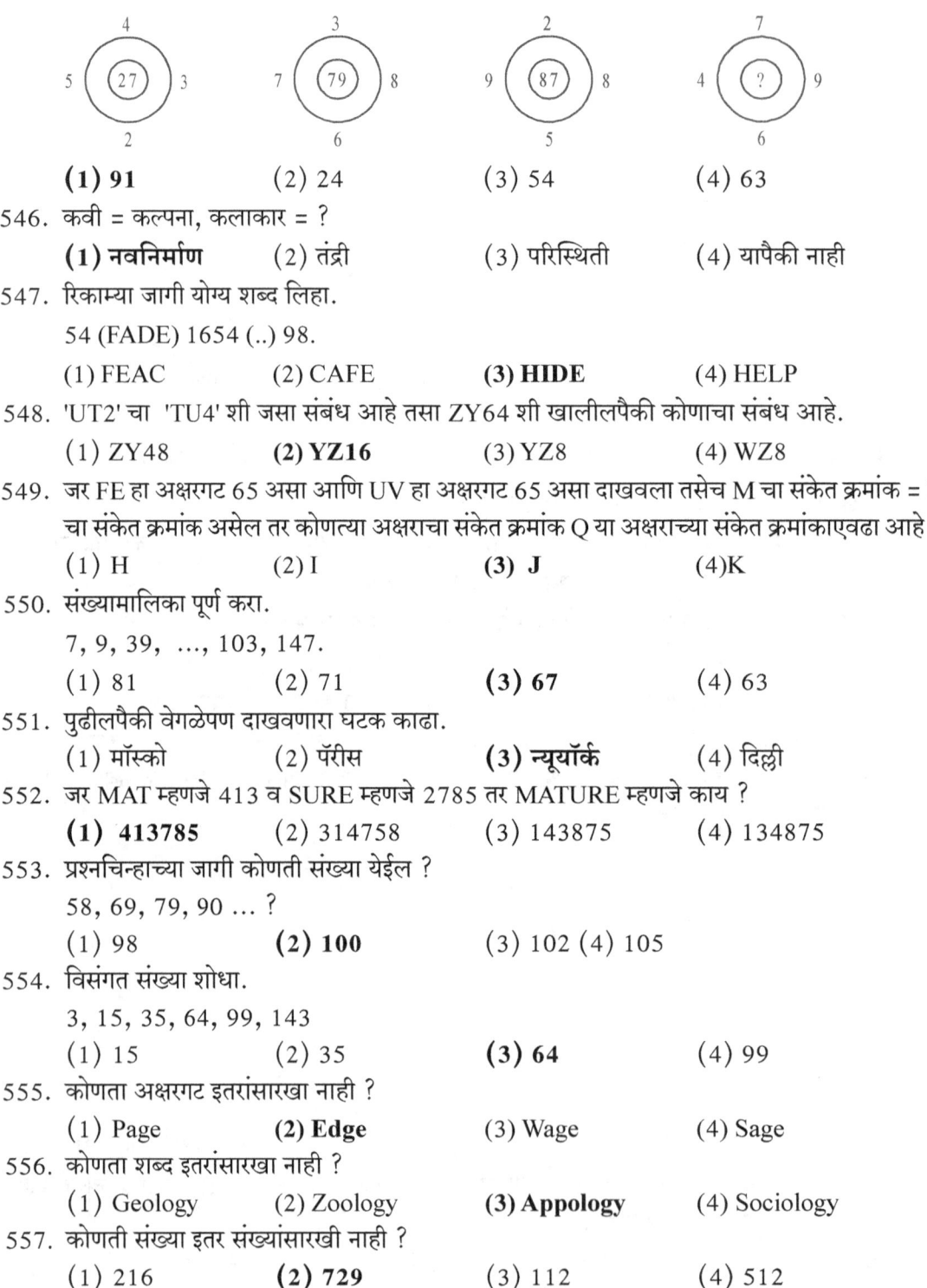

(1) **91**　　　(2) 24　　　(3) 54　　　(4) 63

546. कवी = कल्पना, कलाकार = ?

(1) **नवनिर्माण**　(2) तंद्री　　(3) परिस्थिती　(4) यापैकी नाही

547. रिकाम्या जागी योग्य शब्द लिहा.

54 (FADE) 1654 (..) 98.

(1) FEAC　　(2) CAFE　　(3) **HIDE**　　(4) HELP

548. 'UT2' चा 'TU4' शी जसा संबंध आहे तसा ZY64 शी खालीलपैकी कोणाचा संबंध आहे.

(1) ZY48　　(2) **YZ16**　　(3) YZ8　　(4) WZ8

549. जर FE हा अक्षरगट 65 असा आणि UV हा अक्षरगट 65 असा दाखवला तसेच M चा संकेत क्रमांक = N चा संकेत क्रमांक असेल तर कोणत्या अक्षराचा संकेत क्रमांक Q या अक्षराच्या संकेत क्रमांकाएवढा आहे ?

(1) H　　(2) I　　(3) **J**　　(4) K

550. संख्यामालिका पूर्ण करा.

7, 9, 39, ..., 103, 147.

(1) 81　　(2) 71　　(3) **67**　　(4) 63

551. पुढीलपैकी वेगळेपण दाखवणारा घटक काढा.

(1) मॉस्को　　(2) पॅरीस　　(3) **न्यूयॉर्क**　　(4) दिल्ली

552. जर MAT म्हणजे 413 व SURE म्हणजे 2785 तर MATURE म्हणजे काय ?

(1) **413785**　(2) 314758　(3) 143875　(4) 134875

553. प्रश्नचिन्हाच्या जागी कोणती संख्या येईल ?

58, 69, 79, 90 ... ?

(1) 98　　(2) **100**　　(3) 102 (4) 105

554. विसंगत संख्या शोधा.

3, 15, 35, 64, 99, 143

(1) 15　　(2) 35　　(3) **64**　　(4) 99

555. कोणता अक्षरगट इतरांसारखा नाही ?

(1) Page　　(2) **Edge**　　(3) Wage　　(4) Sage

556. कोणता शब्द इतरांसारखा नाही ?

(1) Geology　(2) Zoology　(3) **Appology**　(4) Sociology

557. कोणती संख्या इतर संख्यांसारखी नाही ?

(1) 216　　(2) **729**　　(3) 112　　(4) 512

558. (25, 36, 49) या संचाशी जुळणारा संख्या संच पुढील पर्यायांमधून निश्चित करा.

(1) (4,9,12)　　**(2) (4, 9, 16)**　　(3) (9, 16, 21)　　(4) (16, 21, 25)

559. इतरांशी न जुळणारी शब्दजोडी कोणती ?

(1) परवानगी व अनुमती　　　　　　(2) उत्तर व प्रतिसाद

(3) लढाई व युद्ध　　　　　　　　**(4) सरळ व वक्र**

560. कोणती संख्या इतरांसारखी नाही ?

(1) 16　　　　(2) 28　　　　**(3) 22**　　　　(4) 36

561.

9	6	5	6
5	4	7	?
3	2	4	5
135	48	140	150

प्रश्नचिन्हाजागी कोणता अंक येईल ?

(1) 8　　　　(2) 10　　　　**(3) 5**　　　　(4) 8

562. [5, 10, 26, 50] ही मालिका पुढीलपैकी कोणता नियम वापरून मिळालेली आहे ?

(1) क्रमवार विषम संख्यांच्या वर्गात एक मिळवून

(2) क्रमवार मूळ संख्यांच्या वर्गात एक मिळवून

(3) क्रमवार संख्यांमध्ये एक मिळवून

(4) क्रमवार वर्गसंख्यातून अनुक्रमे 4, 6 ..... वजा करून

563. पुढील संख्या मालिका पूर्ण करा.

0, 3, 9, 18 ...

(1) 21　　　　(2) 27　　　　**(3) 30**　　　　(4) 36

564. पुढील मालिका पूर्ण करा.

XW, VZ, US .... ?

(1) TU　　　　(2) TW　　　　(3) SR　　　　**(4) RV**

565. खालीलपैकी कोणती संख्या दोन्ही प्रश्नचिन्हांऐवजी लिहिता येईल ?

$$\frac{1}{?} = \frac{?}{49}$$

(1) 7　　　　(2) 8　　　　(3) 9　　　　(4) 10

566.

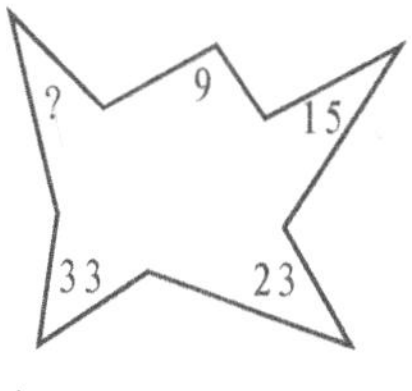

प्रश्नचिन्हा जागी कोणती संख्या येईल ?

(1) 39　　　　(2) 41　　　　(3) 43　　　　**(4) 45**

567. Fox, Gox, Hox, GoB, Iox

वरील मालिकेत न जुळणारा अक्षरगट कोणता ?

(1) Fox　　　　**(2) GoB**　　　　(3) Iox　　　　(4) Gox

568. पुढील मालिका पूर्ण करा.

12Hr, 14Fg, 17Dp ...

(1) 22ao　　　　(2) 21Ao　　　　**(3) 21Bo**　　　　(4) 22bo

569. 5, 11, 19, 29 ... ? प्रश्नचिन्हाजागी कोणती संख्या येईल ?

(1) 40　　　　(2) 41　　　　**(3) 42**　　　　(4) 43

570. पुढील मालिका पूर्ण करा.

11ybp, 22wdn, 33ufl ...

(1) 44sJh　　　　(2) 44 Jsh　　　　(3) 44 Jhs　　　　**(4) 44 ShJ**

571. 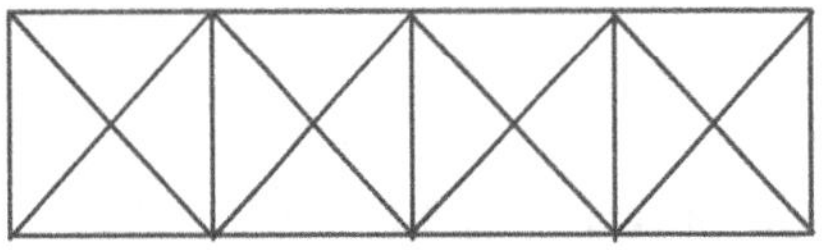 i) पुढील आकृतीत त्रिकोण किती आहेत ?

(1) 16　　　　(2) 28　　　　(3) 32　　　　**(4) 38**

572. 4913, 17, 2197, 13, 729, 9 ... रिकाम्या जागी योग्य जोडी निवडा.

(1) 325.5　　　　(2) 215.7　　　　(3) 225.7　　　　**(4) 125.5**

573. $\frac{1}{3}, \frac{1}{9}, \frac{2}{5}, \frac{8}{25}$, ..., ... वरील मालिका पूर्ण करा.

(1) $\frac{4}{7}, \frac{16}{36}$　　　　(2) $\frac{3}{8}, \frac{27}{64}$　　　　(3) $\frac{4}{9}, \frac{16}{81}$　　　　**(4) $\frac{3}{7}, \frac{27}{49}$**

574. मुळाक्षरानुसार मांडणी केल्यास कोणता शब्द सर्वात शेवटी येईल ?

(1) Hardship　　　　　　　　(2) Hardware

(3) Hardlike　　　　　　　　**(4) Hardwood**

575. 1, 3, 7, 15, 31, ... , ... वरील मालिका पूर्ण करा.

(1) 44,56　　　　**(2) 63, 127**　　　　(3) 36, 48　　　　(4) 60, 72

576. 87, 47, 27, 17, ... मालिका पूर्ण करा.

(1) 7　　　　(2) 10　　　　**(3) 12**　　　　(4) 14

577. $\frac{23}{55}, \frac{46}{10}, \frac{69}{15}, \frac{92}{20}$, ... मालिका पूर्ण करा.

(1) $\frac{115}{21}$　　　　**(2) $\frac{115}{25}$**　　　　(3) $\frac{115}{30}$　　　　(4) $\frac{115}{35}$

578. $\frac{A}{d}$, $\frac{N}{q}$, $\frac{B}{e}$, $\frac{O}{r}$, ... मालिका पूर्ण करा.

(1) $\frac{c}{g}$ **(2) $\frac{p}{f}$** (3) $\frac{c}{f}$ (4) $\frac{p}{e}$

579. 7, 49, 98, 121, ... या क्रमात पुढील संख्या कोणती ?
(1) 131 (2) 231 **(3) 242** (4) 244

580. 15, 225, 210, : 25, 625, ... मालिका पूर्ण करा.
(1) 550 (2) 575 **(3) 600** (4) 635

581. सूचना : पुढील प्रश्नासोबत दोन विधाने दिली आहेत, ती लक्षात घेऊन अचूक पर्याय निवडा.
* विधान : भारतामध्ये पदवीचा नोकरीशी असलेला संबंध तोडून टाकला पाहिजे का ?
(अ) होय, कारण विद्यापीठावरील भार त्यामुळे कमी होईल.
(ब) नाही, कारण त्यामुळे अक्षम माणसे नोकऱ्यांमध्ये शिरतील.
(1) फक्त 'अ' (2) फक्त 'ब'
(3) 'अ' आणि 'ब' दोन्ही नाही (4) अ आणि ब दोन्ही

582. $\frac{9}{17}$, $\frac{18}{8}$, $\frac{7}{19}$, $\frac{20}{6}$, $\frac{5}{21}$, ... मालिका पूर्ण करा.

(1) $\frac{11}{2}$ **(2) $\frac{22}{4}$** (3) $\frac{4}{22}$ (4) $\frac{2}{11}$

583. पुस्तक वहीपेक्षा लांब आहे. पेनची लांबी वहीपेक्षा कमी आहे, तर सर्वात अधिक लांब कोण ?
(1) पुस्तक (2) वही (3) पेन (4) यापैकी नाही

584. 5, 9, 14, T, X, C, 8, 12, 17, W, A, ... वरील मालिकेत रिकाम्या जागी कोणते अक्षर येईल ?
(1) C (2) D (3) E **(4) F**

585. जर a = l, b = m, C = n, d = o तर e = ?
(1) m (2) n (3) o **(4) p**

586. पुढील विधानाचे दोन संभाव्य अर्थ दिले आहेत. सर्वात योग्य पर्याय असा निवडा की जो अचूक अर्थ दाखवेल.
* विधान : कृती ही शब्दांपेक्षा अधिक मोठ्याने बोलते.
अ) शब्द हे दुर्लक्षित होऊ शकतात, पण कृती नव्हे.
ब) कृती ही खरा हेतू व्यक्त करते.
(1) फक्त 'अ' **(2) फक्त 'ब'**
(3) 'अ' आणि 'ब' दोन्ही (4) 'अ' आणि 'ब' दोन्ही नाही

587. खालीलपैकी कोणता अक्षरगट इतरांपेक्षा वेगळा नाही ?
(1) AZSH (2) BYRI **(3) CXQI** (4) DWOL

588. CEG, EGI, GIK, IKM ...मालिका पूर्ण करा.
(1) KLM **(2) KMO** (3) KJL (4) JKL

589. AG, CD, EA, FH ... मालिका पूर्ण करा.

    (1) HE   (2) GH   (3) GD   (4) FH

590. खालील क्रम पूर्ण करा.

    28, 35, ... , 77

    (1) 42   (2) 70   (3) 63   **(4) 49**

591. खालील अक्षरश्रेणी पूर्ण करा.

    ABEF, GHKL, MNQR, STWX ...

    (1) YZCD   (2) CDGH   (3) LIMN   (4) OPST

592. जर एका सांकेतिक लिपीत GOVERN हा शब्द IQXGTP असा लिहिला, तर FINANCE हा शब्द त्या लिपीत कसा लिहितात ?

    (1) HKPCPEG   (2) HKPCPGE   (3) HRPCGEP   (4) HKPCEPG

593. प्रश्नचिन्हाजागी कोणती संख्या येईल ?

    $\dfrac{6}{2}, \dfrac{12}{4}, \dfrac{24}{16}, \dfrac{48}{?}$

    (1) 64   (2) 80   (3) 144   **(4) 256**

594. 4DK चा 15BI शी जो संबंध आहे खालीलपैकी कोणाचा 35TW शी संबंध आहे ?

    (1) 8YV   **(2) 6VY**   (3) 30WT   (4) 7VW

595. FPEO : ? :: JITS HRGQ

    (1) DCNQ   (2) DNCM   (3) CNDM   (4) DMCN

596. इतर तिघांच्या गटात न बसणारी संख्या कोणती ?

    (1) 583   (2) 8124   (3) 682   **(4) 7115**

597. रिक्त जागी कोणती संख्या येईल ?

    12, 25, 20, 25, 30, 25, ?, ? 56, 25

    (1) 40,25   **(2) 42, 25**   (3) 48, 25   (4) 52,25

598. खालील क्रम पूर्ण करा.

    ZYBA, XWDC, VUFE, TSHG ...

    (1) RQJI   (2) PQLI   (3) RQIJ   (4) QPRJ

699. या मालिकेत कोणता आकडा बरोबर बसेल ?

    120, 143, 168, 195, ?

    (1) 222   **(2) 224**   (3) 234   (4) 242

600. या मालिकेत कोणती अक्षरे बरोबर बसतील ?

    BFJ DHL FJN HLP ?

    (1) JKM   **(2) JNR**   (3) IKJ   (4) KMN

601. रिक्त जागी कोणती संख्या येईल ?

2, 11, ..., 44

(1) 22 **(2) 25** (3) 27 (4) 35

602. या मालिकेत कोणती अक्षरे बरोबर बसतील ?

CE, GI, KM, OQ ?

(1) ST (2) QS (3) OQ **(4) SU**

603. NEW YORK ला PDYXQQM असे लिहितात, तर त्याच भाषेत AUKLAND चा संकेत काय होईल ?

(1) BVLMBOE **(2) CIMKCMF** (3) BTLKBME (4) CSMJCLF

604. प्रश्न चिन्हाच्या जागी कोणते अक्षर येईल ?

ZXUQ ?

(1) J (2) K **(3) L** (4) M

605. 2C5 चा 3D6 शी जसा संबंध आहे, तसा 4E7 चा खालीलपैकी कोणाशी आहे ?

(1) 8F8 (2) 6F4 (3) 5F6 **(4) 5F8**

606. :: च्या डावीकडील पदांमध्ये विशिष्ट संबंध आहे तो ओळखा व तसाच संबंध उजवीकडील पदांमध्ये राहील अशाप्रकारे योग्य पर्याय निवडा.

EFG : MNO :: STU : ?

(1) ABC (2) NOM (3) HJK (4) ZBA

607. W8Z चा U3B शी जसा संबंध आहे तसा P25 या खालीलपैकी कोणाशी संबंध आहे ?

(1) Q3R (2) O4U (3) UZeroN **(4) NzeroU**

608. जर FOREST = 3428, FOSTER = 3824 तर ESTER = ?

(1) 2284 (2) 2428 **(3) 2824** (4) 2842

609. जर CUT = PHG तर SIR = ?

(1) FVE (2) GWF (3) HXG (4) IJH

610. एका सांकेतिक लिपीत LOVE हा शब्द JMTC असा लिहितात, तर त्या सांकेतिक लिपीत MUCH हा शब्द कसा लिहावा ?

(1) KSAF (2) JRYE (3) LTBG (4) NVDI

611. जर BOSS म्हणजे 1233 व PILE म्हणजे 7564 तर POSSIBLE म्हणजे ?

(1) 73231645 (2) 72351643 (3) 72335641 **(4) 72335164**

612. ABCDE : EXGZI :: 58194 : ?

(1) 94558 (2) 69205 (3) 26972 (4) 70316

613. वर्णाक्षरांचे स्थानिक मूल्य लक्षात घेतल्यास BEAT ह्या शब्दाचा गुणाकार 200 येईल, तर BOAT चा गुणाकार किती येईल ?

(1) 600 (2) 500 (3) 400 (4) 300

614. खालील क्रम पूर्ण करा.

3, 11, 22, 26

(1) 52   (2) 54   (3) 55   **(4) 53**

615. खालीलपैकी कोणती संख्या इतरांसारखी नाही.

63550, 90047, 81344, 72551.

(1) 63550   (2) 90047   (3) 81344   (4) 72551

616. क्रम पूर्ण करा.

BDE, CFG, DHI, EJK,...

(1) FHI   (2) FJK   **(3) FLM**   (4) FIL

617. क्रम पूर्ण करा.

E J O T ?

(1) W   (2) X   **(3) Y**   (4) Z

618. इतर तिघांच्या गटात न बसणारे पद कोणते ?

(1) EIM   (2) GKO   **(3) JNU**   (4) MQU

619. जर ANSWER म्हणजे 241356 व ROD म्हणजे 678 तर REWARD म्हणजे काय ?

(1) 653268   (2) 652268   (3) 563286   (4) 562268

620. विसंगत अक्षरगट ओळखा.

MMKY, LLXJ, KKWI, JJVH.

(1) MMKY   (2) LLXJ   (3) KKWI   (4) JJVH

621. '?' जागी योग्य पर्याय लिहा.

DANGER, ANGERD, ? , GERDAN, ERDANG ..

(1) NGREDA   (2) NGERAD   **(3) NGERDA**   (4) None of these

622. विसंगत संख्या शोधा.

2, 9, 28, 65, 126, 216

(1) 28   (2 65   (3) 126   **(4) 216**

623. खालील क्रम पूर्ण करा.

ST, OP, KL, GH, ...

(1) DE   (2) EF   **(3) CD**   (4) FE

624. रिक्त जागी कोणते अक्षर येईल ?

I, L, H, K, F, ... C.

(1) A   (2) E   **(3) I**   (4) O

625. सांकेतिक भाषेत HABIT शब्द EXYFQ असा लिहितात, तर त्याच भाषेत POVERTY शब्द कसा लिहाल ?

(1) nmtcprw   (2) mlsboQv   **(3) mLsBoQv**   (4) NmTcpRw.

626. या मालिकेत कोणता आकडा बरोबर बसेल ?

58, 75, 94, 115

(1) 120   (2) 125   (3) 136   **(4) 138**

627. क्रम पूर्ण करा.

3, 16, 45, 96 ?

(1) 115   (2) 125   (3) 160   **(4) 175**

628. '?' जागी कोणती संख्या येईल ?

123, 146, 171, 198 ?

(1) 218   **(2) 227**   (3) 232   (4) 241

629. क्रम पूर्ण करा.

WSNH ?

(1) A   (2) B   (3) C   (4) D

630. '?' जागी कोणती संख्या येईल.

26, 38, 52, 68 ?

(1) 72   (2) 75   (3) 78   **(4) 86**

631. ADG : BEH :: CFI : ?

(1) DGJ   (2) GDA   (3) FIC   (4) HEB

632. जर 4312 म्हणजे NICE व 756 म्हणजे PRO तर 75312 म्हणजे काय ?

(1) PRICE   (2) RICEP   (3) CEPRI   (4) PIRCE

633. संख्या श्रेणीत न बसणारे अपूर्णांक ओळखा.

$\dfrac{4}{5}, \dfrac{6}{7}, \dfrac{8}{9}, \dfrac{9}{10}, \dfrac{12}{13}, \dfrac{14}{15}$

(1) $\dfrac{9}{10}$ (2) $\dfrac{8}{9}$ (3) $\dfrac{6}{7}$ (4) $\dfrac{12}{13}$

634. गटात न बसणारा घटक ओळखा.

$F + K = 17, J + R = 28, S + L = 31, J + K = 20, R + S = 37$

(1) $F + K = 17$ **(2) J + K = 20**   (3) $J + R = 28$ (4) $S + L = 31$

635. प्रश्नचिन्हाच्या जागी येणारी संख्या कोणती ते ओळखा.

16, 25, 36, 49, 64, ... ?

(1) 81   (2) 96   (3) 144   (4) 121

636. खाली दिलेल्या संख्यांमधील 16 आणि 4 यामध्ये कोणती संख्या येईल ?

6561, 256, 81, 16 .... 4, 3

(1) 9   (2) 7   (3) 8   (4) 12

637. खाली इंग्रजी अक्षरांचे चार गट दिले आहेत. त्यापैकी तीन गट एका विशिष्ट बाबतीत समान आहेत आणि एक गट वेगळा आहे. तो ओळखून त्याचा क्रमांक लिहा.

(1) HFJ   **(2) IKG**   (3) XVZ   (4) LJN

638. खालील अक्षरमालिकेतील पुढील अक्षरे कोणती ?

AB, EF, MN, QR .... ?

(1) TV   **(2) UV**   (3) TV   (4) ST

639. खालील पर्यायातून प्रश्नचिन्हाच्या जागी संबंधित संख्या शोधा.

45/9 : 135/27 :: 28/4 : ?/7

(1) 49   (2) 42   (3) 35   (4) 28

640. योग्य अक्षरगट शोधा.

AGMS : ZTNH :: BHNT

(1) WXTM   **(2) YSMG**   (3) VINQ   (4) SMUZ

641. खालील एका प्रश्नात एका विशिष्ट तत्त्वानुसार अक्षरांची जुळवणी केलेली आहे. हे तत्त्व ओळखून त्यानुसार खालीलपैकी एक पर्याय निवडून रिकामी जागा भरा.

XYZ : CBA :: UVW : .... ?

(1) ZYX   (2) DCF   (3) EFD   **(4) FED**

642. एका सांकेतिक भाषेत CITY हा शब्द GMXC असा लिहिला जात असेल तर DUTY हा शब्द कसा लिहाल ?

(1) NYWD   (2) NYWC   (3) HYXD   **(4) HYXC**

643. खालील क्रमातील गाळलेली संख्या लिहा.

101, 145, 197, ...

(1) 250   **(2) 257**   (3) 261   (4) 265

644. खालील क्रमातील गाळलेली संख्या लिहा.

232, 343, 454, ...

(1) 545   **(2) 565**   (3) 575   (4) 546

645. रिकाम्या जागी कोणती अक्षरे येतील ?

JKLJ, KLMK, LMNL, MNOM ...

(1) NOPN   (2) MOPM   (3) NPON   (4) MONM

646. खालील अंकमालिका पूर्ण करा.

16, 81, 256, ?

(1) 425   (2) 525   (3) 575   **(4) 625**

647. FCA, HEC, JGE, LIG .... ?

(1) MJH   **(2) NKI**   (3) QRS   (4) MHJ

648. VU, QP, LK, GF ... ?

(1) BC   (2) ZA   (3) XZ   **(4) BA**

649. B, F, J, P .... ?

(1) X   (2) S   **(3) V**   (4) T

650. आईचे वय आज मुलाच्या वयाच्या तीनपट आहे. दहा वर्षानंतर आईचे वय मुलाच्या दुप्पट होईल. तर आज तिचे वय किती ?

(1) 40 **(2) 30** (3) 10 (4) 20

651. 54, 81, 18, 27, 6, 9 ... ?

(1) 2 (2) 3 (3) 3 (4) 4

652. जर LXNU = QTBR, NYPV = ... ?

(1) DSUB (2) BVSL **(3) SUDS** (4) RBTQ

653. शिपाई = बंदूक, तर शिक्षक = ?

(1) खडू (2) युनिफॉर्म (3) मुख्याध्यापक (4) विद्यार्थी

654. विमलला शाळेत जावयास उशीर झाला. तिच्यानंतर 10 मिनिटांनी विद्या शाळेत गेली. मीना विद्याच्या अगोदर 5 मिनिटे गेली, तर सर्वात उशीर कोण गेले ?

(1) विद्या (2) विमल (3) मीना (4) निश्चित सांगता येत नाही.

655. 729, 1369, 2209, 1849 यात कोणता आकडा अयोग्य आहे ?

(1) 729 (2) 1369 (3) 2209 (4) 1849

656. लोकर कापसापेक्षा महाग आहे; पण रेशमाइतकी नाही. तर सर्वात महाग काय ?

(1) लोकर (2) कापूस **(3) रेशीम** (4) अनिश्चित

657. SPEAKER = 9451356 :: SEAP = ?

(1) 9514 (2) 5914 (3) 9515 (4) 5941

658. W, U, S, Q .... ?

(1) P **(2) O** (3) R (4) Z

659. 16, 18, 37, ... ?

(1) 48 (2) 57 **(3) 74** (4) 49

660. 429, 444, 417, 432, 405 .... ?

(1) 429 (2) 414 **(3) 420** (4) 431

661. 4, 27, 256 ... ?

(1) 625 (2) 652 (3) 729 (4) 81

662. 1, 6, 18, 37, ... ?

(1) 49 **(2) 63** (3) 53 (4) 50

663. AZ, CV, EV, GT .... ?

(1) HS **(2) IR** (3) JQ (4) KP

664. Y, U, Q, M ... ?

(1) I (2) Q (3) B (4) F

665. X, T, P, L .... ?

(1) J (2) K (3) I **(4) H**

666. BY, DW, GT, ... ?

(1) JQ   **(2) KP**   (3) LQ   (4) KB

667. A = B आणि B = O असेल तर A = ?

(1) 0   (2) अगणित   (3) मूळसंख्या   **(4) घनसंख्या**

668. W, U, R, N, L .... ?

(1) B   (2) D   **(3) C**   (4) F

669. मोहनचा जन्म 1940 चा व सोहनचा जन्म 1920 चा, तर पुढीलपैकी कोणते विधान सत्य आहे ?

(1) मोहनचे वय सोहनच्या दुप्पट आहे.   (2) सोहनचे वय मोहनच्या दुप्पट आहे.

(3) सोहन 20 वर्षांनी मोठा आहे.   (4) सोहनचे वय मोहनच्या निम्मे आहे.

670. शिवा हा भिवापेक्षा मोठा आहे. भिवा राजू एवढा आहे. सुरेश शिवापेक्षा मोठा आहे. बाळू राजूपेक्षा लहान आहे. तर सर्वात लहान कोण ?

(1) राजू   **(2) बाळू**   (3) भिवा   (4) सुरेश

671. जर 12 × 10 = 65, 4 × 14 = 27, 6 × 18 = 39 तर 2 × 8 = ?

(1) 19   (2) 43   **(3) 14**   (4) 24

672. 235, 79, 79235, 35792 ... ?

(1) 29537   (2) 92753   **(3) 92357**   (4) 29357

673. एक माणूस यात्रेला चालला असता त्याला यात्रेहून परत येणारे पुरुष 9 त्यांच्या बायका 9 आणि पुरुषांच्या कडेवर एक मूल व बायकांच्या कडेवर व पाठीवर एक–एक मूल भेटले तर ते किती जण होते ?

(1) 54   (2) 36   **(3) 45**   (4) 63

674. DEAR : 45118 :: SPOT : ?

(1) 811672   **(2) 81112**   (3) 814784   (4) 81512

675. वेगळी जोडी कोणती ?

(1) स्वातंत्र्य – पारतंत्र्य   (2) आनंद – दु:ख

(3) स्वार्थी – नि:स्वार्थी   **(4) धोका – जोखीम**

676. मालिका पूर्ण करा : ZY, XV, UR, QM, ... ?

(1) LG   (2) LK   (3) LS   (4) GL

677. A, B, C, D आणि E यांनी आपसात गोळ्या वाटून घेतल्या. त्यात A ला B पेक्षा एक गोळी कमी मिळाली. C ला D पेक्षा 5 गोळ्या जास्त मिळाल्या. E ला B पेक्षा 3 गोळ्या जास्त मिळाल्या, आणि D ला B इतक्या गोळ्या मिळाल्या, तर सर्वात कमी गोळ्या कोणाला मिळाल्या ?

(1) A   (2) B   (3) C   (4) D

678. 80 विद्यार्थ्यांपैकी 55 विज्ञानात पास झाले आणि 65 गणितात पास झाले. तर दोन्ही विषयात किती पास झाले ?

(1) 25   (2) 30   (3) 35   **(4) 40**

679. मी पूर्वेकडे दोन किलोमीटर चालत गेलो आणि नंतर उजवीकडे वळून एक किलोमीटर चाललो. त्यानंतर पुन्हा उजवीकडे वळून एक किलोमीटर आणखी चाललो, तर मी निघालेल्या जागेच्या कोणत्या दिशेस असेल ?

(1) ईशान्य   (2) वायव्य   **(3) आग्नेय**   (4) नैऋत्य

680. एका विद्यार्थ्याने एका संख्येस 2 ने गुणण्याऐवजी 2 ने भागले, त्याचे उत्तर 2 आहे. तर बरोबर उत्तर किती यावयास पाहिजे होते ?

(1) 4   (2) 14   **(3) 16**   (4) यापैकी नाही.

681. 20/? = ? / 20 या समीकरणात '?' च्या ठिकाणी कोणता अंक लिहिल्यास फरक पडणार नाही ?

(1) 50,   (2) 1   **(3) 20**   (4) यापैकी नाही.

682. मालिका पूर्ण करा. 11, 12, 15, 20, 27, 36 … ?

(1) 42   (2) 49   (3) 45   **(4) 47**

683. जर XYZ म्हणजे 64, 65, 66 असेल तर NOP म्हणजे किती ?

(1) 54, 55, 56   (2) 26, 25, 24   (3) 16, 15,14   (4) 36, 35, 37

684. खालीलपैकी विसंगत घटक ओळखा.

(1) रुपया   (2) डॉलर   **(3) सेंट**   (4) पौंड

685. AZB, JQK, FUG, ... ?

(1) DWE   (2) HSI   (3) CXD   **(4) BYC**

686. खालीलपैकी अयोग्य घटक ओळखा.

(1) YXWV   **(2) TSRQ**   (3) HGFD   (4) MLKJ

687. प्रश्नचिन्हाच्या जागी काय येईल ?

11(23) 47, 19 (39) 79, 5 (?) 23

(1) 9   (2) 10   (3) 1   **(4) 11**

688. पुढील बेरीज करा.

5 + 10 + 15 + ... + 95 + 100

(1) 1000   **(2) 1050**   (3) 1100   (4) 1150

689. जर BWDW म्हणजे FUHS, तर AZCX म्हणजे काय ?

(1) EXTG   **(2) EXGT**   (3) EYGT   (4) EGXT

690. मालिका पूर्ण करा : YWU, ZQO, MKI, GEC

(1) ZQO   (2) MKI   (3) GCE   **(4) AYW**

691. मालिका पूर्ण करा.

521 (388) 327, 6148 (396) 416, 701 (?) 505

(1) 382   **(2) 386**   (3) 392   (4) 621

692. मालिका पूर्ण करा. 38, 55, 82, 119, ... ?

(1) 111   **(2) 166**   (3) 120   (4) 156

693. रिकाम्या जागी योग्य संख्या भरा.

1(4) 9, 16 (25) 36, 49 (?) 81

(1) 65   (2) 60   (3) 81   **(4) 64**

694. पुढील मालिका पूर्ण करा.

B, E, I, L .... ?

(1) M   **(2) P**   (3) N   (4) Q

695. एक मोटार गाडी पहिले 10 कि. मी. अंतर ताशी 10 कि. मी. वेगाने जाते. दुसरे 10 कि. मी. अंतर ताशी 20 कि. मी. वेगाने जाते. तिसरे 10 कि. मी. अंतर ताशी 25 कि. मी. वेगाने जाते. तर तिचा सरासरी वेग किती ?

(1) 18.15   (2) 18.15   (3) 20.15   (4) 21.51

696. एका घरात एक पुरुष, त्याची बायको, त्यांचा मुलगा आणि मुलगी व त्यांचे पती, पत्नी प्रत्येकाच्या चार–चार अपत्यासह एकत्र राहतात, तर त्या घरात एकूण व्यक्ती किती ?

(1) 22   (2) 20   **(3) 14**   (4) 12

697. प्रश्नार्थक चिन्हाच्या ठिकाणी योग्य अंक शोधा.

3, 9, 27, ?, 243

(1) 81   (2) 72   (3) 162   (4) 54

698. खालील अंकमालिका योग्य पर्यायाने पूर्ण करा.

11, 14, 25, 39. 64 .... ?

(1) 36   (2) 53   **(3) 103**   (4) 80

699. खालील क्रम पूर्ण करा.

3, 6, 18, 72

(1) 144   (2) 90   **(3) 360**   (4) 216

700. खालील प्रश्नात एका विशिष्ट तत्त्वानुसार अक्षरांची जुळवणी केलेली आहे. हे तत्त्व ओळखून त्यानुसार खालीलपैकी एक पर्याय निवडून रिकामी जागा भरा.

IKM ; UWY :: TVX : ... ?

(1) NRP   **(2) GIK**   (3) QSP   (4) ZXY

701. खालील प्रश्नात एका विशिष्ट तत्त्वानुसार अक्षरांची जुळवणी केलेली आहे. हे तत्त्व ओळखून त्यानुसार खालीलपैकी एक पर्याय निवडून रिकामी जागा भरा.

BCDE : EDCB :: VWXY : ?

(1) YXWV   (2) YUXW   (3) WVYX   (4) XYVW

६

मूलभूत संख्याशास्त्र

Basic numeracy

(Numbers and their relations, orders of magnitude etc.)

प्रा. प्रफुल्लचंद्र एल. पवार, अहमदनगर कॉलेज, अहमदनगर

6.1 संख्या

या प्रकरणात आपण संख्यांचे प्रकार व त्यावरील क्रिया यांचा अभ्यास करू.

आपण 0, 1, 2, 3, 4, 5, 6, 7, 8, 9 या दहा अंकांचा वापर करून दशमान पद्धतीने संख्यांचे लेखन करतो. संख्येतील अंकांना स्थान व स्थानिक किंमत असते.

325 या संख्येत 2 ही दशक स्थानी आहे व 2 ची स्थानिक किंमत $2 \times 10 = 20$ आहे. 3 ही शतक स्थानी आहे व 3 ची स्थानिक किंमत $3 \times 100 = 300$ आहे.

2013 या संख्येत 0 हा शतक स्थानी आहे व त्याची स्थानिक किंमत $0 \times 100 = 0$ आहे. प्रत्येक संख्या ही तिच्यातील अंकांच्या स्थानिक किंमतींची बेरीज असते.

उदा. 1947 या संख्येत 9 व 4 यांच्या स्थानिक किंमतीमधील फरक किती आहे ?

9 ची स्थानिक किंमत $9 \times 100 = 900$

4 ची स्थानिक किंमत $4 \times 10 = 40$

त्यांच्यातील फरक $= 900 - 40 = 860$

उदा. 1947 या संख्येतील सर्व अंकांच्या स्थानिक किंमतींची बेरीज किती आहे ?

$1000 + 900 + 40 + 7 = 1947$

संख्यांचे प्रकार :

1. **नैसर्गिक संख्या :** 1, 2, 3, 4, ... या संख्यांना नैसर्गिक संख्या किंवा मोजसंख्या असे म्हणतात. नैसर्गिक संख्यांचा संच N या अक्षराने दाखवितात.
2. **पूर्ण संख्या :** 0, 1, 2, 3, 4, ... या संख्यांना पूर्ण संख्या असे म्हणतात. पूर्ण संख्यांचा संच W या अक्षराने दाखवितात.
3. **पूर्णांक संख्या :** $0, \pm 1, \pm 2, \pm 3$ ... या संख्यांना पूर्णांक संख्या असे म्हणतात. पूर्णांक संख्यांचा संच I किंवा Z या अक्षराने दाखवितात.

4. **परिमेय संख्या :** ज्या संख्या दोन पूर्णांक संख्यांच्या गुणोत्तराच्या स्वरूपात मांडता येतात त्यांना परिमेय संख्या असे म्हणतात.

उदा. $\frac{3}{4}, \frac{2}{5}, \frac{-1}{3}$, 5, 0.13, 3.4, 3.14, $\frac{22}{7}$

$0.333 \ldots = 0.\overline{3}$, $0.\overline{12}$ या परिमेय संख्या आहेत. परिमेय संख्यांचा संच Q या अक्षराने दाखवितात.

5. **अपरिमेय संख्या :** ज्या संख्या दोन पूर्णांक संख्यांच्या गुणोत्तराच्या स्वरूपात मांडता येत नाहीत त्यांना अपरिमेय संख्या असे म्हणतात.

उदा. $\sqrt{2}, \sqrt{3}, \sqrt{5}, \sqrt{6}$, π - या अपरिमेय संख्या आहेत. अपरिमेय संख्यांचा संच Q' या अक्षराने दाखवितात.

6. **वास्तव संख्या :** परिमेय व अपरिमेय संख्या संचाच्या संयोगातून वास्तव संख्यांचा संच तयार होतो. सर्व परिमेय संख्या वास्तव संख्या आहेत. सर्व अपरिमेय संख्या वास्तव संख्या आहेत. प्रत्येक वास्तव संख्या ही परिमेय किंवा अपरिमेय असते. वास्तव संख्यांचा संच R या अक्षराने दाखवितात.
कोणत्याही वास्तव संख्येचा वर्ग ऋण नसतो.
ज्या संख्येचा वर्ग ऋण असतो ती संख्या वास्तव नसते. अशा संख्येला काल्पनिक संख्या म्हणतात.

7. **सम संख्या :** 2 ने नि:शेष भाग जाणाऱ्या संख्येला सम संख्या म्हणतात.

0, 2, 4, 6, … या सम संख्या आहेत.

8. **विषम संख्या :** 2 ने नि:शेष भाग न जाणाऱ्या संख्येला विषम संख्या म्हणतात.

1, 3, 5, 7 … या विषम संख्या आहेत.

9. **मूळ संख्या :** 1 पेक्षा मोठी व फक्त दोनच विभाजक असणाऱ्या नैसर्गिक संख्येला मूळ संख्या म्हणतात.

2, 3, 5, 7, 11, 13 … या मूळ संख्या आहेत. 1 ही मूळ संख्या नाही.

10. **संयुक्त संख्या :** (Composite Number) मूळ संख्यांच्या गुणाकाराच्या स्वरूपात मांडता येणाऱ्या संख्येला संयुक्त संख्या असे म्हणतात.

6 = 2 × 3   ∴ 6 ही संयुक्त संख्या आहे.

786 = 2 × 3 × 131   ∴ 786 ही संयुक्त संख्या आहे.

1 ही संयुक्त संख्या नाही.

11. **सहमूळ संख्या :** (Co-prime Numbers) ज्या संख्यांना फक्त 1 हाच सामायिक अवयव असतो. त्यांना सहमूळ संख्या असे म्हणतात.

उदा. 6 व 35 या सहमूळ संख्या आहेत.

8 व 10 या सहमूळ संख्या नाहीत.

6.2 विभाज्यता :

नि:शेष भागाकारात भाजकाला विभाजक व भाज्याला विभाज्य म्हणतात.

7 हा 35 चा विभाजक आहे.

35 ही संख्या 7 ने विभाज्य आहे.

1, 5, 7, 35 हे 35 चे विभाजक आहेत.

प्रत्येक संख्येच्या विभाजकांची संख्या सांत (मर्यादित) असते.

3 ने विभाज्य असणाऱ्या संख्या अमर्याद आहेत.

3, 6, 9, 12 ... या 3 ने विभाज्य संख्या आहेत.

```
7) 35 (5
  -35
  ---
   00
```

महत्तम सामायिक विभाजक (मसावि) : दोन संख्यांच्या सामायिक विभाजकांमधील सर्वात मोठ्या विभाजकास महत्तम सामाईक विभाजक असे म्हणतात.

12 व 20 यांचे सामाईक विभाजक (1, 2, 4)

4 हा त्यांचा मसावि आहे.

अवयव पद्धत : ज्या दोन संख्यांचा मसावि काढायचा आहे, त्यांचे प्रथम अवयव पाडावेत. त्यांच्या सामायिक अवयवांचा गुणाकार घ्यावा.

$60 = 2 \times 2 \times 3 \times 5, \quad 42 = 2 \times 3 \times 7$

60 व 42 यांचा मसावि $= 2 \times 3 = 6$

घातांक रूपात लिहून मसावि काढणे : प्रथम दिलेल्या संख्या मूळ अवयवांच्या घातांकांच्या गुणाकाराच्या स्वरूपात लिहून घेणे. प्रत्येक मूळ अवयवाचा लहानात लहान घात शोधून त्यांचा गुणाकार घेणे.

उदा. $54 = 2^1 \times 3^3, 72 = 2^3 \times 3^2$

54 व 72 चा मसावि $= 2^1 \times 3^2 = 18$

उदा . $100 = 2^2 \times 5^2, 250 = 2^1 \times 5^3$

100 व 250 चा मसावि $= 2^1 \times 5^2 = 50$

भागाकार पद्धतीने मसावि काढणे : ज्या दोन संख्यांचा मसावि काढायचा आहे. त्यातील लहान संख्येने मोठ्या संख्येला भाग देणे. येणाऱ्या बाकीने भाजकाला भाग देणे. पुन्हा येणाऱ्या बाकीने भाजकाला भाग देणे. ज्या भागाकारात बाकी 0 होते. त्या भागाकारातील भाजक हाच त्यांचा मसावि असतो.

उदा. 12 व 18 यांचा मसावि काढा.

```
12) 18 (1      6) 12 (2
   -12            -12
   ---            ---
     6              0
```

∴ 12 व 18 यांचा मसावि 6 आहे.

उदा. 14 व 55 यांचा मसावि काढा.

```
14) 55 (3     13) 14 (1     1) 13 (13
   -42            -13          -1
   ---            ---          ---
    13             01           03
                                -3
                               ---
                                00
```

∴ 14 व 55 यांचा मसावि 1 आहे.

लघुत्तम सामायिक विभाजक : (लसावि) दोन संख्यांच्या सामाईक विभाज्य संख्यांमधील सर्वात लहान संख्येला त्यांचा लसावि म्हणतात.

उदा. 4 व 6 यांच्या सामायिक विभाज्य संख्या 12, 24, 36 ... या आहेत.

∴ 4 व 6 यांचा लसावि 12 आहे.

उदा. 2, 3 व 10 यांचा लसावि काढा.

2 ने विभाज्य संख्या : 2, 4, 6, 8, 10, 12, 14, 16, 18 ...

3 ने विभाज्य संख्या : 3, 6 9, 12, 15, 18, 21, 24, 27 ...

10 ने विभाज्य संख्या : 10, 20, 30 ...

सामायिक विभाज्य : 30, 60, 90 ...

लसावि = 30

अवयव पद्धत : प्रथम दिलेल्या संख्याचे मूळ अवयव पाडावेत. त्यांच्या सामायिक अवयवांचा गुणाकार घ्यावा. या गुणाकाराला सर्व असामायिक अवयवांनी गुणावे.

12 = 2 × 2 × 3

18 = 2 × 3 × 3

सामायिक अवयवाचा गुणाकार = 2 × 3 = 6

लसावि = 6 × 2 × 3 = 36

घातांक रूपात लिहून लसावि काढणे : मूळ अवयवांच्या मोठ्यात मोठ्या घातकांचे गुणाकार घेणे.

उदा. $12 = 2^2 × 3^1$, 18, $2^1 × 3^2$

मूळ अवयव 2 व 3 आहेत.

2 चा मोठा घात 2^2

3 चा मोठा घात 3^2

त्यांचा गुणाकार = $2^2 × 3^2$ = 36

उदा. 150, 120, 90 यांचा लसावि काढा.

$150 = 2^1 × 3^1 × 5^2$, $120 = 2^3 × 3^1 × 5$, $90 = 2^1 × 3^2 × 5$

मूळ अवयव : 2, 3, 5 हे आहेत.

लसावि : $2^2 × 3^2 × 5^2$ = 900

उदा. जर a व b यांचा मसावि x व लसावि y असेल तर a × b = x × y

6 व 8 यांचा मसावि 2 आहे आणि लसावि 24 आहे.

∴ a = 6, b = 8, x = 2, y = 24

a × b = 48, तर xy = 48

∴ ab = xy

6.3 गुणोत्तर प्रमाण :

एक राशी दुसरीच्या किती पट आहे, हे दाखविणारी संख्या म्हणजे गुणोत्तर.

प्रत्येक वर्तुळाचा परीघ, व्यासाच्या $\dfrac{22}{7}$ पट असतो.

$\therefore$ परीघ व व्यास यांचे गुणोत्तर $\dfrac{22}{7}$ आहे

$\therefore \dfrac{\text{परीघ}}{\text{व्यास}} = \dfrac{22}{7}$

चौरसाचा कर्ण हा बाजूच्या $\sqrt{2}$ पट असतो.

$\therefore$ कर्ण व बाजू यांचे गुणोत्तरी $\sqrt{2}$ आहे.

$\therefore \dfrac{\text{कर्ण}}{\text{बाजू}} = \sqrt{2}$

ज्या दोन राशींचे गुणोत्तर काढायचे आहे, त्यांची एकके सारखीच असली पाहिजेत.

टेलरची उंची 165 सेंमी व पेंटरची उंची 1.7 मी आहे. त्यांचे गुणोत्तर काढताना एकके सारखी करावी लागतील.

टेलरची उंची = 165 सेंमी

पेंटरची उंची = 1.7 मी = 170 सेंमी

त्यांचे गुणोत्तर $= \dfrac{165}{170} = \dfrac{33}{34}$

याचा अर्थ असा होतो की, टेलरची उंची 33 च्या जेवढ्या पट आहे, 34 ची तेवढीच पट घेतली तर आपल्याला पेंटरची उंची मिळेल.

सम प्रमाण - व्यस्त प्रमाण : समजा x आणि y या एकमेकांशी निगडित असणाऱ्या दोन राशी आहेत. जर x ची किंमत वाढल्यास y ची किंमत त्याच प्रमाणात वाढत असेल, तर x आणि y सम प्रमाणात आहेत असे म्हणतात.

सम प्रमाणात असणाऱ्या राशींचे गुणोत्तर स्थिर असते. काही उदाहरणांमध्ये एका राशीची किंमत वाढल्यास दुसऱ्या राशीची किंमत त्याच प्रमाणात कमी होते. याला व्यस्त प्रमाण असे म्हणतात.

कामगारांची संख्या व लागणारा वेळ या दोन राशींना व्यस्त प्रमाण असे म्हणतात.

व्यस्त प्रमाणात असणाऱ्या राशींचा गुणाकार स्थिर असतो.

x व y व्यस्त प्रमाणात असतील तर

$x \times y = $ स्थिर अंक (Constant)

6.4 शेकडेवारी (शतमान) Percentage

अपूर्णांकांची तुलना करताना आपण त्यांचे छेद समान करतो. छेद समान असणाऱ्या अपूर्णांकांची तुलना सहज करता येते. अशा प्रकारची तुलना करताना अनेकदा 100 ही संख्या तुलनेसाठी घेतात. 100 म्हणजे शेकडा. 100 शी तुलना करीत सोडवायची गणितं म्हणजेच शेकडेवारीची गणितं. शेकडेवारीस शतमान असेही म्हणतात.

शतमान दाखवण्यासाठी % हे चिन्ह वापरतात. 60% म्हणजे 100 पैकी 60 $\therefore 60\% = \dfrac{60}{100} = \dfrac{3}{5}$

तसेच $\dfrac{1}{4} = \dfrac{25}{100} = 25\%$

प्रत्येक गुणोत्तर शतमानात व शतमान गुणोत्तरात व्यक्त करता येते. $x\% = \dfrac{x}{100}$

दिलेल्या संख्येची x% काढणे म्हणजे त्या संख्येला $\dfrac{x}{100}$ ने गुणणे

200 ची 25% म्हणजे $\dfrac{1}{4} \times 200 = 50$

90 ची 18% $= \dfrac{18}{100} \times 90 = 16.2$

6.5 नफा तोटा :

एखादी वस्तू विकत घेऊन जास्त किंमतीला विकली की नफा होतो. वस्तू विकताना कमी किंमत आली तर तोटा होतो.

विक्री - खरेदी = नफा

खरेदी - विक्री = तोटा

अनेकदा नफा - तोटा शेकडेवारीच्या स्वरूपात मांडला जातो. दिलेल्या प्रमाणात 100 रुपये खरेदीवर होणाऱ्या नफ्याला शेकडा नफा म्हणतात.

शेकडा नफा $= \dfrac{\text{नफा}}{\text{खरेदी}} \times 100$

शेकडा तोटा $= \dfrac{\text{तोटा}}{\text{खरेदी}} \times 100$

नफा - तोटा नेहमी खरेदीच्या किंमतीवर मोजला जातो.

उदा. प्रमोदने 120 रुपयांना एक मोबाईल संच विकून जर 25% नफा कमावला असेल तर त्याची खरेदीची किंमत किती ?

या उदाहरणात 25% नफा हा खरेदीच्या किंमतीवर मिळवला आहे व खरेदीची किंमत दिलेली नाही. 120 रु ही विक्रीची किंमत आहे.

खरेदीची किंमत x मानू. विक्री = खरेदी + नफा

विक्री = खरेदी + खरेदीच्या 25%

$120 = x + x$ च्या 25% $\therefore 120 = x + \dfrac{x}{4}$

$\therefore x = 96$

$\therefore$ खरेदीची किंमत 96 रु. आहे.

सूट, कमिशन, रिबेट वस्तूच्या छापील किंवा दर्शनी किंमतीवर देतात. (Printed Price or Market Price)

उदा. 120 रु. छापील किंमत असलेल्या वस्तूवर 20% सूट दिल्यास तिची विक्रीची किंमत किती ?

सूट = छापील किंमतीच्या 20% = 120 च्या 20%

$$= \frac{20}{100} \times 120 = 24$$

विक्री = छापील किंमत - सूट = 120 - 24 = 96

6% सूट देऊन वस्तू 329 रुपयांना विकली तर तिची छापील किंमत किती ?

उदा. 6% सूट म्हणजे छापील किंमत 100 असताना 6 रु. सूट. 6 रू सूट मिळते तेव्हा विक्रीची किंमत 94 रु. असते.

विक्रीची किंमत 94 रु. असते तेव्हा छापील किंमत 100 रु. असते.

∴ विक्रीची किंमत 329 रु. असेल तर छापील किंमत किती ?

∴ 94 : 100

329 : ?

∴ वस्तूची छापील किंमत = $\frac{329 \times 100}{94}$ = 350 रुपये

6.6 व्याज (Interest) :

पैसे कर्जाऊ घेतले, की ते वापरायला मिळतात. म्हणून घेतलेले पैसे परत देताना जेवढे पैसे घेतले त्यापेक्षा जास्त परत द्यायचे असतात. येथे जास्तीची जी रक्कम आहे तिला व्याज म्हणतात.

पैसे घेणाराने व्याज द्यायचे असते. आपण पोस्टात जेव्हा मुदत ठेव करतो. तेव्हा पोस्ट आपल्याला व्याज देते. घरबांधणीकरता आपण बँकेकडून जेव्हा पैसे घेतो, तेव्हा आपण बँकेला व्याज देतो.

कर्जाऊ घेतलेल्या रकमेला मुद्दल (Principal) असे म्हणतात. मुद्दलाबरोबर जी जास्तीची रक्कम देतो तिला व्याज (Interest) असे म्हणतात. व्याज व मुद्दल मिळून तयार होणाऱ्या रकमेला रास (Amount) म्हणतात. जेवढ्या काळाकरिता कर्ज घेतले आहे त्यास मुदत (Number of periods) असे म्हणतात. एक एकक कालावधीकरिता 100 रुपयांकरीता द्यावयाच्या जास्तीच्या रकमेला व्याजाचा दर (Rate of interest) असे म्हणतात. एकक कालावधी हा सामान्यत: एक वर्ष असतो. अशा व्याजाच्या दराला द. सा. द. शे. असे म्हणतात. (Percent per annum)

सरळ व्याज (Simple Interest) : एकापेक्षा जास्त वर्षांचे व्याज काढताना, एका वर्षांचे व्याज हेच प्रत्येक वर्षांकरिता गृहीत धरले तर अशा व्याजाला सरळ व्याज म्हणतात.

उदा. द. सा. द. शे. 20 रु. दराने 300 रुपयांचे 5 वर्षांचे सरळ व्याज काढा.

व्याजाचा दर 20 रु. आहे. म्हणजे 100 रुपयांना एक वर्षांकरिता 20 रु. व्याज × 300 रुपयांना एक वर्षाकरिता 60 रु. व्याज. एका वर्षांचे व्याज 60 रु. हेच व्याज प्रत्येक वर्षांकरिता गृहीत धरल्यास पाच वर्षांचे व्याज 5 × 60 = 300 रु.

∴ सरळ व्याज = 300 रुपये

$$\text{सरळ व्याज} = I = \frac{NPR}{100} = \frac{5 \times 300 \times 20}{100} = 300$$

चक्रवाढ व्याज : दुसऱ्या वर्षांचे व्याज काढताना पहिल्या वर्षीचे व्याज दर मुद्दलात मिळविले तर त्यास चक्रवाढ व्याज म्हणतात. चक्रवाढ व्याज काढताना मागील वर्षांचे व्याज पुढील वर्षांच्या मुद्दलात मिळवतात.

उदा. द. सा. द. शे. 20 रुपये दराने 400 रुपयांचे 3 वर्षांचे चक्रवाढ व्याज काढा.

पहिल्या वर्षांचे मुद्दल = 400, पहिल्या वर्षाचे व्याज = 80

दुसऱ्या वर्षांचे मुद्दल = 400 + 80 = 480, दुसऱ्या वर्षांचे व्याज = 96

तिसऱ्या वर्षांचे मुद्दल = 480 + 96 = 576, तिसऱ्या वर्षाचे व्याज = 115.20

तीन वर्षांचे व्याज = 80 + 96 + 115.20

= 291.20

रास = मुद्दल + व्याज = 400 + 291.20 = 69.20

$$\text{चक्रवाढ पद्धतीने काढलेली रास} = P\left(1+\frac{R}{100}\right)^N$$

उदा. 300 रुपये रकमेचे द. सा. द. शे. 10 दराने 2 वर्षांचे चक्रवाढ व्याज काढा.

$N = 2,\ P = 300,\ R = 10$

$$A = P\left(1+\frac{R}{100}\right)^N = 300\left(1+\frac{10}{100}\right)^2 = 300\left(\frac{11}{10}\right)^2 = 300 \times \frac{121}{100} = 363$$

$I = A - P = 367 - 300 = 63$

6.7 सरासरी (Average) :

दिलेल्या n संख्यांच्या बेरजेला n ने भागल्यास त्यांची सरासरी मिळते.

$$\therefore n \text{ संख्याची सरासरी} = \frac{\text{त्यांची बेरीज}}{n}$$

∴ n संख्यांची सरासरी × n = त्यांची बेरीज

एखाद्या प्रवासात जातानाचा वेग x किमी प्रति तास व येतानाच वेग 5 किमी प्रति तास असेल तर एकूण प्रवासाचा सरासरी वेग $\frac{2xy}{x+y}$ असतो.

दिलेल्या संख्यझळपैकी प्रत्येक संख्येतून एकच संख्या वजा केली तर सरासरी त्या संख्येने कमी होते.

उदा.10, 20, 30, 40 याची सरासरी 25 आहे. प्रत्येक संख्येतून 4 वजा करू. 6, 16, 26, 36 यांची सरासरी 21 आहे, जी 25 पेक्षा 4 ने कमी आहे.

6.8 काळ, काम , वेग व अंतर : एक एकक काळात कापलेले अंतर म्हणजे वेग. एक एकक काळात झालेले काम म्हणजे काम करणाराचा वेग.

एक व्यक्ती जर 3 तासात 18 मूर्ती तयार करत असेल तिचा वेग 6 मूर्ती प्रति तास आहे.

एक वाहन 4 तासात 200 किमी अंतर जात असेल तर त्या वाहनाचा वेग 50 किमी प्रति तास आहे.

अंतर = वेग × वेळ

नावेचा संथ पाण्यातील वेग x किमी प्रति तास असेल आणि प्रवाहाचा वेग 5 किमी प्रति तास असेल तर

(1) नावेचा प्रवाहाच्या दिशेने जातानाचा वेग x + y किमी प्रति तास.

(2) नावेचा प्रवाहाच्या विरुद्ध दिशेने जातानाचा वेग x - y किमी प्रती तास असतो.

एका नळाने एक टाकी भरायला जर n तास लागत असतील, तर एका तासात त्या नळाने टाकीचा $\frac{1}{n}$ वा भाग भरतो.

A या नळाने टाकी x तासात भरत असेल व B या नळाने टाकी y तासात भरत असेल तर दोन्ही नळ चालू केल्यास टाकी $\frac{xy}{x+y}$ तासात भरते.

A ला एक काम करायला x तास लागतात, B ला तेच काम करायला y तास लागतात. दोघांनी काम केल्यास ते काम वेळेत पूर्ण होते. टाकीच्या तळाशी एक छिद्र आहे. पूर्ण भरलेली टाकी छिद्रातून रिकामी होण्यास y तास लागतात. छिद्र असताना टाकी भरायला नळाला $\frac{xy}{x-y}$ तास लागतील.

आगगाडीला खांब ओलांडण्याकरिता लागणारा वेळ हा तिला तिच्या लांबी एवढे अंतर कापण्यासाठी लागणाऱ्या वेळेएवढाच असतो.

आगगाडीला स्टेशन ओलांडण्याकरिता लागणारा वेळ हा तिला तिची लांबी व स्टेशनची लांबी यांच्या बेरजेएवढे अंतर कापण्यासाठी लागणाऱ्या वेळेएवढाच असतो.

दोन आगगाड्या एकाच दिशेने धावत असतील, तर त्यांचा सापेक्ष वेग हा त्यांच्या वेगांच्या वजाबाकी एवढा असतो. त्याच जर विरुद्ध दिशेने धावत असतील तर त्यांचा सापेक्ष वेग हा त्यांच्या वेगांच्या बेरजेएवढा असतो.

6.9 घड्याळ :

मिनिटकाटा तास काट्याच्या 12 पट वेगाने चालतो. मिनिट काटा 360 अंशातून फिरतो; तेवढ्या वेळात तास काटा फक्त 30 अंशातून पुढे सरकतो.

मिनिट काटा 1 मिनिटात 6 अंश चालतो तर तासकाटा 1 मिनिटात $\frac{1}{2}$ अंश चालतो.

दर मिनिटाला दोन्ही काट्यांमध्ये $5\frac{1}{2}$ अंशाचा कोन होतो. दर दोन मिनिटांना त्यांच्यातील कोन 11 अंशांनी वाढतो किंवा कमी होत जातो.

EXERCISE 6.1

1. खालीलपैकी कोणती संख्या संयुक्तसंख्या आहे ?
   (1) 37   (2) 53   (3) 81   (4) 101

2. खालीलपैकी कोणत्या संख्येला 9 विभाजक आहेत ?
   (1) 48   (2) 36   (3) 50   (4) 77

3. खालीलपैकी कोणत्या संख्येला 4 विभाजक आहेत ?
   (1) 25   (2) 36   (3) 58   (4) 144

4. 288 या संख्येला किती विभाजक आहेत ?
   (1) 12   (2) 20   (3) 18   (4) 16

5. 3 ने विभाज्य असणारी मोठ्यात मोठी 2 अंकी सम संख्या कोणती ?
   (1) 93   (2) 96   (3) 98   (4) 99

6. 16 व 24 यांचा मसावि किती ?
   (1) 8   (2) 6   (3) 4   (4) 2

7. 90 व 786 यांचा मसावि किती ?
   (1) 45   (2) 6   (3) 15   (4) 18

8. जर $a = 2 \times 3 \times 7$ व $b = 2 \times 3 \times 5$, तर a व b यांचा मसावि किती ?
   (a) 4   (2) 20   (3) 35   (4) 6

9. जर $a = 3 \times 5 \times 11$ व $b = 2 \times 5$ तर a व b यांचा लसावि किती ?
   (1) 330   (2) 5   (3) 75   (4) 55

10. जर $a = 2^2 \times 3^2 \times 5$ व $b = 2 \times 3^2 \times 5^2$, तर a व b यांचा मसावि किती ?
    (1) 30   (2) 90   (3) 900   (4) 200

11. 12, 15, 20, 27 याचा लसावि किती ?
    (1) 270   (2) 540   (3) 720   (4) 280

12. अशी लहानात लहान संख्या शोधा की जिला 18, 24, 60 किंवा 150 ने भागले तर बाकी 11 उरते.
    (1) 889   (2) 1789   (3) 989   (4) 789

13. 204 व 1190 यांचा मसावि किती ?
    (1) 102   (2) 51   (3) 17   (4) 34

14. दोन संख्यांचा मसावि 27 असून त्यांची बेरीज 108 आहे. त्या संख्या शोधा.
    (1) 9, 99   (2) 54, 54   (3) 54, 72   (4) 27, 81

15. दोन अंकी दोन संख्यांचा मसावि 25 असून त्यांची बेरीज 125 आहे. त्या संख्या शोधा.
    (1) 5, 120   (2) 25, 100   (3) 75, 100   (4) 50, 75

16. दोन संख्यांची बेरीज 70 असून त्यांचा लसावि 100 आहे. त्या संख्या शोधा.
    (1) 45, 25   (2) 55, 15   (3) 20, 50   (4) 25, 20

17. मोठ्यात मोठी अशी संख्या शोधा की जिने 522, 1276 व 1624 यांना भाग जातो.
    (1) 261   (2) 29   (3) 58   (4) 87

18. 23 ने भाग जाण्यासाठी 1056 मध्ये लहानात लहान कोणती संख्या मिळवली पाहिजे ?
    (1) 1   (2) 2   (3) 3   (4) 4

19. खालीलपैकी कोणत्या संख्येला 99 ने भाग जातो ?
    (1) 99999   (2) 99995   (3) 99990   (4) 1234321
21. दोन संख्यांची बेरीज 33 असून त्यांची वजाबाकी 11 आहे. त्यांच्या वर्गांची वजाबाकी किती ?
    (1) 22   (2) 484   (3) 242   (4) 363

Solutions : 6.1

1. (3) $81 = 3 \times 3 \times 3$
2. (2) If N is perfect square then N has odd number of divisors. If N is not perfect square then it has even number of divisors. Here the number of divisors is nine, which is odd. Therefore N must be perfect square. $\therefore N = 36$
3. (3) As number of divisors is even, N must not be perfect square. $\therefore N = 58$
4. (3) $288 = 2^5 \times 3^2$ $\therefore$ 288 has $(5 + 1) \times (2 + 1) = 6 \times 3 = 18$ divisors.
5. (2) 96
6. (1) 8 is the HCF of 16 and 24.
7. (2)

$$90 \overline{)786} (8$$
$$-720$$
$$\overline{66}$$

$$66 \overline{)90} (1$$
$$-66$$
$$\overline{24}$$

$$24 \overline{)66} (2$$
$$-48$$
$$\overline{18}$$

$$18 \overline{)24} (1$$
$$-18$$
$$\overline{06}$$

$$6 \overline{)18} (3$$
$$-18$$
$$\overline{00}$$

The divisor in the laat division is the HCF.
∴ HCF of 90 and 786 is 6.

8. (4) HCF $= 2 \times 3 = 6$
9. (1) LCM $= 2 \times 3 \times 5 \times 11 = 330$
10. (2) HCF $= 2 \times 3^2 \times 5 = 90$
11. (2) LCM $= 2 \times 2 \times 3 \times 5 \times 3 \times 3 = 540$
12. (2) LCM $= 2 \times 3 \times 3 \times 2 \times 2 \times 5 \times 5 = 1800$
    $1800 - 11 = 1789$
13. (4)

$$204 \overline{)1190} (5$$
$$-1020$$
$$\overline{170}$$

$$170 \overline{)240} (1$$
$$-170$$
$$\overline{34}$$

$$34 \overline{)170} (5$$
$$-170$$
$$\overline{00}$$

Last divisor is HCF ∴ HCF = 34

14. (4) $27x + 27y = 108$ $\therefore x + y = 4$ and x, y are relatively prime. x, y have no common factor.
    $\therefore x = 1$ and $y = 3$ $\therefore 27 \times 1 = 27, 27 \times 3 = 81$
15. (4) $25x + 25y = 125$ $\therefore x + y = 5$ $\therefore x = 1, y = 4$
    or $x = 2, y = 3$. $\therefore$ 50, 75 are required numbers.

16. (3) 20, 50 using given options.
17. (3) $522 = 2 \times 3 \times 3 \times 29$, $1276 = 2 \times 2 \times 11 \times 29$
$1624 = 2 \times 2 \times 2 \times 7 \times 29$
Required number is $2 \times 29 = 58$
18. (2) 1056 leaves remainder 21. $\therefore$ 2 must be added.
19. (3) 99990 is divisible by 11 and 9, hence by 99.
20. (4) $x + y = 33$, $x - y = 11$. $x^2 - y^2 = (x + y)(x - y) = 363$

EXERCISE 6.2

1. 786, 1947, 1857, 101 या संख्यांचा गुणाकार केल्यास एककस्थानी कोणता अंक येईल ?
   (1) 1   (2) 2   (3) 3   (4) 4

2. $(2012)^{22}$ या संख्येत एकक स्थानाचा अंक कोणता ?
   (1) 1   (2) 2   (3) 3   (4) 4

3. $(139)^{2012}$ या संख्येत एकक स्थानचा अंक कोणता ?
   (1) 1   (2) 3   (3) 9   (4) 7

4. 8^{71} या संख्येच्या एकक स्थानचा अंक कोणता ?
   (1) 1   (2) 2   (3) 4   (4) 6

5. 3^{786} या संख्येच्या एकक स्थानचा अंक कोणता ?
   (1) 1   (2) 3   (3) 7   (4) 9

6. कोणत्या संख्येला 16 ने गुणले असता तिच्यात 225 ची वाढ होते?
   (1) 12   (2) 13   (3) 14   (4) 15

7. अशी लहानात लहान संख्या शोधा की जिला 7 ने भागल्यास बाकी 3 उरते व 9 ने भागल्यास बाकी 5 उरते ?
   (1) 67   (2) 59   (3) 122   (4) 126

8. 88 ने भाग जाईल अशी मोठ्यात मोठी 4 अंकी संख्या कोणती ?
   (1) 9982   (2) 9998   (3) 9996   (4) 9944

9. ✳ च्या जागी कोणता लहानात लहान अंक घेतल्यास 1234 ✳ 4321 या संख्येला 3 ने भाग जाईल ?
   What is the least value of ✳ so that the number 1234 ✳ 4321 is divisible by 3 ?
   (1) 1   (2) 2   (3) 3   (4) 4

10. ✳ च्या जागी मोठ्यात मोठी कोणता अंक घेतल्यास 1234 ✳ ✳ 4321 या संख्येला 3 ने भाग जाईल ?
    (1) 5   (2) 6   (3) 7   (4) 8

11. $401 \times 403 \times 405 \times 407$ या गुणाकाराला जर 8 ने भागले तर बाकी किती उरेल ?
    (1) 1   (2) 2   (3) 3   (4) 4

12. 2^{13} या संख्येला 7 ने भागल्यास बाकी किती उरेल ?
    (1) 1   (2) 2   (3) 3   (4) 4

13. 2627×2628 या गुणाकाराला जर 13 ने भागले तर बाकी किती उरेल ?
    (1) 1   (2) 2   (3) 3   (4) 4

14. 4^{158947} या संख्येला 3 ने भागल्यास बाकी किती उरेल ?
    (1) 0   (2) 1   (3) 2   (4) 3

15. 2012 या संख्येतील अंकांची अदलाबदल करून शक्य असणाऱ्या सर्व चार अंकी संख्यांपैकी किती टक्के संख्यांना 3 ने भाग जातो ?
    (1) 0   (2) 25   (3) 30   (4) 100

16. 1857 या संख्येतील अंकांची बेरीज अदलाबदल करून शक्य असणाऱ्या सर्व चार अंकी संख्यापैकी किती संख्यांना 5 ने भाग जातो.
    (1) 23   (2) 16   (3) 12   (4) 6

17. दोन वर्तुळांच्या त्रिज्यांचे गुणोत्तर 1 : 2 आहे. त्यांच्या परिघांचे गुणोत्तर किती ?
    (1) 1 : 2   (2) 2 : 3   (3) 1 : 4   (4) 1 : 8

18. दोन चौरसांच्या कर्णांचे गुणोत्तर 2 : 3 आहे. त्यांच्या क्षेत्रफळांचे गुणोत्तर किती ?
    (1) 2 : 3   (2) 3 : 4   (3) $1 : \sqrt{2}$ (4) 4 : 9

19. 60 लिटर मिश्रणात दूध व पाणी यांचे गुणोत्तर 2 : 1 आहे. त्यात किती लिटर पाणी मिसळल्यास त्यांचे प्रमाण 1 : 1 होईल ?
    (1) 40   (2) 30   (3) 20   (4) 10

20. 56 विद्यार्थी संख्या असलेल्या वर्गात मुलांचे मुलींशी प्रमाण 3 : 4 आहे. हे प्रमाण 3 : 5 होण्यासाठी वर्गात आणखी किती मुलींना प्रवेश द्यावा लागेल ?
    (1) 4   (2) 5   (3) 6   (4) 8

Solutions 6.2

1. (4) $6 \times 7 \times 7 \times 1$ digit in the unit's place is 4.
2. (4) $2^{22} = 2^{20} \times 2^2 = 2^{4 \times 5} \times 2^2 = \ldots 6 \times 4 = \ldots 4$.
3. (1) Even power of 9 ends with 1.
4. (2) Power cycle of 8 is   8, 4, 2, 6.
5. (4) Power cycle of 3 is   3, 9, 7 1.
6. (4) $15 \times 16 = 240$ 240 - 225 = 15.
7. (2) LCM of 7 and 9 is 63. Now 63 - 4 = 59.
8. (4) 9999 leaves remainder 55. ∴ 9999 - 55 = 9944.
9. (1) The sum of digits is 20. Add 1.
10. (4) Sum of the digits is 20. $20 + 8(2) = 20 + 16 = 36$.
11. (1) 400 is divisible by 8. 401, 403, 405, 407 leaves remainders 1, 3, 5 and 7. Required remainder can be obtained by dividing $1 \times 3 \times 5 \times 7$ by 8.
12. (2) 8 leaves remainder 1 when divided by 7. ∴ $8^4 = 2^{12}$ leaves remainder 1. ∴ $2^{13} = 2^{12} \times 2$ leaves remainder 2 when divided by 7.
13. (2) 2627 leaves remainder 1 and 2628 laves remainder 2 when divided by 13. Product of two remainders is $1 \times 2 = 2$.
14. (2) $4 = 3 + 1$ ∴ 4 leaves remainder 1. product of remainders $= 1 \times 1 \times \ldots = 1$.

15. (1) None of them is divisible by 3. Because the sum of digits in any number is $2 + 1 + 0 + 2 = 5$.
16. (4) Only 6 numbers have 5 in their unit's place.
17. (1) $r : R = 1 : 2 \quad \therefore 2\pi r = 2\pi R = 1 : 2$
18. (4) $d : D = 2 : 3 \quad \therefore a : x = 2 : 3 \quad a^2 : x^2 = 4 : 9$
19. (3) Milk : 40 liter, water : 20 liter. Add 20 liter water
20. (4) Boys : 24, Girls : 32

New ratio 3 : 5 $\therefore 3 : 5 = 24 : 32 + x$

$$\frac{3}{5} = \frac{24}{32 + x} \quad \therefore x = 8$$

EXERCISE 6.3

1. अशी लहानात लहान 5 अंकी संख्या शोधा, जिला 476 ने भाग जातो.
   (1) 10472 (2) 1428 (3) 10012 (4) 10004
2. 249116 या संख्येत लहानात लहान कोणती संख्या मिळवल्यास येणाऱ्या उत्तराला 8 ने भाग जाईल?
   (1) 2 (2) 4 (3) 6 (4) 7
3. 457 च्या सर्वात जवळच्या कोणत्या संख्येला 11 ने भाग जातो ?
   (1) 451 (2) 458 (3) 462 (4) 453
4. एका संख्येला 5 ने भागल्यास बाकी 3 उरते. जर त्या संख्येच्या वर्गाला 5 ने भागले तर बाकी किती उरेल ?
   (1) 3 (2) 9 (3) 4 (4) 2
5. 111 ने भाग जाणारी सर्वात लहान चार अंकी विषम संख्या कोणती ?
   (1) 1110 (2) 1221 (3) 1111 (4) 999
6. एका संख्येला 7 ने भागले असता बाकी 6 उरते. जर त्या संख्येच्या दुपटीला 7 ने भागले तर बाकी किती उरेल ?
   (1) 12 (2) 5 (3) 6 (4) 2
7. चार संख्यांना 5 ने भागल्यास बाकी 1, 2, 3, 4 उरते. जर त्या चार संख्यांच्या बेरजेला 5 ने भागले तर बाकी किती उरेल ?
   (1) 1 (2) 2 (3) 3 (4) 0
8. तीन संख्यांना 4 ने भागल्यास बाकी 1, 2, 3 उरते. जर त्या तीन संख्यांच्या गुणाकाराला 4 ने भागले तर बाकी किती उरेल ?
   (1) 1 (2) 2 (3) 3 (4) 0
9. अशी लहानात लहान संख्या शोधा की जिला 7 ने गुणल्यास येणाऱ्या उत्तरात प्रत्येक अंक 3 हाच असेल.
   (1) 21213 (2) 41232 (3) 42315 (4) 47619
10. 1857 ते 1947 यांच्या दरम्यान असलेल्या किती संख्यांना 10 ने भाग जातो ?
    (1) 10 (2) 9 (3) 8 (4) 7
11. 2, 22, 222, 2222 ... या शृंखलेतील कोणत्या संख्येला 7 ने भाग जातो ?
    (1) 2222 (2) 22222 (3) 222222 (4) 2222222

12. ✳ च्या जागी कोणता अंक घेतल्यास 1947 ✳ 1950 या संख्येला 11 ने भाग जाईल ?

    (1) 2   (2) 4   (3) 6   (4) 8

13. 9^9 ला जर 8 ने भागले तर बाकी किती उरेल ?

    (1) 1   (2) 2   (3) 3   (4) 4

14. $7^{71} \times 6^{59} \times 3^{65}$ या संख्येच्या एकक स्थानचा अंक कोणता ?

    (1) 1   (2) 2   (3) 3   (4) 4

15. दोन संख्यांचा गुणाकार 120 आहे. त्यांच्या वर्गांची बेरीज 289 आहे. त्या संख्यांची बेरीज किती ?

    (1) 20   (2) 18   (3) 23   (4) 32

16. दोन संख्यांचा गुणाकार 120 आहे. त्यांच्या वर्गांची बेरीज 289 आहे. त्या संख्यांची वजाबाकी किती ?

    (1) 13   (2) 7   (3) 9   (4) 11

17. 5 ने वाढवल्यावर जिला 24, 32, 36 व 54 ने भाग जाईल अशी लहानात लहान संख्या शोधा.

    (1) 283   (2) 427   (3) 859   (4) 4320

18. x ला d ने भागल्यास 4375 बाकी उरते. 5 ला d ने भागल्यास 2986 बाकी उरते. x + y ला d ने भागल्यास 2361 बाकी उरते. तर d ची किंमत शोधा.

    (1) 200   (2) 37   (3) 5000   (4) 314

19. $\dfrac{111}{1111}$ चे संक्षिप्त रूप लिहा.

    (1) $\dfrac{1}{11}$ (2) $\dfrac{3}{101}$ (3) $\dfrac{37}{373}$ (4) $\dfrac{111}{1111}$

20. $\dfrac{2}{3}, \dfrac{4}{9}, \dfrac{8}{21}$ यांचा मसावि किती ?

    (1) $\dfrac{2}{3}$ (2) 1   (3) $\dfrac{8}{63}$ (4) $\dfrac{2}{63}$

Solutions 6.3

1. (1) $476 \times 20 = 9520$, $476 \times 22 = 10472$
2. (2) 116 leaves remainder 4. Now 8 - 4 = 4
3. (3) 457 leaves remainder 6. Add 5 to get 46^2
4. (3) Take product of remainder and divide it by 5.
5. (2) $111 \times 11 = 1221$
6. (2) $6 \times 2 = 12$. Divide 12 by 7.
7. (4) sum of the remainders = $1 + 2 + 3 + 4 = 10$
8. (2) product of the remainders = $1 \times 2 \times 3 = 6$
9. (4) 47619 Divide 3333 ... by 7.
10. (2) 60, 70, ... , 40
11. (3) Divide 222 ... by 7.

12. (4) Take sum of the digits in even places and that in the odd places $*$ = 8.
13. (1) 9 leaves remainder 1. 9^9 leaves remainder $1 \times 1 \times ... = 1$
14. (4) Use power cycles of base 7, 6 and 3.
15. (3) $(x + y)^2 = x^2 + y^2 + 2xy = 289 + 240 = 489$ ∴ x + y = 23
16. (2) $(x - y)^2 = x^2 + y^2 - 2xy = 289 - 240 = 49$ ∴ x - y = 7
17. (2) LCM of 24, 32, 36, 54 is 432. Now 432 - 5 = 427.
18. (3) 4375 + 2986 - 2361 = 5000
19. (4) N and D do not have common factor.

20. (4) $HCF = \dfrac{HCF \text{ of numerators}}{LCM \text{ of denominaters}} = \dfrac{2}{63}$

EXERCISE 6.4

1. पहिल्या 12 नैसर्गिक संख्यांची सरासरी किती ?
   (1) 6   (2) 7   (3) 6.5   (4) 7.5

2. सहा संख्यांची सरासरी 16 आहे. जर या सहा संख्यांपैकी एक विशिष्ट संख्या काढली तर सरासरी 17 होते. तर ती संख्या कोणती आहे ?
   (1) 16   (2) 17   (3) 11   (4) 10

3. एका बसमधील 34 प्रवाशांचे सरासरी वय 13 वर्षे आहे. ड्रायव्हरचे वय विचारात घेतले तर सरासरी 14 येते. ड्रायव्हरचे वय किती ?
   (1) 27   (2) 14   (3) 46   (4) 48

4. एका बसमधील 14 प्रवासी व ड्रायव्हर यांचे सरासरी वय 15 वर्षे आहे. फक्त प्रवाशांचे सरासरी वय 13 वर्षे आहे. तर ड्रायव्हरचे वय किती ?
   (1) 43   (2) 41   (3) 27   (4) 28

5. 17 संख्यांची सरासरी 6 आहे. 17 पैकी पहिल्या 8 संख्यांची सरासरी 5 आहे. तर शेवटच्या आठ संख्यांची सरासरी 6 आहे. 9 वी संख्या कोणती असेल ?
   (1) 10   (2) 12   (3) 14   (4) 16

6. टेकडीच्या पायथ्यापासून टोकापर्यंत जातानाचा सरासरी वेग 10 किमी प्रति तास असेल व टोकापासून पायथ्यापर्यंत येताना सरासरी वेग 15 किमी प्रति तास असेल तर संपूर्ण प्रवासाचा सरासरी वेग किती ?
   (1) 12   (2) 11   (3) 12.5   (4) 6

7. सुशीलला सोलापूरहून नाशिकला जायला 10 तास लागतात. छगनला नाशिकहून सोलापूरला जायला 15 तास लागतात. जर सुशील सोलापूरहून व छगन नाशिकहून एकमेकांना भेटायला निघाले, तर त्यांची भेट किती तासांनी होईल ?
   (1) 12   (2) 11   (3) 12.5   (4) 6

8. 10 संख्यांची सरासरी काढताना 34 या संख्येला चुकून 54 असे वाचले गेले व 32 ही सरासरी आली. प्रत्यक्ष सरासरी किती ?
   (1) 30   (2) 34   (3) 28   (4) 27

9. तीन क्रमागत विषम संख्यांची सरासरी 15 असल्यास त्यांचा गुणाकार किती
   (1) 3375   (2) 3315   (3) 3325   (4) 3335

10. जर $3x + 4y = 50$ व $4x + 3y = 48$ तर x व y यांची सरासरी किती ?
    (1) 7.5   (2) 3.5   (3) 7   (4) 8

11. आई, वडील मुलगी यांच्या वयांची सरासरी 28 आहे. आई व वडील यांचे सरासरी वय 38 असल्यास मुलींचे वय किती ?
    (1) 18   (2) 16   (3) 8   (4) 10

12. A, B, C यांच्या वयांचे गुणोत्तर 3 : 5 : 7 आहे. त्यांचे सरासरी वय 30 असल्यास B चे वय किती ?
    (1) 25   (2) 36   (3) 30   (4) 32

13. आठ पुरुषांच्या गटात 35 व 45 वय असणाऱ्या पुरुषांना काढून इतर दोन महिलांचा समावेश केल्यामुळे गटाचे सरासरी वय 2 ने वाढले. त्या दोन महिलांचे सरासरी वय किती ?
    (1) 40   (2) 42   (3) 46   (4) 48

14. एक विशिष्ट अंतर जाण्यास 40 किमी प्रति तास वेग ठेवल्यास वेळेत जाणे होते. 35 किमी प्रति तास वेगाने गेल्यास 45 मिनिटे उशीर होतो. तर ते अंतर किती आहे ?
    (1) 210   (2) 230   (3) 410   (4) 340

15. एका संख्येच्या 60% च्या 60% वा भाग 36 आहे तर ती संख्या शोधा.
    (1) 60   (2) 66   (3) 120   (4) 100

16. दोन संख्यांच्या बेरीज व वजाबाकीत 32 चा फरक असून त्यांचा गुणाकार 640 आहे. तर मोठी संख्या कोणती आहे ?
    (1) 30   (2) 35   (3) 40   (4) 45

17. एका संख्येच्या 37% व त्याच संख्येच्या 27% या मध्ये 538 चा फरक आहे. तर ती संख्या शोधा.
    (1) 5380   (2) 2358   (3) 5322   (4) 2690

18. एका संख्येच्या 20% जर 75 असेल तर त्याच संख्येच्या 4% किती ?
    (1) 15   (2) 20   (3) 25   (4) 100

19. एका पिशवीत 1 रुपया, 50 पैसे व 25 पैशांची काही नाणी आहेत. नाण्यांची एकूण संख्या 175 आहे. प्रत्येक प्रकारच्या नाण्यांची रक्कम सारखीच असल्यास पिशवीत एकूण किती रक्कम आहे ?
    (1) 75   (2) 100   (3) 105   (4) 65

20. मुकेशकडे अनिल पेक्षा 15 रुपये जास्त आहेत. दोघांकडे मिळून 135 रुपये आहेत. अनिलकडे किती रुपये आहेत ?
    (1) 75   (2) 60   (3) 55   (4) 65

Solutions 6.4

1. (3) sum is 78. Average is 6.5
2. (3) $16 \times 6 = 96$, $17 \times 5 = 85$, $96 - 85 = 11$
3. (4) $13 + 35 = 48$
4. (1) $15 + 14 (2) = 15 + 28 = 43$
5. (3) $8 + 6 = 14$

6. (1) $\dfrac{2xy}{x+y} = \dfrac{2 \times 10 \times 15}{(10+15)} = \dfrac{2 \times 10 \times 15}{25} = 12$

7. (4) $\dfrac{xy}{x+y} = \dfrac{10 \times 15}{25} = 6$

8. (1) $54 - 34 = 20$, $\dfrac{20}{10} = 2$ $\therefore 32 - 2 = 30$

9. (2) Middle number is 15. Numbers are 13, 15, 17.

10. (3) Adding we get $x + y = 14$ $\therefore$ average is 7

11. (3) $38 - 28 = 10$, $28 - 2(10) = 8$

12. (3) sum $= 30 \times 3 = 90$. $90 \div 15 = 6$, $5 \times 6 = 30$

13. (4) average of 35 and 45 is 40. Each of these two ladies has to increase the age of 4 other member by 2 $\therefore 4 \times 2 = 8$. $40 + 8 = 48$

14. (1) ratio of speeds $= \dfrac{35}{40} = \dfrac{7}{8}$. Ratio of times $= \dfrac{8}{7}$

$8t = 7\left(t + \dfrac{3}{4}\right)$ $\therefore t = 5\dfrac{1}{4}$. $d = 210$ km.

15. (4) $60\% = \dfrac{60}{100} = \dfrac{3}{5}$ $\therefore \dfrac{3}{5} \times \dfrac{3}{5} \times x = 36$ $\therefore x = 100$

16. (3) $(x+y) - (x-y) = 32$ $\therefore y = 16$, $xy = 640$ $\therefore x = 40$.

17. (1) $37\% - 27\% = 10\%$, $10\% = 538$ $\therefore 100\% = 5380$

18. (1) $20\% = \dfrac{1}{5}$, $\dfrac{1}{5} \times x = 75$ $\therefore x = 75 \times 5$

$4\% = \dfrac{1}{25}$, $\dfrac{1}{25}x = \dfrac{1}{25} \times 75 \times 5 = 15$

19. (1) Let there be x coins of 1 rupee. $\therefore$ 2x coins of 50 paise and 4x coins of 25 paise.
$x + 2x + 4x = 175$ $\therefore x = 25$ $\therefore$ Total is 75.

20. (2) $x + x + 15 = 135$ $\therefore x = 60$

EXERCISE 6.5

1. एका व्यक्तीचे 15 वर्षांनंतरचे वय त्याच्या 15 वर्षांपूर्वीच्या वयाच्या चारपट असल्यास त्याचे आजचे वय किती ?
   (1) 10   (2) 12   (3) 25   (4) 30

2. A कडे B पेक्षा 15 रुपये जास्त आहेत. C कडे B पेक्षा 5 रुपये कमी आहेत. A कडे C च्या पाचपट रक्कम आहे. तर B कडे किती रुपये आहेत ?
   (1) 10   (2) 20   (3) 30   (4) 35

3. A चे वय 36 वर्षे व B चे वय 16 वर्षे आहे. किती वर्षांनी A चे वय B च्या वयाच्या दुप्पट झालेले असेल ?

(1) 1   (2) 2   (3) 3   (4) 4

4. 10 वर्षांपूर्वी वडील व मुलगा यांच्या वयांचे गुणोत्तर 3 : 1 होते. 10 वर्षांनंतर हेच गुणोत्तर 5 : 3 असेल. त्यांच्या आजच्या वयांचे गुणोत्तर काढा.

(1) 2 : 1   (2) 3 : 2   (3) 4 : 5   (4) 4 : 3

5. दोन भावांच्या आजच्या वयांचे गुणोत्तर 1 : 2 आहे. पाच वर्षांपूर्वी हे गुणोत्तर 1 : 3 होते. पाच वर्षांनंतर हे गुणोत्तर किती असेल ?

(1) 2 : 3   (2) 3 : 4   (3) 4 : 5   (4) 3 : 5

6. मुलगा व वडील यांच्या आजच्या वयांची बेरीज 45 वर्षे आहे. पाच वर्षांपूर्वी त्यांच्या वयांचा गुणाकार, वडिलांच्या त्या वेळच्या वयाच्या चारपट होता. तर वडिलांचे आजचे वय किती ?

(1) 36   (2) 29   (3) 28   (4) 46

7. खालीलपैकी कोणता अपूर्णांक 45% च्या बरोबर आहे ?

(1) $\dfrac{5}{9}$ (2) $\dfrac{9}{20}$ (3) $\dfrac{9}{10}$ (4) $\dfrac{3}{10}$

8. 64 ही संख्या 80 च्या किती टक्के आहे ?

(1) 64%   (2) 60%   (3) 80%   (4) 75%

9. 50 ग्रॅम ही 2 किलोच्या किती टक्के आहे ?

(1) 10%   (2) 20%   (3) 2.5%   (4) 40%

10. 120 पैकी 20 विद्यार्थी गैरहजर आहेत. तर किती टक्के विद्यार्थी गैरहजर आहेत ?

(1) 20%   (2) 18%   (3) 35%   (4) 16.66%

11. 6 ही संख्या 36 च्या किती टक्के आहे ?

(1) $16\dfrac{2}{3}$ (2) 6%   (3) 36%   (4) 20%

12. सायकलची किंमत प्रत्येक वर्षी 20% ने कमी होते. जर आजची किंमत 640 रुपये असेल तर दोन वर्षांपूर्वी सायकलची किंमत किती होती.

(1) 1000   (2) 720   (3) 840   (4) 900

13. 10% सूट देऊन 10 रुपये पोस्टेज लावल्यावर पुस्तकाची किंमत 460 रुपये होते. तर पुस्तकाची छापील किंमत किती ?

(1) 480   (2) 520   (3) 500   (4) 550

14. 10% पोस्टेज लावल्यास पुस्तक 132 रुपयांना मिळते. तर पोस्टेज न लावल्यास पुस्तक किती रुपयांना मिळेल ?

(1) 120   (2) 100   (3) 140   (4) 144

15. एका अपूर्णांकाचा अंश 300% ने व छेद 150% ने वाढवल्यामुळे तो अपूर्णांक $\dfrac{3}{5}$ झाला. तर तो अपूर्णांक कोणता ?

(1) $\dfrac{3}{8}$ (2) $\dfrac{2}{7}$ (3) $\dfrac{5}{8}$ (4) $\dfrac{6}{7}$

16. जर A चा $\dfrac{2}{3}$ वा भाग = B चा 75% = C चा 60%, तर A : B : C = ?

    (1) 2 : 3 : 5　　　(2) 9 : 8 : 10　　　(3) 3 : 4 : 5　　　(4) 9 : 8 : 6

17. $\dfrac{1}{2}$ % दशांश अपूर्णांकात कसा लिहितात ?

    (1) 0.5　　　(2) 0.05　　　(3) 0.005　　　(4) 0.0005

18. $\dfrac{3}{4}$ म्हणजे किती टक्के ?

    (1) 7.5%　　　(2) 75%　　　(3) 0.75%　　　(4) 750%

19. A चे वय B च्या 5 पट आहे. तर B चे वय A च्या किती टक्क्यांनी कमी आहे ?

    (1) 80%　　　(2) 20%　　　(3) 25%　　　(4) 16. 66%

20. 80 च्या 20% च्या 20% =

    (1) 16　　　(2) 8　　　(3) 3.2　　　(4) 4.6

Solutions 6.5

1. (3) $4x = x + 30$ ∴ $x = 10$, $x + 15 = 25$

2. (1) $5x = x + 20$ ∴ $x = 5$, $x + 5 = 10$

3. (4) After 4 years A : 40, B = 20

4. (1) Let their ages 10 years ago be 3k and k. Today 3k and k. Today $3k + 10$ & $k + 10$. Ten years hence $3k + 20$ & $k + 20$. Now $(3k + 20) : (k + 20) = 5 : 3$
   ∴ $k = 10$. Todays ratio 2 : 1

5. (4) Today : x, 2x. Five years ago $x - 5 : 2x - 5 = 1 : 3$ ∴ $x = 10$. Today their ages are 10 and 20.

6. (1) Let five years ago their ages be x & y. ∴ $xy = 4x$ ∴ $y = 4$. Today they are 9 and 36.

7. (2) $45\% = \dfrac{45}{100} = \dfrac{9}{20}$

8. (3) $\dfrac{64}{80} \times 100 = 80\%$

9. (3) $\dfrac{50}{2000} \times 100 = \dfrac{5}{200} \times 100 = 2.5\%$

10. (4) $\dfrac{20}{120} \times 100 = 16.66\%$

11. (1) $\dfrac{x}{100} \times 36 = 6$ ∴ $x = \dfrac{6 \times 100}{36} = \dfrac{50}{3} = 16\dfrac{2}{3}\%$

12. (1) $80\% = \dfrac{4}{5}$. $x \times \dfrac{4}{5} \times \dfrac{4}{5} = 640$ $\therefore x = 1000$

13. (3) $460 - 10 = 450$. Now 450 is 90% of What ?

14. (1) $x \times \dfrac{110}{100} = 132$ $x = 120$

15. (1) Let fraction be $\dfrac{x}{y}$. 300% of x is 3x. 150% of y is $\dfrac{3}{2}y$.

New fraction is $\dfrac{4x}{\dfrac{5y}{2}} = \dfrac{3}{2}$ $\therefore \dfrac{x}{y} = \dfrac{3}{8}$

16. (2) $\dfrac{2}{3}A = \dfrac{3}{4}B = \dfrac{6}{10}C$ $\therefore \dfrac{A}{9} = \dfrac{B}{8} = \dfrac{C}{10}$

17. (3) $\dfrac{1}{2} = 0.5$ $\dfrac{1}{2}\% = 0.5\% = \dfrac{0.5}{100} = 0.005$

18. (2) $\dfrac{3}{4} = \dfrac{3}{4} \times 100\% = 75\%$

19. (1) $A = 5B$. $B = \dfrac{1}{5}A$. $\therefore B = 20\%$ of A

$\therefore$ B is less than A by 80%

20. (3) 20% of $80 = \dfrac{1}{5} \times 80 = 16$. 20% of $16 = \dfrac{1}{5} \times 16 = 3.2$

EXERCISE 6.6

1. जर 48AB चा संख्येला 4 व 11 चा पूर्ण भाग जात असेल तर A - B = ?
   (1) 1   (2) 2   (3) 3   (4) 4

2. अशी लहानात लहान संख्या शोधा की जिच्यात 1 मिळवल्यास बेरजेला 18, 22, 33 व 108 ने भाग जाईल.
   (1) 876   (2) 1187   (3) 786   (4) 107

3. जर $312 \times 32 = 9984$ तर $9.984 \div 0.032 = ?$
   (1) 312   (2) 3.2   (3) 0.32   (4) 3.12

4. 200 ते 400 च्या दरम्यान किती संख्या 19 ने विभाज्य आहेत ?
   (1) 10   (2) 11   (3) 12   (4) 13

5. $\dfrac{7}{10} + \dfrac{8}{100} + \dfrac{9}{1000} = ?$
   (1) 0.789   (2) 7890   (3) 78.9   (4) 7.89

6. ✳ च्या जागी कोणता अंक घेतल्यास 4 ✳ 56 ला 33 ने भाग जाईल ?

    (1) 1   (2) 2   (3) 3   (4) 4

7. पहिल्या 11 नैसर्गिक संख्यांची बेरीज 66आहे तर पहिल्या 22 नैसर्गिक संख्यांची बेरीज किती ?

    (1) 132   (2) 122   (3) 254   (4) 253

8. 72 व 83 यांना कोणत्या संख्येने भागल्यास बाकी अनुक्रमे 27 व 38 उरते ?

    (1) 25   (2) 35   (3) 38   (4) 45

9. ज्यांचा मसावि 34 आहे व बेरीज 544 आहे अशा संख्यांच्या किती जोड्या आहेत ?

    (1) 1   (2) 2   (3) 3   (4) 4

10. 646cm लांबी व 306cm रुंदी असलेल्या खोलीस चौरस आकाराच्या फरशा बसवायच्या आहेत. कमीत कमी किती फरशा लागतील ?

    (1) 203   (2) 302   (3) 107   (4) 171

11. 594296 या संख्येतील 9 च्या स्थानिक किंमतींमधील फरक किती ?

    (1) 99910   (2) 99900   (3) 89900   (4) 89910

12. वडील व मुलगा यांच्या आजच्या वयांचे गुणोत्तर 4 : 1 आहे. पाच वर्षांनी हे गुणोत्तर 3 : 1 होईल. वडिलांचे आजचे वय किती ?

    (1) 44   (2) 35   (3) 40   (4) 28

13. एका पिशवीत 1 रुपया, 50 पैसे व 25 पैशांची नाणी 5 : 6 : 8 या प्रमाणात आहेत. एकूण रक्कम 210 रुपये असल्यास 1 रुपयांची नाणी किती ?

    (1) 105   (2) 62   (3) 35   (4) 140

14. काही रक्कम A, B , C यांना अशा प्रकारे वाटली की प्रत्येक 2 रुपयातून A ला 1 रुपया, B ला 65 पैसे, C ला 35 पैसे मिळाले. जर C ला एकूण 560 रुपये मिळाले तर एकूण रक्कम किती होती ?

    (1) 3200   (2) 2300   (3) 1800   (4) 1860

15. 74000 रुपये A, B, C यांना $\frac{1}{4} : \frac{1}{5} : \frac{1}{6}$ या प्रमाणात वाटल्यास B चा वाटा किती ?

    (1) 24000   (2) 24500   (3) 26500   (4) 27000

16. जर $\frac{a}{2} = \frac{b}{3} = \frac{c}{4} = \frac{2a - 3b + 5c}{k}$, तर k = ?

    (1) 10   (2) 15   (3) 18   (4) 9

17. A ने 4000 रु. भांडवलाने धंदा सुरू केला. तीन महिन्यांनी 8000 रु. भांडवल देऊन B भागीदार झाला. C ने 12000 रुपये 2 महिन्यांकरिता भांडवल म्हणून दिले. वर्षाखेरीस जर 5200 चा नफा झाला, त्यात B चा हिस्सा किती ?

    (1) 1500   (2) 1800   (3) 2600   (4) 2700

18. 600 लोकांच्या गटाला 28 दिवस पुरेल एवढे धान्य आहे. 4 दिवसांनी गटात आणखी 200 लोक भरती झाले, तर धान्य आणखी किती दिवस पुरेल ?

    (1) 21   (2) 27   (3) 18   (4) 14

19. एक भिंत बांधायला कामगारांच्या एका गटाला 5 दिवस लागतात. अर्धी भिंत बांधून झाल्यावर अर्धे कामगार काम सोडून निघून गेले. आता ते काम पूर्ण व्हायला आणखी किती दिवस लागतील ?

    (1) 10   (2) 5   (3) 4   (4) 7

20. 1000 कैद्यांना अर्धे जेवण दिल्यास 13 दिवस पुरेल एवढा साठा शिल्लक आहे. अन्नाचा साठा 3 पट केला, जेवण पूर्ण दिले; कैद्यांची संख्या 250 केली तर साठा किती दिवस पुरेल ?

    (1) 36   (2) 48   (3) 65   (4) 78

Solutions 6.6

1. (4) $(4 + A) - (8 + B) = 8$ ∴ $A - B = 4$
2. (2) LCM of 18, 22, 33 and 108 is 1188. Now 1188 - 1 = 1187.
3. (1) $312 \times 32 = 9984$ ∴ $312 \times 0.032 = 9.984$
4. (2) $11 \times 19 = 209$, $19 \times 21 = 399$ ∴ $21 - 11 + 1 = 11$
5. (1) $0.7 + 0.08 + 0.009 = 0.789$
6. (3) ✳ = 3. Take the sum of digits.
7. (4) $1 + 2 ... + 11 = 66$, $1 + 2 + ... + 22 = 1 + 2 ... + 11 + 12 + ... 22 = 66 + 12 + 13 + ...$
   $22 = 66 + (1 + 2 + ...11) + 121 = 66 + 66 + 121 = 253$
8. (4) $72 - 27 = 45$, $83 - 38 = 45$
9. (4) $34x + 34y = 544$ ∴ $x + y = 16$, $(1, 15)$, $(3, 13)$, $(5, 11)$, $(7, 9)$ are possible values of x, y
10. (4) HCF of 646 and 306 is 34. No of tiles = $\dfrac{(646 \times 306)}{34 \times 34} = 171$
11. (4) $90000 - 90 = 89910$
12. (3) Let ages be 4x, x. Five years hence $(4x + 5) : (x + 5) = 3 : 1$ ∴ $x = 10$, $4x = 40$.
13.   5k, 6k, 8k be number of coins. $5k + 3k + 2k = 210$, $k = 21$, $5k = 105$.
14. (1) $35 \rightarrow 200$ then $560 \rightarrow$?
15. (1) $30 : 24 : 20 = 15 : 12 : 10$. $B = 24000$.
16. (2) $k = 2(2) - 3(3) + 4(5) = 15$
17. (3) $12 \times 4 : 9 \times 8 : 12 \times 2 = 2 : 3 : 1$ $B = \dfrac{1}{2} \times 5200 = 2600$.
18. (3) $600 \times 24 = 800 \times x$ ∴ $x = 18$
19. (2) $x \times \dfrac{5}{2} = \dfrac{x}{2} \times t$ ∴ $t = 5$
20. (4) $\dfrac{x}{3} \times 250 \times 1 = 1000 \times \dfrac{13}{1} \times \dfrac{1}{2}$ ∴ $x = 78$

EXERCISE 6.7

1. 12 या संख्येला किती मूळ संख्यांनी भाग जातो ?
   (1) 1   (2) 2   (3) 3   (4) 4

2. 357016 या संख्येतील सर्व अंकांच्या स्थानिक किंमतीची बेरीज किती ?
   (1) 21   (2) 22   (3) 357016   (4)35716

3. 12 खालीलपैकी कोणत्या जोडीतील संख्या सहमूळ संख्या आहेत ?
   (1) 8, 10   (2) 5, 10   (3) 51, 57   (4) 41, 44

4. वर्गात मुले व मुली यांचे गुणोत्तर 5 : 2 आहे. जर मुलींपेक्षा मुलांची संख्या 39 ने जास्त असेल तर वर्गात किती मुली आहेत ?
   (1) 26   (2) 65   (3) 91   (4) 13

5. 23571 रुपये A व B यांना अशा प्रकारे वाटायचे आहेत की A ला B च्या दुप्पट रक्कम मिळेल. तर A ला B पेक्षा किती रक्कम जास्त मिळेल ?
   (1) 7658   (2) 7857   (3) 7572   (4) 3739

6. A, B, C यांनी अनुक्रमे 3500, 2000 व 2500 रुपये गुंतवून दुकान सुरू केले. दुकान A च्या घरात असल्यामुळे नफ्यातून A ला दरमहा 200 रुपये द्यायचे ठरले. पहिल्या महिन्यात 2600 रुपये नफा झाला. त्यातील C चा वाटा किती ?
   (1) 600   (2) 750   (3) 1050   (4) 800

7. चौरसाची बाजू 16% ने वाढल्यास त्याचे क्षेत्रफळ किती टक्क्यांनी वाढेल ?
   (1) 24%   (2) 2.56%   (3) 32%   (4) 34.56%

8. चौरसाची बाजू 12% ने कमी केल्यास क्षेत्रफळ किती टक्क्यांनी कमी होईल?
   (1) 23.88%   (2) 24%   (3) 25.44   (4) 22.56

9. आयताची लांबी 25% ने 12 ने वाढवली व रुंदी 20% ने कमी केली तर त्याच्या क्षेत्रफळात किती टक्क्यांचा बदल होईल ?
   (1) 45%   (2) 5%   (3) 7.5%   (4) 0%

10. 40 ही संख्या 50 च्या किती % आहे ?
    (1) 20%   (2) 50%   (3) 40%   (4) 80%

11. 50 ही 40 च्या किती टक्के आहे ?
    (1) 80%   (2) 60%   (3) 75%   (4) 125%

12. आधिष्ठीची उंची अनन्याच्या उंचीपेक्षा 20% ने कमी आहे. तर अनन्याची उंची आधिष्ठीच्या उंचीपेक्षा किती टक्क्यांनी जास्त आहे ?

13. 51 ही संख्या 300 च्या किती टक्के आहे ?
    (1) 17%   (2) 34%   (3) 8%   (4) 13%

14. 120 ही कोणत्या संख्येच्या 20% आहे ?
    (1) 24   (2) 124   (3) 600   (4) 60

15. 100 पेक्षा लहान असणाऱ्या किती संख्यांना 7 ने भाग जातो ?
    (1) 12   (2) 13   (3) 14   (4) 15

16. 7 ने भाग जाणाऱ्या दोन अंकी संख्या किती आहेत ?

   (1) 12   (2) 13   (3) 14   (4) 15

17. एकमेकांपासून 600 किमी अंतरावर असलेल्या दोन कार एकमेकींच्या दिशेने निघाल्या व 20 तासांनी भेटल्या. जर पहिल्या कारचा वेग 20 किमी प्रति तास असेल तर दुसऱ्या कारचा वेग किती ?

   (1) 30 kmph   (2) 10 kmph   (3) 15 kmph   (4) 20 kmph

18. एक चोर पहाटे चार वाजता पोलिस स्टेशनमधून पळाला. त्याचा वेग ताशी 10 किमी आहे. पहाटे पाच वाजता पोलिसाच्या ही गोष्ट लक्षात आली व त्याने सायकलवर चोराचा पाठलाग सुरू केला. जर सायकलचा ताशी वेग 12 किमी असेल तर तो चोराला किती वाजता पकडेल ?

   (1) 9 am   (2) 7 am   (3) 10 am   (4) 11 am

19. 25 च्या 20% च्या 20% = ?

   (1) 125   (2) 0.25   (3) 1   (4) 5

20. एका संख्येच्या 20% च्या 25% जर 23 असेल ती संख्या कोणती आहे ?

   (1) 230   (2) 225   (3) 460   (4) 230

Solutions 6.7

1. (2) 2 and 3.
2. (3) 357016
3. (4) 41, 44 have no common factor.
4. (1) 5-2 = 3, 39 ÷ 3 = 13, 13 × 2 = 26
5. (2) $\frac{1}{3}$ of 23571 = 7857
6. (2) Ratio is 7 : 4 : 5, 2600 - 200 = 2400, C = 750
7. (4) 16 + 16 + 16% of 16 = 34. 56
8. (4) 12 + 12 - 12 % of 12 = 22.56
9. (4) -20 + 25 - 20% of 25 = 0
10. (4) 80%
11. (4) 125%
12. (2) Adhishthi : x, Ananya : y. $x = \frac{80}{100} y$ ∴ $y = \frac{100}{80} x$

   ∴ $y = \frac{5}{4} x$ ∴ $y = \frac{125}{100} x$ ∴ 25%

13. (1) $\frac{51}{300} \times 100 = 17\%$
14. (3) 120 is $\frac{1}{5}$ of which number ? 120 × 5 = 600
15. (3) 14 × 7 = 98
16. (2) 14 - 1 = 13

17. (2) First car has covered $20 \times 20 = 400$ km distance. second car has coverd $600 - 400 = 200$ km distance in 20 hours. $\therefore$ Its speed is 10 kmph.

18. (3) At 5am 9ap between them is 10km. Relative speed is 2 kmph. It will take 5 hrs. 5am + 5hrs = 10am

19. (3) 20% of 20% of 25 $= \dfrac{1}{5} \times \dfrac{1}{5} \times 25 = 1$

20. (3) 20% of 25% of x = 23

$$\therefore \dfrac{1}{5} \times \dfrac{1}{4} \times x = 23 \quad \therefore x = 20 \times 23 = 460$$

EXERCISE 6.8

1. 475 रुपयांना घेतलेली होंडा सिटी 570 रुपयांना विकल्यास शेकडा नफा किती ?
    (1) 40%　　　　(2) 35%　　　　(3) 20%　　　　(4) 15%

2. 1410 रुपयांना एक टी. व्ही. विकल्यामुळे 6% तोटा होत असेल तर टी. व्ही. ची खरेदीची किंमत किती ?
    (1) 1500　　　　(2) 1450　　　　(3) 1750　　　　(4) 1650

3. 100 वस्तूंच्या विक्रीतून दुकानदाराला 20 वस्तूंच्या विक्रीच्या किंमती एवढा नफा होतो. तर त्याचा शेकडा नफा किती ?
    (1) 25%　　　　(2) 20%　　　　(3) 30%　　　　(4) 16%

4. जर m : n = 3 : 2, तर (4m + 5n) : (4m - 5n) = ?
    (1) 2 : 1　　　　(2) 6 : 5　　　　(3) 9 : 4　　　　(4) 11 : 1

5. जर 12 टेबलांची विक्रीची किंमत 16 टेबलांच्या खरेदीच्या किंमती एवढी असेल, तर शेकडा नफा किती ?
    (1) 20%　　　　(2) 25%　　　　(3) 32%　　　　(4) 33.33%

6. 36 भ्रमणध्वनी संच विकल्यामुळे चार भ्रमणध्वनी संचांच्या विक्रीच्या किंमती एवढा तोटा होत असल्यास शेकडा तोटा किती ?
    (1) 10%　　　　(2) 12%　　　　(3) 15%　　　　(4) 20%

7. रतनशेठने 517 रुपयांना नॅनो कार विकून 10% नफा मिळवला, तर नॅनो तयार करायला त्यांना किती खर्च आला ?
    (1) 470　　　　(2) 460　　　　(3) 370　　　　(4) 496

8. जर 3a = 4b व 5b = 6c तर a : b : c ?
    (1) 8 : 6 : 5　　　　(2) 3 : 4 : 6　　　　(3) 1 : 3 : 4　　　　(4) 6 : 4 : 3

9. जर a : b = 2 : 3 व b : c = 2 : 5 तर a : c = ?
    (1) 2 : 5　　　　(2) 3 : 2　　　　(3) 4 : 9　　　　(4) 4 : 15

10. काही रक्कम A, B, व C यांना 1 : 1 : 3 या प्रमाणात वाटली तर C ला किती टक्के रक्कम मिळाली ?
    (1) 46%　　　　(2) 50%　　　　(3) 30%　　　　(4) 60%

11. 60 विद्यार्थी संख्या असलेल्या वर्गात मुले व मुली यांचे गुणोत्तर 2 : 3 आहे. तर मुलींची संख्या किती ?
    (1) 24　　　　(2) 36　　　　(3) 20　　　　(4) 30

12. एका कुटुंबात चहा व कॉफी यावर होणारा खर्च यावर होणारा खर्च 1 : 2 या प्रमाणात आहे. जर चहाच्या किंमतीत 20% व कॉफीच्या किंमतीत 25% वाढ झाली तर चहा व कॉफी यावर होणाऱ्या एकूण खर्चात किती टक्के वाढ झाली ?

(1) 45%   (2) 22.5%   (3) $23\frac{1}{3}$%   (4) $22\frac{1}{3}$%

13. पाच पेन व चार वह्या यांची किंमत तीन पेन व सात वह्या यांच्या किंमतीबरोबर आहे. तर पेनच्या किंमतीचे वहीच्या किंमतीशी गुणोत्तर किती ?
(1) 2 : 1   (2) 3 : 2   (3) 2 : 3   (4) 4 : 5

14. तीन गाड्यांच्या वेगांचे गुणोत्तर 3 : 4 : 5 आहे. त्यांना विशिष्ट अंतर जाण्यासाठी लागणाऱ्या वेळांचे गुणोत्तर किती ?
(1) 3 : 4 : 5   (2) 4 : 3 : 5   (3) 9 : 8 : 7   (4) 20 : 15 : 12

15. समान क्षेत्रफळे असणाऱ्या दोन आयताच्या लांबीचे गुणोत्तर 2 : 3 आहे. तर त्यांच्या रुंदीचे गुणोत्तर किती ?
(1) 2 : 3   (2) 3 : 2   (3) 4 : 9   (4) 1 : 4

16. A ही संख्या B च्या सम प्रमाणात बदलते. जेव्हा A = 5 तेव्हा B = 4. B = 10 असताना A ची किंमत किती ?
(1) 8   (2) 12   (3) 12.5   (4) 7.5

17. जर (a + b) : (b + c) : (c + a) = 6 : 7 : 8 व a + b + c = 21 तर c = ?
(1) 12   (2) 16   (3) 8   (4) 9

18. तीन संख्यांचे गुणोत्तर 2 : 3 : 4 आहे. त्यांच्या वर्गांची बेरीज 725 आहे. या तीन पैकी मोठी संख्या कोणती ?
(1) 20   (2) 30   (3) 25   (4) 18

19. A, B, C या तिघांमध्ये काही रक्कम 2 : 5 : 9 या प्रमाणात वाटली. जर A ला 37 रुपये मिळाले असतील तर एकूण रक्कम किती ?
(1) 246   (2) 198   (3) 259   (4) 534

20. जर a : b = 2 : 3, b : c = 3 : 4 व a + b + c = 180 तर a = ?
(1) 20   (2) 30   (3) 40   (4) 60

Solutions 6.8

1. (3) $570 - 475 = 95$, $\frac{95}{475} \times 100 = 20\%$

2. (1) $100 - 6 = 94$ ∴ 94% of cost price = 1410

   ∴ $\frac{94}{100} \times$ cost price = 1410 ∴ cost price = 1500

3. (1) Suppose S. P. of 100 articles is Rs. 100. Of these 100 Rs 80 Rs is C. P. and 20 Rs is profit. ∴ % Profit = 25%

4. (4) m : n = 3 : 2 ∴ 4m : 5n = 12 : 10 ∴ (4m + 5n) : (4m - 5n) = 22 : 2 = 11 : 1

5. (4) 4 tables are in profit when 12 tables are sold. 4 is what percent of 12 ?
6. (1) Let S. P. of 36 sets be 36 Rs. $\therefore$ SP. of 4 sets is Rs 4. $\therefore$ SP = 36, Loss = 4. $\therefore$ CP = 40. $\therefore$ Percentage loss is 10%
7. (1) C. P. + 10% of C. P. = 517, 110% of CP = 517, $\therefore$ CP = 470.
8. (1) $\frac{a}{b}=\frac{4}{3}=\frac{8}{6}, \ \frac{b}{c}=\frac{6}{5}$ $\therefore a : b : c = 8 : 6 : 5$
9. (4) $\frac{a}{b}=\frac{2}{3}, \ \frac{b}{c}=\frac{2}{5}, \therefore \ \frac{a}{b}=\frac{4}{6}, \ \frac{b}{c}=\frac{6}{15}, \therefore a : c = 4 : 15$
10. (4) $\frac{3}{5}=\frac{6}{10}=\frac{60}{100}=60\%$
11. (2) $2+3=5, \ \frac{60}{5}=12, \ 12 \times 3 = 36$
12. (3) Suppose expenses are 100 and 200. New expenses are 120 and 250. 300 $\rightarrow$ 370. 70 Rs increase in 300. $\therefore$ percentage increase is $\frac{70}{300} \times 100 = 23\frac{1}{3}\%$
13. (2) $5x + 4y = 3x + 7y \ \therefore x : y = 3 : 2$
14. (4) Suppose distance is 60. Time taken by them are 20, 15, 12
15. (2) 3 : 2 product of length and breadth is constant.
16. (3) $A : B = 5 : 4 \ \ A = \frac{5}{4} \times B \ \ \therefore A = 12.5$
17. (4) $a + b = 6x, \ b + c = 7x, \ c + a = 8x \ \ \therefore a + b + c = \frac{21}{2}x$
$\therefore x = 2 \ \ \therefore a + b = 12 \ \ \therefore c = 9$
18. (1) $4x^2 + 9x^2 + 16x^2 = 725 \ \ \therefore x = 5, 4x = 20$
19. (3) $2x + 5x + 9x = 16x, \ 2x = 37 \ \ \therefore 16x = 37 \times 8 = 296$
20. (3) $2 + 3 + 4 = 9, \ \frac{180}{9} = 20, \ a = 2 \times 20 = 40$

EXERCISE 6.9

1. 100 मीटर लांबीच्या आगगाडीला खांब ओलांडण्यासाठी 15 सेकंद वेळ लागला. तर गाडीचा वेग किती ?
   (1) 24 kmph (2) 15 kmph (3) 20 kmph (4) 42 kmph
2. एका गाडीचा वेग 36 kmph आहे. तर ती गाडी एका सेकंदात किती मीटर पुढे जाईल ?
   (1) 10m (2) 2m (3) 3m (4) 4m
3. एका गाडीचा वेग 54 kmph आहे. 120 मीटर अंतर जाण्यास गाडीला किती सेकंद लागतील ?
   (1) 12 sec (2) 10 sec (3) 8 sec (4) 6 sec
4. 180 मीटर लांबी असलेली आगगाडी 54 kmph वेगाने 120 मीटर लांबीचा पूल किती वेळात ओलांडील ?
   (1) 20 sec (2) 30 sec (3) 10 sec (4) 15 sec

5. 200 मीटर लांबीचा एक पूल ओलांडायला धावणाऱ्या माणसाला 20 सेकंद लागतात. तर त्याचा वेग किती आहे ?

   (1) 10 kmph   (2) 20 kmph   (3) 36 kmph   (4) 40 kmph

6. 110 मीटर व 90 मीटर लांबी असलेल्या दोन आगगाड्या एकमेकींच्या दिशेने धावताहेत. त्या 10 सेकंदात एकमेकींना ओलांडतात. पहिल्या गाडीचा वेग ताशी 50 किमी असल्यास दुसऱ्या गाडीचा वेग किती ?

   (1) 40 kmph   (2) 20 kmph   (3) 22 kmph   (4) 18 kmph

7. आगगाडीचा वेग 49 kmph आहे व लांबी 300 मीटर आहे. एक माणूस आगगाडीच्या दिशेने 5 kmph या वेगाने धावत आहे. त्याला गाडी ओलांडायला किती वेळ लागेल ?

   (1) 10 sec   (2) 20 sec   (3) 30 sec   (4) 40 sec

8. 12 एका आगगाडीला खांब ओलांडायला 15 सेकंद व 100 मीटर लांबीचा पूल ओलांडायला 30 सेकंद लागतात. गाडीची लांबी किती ?

   (1) 100 m   (2) 200 m   (3) 300 m   (4) 150 m

9. एक आगगाडी 100 मी लांबीचा पूल 5 सेकंदात व 300 मीटर लांबीचा पूल 10 सेकंदात ओलांडते, तर गाडीची लांबी किती ?

   (1) 100 m   (2) 200 m   (3) 300 m   (4) 150 m

10. एक सायकलस्वार 20 kmph वेगाने 3 तास व 25 kmph वेगाने तास 2 तास सायकल चालवतो. संपूर्ण प्रवासात त्याचा सरासरी वेग किती ?

    (1) 11 kmph   (2) 18 kmph   (3) 20 kmph   (4) 22 kmph

11. A व B यांच्या वेगांचे गुणोत्तर 3 : 4 आहे. B ला एक ठराविक अंतर पार करायला 48 मिनिटे लागतात. तेच अंतर पार करायला A ला किती वेळ लागेल ?

    (1) 60 min   (2) 36 min   (3) 32 min   (4) 75 min

12. एक बस 30 kmph वेगाने 2 तास, 40 kmph वेगाने 3 तास व उरलेले अंतर 60 kmph या वेगाने पूर्ण करते. जर एकूण अंतर 300 km असेल तर प्रवासाचा एकूण वेळ किती ?

    (1) 5 hr   (2) 7 hr   (3) 9 hr   (4) 10 hr

13. A व B एकाच ठिकाणापासून एकाच दिशेने चालत निघाले. A 9 वाजता निघाला. B 11.30 ला निघाला. A चा वेग 4 kmph तर B चा वेग 9 kmph आहे. तर B हा A ला किती वाजता भेटेल ?

    (1) 12   (2) 1   (3) 1.30   (4) 2.30

14. पुणे-पंढरपूर गाडी पुण्याहून 6 वाजता निघते व पंढरपूरला 10 वाजता पोहोचते. पंढरपूर-पुणे गाडी पंढरपूरहून 8 वाजता निघते व पुण्याला 12 वाजता पोहोचते. या गाड्यांची भेट किती वाजता होते ?

    (1) 9 am   (2) 10 am   (3) 10.30 am   (4) 11 am

15. गाडीचा वेग नियमित वेगाच्या दोन तृतीयांश झाल्यामुळे तिला पोहोचायला अर्धा तास उशीर झाला. तर नेहमी गाडीला किती वेळ लागतो ?

    (1) 1 hr   (2) 2 hr   (3) 3 hr   (4) 4 hr

16. गाडीचा वेग नियमित वेगापेक्षा 20% ने वाढल्यामुळे, गाडी 1 तास लवकर पोहोचली. तर नेहमी गाडीला किती वेळ लागतो ?

    (1) 2 hr   (2) 3 hr   (3) 4 hr   (4) 5 hr

17. एकमेकांपासून 55 km अंतरावर असणाऱ्या गावाहून A व B अनुक्रमे 12 kmph व 10 kmph या वेगाने एकमेकांच्या दिशेने एकाच वेळी निघाले. त्यांची भेट किती तासांनी होईल ?

(1) $2\frac{1}{2}$ hr (2) $1\frac{1}{2}$ hr (3) 3 hr (4) 2 hr

18. A पासून B पर्यंत जाताना गाडीचा वेग 20 kmph होता व B पासून A पर्यंत जाताना गाडीचा वेग 40 kmph होता. जर A व B यांच्यातील अंतर 73 किमी असेल तर सरासरी वेग किती ?

(1) $26\frac{2}{3}$ (2) $23\frac{2}{3}$ (3) $22\frac{2}{3}$ (4) $21\frac{2}{3}$

19. घरापासून कार्यालयात जाताना वेग 40 kmph असल्यास 5 मिनिटे उशीर होतो व वेग 50 kmph असल्यास 3 मिनिटे लवकर पोहोचतो. तर घरापासून कार्यालयापर्यंतचे अंतर किती ?

(1) 26.6 km (2) 25.4 km (3) 22.6 km (4) 28.6 km

20. एका आगगाडीला खांब ओलांडायला जेवढा वेळ लागतो. त्याच्या पाचपट वेळ 240 मीटर लांबीचा पूल ओलांडायला लागतो. तर गाडीची लांबी किती आहे ?

(1) 40 m (2) 60 m (3) 100 m (4) 120 m

Solutios 6.9

1. (1) speed = $\frac{\text{Dist}}{\text{time}} = \frac{100}{15}$ m/s = $\frac{100}{15} \times \frac{18}{5}$ kmph = 24 kmph

2. (1) 36 kmph = $36 \times \frac{5}{18}$ m/s = 10 m/s

3. (3) $54 \times \frac{5}{18}$ = 15 m/s. $\frac{120}{15} = 8$

4. (1) speed 15 m/s. Dist : 300m. time 20 sec

5. (3) speed = 10 m/s = 36 kmph

6. (3) length = Dist = 110 + 90 = 200m. Time 10 sec. speed = 20 = 72 kmph. 72 - 50 = 22.

7. (2) speed = 49 + 5 = 54 kmph. 15m/sec. Dist 300m, t = 20 sec.

8. (1) $\frac{x}{15} = \frac{x+100}{30}$ $\therefore x = 100$

9. (1) $\frac{x+100}{5} = \frac{x+300}{10}$ $\therefore x = 100$

10. (4) $\frac{20\times3+25\times2}{5}$ = 22 kmph

11. (2) $\frac{3}{4} \times 48$ = 36 min.

12. (2) $30 \times 2 = 60$, $40 \times 3 = 120$, $300 - 180 = 120$, $\frac{120}{60} = 2$

13. (3) At 11.30 B will be at starting point whereas A will be 10 km ahed. Relative speed is 5 kmphr. Time = 2 hr. 11.30 + 2hr = 1.30

14. (1) At 8 am they will be half the distance apart. Together they cover this half distance in $\frac{1}{4}$ th of the total time. i.e. in 1 hr. 8 am + 1 hr = 9 am.

15. (1) $s \times t = \frac{2}{3} s \times \left(t + \frac{1}{2} \right)$ ∴ t = 1

16. (4) New speed is $\frac{5}{4}$ time original ∴ new time is $\frac{4}{5}$ of orginal $\frac{4}{5}$ (t) = t - 1 ∴ t = 5

17. (1) Distance 55km, Relative speed 22 kmph ∴ time = $2\frac{1}{2}$

18. (1) $\frac{2xy}{x+y} = \frac{2 \times 20 \times 40}{60} = \frac{80}{3} = 26\frac{2}{3}$

19. (1) $\frac{x}{40} - \frac{y}{50} = \frac{8}{60}$ ∴ x = 26.6

20. (2) $\frac{x}{t} = \frac{x+240}{5t}$ ∴ x = 60

EXERCISE 6.10

1. एक गाडी ताशी 80 kmph वेगाने चालविल्यास A पासून B पर्यंत 16 तासात पोहोचते. गाडीचा वेग 64 kmph केल्यास किती वेळ लागेल ?
   (1) 10   (2) 20   (3) 24   (4) 30

2. दोन घनांच्या बाजूंचे गुणोत्तर 1 : 2 आहे. त्यांच्या घनफळांचे गुणोत्तर किती ?
   (1) 1 : 2   (2) 1 : 4   (3) 1 : 8   (4) 1 : 6

3. चौरसाची बाजू 20% ने वाढल्यास त्याचे क्षेत्रफळ किती टक्क्यांनी वाढते ?
   (1) 20%   (2) 40%   (3) 44%   (4) 48%

4. चौरसाची बाजू 20% ने कमी केल्यास त्याचे क्षेत्रफळ किती टक्क्यांनी कमी होईल ?
   (1) 20%   (2) 36%   (3) 44%   (4) 48%

5. वर्तुळाचा परीघ 10% ने कमी झाल्यास व्यास किती टक्क्यांनी कमी होईल ?
   (1) 10%   (2) 12 %   (3) 9%   (4) 20%

6. वर्तुळाचा परीघ 10% ने कमी झाल्यास क्षेत्रफळ किती टक्क्यांनी कमी होईल ?
   (1) 10%   (2) 20%   (3) 19%   (4) 21 %

7. चौरसाची बाजू 20% ने वाढल्यास त्याच्या क्षेत्रफळात किती टक्के वाढ होईल ?
   (1) 44   (2) 40   (3) 24   (4) 20

8. साखरेच्या भावात 25% वाढ झाली. एका कुटुंबाचा साखरेवर होणारा खर्च तेवढाच ठेवायचा झाल्यास साखरेचा वापर किती टक्क्यांनी कमी करावा लागेल ?
   (1) 20%   (2) 25%   (3) 22%   (4) 18%

9. एका व्यक्तीचा पगार 60% ने कमी केला. किती टक्क्यांनी वाढ केल्यास त्याचा पगार परत पूर्वीएवढा होईल ?
(1) 40 % (2) 60% (3) 120% (4) 150%

10. एका व्यक्तीचा पगार 50% ने वाढवला. त्याचा पगार परत पूर्वी एवढा करण्यासाठी किती टक्क्यांनी कपात करावी लागेल ?
(1) 50% (2) 75% (3) 33.33% (4) 66.66%

11. एक अप्रमाणिक दुकानदार खरेदीच्या किंमतीतच मालाची विक्री करतो, परंतु तो 1 किलोकरिता 900 ग्रॅमचे वजन वापरतो. तर त्याचा शेकडा नफा किती ?
(1) 10% (2) $11\frac{1}{3}$% (3) $11\frac{1}{9}$% (4) $10\frac{1}{3}$%

12. एक प्रामाणिक दुकानदार खरेदीच्या किंमतीतच मालाची विक्री करतो. नजर चुकीने त्याने 1 किलोकरिता 1100 ग्रॅमचे वजन वापरले तर त्याचा शेकडा तोटा किती ?
(1) 10% (2) 11% (3) $9\frac{1}{11}$% (4) $10\frac{1}{3}$%

13. 5 पुस्तकांच्या खरेदीच्या किंमतीत 4 पुस्तकांची व्रिकी केल्यास शेकडा नफा किती ?
(1) 20% (2) 25% (3) 33% (4) 10%

14. 4 पुस्तकांच्या खरेदीच्या किंमतीत 5 पुस्तकांची विक्री केल्यास शेकडा तोटा किती ?
(1) 20% (2) 25% (3) 30% (4) 11%

15. 37 रुपये प्रती लिटर या दराने घेतलेल्या दुधात तेवढेच पाणी मिसळून तयार झालेले मिश्रण जर 37 रुपये प्रती लिटर या दराने विकले तर शेकडा नफा किती ?
(1) 37% (2) 75% (30) 50% (4) 100%

16. आयताची लांबी 150% ने वाढली. क्षेत्रफळात बदल न होण्यासाठी त्याची रुंदी किती टक्क्यांनी कमी करावी लागेल ?
(1) 150% (2) 100% (3) 60% (4) 75%

17. आयताची लांबी 20% ने व रुंदी 25% ने कमी केल्यास त्याचे क्षेत्रफळ किती टक्क्यांनी कमी होईल ?
(1) 45% (2) 40% (3) 55% (4) 35%

18. आयताची लांबी 20% ने व रुंदी 25% ने वाढविल्यास त्याच्या क्षेत्रफळात किती टक्कयांनी वाढ होईल ?
(1) 40% (2) 45% (3) 50% (4) 55%

19. समभुज त्रिकोणाच्या बाजूंमध्ये 20%, 30% व 50% वाढ करून विषमभुज त्रिकोण तयार केला. परिमितीमध्ये शेकडा वाढ किती झाली ?
(1) 33% (2) 100% (3) 50% (4) 28%

20. हेलिनियमची किंमत प्रत्येक वर्षी 10% ने वाढते. जर आजची त्याची किंमत 200 रुपये असल्यास तीन वर्षांनी त्याची किंमत किती होईल ?
(1) Rs. 288 (2) 266.20 (3) Rs. 332 (4) 278.33

Solutions 6.10

1. 2	2. 3	3. 3	4. 2	5. 1	6. 3	7. 1
8. 1	9. 4	10. 3	11. 3	12. 3	13. 2	14. 1
15. 4	16. 3	17. 2	18. 3	19. 2	20. 2	

सांख्यिकीच्या माहितीचे पृथ:क्करण आणि माहितीची पर्याप्तता
Data Interpretation & Data sufficiency

सतीश बांगर, भूपेश जाधव
स्पर्धा परीक्षा प्रशिक्षण केंद्र, अहमदनगर महानगरपालिका, अहमदनगर

या **Topic** मध्ये एखादा प्रश्न दिलेला असतो. त्या प्रश्नाला अनुसरून दोन विधाने दिली जातात. ती दोन विधाने त्या प्रश्नांची उत्तरे देण्यास समर्थ / पर्याप्त आहेत का हे पाहावे लागते.

कधी-कधी एखादे ढोबळ विधान केले जाते. त्याला अनुसरून दोन विधाने दिली जातात.

माहितीची पर्याप्तता या प्रकरणाचा अभ्यास करताना गणित आणि बुद्धिमापन या दोन्ही विषयांचा चांगला अभ्यास विद्यार्थ्यांनी करावयास हवा.

विद्यार्थ्यांनी पुढील प्रकरणाकडे काळजीपूर्वक लक्ष द्यावे.

(1) संख्या-प्रकार व क्रिया
(2) संख्या स्थानिक किंमत
(3) म.सा.वि. व ल.सा.वि.
(4) घातांक
(5) साधा व व्यवहारी अपूर्णांक
(6) दशांश अपूर्णांक
(7) पाण्याची टाकी व नळ याविषयावरील प्रश्न
(8) काळ, काम, वेग, मजूर
(9) सरासरी
(10) वेग, वेळ, आगगाडी
(11) शेकडेवारी
(12) नफा, तोटा
(13) गुणोत्तर प्रमाण
(14) वयवारी
(15) भूमिती प्राथमिक क्रिया
(16) कोन
(17) क्षेत्रफळ, पृष्ठफळ व घनफळ
(18) परिमाणे - मापे, वजन
(19) बँकेचे व्यवहार
(20) भागीदारी
(21) शेअर बाजार
(22) सूट, कमिशन

सांख्यिकी माहितीचे पृथ:करण Data Interpretation :

माहितीचे सादरीकरण करताना खालील साधनांचा वापर केला जातो.

(1) टेबल
(2) स्तंभालेख Bar Graphs
(3) वृत्तालेख Pie-digrams
(4) रेखा आलेख (Line / caragraph)
(5) Caselet form (Paragraph)
(6) Geometrical Digrams.
(7) Mixed Graphs.

उपयोग कोठे होतो ?

(1) NSO (National Statistical Organization)
(2) NSS (National Sample Servey)
(3) UNO
(4) EU
(5) World Bank
(6) IMF
(7) T. V. Chanal
(8) विविध आयोग
(9) जागतिक संस्था
(10) उद्योगसमूह
(11) भारताचे माहिती प्रसारण खाते

विद्यार्थ्यांकडून अपेक्षा :

उमेदवार नवीन ज्ञान किती लवकरात लवकर आत्मसात करतो, हे तपासणे.

विद्यार्थ्यांनी आलेखाचा अभ्यास करण्यापूर्वी गणितातील पुढील प्रकरणांचा अभ्यास करावा.

(1) शेकडेवारी
(2) सरासरी
(3) गुणोत्तर व प्रमाण
(4) भागाकार, गुणाकार, बेरीज, वजाबाकी

आम्ही या विभागात समाविष्ट केलेले प्रश्न

परीक्षा :

(1) महाराष्ट्र लोकसेवा आयोग
(2) केंद्रीय लोकसेवा आयोग
(3) बँक्स
(4) आयुर्विमा
(5) एस.एस.सी.
(6) रेल्वे
(7) डिफेन्स सेवा
(8) असिस्टंड ग्रेड

(1) खाली दिलेल्या कोष्टकामध्ये तीन शहरांमधील लोकसंख्या, साक्षर संख्या, निरक्षर संख्या आणि साक्षर लोकांची टक्केवारी दिली आहे.

	शहर	लोकसंख्या	साक्षर लोक	निरक्षर लोक	साक्षरता प्रमाण
(1)	मनमाड	49342	6421	—	—
(2)	नाशिक	—	4064	16790	—
(3)	सातारा	60314	—	—	16.1

वरील सारणी पाहून खाली विचारलेल्या प्रश्नांची उत्तरे लिहा.

(1) मनमाड शहरातील किती % लोक साक्षर आहेत ?

    (1) 14.9%   **(2) 13.01%**   (3) 12.61%   (4) 15.04%

(2) नाशिक शहरातील साक्षरता किती % आहे ?

    (1) 19.5%   (2) 16.7%   (3) 18.3%   (4) 14.6%

(3) सातार्‍यातील किती लोक साक्षर आहेत ?

    (1) 50599   **(2) 9710**   (3) 76865   (4) 1475

उत्तरे

1. (2) 13.01%

स्पष्टीकरण :

$$= \frac{\text{साक्षर लोक}}{\text{एकूण लोकसंख्या}} \times 100$$

$$= \frac{6421}{49.342} \times 100$$

$$= 13.01\%$$

2. (1) 19.51%

स्पष्टीकरण :

नाशिक शहराची एकूण लोकसंख्या = साक्षर लोक + निरक्षर लोक

                    = 4068 + 16790

                    = 20,858

नाशिक शहरातील साक्षरता $= \dfrac{\text{साक्षरलोक}}{\text{एकूण लोकसंख्या}} \times 100$

$$= \frac{4068}{20,858} \times 100 = 19.5\%$$

3. (2) 9710

स्पष्टीकरण :

येथे फक्त एकूण लोकसंख्या माहिती आहे. आणि साक्षरता प्रमाण माहिती आहे.

म्हणून,

$$\text{साताऱ्यातील साक्षर लोकांची संख्या} = \frac{\text{साताऱ्यातील साक्षर लोकांची टक्केवारी} \times \text{साताऱ्याची एकूण लोकसंख्या}}{100}$$

$$= \frac{16.1}{100} \times 60,314$$

$$= 9710$$

(2) खाली दिलेल्या कोष्टकामध्ये 1989-90 ते 1993-94 या काळातील अन्न-धान्याचे उत्पादन (दशलक्ष टनांमध्ये) दिले आहे.

(दशलक्ष टनामध्ये)

	वर्षे	उत्पादन (दशलक्षटन)				एकूण वार्षिक उत्पादन
		गहू	तांदूळ	मका	इतर अन्नधान्य	
(1)	1989 - 90	580	170	150	250	1250
(2)	1990 - 91	600	220	234	380	1454
(3)	1991 - 92	560	240	228	330	1448
(4)	1992 - 93	680	300	380	620	1820
(5)	1993 - 94	860	260	340	550	1960
(6)	Total	3280	1190	1332	2130	7932

वरील कोष्टक पाहून बरोबरच्या उत्तराचा पर्याय गडद करा.

(1) 1989 - 90 ते 1993 - 94 या काळात एकूण उत्पादनांमध्ये गव्हाचे उत्पादन किती % होते ?

(1) 42.6%   (2) 43.1%   **(3) 41.3%**   (4) 40.8%

(2) 1993 - 94 या काळात गव्हाच्या उत्पादनामध्ये मागील वर्षाच्या किती टक्के वाढ झाली ?

(1) 26.4%   (2) 20.9%   (3) 23.6%   (d) 18.7%

(3) 1992 - 93 या वर्षी कोणत्या पिकाचे उत्पादन सर्वात जास्त वाढेल ?

(1) wheat   (2) rice   (3) maize   **(4) other cereals**

(4) 1991 – 92 या वर्षी मक्याच्या उत्पादनामध्ये किती % घट झाली?

(1) 2.63%   **(2) 2.56%**   (3) 2.71%   (4) 2.47%

उत्तरे

1. (3) 413%

    स्पष्टीकरण :

    1989 - 90 ते 1993 - 94 या काळातील एकूण उत्पादन = 7932 MT

    1989 - 90 ते 1993 - 94 या काळातील गव्हाचे एकूण उत्पादन = 3280 MT

    $$\therefore \frac{\text{गव्हाचे एकूण उत्पादन}}{\text{एकूण उत्पादन}} \times 100$$

    $$= \frac{3280}{7932} \times 100$$

    $$= 41.3\%$$

2. (1) 26.4%

    स्पष्टीकरण :

    गव्हाचे 1993 - 94 मधील उत्पादन = 860 MT

    गव्हाचे 1992 - 93 मधील उत्पादन = 680 MT

    $$\text{एकूण वाढ} = \frac{\text{1993-94 मधील उत्पादन - 1992-93 मधील उत्पादन}}{\text{1992-93 मधील उत्पादन}} \times 100$$

    $$= \frac{860 - 680}{680} \times 100$$

    $$= \frac{180 \, mT}{680 \, m} \times 100$$

    $$= 26.4\%$$

3. (4) इतर अन्न-धान्ये

    स्पष्टीकरण :

	साल	गहू	तांदूळ	मका	इतर अन्नधान्य
	1992 - 93	680	300	380	620
वजा	1991 - 92	560	240	228	330
		120 MT	60 MT	152 MT	290 MT

    म्हणजेच इतर अन्न-धान्याचे उत्पादन वाढले.

4. (2) 56%

स्पष्टीकरण :

$$\text{घट} = \frac{\text{1990-91 मधील उत्पादन - 1991-92 मधील उत्पादन}}{\text{1990-91 मधील उत्पादन}} \times 100$$

$$= \frac{234-228}{234} \times 100$$

$$= \frac{6}{234} \times 100$$

$$= 2.56$$

(3) खाली दिलेल्या कोष्टकाचा अभ्यास करून विचारलेल्या प्रश्नांची उत्तरे लिहा.
कारखान्यातील वेगवेगळ्या विभागात काम करणाऱ्या कामगारांची / नोकरांची संख्या

	वर्षे	विभाग (कामगार / नोकरसंख्या)				
		उत्पादन	विक्री	खरेदी	लेखा	संशोधन
1.	1989	150	25	50	45	75
2.	1990	225	40	45	62	70
3.	1991	450	65	30	90	73
4.	1992	470	73	32	105	70
5.	1993	500	80	35	132	74
6.	1994	505	75	36	130	75

1. 1989 मध्ये एकूण कामगारांची जी संख्या होती, सर्वसाधारणपणे तिच्या दुप्पट कामगारांची / नोकरांची संख्या कोणत्या वर्षी होती ?

   (1) 1994 (2) 1993 (3) 1992 **(4) 1991**

2. 1989 ते 1994 ह्या काळात कोणत्या विभागाची कामगारसंख्या सर्वसाधारणपणे सारखीच राहिली ?

   (1) निर्मिती (2) विक्री **(3) संशोधन** (4) लेखीविभाग

3. कोणत्या वर्षी उत्पादन विभागाची कामगार संख्या एकूण कामगार संख्येच्या 50% पेक्षा कमी होती ?

   (1) 1989 (2) 1991 (3) 1992 (4) 1993

4. खालीलपैकी कोणत्या वर्षी मागील वर्षापेक्षा प्रत्येक विभागाची नोकर / कामगार संख्या वाढली ?

   (1) 1993 (2) 1992 (3) 1991 (4) 1990

5. खालीलपैकी कोणत्या विभागातील कामगार / नोकरसंख्या 1989 ते 1994 या काळात एकूण नोकर / कामगार संख्येच्या 10% पेक्षा कमी होती ?

    (1) खरेदी   **(2) विक्री**   (3) लेखा विभाग   (4) संशोधन

उत्तरे :

1. (4) 1991

    स्पष्टीकरण :

वर्षे	एकूण कामगार / नोकर
1989	345
1990	442
1991	708
1992	750
1993	821
1994	821

    ∴ 1989 मधील कामगार संख्या 345

    दुप्पट = 345 × 2

           = 690

    म्हणजेच सर्वसाधारणपणे 1991 = 708

2. (3) संशोधन विभाग

    वरील तक्ता व्यवस्थित पहा.

3. (1) 1989

    स्पष्टीकरण :

वर्षे	एकूण कामगार	उत्पादन विभाग
1989	345	150
1990	442	225
1991	708	450
1992	750	470
1993	821	500
1994	821	505

$$1989 = \frac{150}{345} \times 100 \qquad 1990 = \frac{225}{442} \times 100 \qquad 1991 = \frac{450}{708} \times 100$$

$$= 43\% \qquad\qquad\qquad = 50.9\% \qquad\qquad\qquad = 63.5\%$$

$$1992 = 62\% \qquad\qquad 1993 = 60\% \qquad\qquad 1994 = 61\%$$

4. (1) 1993

स्पष्टीकरण :

1993 मध्ये प्रत्येक विभागाची नोकर संख्या / कामगार संख्या, 1992 ह्या मागील वर्षाच्या प्रत्येक विभागामधील नोकर संख्येपेक्षा जास्त वाढली.

वर्षे	उत्पादन	विक्री	खरेदी	लेखा	संशोधन
1992	470	73	32	105	70
1993	500	80	35	132	74

5. (2) विक्री विभाग

स्पष्टीकरण :

एकूण कामगार 1989 ते 1994 = 3887

विक्री विभागातील 1989 ते 1994 या काळातील एकूण कामगार = 358

$$= \frac{358}{3887} \times 100$$

$$= 9.2\%$$

(4) खाली दिलेल्या कोष्टकाचा काळजीपूर्वक अभ्यास करून विचारलेल्या प्रश्नांची उत्तरे लिहा ?
वेगवेगळ्या खेळात सहभागी होणाऱ्या अकराव्या इयत्तेतील मुलांची संख्या

	खेळ / वर्ग	अकरावी 'अ'	अकरावी 'ब'	अकरावी 'क'	अकरावी 'ड'	अकरावी 'इ'	एकूण
1.	बुद्धिबळ	8	8	8	4	4	32
2.	बॅडमिंटन	8	12	8	12	12	52
3.	टेबल टेनिस	12	16	12	8	12	60
4.	हॉकी	8	4	8	4	8	32
5.	फुटबॉल	8	8	12	12	12	52
6.	एकूण मुलांची संख्या	44	48	48	40	48	228

Note :

(I) 11 वीच्या प्रत्येक वर्गातील विद्यार्थी (मुलगा / मुलगी) खेळात सहभागी होतात.

(II) प्रत्येक वर्गातील मुलांच्या 25% मुली प्रत्येक खेळात सहभागी होतात.

(III) प्रत्येक विद्यार्थी एकाच खेळात सहभागी होतो.

1. वार्षिक परीक्षेत XI D या वर्गातील सर्व मुले पास झाली, परंतु काही मुली नापास झाल्या. बारावी 'ड' या वर्गात 5 : 1 या प्रमाणात मुले व मुली यांनी प्रवेश केला; तर किती मुली अकरावी 'ड' या वर्गात नापास झाल्या आहेत ?

   (1) 8   (2) 5   **(3) 2**   (4) 1

2. खालीलपैकी कोणत्या खेळात मुली सहभागी होतील की ज्यामुळे मुले व मुली यांचे प्रमाण 4 : 1 होईल, तर सर्व मुले (boys) बुद्धिबळ आणि बॅडमिंटन खेळात सहभागी आहेत ?

   (1) Table Tennis & Hockey   (2) Badmintion & Table Tennis

   (3) Chess & Hockey   **(4) Hockey & football**

3. अकरावी अ तील मुले, अकरावी 'ब' मुली, आणि अकरावी 'क' मधील मुली यांची संख्या एकूण विद्यार्थी संख्येच्या 25% आहे तर एकूण संख्या किती

   (1) 272   (2) 560   (3) 656   (4) 340

4. अकरावी ब (XI B) आणि (XI C) मधील मुलींची संख्या चौपट केल्यास येणारी संख्या खालीलपैकी कुठल्या वर्गातील मुलांच्या संख्येइतकी असेल ?

   (1) अकरावी ड व अकरावी इ   (2) अकरावी अ व अकरावी ब

   (3) अकरावी अ व अकरावी ड   **(4) यापैकी कोणत्याही नाही**

5. कॉलेजमधून एका कोर्ससाठी अकरावी 'इ' मधील बुद्धिबळ खेळणारी मुले आणि अकरावी ब व अकरावी क मधील टेबल टेनिस व हॉकी खेळणाऱ्या मुली यांची अनुक्रमे निवड झाली; तर ह्या कोर्ससाठी कॉलेजमधील किती % मुलांना फायदा झाला ?

   (1) 4.38   **(2) 3.51**   (3) 10. 52   (4) 13.5

6. सामाजिक कार्यात अकरावी 'ड' आणि अकरावी 'क' मधील मुले - मुलींच्या जोड्या भाग घेतात. (थोडक्यात जेवढ्या मुली तेवढीच मुले). तर दोन्ही वर्गातील एकूण किती % मुले सामाजिक कार्यात भाग घेत नाहीत?

   (1) 88   (2) 66   (3) 60   **(4) 75**

उत्तरे

1. (3) स्पष्टीकरण :

   अकरावी 'ड'मधील मुलांची संख्या = 40

   वर्गातील मुलींची संख्या 25% $= 40 \times \dfrac{25}{100} = 10$

   बारावी 'ड'मधील पास मुलींची संख्या $= \dfrac{1}{5} \times 40 = 8$

   नापास झालेल्या मुली = एकूण मुली - पास झालेल्या मुली

= 10 - 8

= 2

2. (4) हॉकी आणि फुटबॉल

स्पष्टीकरण :

बुद्धिबळ आणि बॅडमिंटन खेळणाऱ्या मुलांची संख्या = 32 + 52

= 84

हॉकी आणि फुटबॉल खेळणाऱ्या मुलींची संख्या = 84 च्या 25% = $\dfrac{25}{100}$ × 84

= 21

आवश्यक प्रमाण = 84 : 21

म्हणजेच 4 : 1

3. (1) 272

स्पष्टीकरण :

अकरावी 'अ' मुलींची संख्या = 44

अकरावी 'ब' मुलींची संख्या 48 च्या 25%

∴ 48 × $\dfrac{25}{100}$

= 12

अकरावी 'क' मुलींची संख्या = 48 च्या 25% = 12

विद्यार्थी संख्या x मानू.

∴ 44 + 12 + 12 = 25%x

68 = $\dfrac{25x}{100}$

$\dfrac{68 \times 100}{25}$ = x   x = 272

4. (4) यापैकी कोणतीही नाही

स्पष्टीकरण :

अकरावी B + अकरावी 'C' मधील मुलींची संख्या

48 च्या 25% + 48% च्या 25%

= 12 + 12

= 24

24 ची चौपट = 24 × 4

= 96

5. (2) 3.51

अकरावी इ ची बुद्धिबळ खेळणारी मुले = 4

अकरावी ब - टेबल टेनिस खेळणाऱ्या मुली

$= 16$ चे 25% $16 \times \dfrac{25}{100}$

$= 4$

अकरावी क मधील हॉकी खेळणाऱ्या मुली

8 चे 25% $= 8 \times \dfrac{25}{100}$

$= 2$

निवड झालेले एकूण विद्यार्थी $= 4 + 4 + 2$

$= 10$

कॉलेजमधील एकूण विद्यार्थी संख्या (मुले + मुली)

$228 + (228\% \ 25$ मुली$) \ 57$ $= 285$

फायदा मिळालेल्या विद्यार्थ्यांची % वारी $= \dfrac{10 \times 100}{285}$

$= 3.51$

6. (4) 75%

स्पष्टीकरण :

अकरावी 'ड' आणि अकरावी 'क' मधील मुलींची संख्या = 40 + 48 च्या 25%

$= 88 \times \dfrac{25}{100}$

$= 22$

मुली एवढीच मुलांची संख्या = 22

सामाजिक कार्यात सहभाग 'न' घेणारी मुले 88 - 22 = 66

सामाजिक कार्यात सहभाग न घेणाऱ्या मुलांची % $= \dfrac{66}{88} \times 100 = 75\%$

5. खालील कोष्टकाचा काळजीपूर्वक अभ्यास करून त्या खालील प्रश्नांची उत्तरे लिहा ?
खालील वर्षी प्रविष्ट झालेल्या विद्यार्थ्यांची संख्या आणि त्यापैकी पात्र झालेल्या विद्यार्थ्यांचे शेकडा प्रमाण दिले आहे.

	Year	Arts		Commerce		Science		Engineering		Agriculture	
		APP.	Qual%	APP.	Qual%	APP.	Qual%	APP.	Qual%	APP.	Qual%
1.	1986	842	29	908	21	1928	40	579	45	843	42
2.	1987	1019	27	878	28	2028	38	608	38	719	36
3.	1988	985	31	1156	31	2536	42	492	42	645	41
4.	1989	1215	28	1290	32	2113	45	714	55	720	39
5.	1990	1429	34	1025	24	1725	36	801	48	586	48
6.	1991	1128	24	1416	35	1820	39	726	51	620	35

1. सर्वसाधारणपणे 1990 ते 1991 मध्ये कला शाखेतील प्रविष्ट असलेल्या विद्यार्थी संख्येत किती % घट झाली ?
   (1) 40 (2) 10 **(3) 20** (4) 25
2. 1989 मध्ये शास्त्र शाखेत किती विद्यार्थी पात्र ठरले
   (1) 950 (2) 1050 (3) 650 (4) 1000
3. कृषी शाखेत खालीलपैकी कोणत्या वर्षी पास होणाऱ्या विद्यार्थ्यांची संख्या साधारणपणे सारखीच होती ?
   (1) 1986 & 1989 (2) 1987 & 1991 (3) 1988 & 1990 **(4) 1989 & 1990**
4. साधारणपणे 1987 ते 1991 दरम्यान कॉमर्स शाखेतील पात्र विद्यार्थ्यांचे वाढलेले शेकडा प्रमाण किती ?
   (1) 80 (2) 200 (3) 150 **(4) 100**
5. खालीलपैकी कोणत्या वर्षी आर्टस् शाखेत जेवढे विद्यार्थी पात्र झाले होते. तेवढेच विद्यार्थी शास्त्र शाखेत 1989 मध्ये पात्र झालेले होते ?
   (1) 1988 & 1990 **(2) 1988 & 1991** (c) 1989 & 1990 (4) 1986 & 1991

उत्तरे :

1. (3) 20%

   स्पष्टीकरण :

   1990 पात्र विद्यार्थ्यांची संख्या = 1429

   1991 मधील पात्र विद्यार्थी संख्या = 1128

   $$\text{घट \%} = \frac{301}{1429} \times 100$$
   $$= 21.06 \text{ सर्वसाधारणपणे } 20\%$$

2. (1) 950

पात्र विद्यार्थी संख्येच्या 45%

पात्र विद्यार्थी $= 2113 \times \dfrac{45}{100}$

$= 950$

3. (4) 1989 & 1990

स्पष्टीकरण :

$1989 = \dfrac{39}{100} \times 720$

$= 280$

$1990 = \dfrac{48}{100} \times 586$

$= 281$

4. (4) 100%

स्पष्टीकरण :

1987 मध्ये कॉमर्स शाखेतील पास विद्यार्थी $= \dfrac{28}{100} \times 878$

$= 245$

1991 मध्ये कॉमर्स शाखेतील पास विद्यार्थी $= \dfrac{35}{100} \times 1416$

$= 495.0$

शेकडा प्रमाण $= \dfrac{\text{1991 मधील पास विद्यार्थी} - \text{1987 मधील पास विद्यार्थी}}{\text{1987 मधील पास विद्यार्थी}} \times 100$

$= \dfrac{495 - 245}{245} \times 100$

$= \dfrac{250}{245} \times 100 \quad = 102\%$

5. (4) 1988 & 1991

स्पष्टीकरण :

1989 मधील शास्त्र शाखेतील पात्र विद्यार्थी संख्या $= 2113$

कला शाखेतील पात्र विद्यार्थी संख्या $= 1988 - 985$

$1991 = \dfrac{1128}{2113}$

6.12 Bar Graphs & Pie diagrams

(1) खालील दिलेल्या आलेखाचा काळजीपूर्वक अभ्यास करून प्रश्नांची उत्तरे लिहा.

ग्रामीण भागातील विद्युतीकरण 'न' झालेल्या शहरांचे शेकडा प्रमाण

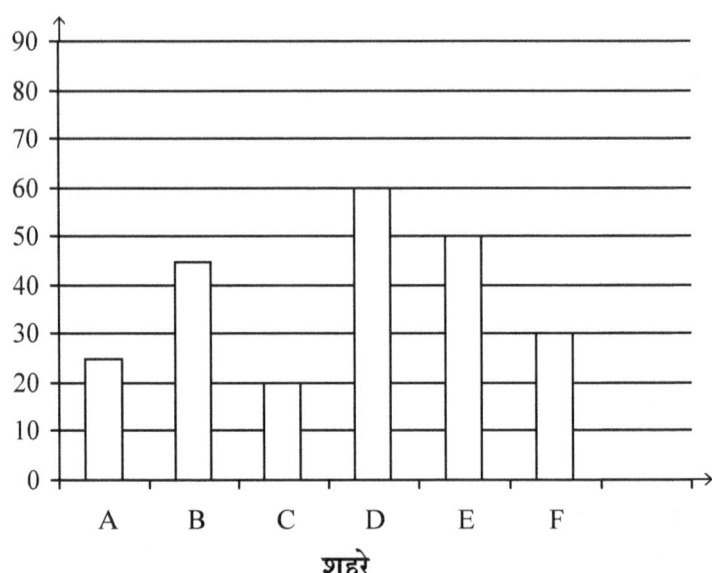

शहरे

1. जर केंद्र शासनाने ठरवले की सर्वांत कमी विद्युतीकरण झालेल्या शहरापासून विद्युतीकरण करायचे ठरवले तर चौथ्या क्रमांकावर कोणते राज्य असेल ?

   (1) C   (2) B   (c) A   **(4) F**

2. 'D' ह्या राज्याशी तुलना केली असता खालीलपैकी कोणत्या राज्याचे विद्युतीकरण दुप्पट झाले आहे ?

   (1) C   (2) F   (3) A   (4) B

3. 'B' या राज्यात किती टक्के विद्युतीकरण झालेले आहे ?

   (1) 65   (2) 25   (3) 45   **(4) 55**

4. खालीलपैकी किती राज्यात 60% पेक्षा जास्त विद्युतीकरण झालेले आहे ?

   (1) 5   **(2) 3**   (3) 4   (4) 2

5. कोणत्या राज्यात सर्वात जास्त विद्युतीकरण झालेले आहे ?

   (1) A   (2) B   **(3) C**   (4) D

उत्तरे :

1. (4) **F राज्य**

   स्पष्टीकरण :

   सर्वात कमी विद्युतीकरण झालेल्या राज्याचा

   क्रम (1) D (2) E (3) B (4) F (5) A (6) C

2. (1) **C राज्य**

   स्पष्टीकरण :

   'D' राज्यात फक्त 40% विद्युतीकरण झालेले आहे.

   'C' राज्याची विद्युतीकरण झालेले शेकडा प्रमाण = 80%

3. (4) **55%**

4. (2) 3 राज्ये   विद्युतीकरण

   A राज्य   75%

   C राज्य   80%

   F राज्य   70%

5. (3) 'C' राज्य 80% विद्युतीकरण झालेले आहे.

(2)   **Question 1 - 4 are based on the graph given below which shows the number of deaths from road accidents occurred during rainy season of 1992.**

1992 मध्ये पावसाळ्यात झालेले रस्ते अपघातातील मृत्यू

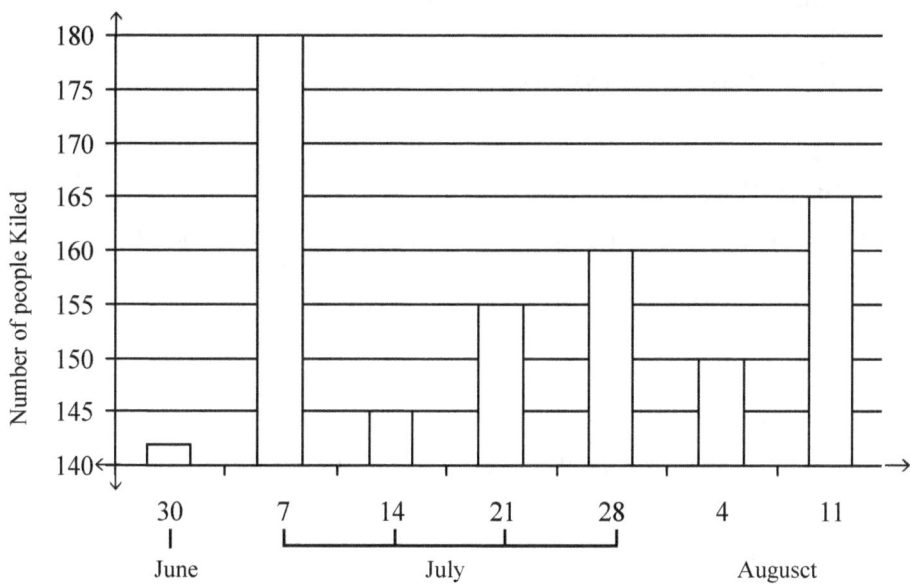

1. खालीलपैकी कोणत्या आठवड्यात मृतांची संख्या वाढली आहे?

   (1)   30 June - 7 July   (2) 14 July - 21 July

   (3) 4 August - 11 August   (4) 21 July - 28 July

2. खालीलपैकी किती आठवड्यात जास्त मृतांचा आकडा 150 पेक्षा होता?

   (1) 1   (2) 2   (3) 3   **(4) 4**

3. खालीलपैकी किती आठवड्यात मृतांचा आकडा 150 पेक्षा कमी होता ?

   (1) 0   (2) 1   **(3) 2**   (4) 3

4. पुढीलपैकी कोणत्या आठवड्यात मृतांचा आकडा एकदम कमी झाला ?

   (1)   30 June - 7 July   **(2) 7 July - 14 July**

   (3)   28 July - 4 August   (4) None of these

उत्तरे :

1. (1) 30 June - 7 July

   स्पष्टीकरण :

   मृतांची संख्या

30 June - 7 July	= 180 - 142
	= 38
14 July - 21 July	= 155 - 145
	= 10
21 July - 28 July	= 160 - 155
	= 5
4 Aug - 11 Aug	= 165 - 150
	= 15

2. (4) 4 (आठवडे)

   (1) 7 July   (2) 21 July   (3) 28 July   (4) 11 Aug

3. (3) 2 आठवडे

   (1) 30th Jun   (2) 14 July

4. (2) 7 July - 14 July

   30 June - 7 July येथे आकडा कमी झाला नसून वाढला आहे.

   7 July - 14 July = (180 - 145) = 35

   28 July - 4 Aug = 160 - 150 = 10

(3) The graph, given here, shows the production of food grains of a country in different years. Questions 1 to 4 are based on this graph. Study the graph and answer the questions.

Production of food grains in a country (in thousand tonnes)

देशातील अन्न-धान्याचे उत्पादन

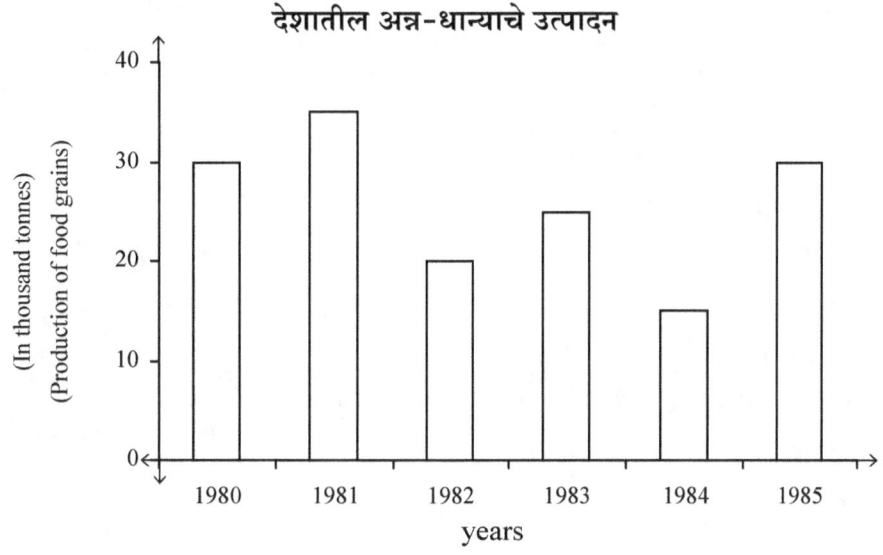

1. 1982 आणि 1984 मधील अन्न-धान्याच्या उत्पादनाची बेरीज खालीलपैकी कोणत्या वर्षाच्या उत्पादना इतकी असेल ?

   (1) 1980 **(2) 1981** (3) 1983 (4) 1985

2. 1981 आणि 1985 ह्या वर्षामध्ये अन्नधान्याच्या उत्पादनातील फरक किती ?

   (1) 500 tonnes (2) 1000 tonnes **(3) 5000 tonnes** (4) 10,000 tonnes

3. 1984 ते 1985 मध्ये अन्न-धान्याचे उत्पादन किती टक्के वाढले ?

   (1) 15 (2) 30 (3) 50 **(4) 100**

4. खालीलपैकी कोणत्यावर्षी अन्न-धान्य उत्पादनाचा दर कमी होता ?

   (1) 1980 & 1981 (2) 1982 & 1983
   (3) 1984 & 1985 (4) 1983 & 1984

उत्तरे :

1. (2) 1981

   स्पष्टीकरण :

   1982 चे उत्पादन = 20 (T. T.)
   1984 चे उत्पादन = 15 (T. T.)

   35 T. T.

2. (3) **5000 tonnes**

   स्पष्टीकरण :

1981 चे उत्पादन = 35 हजार टन

1985 चे उत्पादन = 30 हजार टन

फरक = 5 हजार टन

3. (4) **100%**

स्पष्टीकरण :

$$\frac{1984 \text{ व } 1985 \text{ च्या उत्पादनातील फरक}}{1984 \text{ मधील उत्पादन}} \times 100$$

$$= \frac{15,000}{15,000} \times 100$$

$$= 100\%$$

4. (1) 1980 & 1981

1980 आणि 1981 मधील अन्नधान्याच्या उत्पादनाचा दर =

$$\frac{1980 \text{ व } 1981 \text{ च्या उत्पादनातील फरक}}{1980 \text{ चे उत्पादन}} \times 100$$

$$= \frac{5}{30} \times 100$$

$$= 16\frac{2}{3}\%$$

त्याचप्रमाणे 1982 & 1983 $= \frac{5}{20} \times 100 = 25\%$

1984 & 1985 $= \frac{15}{15} \times 100 = 100\%$

1983 & 1984 $= \frac{10}{25} \times 100$

$$= 40\%$$

4. **Study the figure given below & answer question 1 to 3 (Hotel management 1991)**

Foreign Exchange Researches (Reserves)

परकीय गंगाजळी

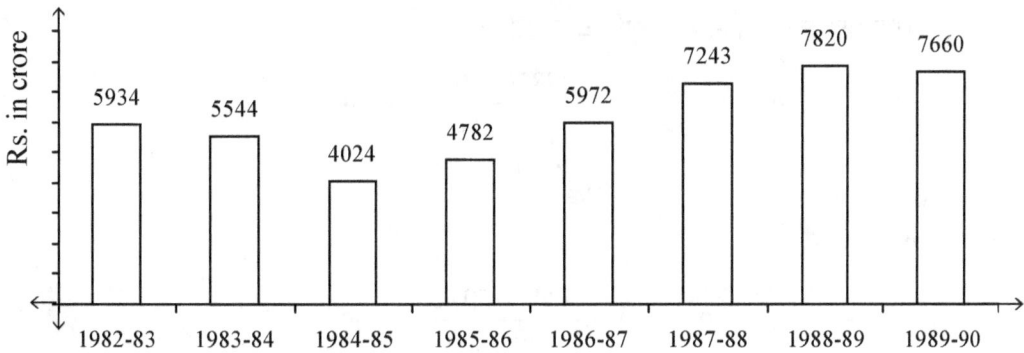

1. खालीलपैकी कोणत्या वर्षी परकीय गंगाजळीमध्ये सर्वाधिक बदल झाला?

    (1) 1985 - 86   (2) 1986 - 87   (3) 1988 - 89   **(4) 1984 - 85**

2. ज्या वर्षी परकीय गंगाजळी कमीत-कमी होती, त्या वर्षांची तुलना 1988 - 89 ह्या वर्षांची केली असता परकीय गंगाजळी किती % वाढलेली दिसेल ?

    (1) 41%   (2) 82%   **(3) 94%**   (4) 97%

3. 1987-88 मध्ये जो दर होता त्या दराच्या प्रमाणात 1989-90 मध्ये परकीय गंगाजळी वाढली, ती गंगाजळी जवळपास किती असेल ?

    (1) 10,500 crore   **(2) 9,500 crore**   (3) 8700 crore   (4) 12,000 crore

उत्तरे :

1. (4) **1984 - 85**

    स्पष्टीकरण :

$$1985-1986 = \frac{4782 - 4024}{4024} \times 100$$

$$= 18.84\%$$

$$1986 - 1987 = \frac{5972 - 4782}{4782} \times 100$$

$$= 24.88\%$$

$$1988 - 1989 = \frac{7820 - 7243}{7243} \times 100$$

$$= 7.97\%$$

$$1984 - 85 = \frac{5544 - 4024}{5544} \times 100$$

$$= 27.42\%$$

2. (3) 94%

स्पष्टीकरण :

कमीत कमी परकीय गंगाजळी =1984 -85 मध्ये = 4024

1988-89 ची परकीय गंगाजळी = 7820

$$= \frac{7820 - 4024}{4024} \times 100$$

$$= 94\%$$

3. (2) 9500 कोटी

स्पष्टीकरण :

$$1987\text{-}88 = \frac{7243 - 5972}{5972} \times 100$$

$$1989\text{-}90 \text{ मधील गंगाजळी} = 21.28\%$$

$$= \frac{121.28}{100} \times 7820$$

$$= 9484 \text{ कोटी}$$

म्हणजेच जवळपास 9500 कोटी

6.13 Pie Diagram

(7) खालील वृत्तालेख पुस्तक तयार करण्यासाठी पुस्तक निर्मात्याला वेगवेगळ्या घटकांसाठी किती खर्च येतो हे दर्शवितो.

A : कागद 20% B : छपाई 25%

C : बांधणी, जाहिरात, रचना इ. 30%

D : इतर खर्च 10% E : मानधन 15%

Study the digram carefully & Answer the questions 1 to 5

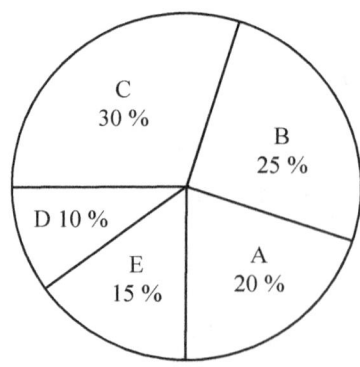

1. मानधनासाठी किती खर्च येतो?

   (1) 15°　　　　　(2) 24°　　　　　(3) 48°　　　　　**(4) 54°**

2. पुस्तकाची बाजार किंमत ही मूळ किमतीपेक्षा 20% ने जास्त आहे; तर बाजार किंमत 30 रु. असताना त्या एका पुस्तकाच्या पानांची किंमत किती ?

   (1) Rs. 6　　　　　**(2) Rs. 5**　　　　　(3) Rs . 4.50　　　　　(4) Rs. 6.50

3. कोणते दोन खर्च एकत्र केल्यास 108° कोन तयार होईल व तो वृत्तालेखाचा जवळपास मध्य असेल?

   (1) A & E　　　　　(2) B & E　　　　　**(3) A & D**　　　　　(4) D & E

4. खालीलपैकी कोणत्या दोन खर्चांमध्ये 18% फरक असेल ?

   (1) B & E　　　　　(2) A & C　　　　　(3) B & D　　　　　**(4) None of these.**

उत्तरे :

1. (4) 54°

$$= \frac{15}{100} \times 360° \text{ (वर्तुळाचा कोन 360° चा असतो.)}$$

2. (2) 5 रु.

   स्पष्टीकरण :

   $$\text{पुस्तकाची मूळ किंमत} = \frac{100}{120} \times 30 = 25$$

   $$\text{त्या एका पुस्तकाच्या पानाची किंमत} = \frac{20}{100} \times 25 = 5 \text{ रु.}$$

3. (3) $\angle A$ & $\angle D$

   स्पष्टीकरण :

   $$\angle A = \frac{20}{100} \times 360° = 72°$$

   $$\angle D = \frac{10}{100} \times 360 = 36°$$

   $$= 72° + 36°$$

   $$= 108°$$

4. (4) None of these

(8) खालील वृत्तालेख घरबांधणीसाठी आलेला खर्च दाखवतो. सिमेंटची किंमत विटांच्या किंमतीच्या तिप्पट आहे. मजुरी ही टिंबर आणि स्टीलच्या दुप्पट आहे. जर टिंबर आणि स्टीलची किंमत एकूण खर्चाच्या **20%** असेल तेव्हा सिमेंट आणि मजुरी याची किंमत अनुक्रमे किती असेल ?

(1) 18% & 24%   (2) 24% & 32 %   **(3) 30% & 40 %**   (4) 45% & 60%

उत्तरे :

(3) **40%**

एकूण किंमत 100 रु. मानू

सिमेंट	= 3 × विटा
मजुरी	= 2 × (लाकूड + स्टील)
लाकूड + स्टील	= 20
मजुरी	= 2 × 20 = 40
विटा + सिमेंट	= RS. (100 - (20 + 40) = 40
विटा + 3 × विटा	= 40 किंवा विटा = 10
सिमेंट	= (3 × 10) = 30

(9) खालील वृत्तालेख एका वर्षात देशाने विविध खेळांवर किती खर्च केला आहे, हे दाखवतो. आलेखाचा अभ्यास करून पुढील प्रश्नांची उत्तरे लिहा ?

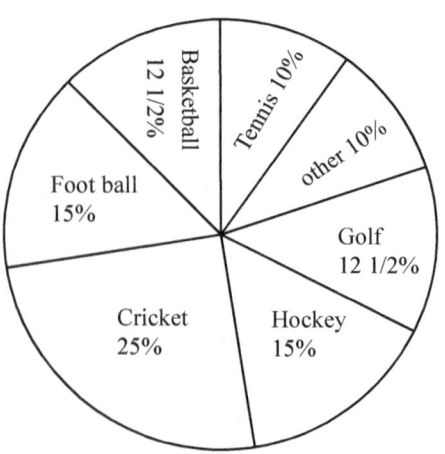

1. एकूण खर्चाच्या किती प्रमाणात फुटबॉल आणि हॉकी या खेळावर खर्च केला आहे ?

(1) 1: 15 **(2) 1 :1**

(3) 15 : 1 (4) 3 : 20

2. जर त्या वर्षी खेळावर एकूण 1, 20,000,00 रु. खर्च केला तर बास्केटबॉलवर किती खर्च केला असेल ?

(1) Rs. 9, 50,000 (2) Rs. 10,00,000

(3) Rs. 12,00,000 **(4) Rs. 15,00,000**

3. देशातील सर्वात खर्चिक खेळ कोणता ?

(1) हॉकी (2) फुटबॉल

(3) क्रिकेट (4) टेनिस

4. देशात खालीलपैकी कोणत्या दोन खेळांवर सारखाच खर्च केला जातो ?

(1) हॉकी व टेनिस **(2) गोल्फ व बास्केटबॉल**

(3) क्रिकेट व फुटबॉल (4) हॉकी व गोल्फ

5. एका वर्षात खेळावरील एकूण खर्च 1,50,00,000 रु. असेल तर क्रिकेट आणि हॉकीवर किती खर्च होईल ?

(1) Rs. 60,00,000 (2) Rs. 50, 00, 000

(2) Rs. 37, 50, 000 (4) Rs. 25, 00, 000

उत्तरे :

1. (2) 1 : 1

2. (4) 15,00,000

स्पष्टीकरण :

$= \frac{12.5}{100} \times 1,20,00,000$ OR $= \frac{25}{2 \times 100} \times 1, 20, 00,000$

$= 15,00,000$ $= 15,00,000$

3. (3) क्रिकेट

कारण, क्रिकेटवर सर्वांत जास्त खर्च होतो.

4. (3) गोल्फ आणि बास्केटबॉल

5. (1) $(25 + 15)\ \% = \frac{40}{100} \times 15,00,00,000 = 60,00,000$

6.14 सरावासाठी प्रश्न

वृत्तालेख

(1) खालील वृत्तालेखात एका विद्यालयातील विविध छंद-वर्गात प्रवेश घेतलेल्या विद्यार्थ्यांची संख्या दाखवली आहे. या वृत्तालेखाचा अभ्यास करून प्रश्नांची उत्तरे द्या.

एकूण विद्यार्थी संख्या 3600

1. पाकशास्त्राच्या वर्गात प्रवेश घेतलेल्या विद्यार्थ्यांची संख्या नृत्याच्या वर्गात प्रवेश घेतलेल्या विद्यार्थ्यांच्या किती टक्के असेल ?

   (1) 101.45   **(2) 104.76**   (3) 113.84   (4) 110.28

2. शिलाई काम व नाटक या वर्गात एकूण प्रवेश घेतलेल्या विद्यार्थ्यांची संख्या किती ?

   (1) 684   (2) 846   (3) 648   **(4) 864**

3. चित्रकरीच्या वर्गात किती विद्यार्थ्यांनी प्रवेश घेतला आहे ?

   (1) 550   (2) 480   (3) 450   **(4) 520**

4. चित्रकारीच्या वर्गात प्रवेश घेतलेल्या विद्यार्थ्यांची संख्या गायन कक्षेतील विद्यार्थ्यांच्या किती टक्के आहे ?

   (1) 78%   (2) 92%   **(3) 83%**   (4) 66 %

5. गायन व नृत्याच्या वर्गात प्रवेश घेतलेल्या एकूण विद्यार्थ्यांची संख्या नाटक वर्गातील प्रवेश घेतलेल्या विद्यार्थ्यांच्या संख्येच्या किती प्रमाणात आहे ?

   (1) 3 : 1   (2) 4 : 7   (3) 7 : 5   (4) 3 : 5

उत्तरे :

1. (2) पाकशास्त्राच्या वर्गात प्रवेश घेतलेल्या विद्यार्थ्यांची संख्या = $\left[\dfrac{22}{100} \times 3600\right]$ = 792

   नृत्याच्या वर्गात प्रवेश घेतलेली विद्यार्थ्यांची संख्या = $\left[\dfrac{21}{100} \times 3600\right]$ = 756

मानू 792 = 756 च्या x%

तर 756 × $\dfrac{x}{100}$ = 792 → x = $\dfrac{792 \times 100}{756}$ = $\dfrac{2200}{21}$ = **104.76**

2. (4) एकूण संख्या = 3600 तर (11% + 13%) = $\left[3600 \times \dfrac{24}{100} \right]$ = 864

3. (4) एकूण संख्या = $\left[\dfrac{15}{100} \times 3600 \right]$ = 540

4. (3) मानू (3600 चे 15%) = (3600 चे 18%) तर x%

→ $\left[3600 \times \dfrac{15}{100} \right]$ = $\left[3600 \times \dfrac{18}{100} \right] \times \dfrac{x}{100}$

→ x = $\dfrac{100 \times 15}{18}$ = $\dfrac{250}{3}$ = **83%**

5. (1) गायन व नृत्यातील एकूण विद्यार्थी = 3600 चे (18% + 21%)

= $\left[3600 \times \dfrac{39}{100} \right]$ = 1404

नाटकातील एकूण विद्यार्थी = $\left[3600 \times \dfrac{13}{100} \right]$ = 468

एकूण गुणोत्तर = 1404 : 468 = 351 : 117 = 27 : 9 = 3 : 1

(2) खालील वृत्तलेखामध्ये एका शहरातील विविध व्यवसाय दर्शविले आहेत.

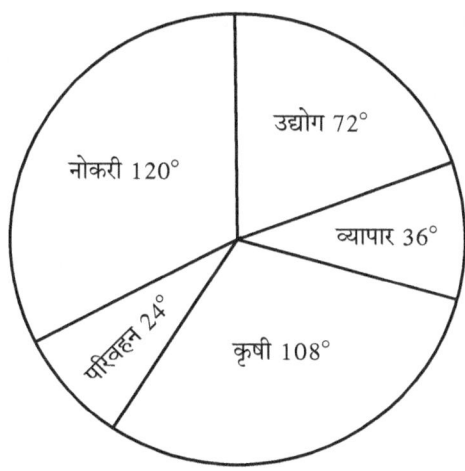

एकूण लोकसंख्या = 360000

1. कृषीच्या तुलनेत नोकरी करणारे किती लोक आहेत ?
   (1) 12001 (2) 10000 (3) 108000 (4) 120000
2. शहराच्या एकूण लोकसंख्येच्या तुलनेत परिवहन व्यवसाय किती टक्के आहे ?
   (1) 24% (2) 7.2% (3) 2.4% **(4) 6.6%**
3. नोकरी व परिवहन व्यवसाय करणाऱ्या व्यक्तींच्या संख्येची तुलना खालील पैकी कोणत्या व्यवसायाच्या बरोबर आहे ?
   (1) कृषी व परिवहन (2) व्यापार व उद्योग **(3) कृषी व व्यापार** (4) उद्योग व कृषी
4. नोकरी व उद्योग करणाऱ्या व्यक्तीचे गुणोत्तर किती आहे ?
   (1) 3 : 4 (2) 2 : 3 **(3) 5 : 3** (4) 3 : 5
5. कृषी व व्यापार व्यवसाय करणाऱ्या व्यक्ती व उद्योग व्यवसाय करणाऱ्या व्यक्ती यातील गुणोत्तर प्रमाण किती?
   (1) 3 : 2 (2) 2 : 3 (3) 1 : 2 **(4) 2 : 1**

उत्तरे :

1. (1) एकूण संख्या = $\left[\frac{120}{360}\times 360000\right]-\left[\frac{108}{360}\times 360000\right]$ (120000 - 108000) = 12000

2. (4) एकूण संख्या = $\left\{\frac{\left(\frac{24}{360}\times 360000\right)}{360000}\times 100\right\}\% = \left[\frac{24000}{36000}\times 100\right]\%$ = 6.6%

3. (3) नोकरी व परिवहन व्यवसाय करणाऱ्या व्यक्तींची एकूण संख्या = 360000 $\left[\frac{120}{360}+\frac{24}{360}\right]$

$$= \left[360000\times\frac{144}{360}\right]$$

कृषी व व्यापार करणाऱ्या व्यक्तींची एकूण संख्या = 360000 $\left[\frac{108}{360}+\frac{36}{360}\right]$

$$= \left[360000\times\frac{144}{360}\right]$$

4. (3) नोकरी करणाऱ्या व्यक्तींची संख्या = $\left[360000\times\frac{120}{360}\right]$ = 120,000

उद्योग करणाऱ्या व्यक्तींची संख्या = $\left[360000\times\frac{72}{360}\right]$ = 72,000

एकूण गुणोत्तर = 120000 : 72000 = 5 : 3

5. (4) कृषी व व्यापार करणाऱ्या व्यक्तीची संख्या $= 360000 \left[\dfrac{108}{360} + \dfrac{36}{360} \right] = \left[360000 \times \dfrac{144}{360} \right]$

$= 144000$

उद्योग करणाऱ्या व्यक्तीची एकूण संख्या $= \left[360000 \times \dfrac{72}{360} \right] = 72000$

एकूण गुणोत्तर $= 144000 : 72000$

$= 2 : 1$

(3) खालील वृत्तलेखात कार्यालयातील विविध विभागांतील कार्यरत कर्मचाऱ्यांची टक्केवारी व दुसऱ्या वृत्तलेखात कर्मचाऱ्यांची पदोन्नतीची संख्या दिली आहे.

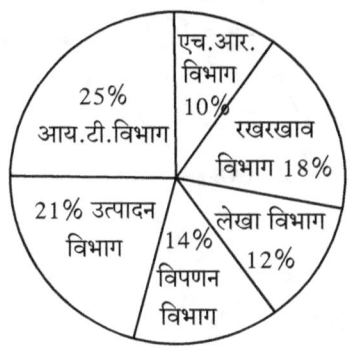

एका कार्यालयातील विभागातील कर्मचाऱ्यांची टक्केवारी

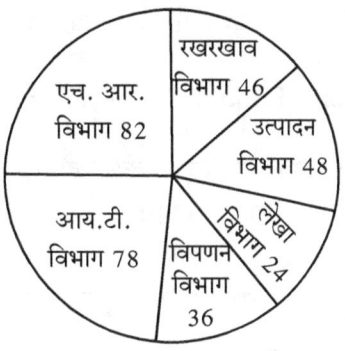

पदोन्नती मिळालेल्या कर्मचाऱ्यांची संख्या

1. रखरखाव व लेखा विभागात पदोन्नत कर्मचारी संख्या दोन्ही विभागातील एकूण कर्मचारी संख्या किती प्रतिशत आहे ?

   (1) 7.58%   (2) 6.27%

   (3) 9.15%   (4) 8.34%

2. एच. आर. विभागामध्ये ज्या कर्मचाऱ्यांची पदोन्नती झाली नाही व ज्या उत्पादन विभागातील कर्मचाऱ्यांची पदोन्नती झाली, अशा दोन्हीही कर्मचाऱ्यांचे गुणोत्तर प्रमाण काढा.

   (1) 216 : 389   **(2) 337 : 417**

   (3) 389 : 216   (4) 417 : 337

3. आय. टी. विभागातील कर्मचाऱ्यांची संख्या किती आहे ?

   (1) 1020   (2) 1045   **(3) 1150**   (4) 1140

4. कोणत्या विभागातील एकूण कर्मचाऱ्यांच्या संख्येपेक्षा पदोन्नत कर्मचाऱ्यांची टक्केवारी सर्वाधिक आहे ?

   (1) आय. टी.   (2) विपणन

   (3) रखरखाव   (4) एच. आर.

उत्तरे :

1. (1) रखरखाव व लेखा विभागातील पदोन्नत कर्मचारी संख्या = (46 + 24) = 70. या विभागातील एकूण कर्मचारी संख्या = 4200 चे (10% + 12%)

$$= \left(4200 \times \frac{22}{100}\right) = 924$$

$$\% = \left(\frac{70}{924} \times 100\right)\% = 7.575 = 7.58\%$$

2. (2) एच. आर. विभागातील एकूण कर्मचारी $= \left(4200 \times \frac{18}{100}\right) = 756$

एच. आर. विभागातील पदोन्नती घेणारे कर्मचारी = (756 - 82) = 674

उत्पादन विभागातील एकूण कर्मचारी $= \left(4200 \times \frac{21}{100}\right) = 882$

उत्पादन विभागातील एकूण पदोन्नती प्राप्त कर्मचारी = (882 - 48) = 834

एकूण प्रमाण = [674 : 834 = 337 : 417]

3. (3) आय. टी. विभागातील एकूण कर्मचारी $= \left(4200 \times \frac{25}{100}\right) = 1050$

4. (3) एकूण कर्मचारी

रखरखाव $= \left(\frac{10}{100} \times 4200\right) = 420$, एच. आर. $\rightarrow \left(\frac{18}{100} \times 4200\right) = 756$

लेखा $= \left(\frac{12}{100} \times 4200\right) = 504$ विपणन $\rightarrow \left(\frac{14}{100} \times 4200\right) = 588$

उत्पादन $= \left(\frac{21}{100} \times 4200\right) = 882$ आय. टी. $\rightarrow \left(\frac{25}{100} \times 4200\right) = 1050$

पदोन्नती प्राप्त कर्मचाऱ्यांची टक्केवारी

रखरखाव $\rightarrow \left(\frac{46}{420} \times 100\right)\% = 10.9\%$ एच. आर. $\rightarrow \frac{82}{756} \times 100 = 10.8\%$

लेखा $\rightarrow \left(\frac{24}{504} \times 100\right)\%$ 4.7 % विपणन $\rightarrow \left(\frac{36}{588} \times 100\right)\% = 6.1\%$

उत्पादन $\rightarrow \left(\frac{48}{882} \times 100\right)\% = 5.4\%$ आय. टी. $\rightarrow \left(\frac{78}{1050} \times 100\right)\% = 7.4\%$

सर्वाधिक टक्केवारी रखरखाव विभागाची आहे.

स्तंभालेख

(1) खालील स्तंभलेखामधील सहा वर्षांतील विविध प्रकारचे ट्रान्सपोर्ट व्यवसाय करणाऱ्या व्यक्तींची संख्या दाखविली आहे.

विविध वर्षांतील वेगवेगळ्या प्रकारे ट्रान्सपोर्ट करणाऱ्या व्यक्तींची संख्या (दर हजारी)

☐ स्वतःची वाहने असणाऱ्या व्यक्ती ☐ बसचा वापर करणाऱ्या व्यक्ती ☐ रेल्वेचा वापर करणाऱ्या व्यक्ती

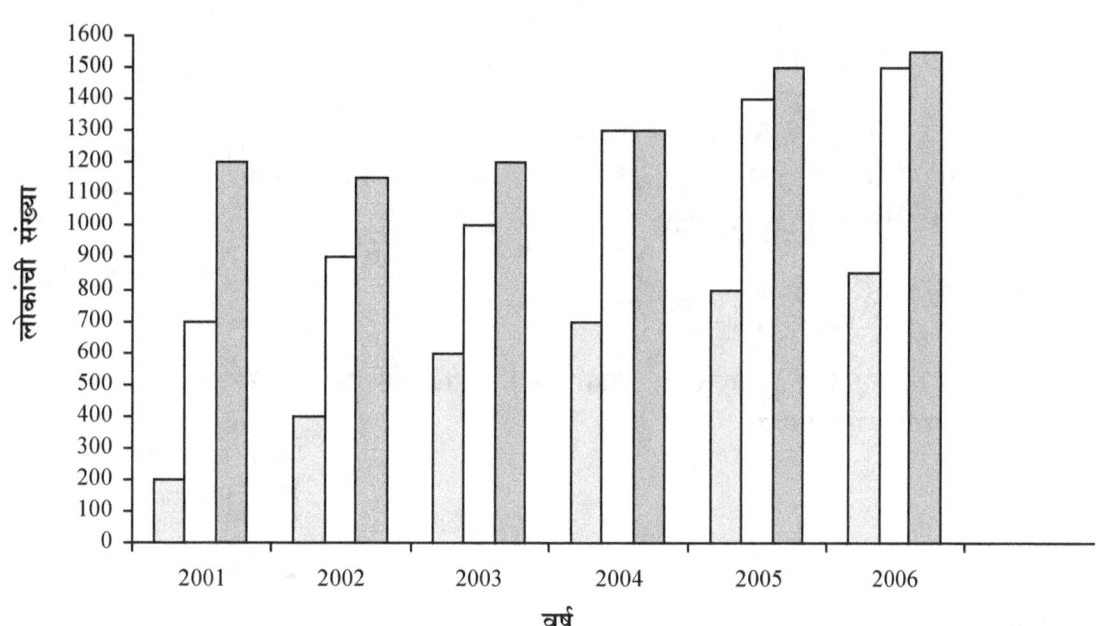

1. वर्ष 2001 ते 2006 मध्ये रेल्वेने प्रवास करणाऱ्या लोकांची एकूण संख्या किती आहे ?

    (1) 7900   (2) 8300   (3) 9100   (4) 6300

2. वर्ष 2006 मधील रेल्वेने प्रवास करणाऱ्या लोकांची संख्या ही वर्ष 2002 मधील रेल्वेने प्रवास करणाऱ्या लोकांच्या संख्येच्या किती गुणोत्तरीत प्रमाणात आहे ?

    (1) 31 : 27   **(2) 31 : 23**   (3) 23 : 31   (4) 27 : 31

3. वर्ष 2005 मध्ये बसने प्रवास करणाऱ्या लोकांची संख्या रेल्वेने प्रवास करणाऱ्या लोकांच्या किती गुणोत्तर प्रमाणात आहे ?

    (1) 29 : 27   (2) 9 : 10   (3) 27 : 29   **(4) 23 : 27**

4. वर्ष 2003 मध्ये बसने प्रवास करणाऱ्या लोकांची संख्या खाजगी वाहन / बस किंवा रेल्वे यांच्या एकूण प्रवास करणाऱ्या एकूण प्रवासी संख्या किती टक्के आहे ?

    (1) 46%   (2) 54%   (3) 22%   **(4) 37%**

उत्तरे :

1. (1) वर्ष 2001 ते वर्ष 2006 पर्यंत रेल्वेने प्रवास करणाऱ्या लोकांची संख्या

   $= (1200 + 1150 + 1250 + 1300 + 1400 + 1550)$

   $= 7900$ हजार

2. (2) वर्ष 2006 मधील रेल्वेने प्रवास करणाऱ्या प्रवाशांची संख्या : वर्ष 2002 मधील रेल्वे प्रवासी संख्या

   $= 1550 : 1150 = 31 : 23$

3. (4) 1050 हजार + 1250 हजार चे 50%

   $$= \left[1050 + 1250 \times \frac{50}{100} \right] \text{ हजार} = (1050 + 625) = 1675$$

4. वर्ष 2003 मधील बस प्रवासी संख्या = 1050

   वर्ष 2003 मधील खाजगी वाहन, बस, रेल्वेने प्रवास करणाऱ्या प्रवाशांची संख्या

   $= 550 + 1050 + 1250 = 2850$

   एकूण टक्के $= \left[\dfrac{1050}{2850} \times 100 \right]\% = \dfrac{700}{19}\% = 36.84\% = 37\%$

प्र. 2. खालील स्तंभालेखात xyz रेल्वेच्या 5 वर्षांतील वित्तीय अर्थसंकल्पांचे विवरण दिले आहे. त्याचे काळजीपूर्वक वाचन करा.

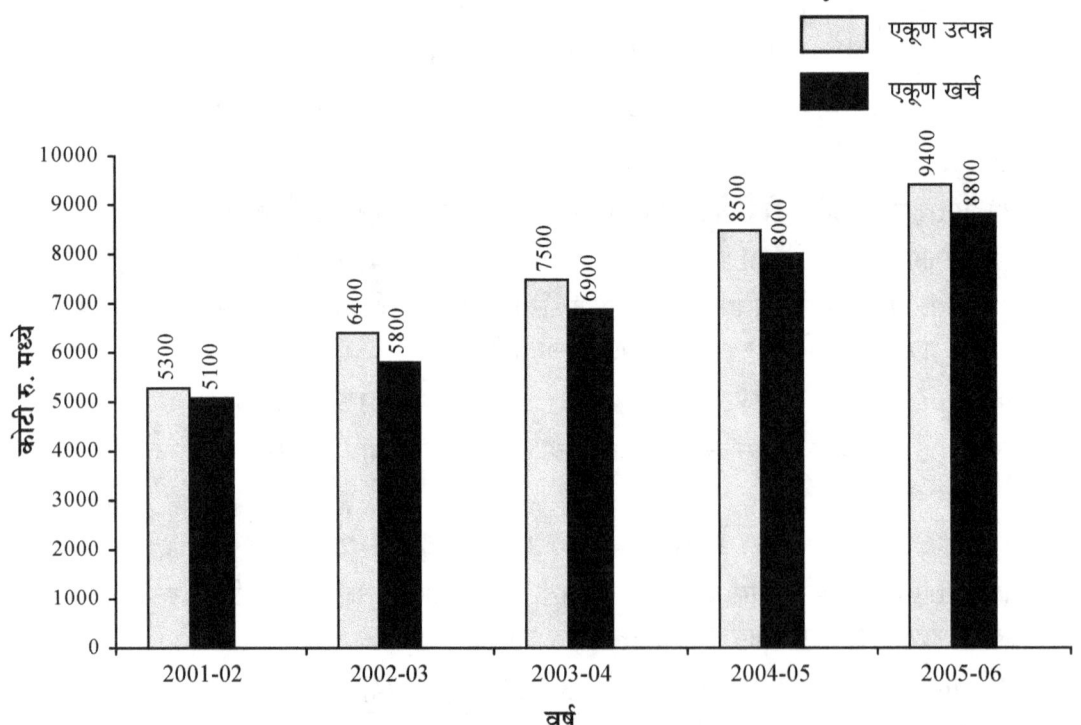

1. जर फायदा = एकूण उत्पनाच्या - एकूण खर्च असे असेल तर 2004-05 या वर्षी एकूण उत्पादनाच्या किती टक्के फायदा झाला ?

   (1) 5.9% (2) 6.4 % (3) 7.2% (4) 8%

2. कोणत्या वर्षी एकूण उत्पन्नाच्या किती टक्के जास्त फायदा झाला ?

   (1) 2005-6 (2) 2004-05 (3) 2003-04 **(4) 2002-03**

3. जर एकूण उत्पन्न समान असेल तर 10% नफा मिळवण्यासाठी 2002-03 मध्ये किती नफा व्हायला हवा ?

   (1) 5667 (2) 5876 **(3) 6444** (4) 7667

4. वर्ष 2001-02 च्या तुलनेत वर्ष 2003-04 मधील एकूण उत्पन्नात किती टक्के वाढ झाली ?

   (1) 42% **(2) 41.5%** (3) 40.5% (4) 45%

उत्तरे :

1. (1) नफा % = $\left[\frac{(8500-8000)\text{ कोटी}}{8500\text{ कोटी}}\times100\right]\% = \left[\frac{(8500-8000)}{8500}\times100\right]\%$

$$= \left[\frac{500}{8500}\times100\right]\%$$

$$= \frac{100}{17}\% = 5.88\% = 5.9\%$$

2. (4) विविध वर्षातील नफा %

वर्ष (2005-06) $\left[\frac{(9400-8800)}{9400}\times100\right]\% = \left[\frac{600}{9400}\times100\right]\%\left[\frac{300}{47}\right]\% = 6.38\%$

वर्ष (2004-05) $\left[\frac{(8500-8000)}{8500}\times100\right]\% = \left[\frac{500}{8500}\times100\right]\%\left[\frac{100}{17}\right]\% = 5.8\%$

वर्ष (2003-04) $\left[\frac{(7500-6900)}{7500}\times100\right]\% = \left[\frac{600}{7500}\times100\right]\% = 8\%$

वर्ष (2002-03) $\left[\frac{(6400-5800)}{6400}\times100\right]\% = \left[\frac{600}{6400}\times100\right]\% = \left[\frac{75}{8}\right] = 9.37\%$

∴ सर्वाधिक नफा % वर्ष (2002 - 03)

∴ सर्वांत कमी नफा % वर्ष (2004 -05)

3. (3) वर्ष 2002-03 मधील = x कोटी रु. मानू

$$\frac{(x-5800)}{x}\times 100 = 10 \rightarrow \frac{x-5800}{x} = \frac{1}{100}$$

10x - 58000 = x

$$9x = 58000 \rightarrow x \frac{58000}{9} = 6444 \text{ कोटी रु.}$$

एकूण = 6444 कोटी रु.

4. (2) वर्ष 2003-04 मधील वर्ष 2001-02 च्या तुलनेत किती % (प्रतिशत)वृद्धी झाली.

$$= \left[\frac{(75000-5300)}{5300}\times 100\right]\% = \left[\frac{2200}{5300}\times 100\right]\% \ \frac{2200}{53}\% = 41.5\%$$

(3) मागील 5 वर्षात 3 कंपन्यांनी (A, B, C) उत्पादित केलेला कागद (लाख टन) दाखवला आहे. तर खालील आलेखाचे लक्षपूर्वक वाचन करा.

3 कंपन्यांनी (A, B, C) द्वारे 5 वर्षातील कागद उत्पादन (लाख टनात)

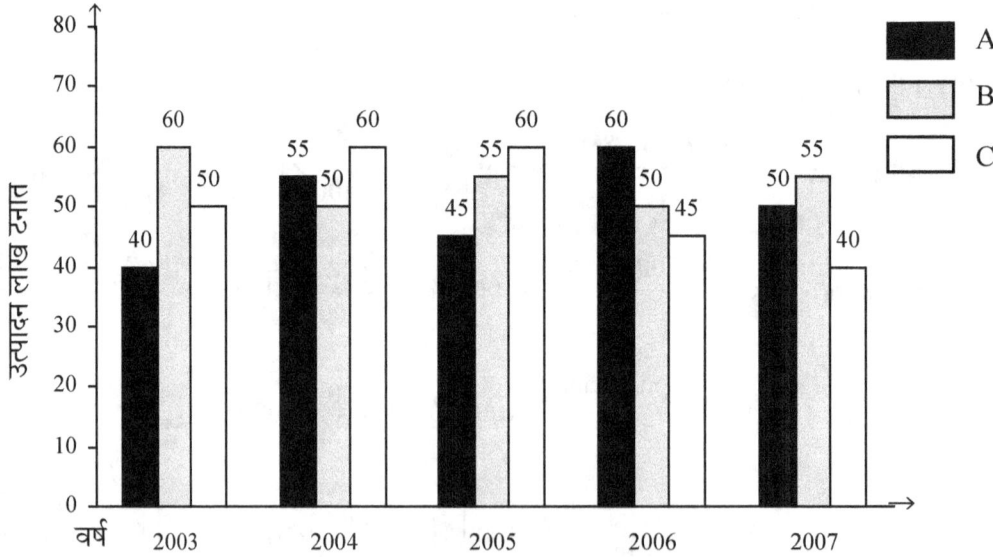

1. कंपनी A च्या वर्ष 2003 ते 2004 पर्यंत उत्पादनात किती टक्के (%) वाढ झाली ?

(1) 37.5% (2) 38.25%

(3) 35% (4) 36.2%

2. कंपनी B चे वर्ष 2007 चे उत्पादन व कंपनी C चे वर्ष 2003 मधील उत्पादन यातील अंतर किती आहे ?

    (1) 50000 टन   (2) 50,00,000 टन

    (3) 5,00,000 टन   (4) 250, 000 टन

3. कंपनी B साठी कोणत्या वर्षी उत्पादनातील वाढ / तोटा मागील वर्षांच्या जास्तीत जास्त % आहे ?

    (1) 2007   (2) 2006

    (3) 2005   **(4) 2004**

4. जास्तीत जास्त उत्पादन देणारी कंपनी आणि कमीत कमी उत्पादन देणारी कंपनी दोन्हींच्या वार्षिक उत्पादनातील अंतर किती आहे ?

    (1) 3000 टन   (2) 3250 टन

    (3) 4000 टन   (4) यातील कुठलाच पर्याय नाही.

उत्तरे :

1. (1) कंपनी A चे वर्ष 2003 मधील उत्पादन = 40 लाख टन

    कंपनी A चे वर्ष 2004 मधील उत्पादन = 55 लाख टन

$$\text{एकूण वाढ \%} = \left[\frac{15 \, \text{लाख}}{40 \, \text{लाख}} \times 100 \right] \% = \left[\frac{15}{40} \times 100 \right] \% = 37.5\%$$

2. (3) कंपनी B चे वर्ष 2007 मधील उत्पादन = 55 लाख टन

    कंपनी C चे वर्ष 2003 मधील उत्पान = 50 लाख टन

    अंतर = लाख टन = 500000 टन

3. (4) कंपनी B चे उत्पादन

$$(2004) \rightarrow \text{तोटा} \left[\frac{10}{60} \times 100 \right] \% = 16.6\%$$

$$(2005) \rightarrow \text{वृद्धी} \left[\frac{5}{50} \times 100 \right] \% = 10\%$$

$$(2006) \rightarrow \text{तोटा} \left[\frac{5}{55} \times 100 \right] \% = 9.09\%$$

$$(2007) \rightarrow \text{वृद्धी} \left[\frac{5}{50} \times 100 \right] \% = 10\%$$

वर्ष 2004 मध्ये उत्पादनात जास्तीत जास्त % तोटा आहे.

4. (3) कंपनी A चे एकूण उत्पादन $= \dfrac{(40 + 55 + 45 + 60 + 50)}{5}$ = 50 हजार टन

कंपनी B चे एकूण उत्पादन $= \dfrac{(60 + 50 + 55 + 50 + 55)}{5}$ = 54 हजार टन

कंपनी C चे एकूण उत्पादन $= \dfrac{(50 + 60 + 60 + 45 + 40)}{5}$ = 55 हजार टन

एकूण उत्पादनातील अंतर $= (54 - 50)$ हजार टन

$= 4$ हजार टन

(4) खालील स्तंभ आलेखात 8 वर्षांतील परीक्षांना बसणाऱ्या विद्यार्थ्यांची संख्या दाखविली आहे. तसेच पुढील नकाशातील उत्तीर्ण होणाऱ्या विद्यार्थ्यांची एकूण टक्केवारी दर्शविली आहे.

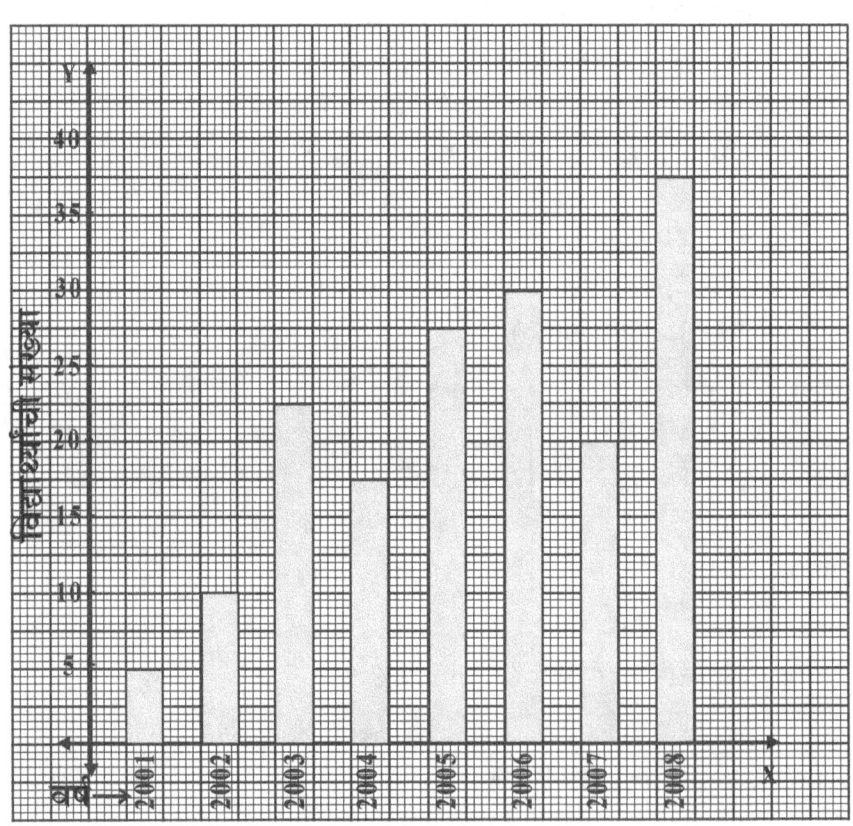

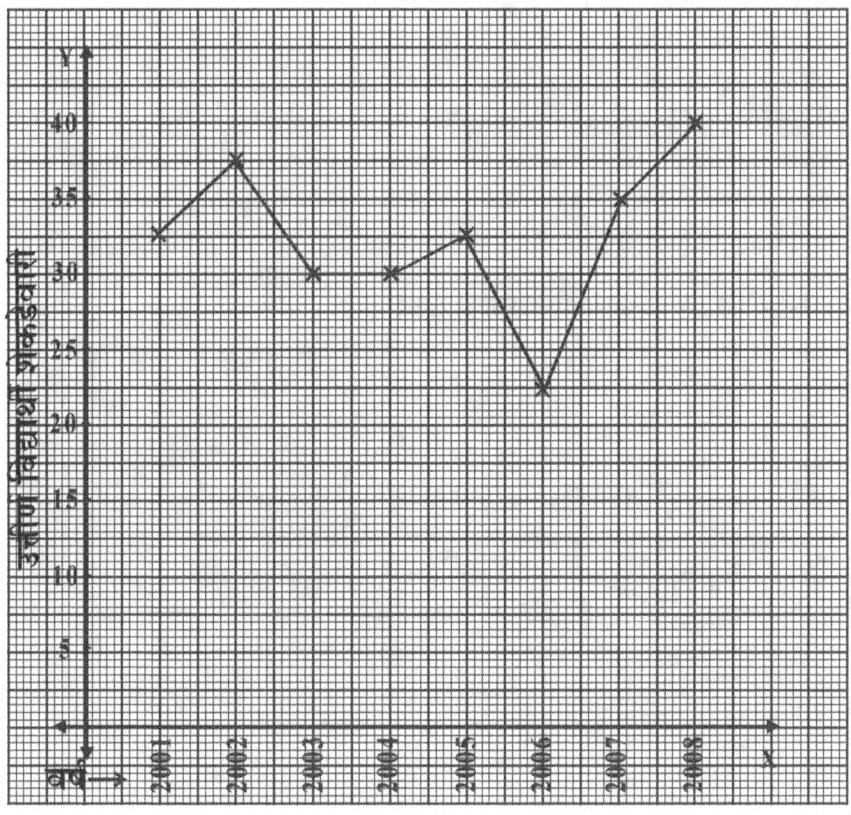

1. वर्ष 2001 मध्ये या परीक्षेला बसणाऱ्या विद्यार्थ्यांची संख्या व वर्ष 2008 मध्ये उत्तीर्ण होणाऱ्या विद्यार्थ्यांची संख्या यातील गुणोत्तर प्रमाण किती असेल ?

   (1) 14 : 5   **(2) 5 : 14**   (3) 3 : 7

   (4) संख्या उपलब्ध नाही   (5) यातील कुठलाच पर्याय नाही.

2. खालील दिलेल्या वर्षातील उत्तीर्ण होणाऱ्या विद्यार्थ्यांची संख्या कोणत्या वर्षी कमीत कमी आहे ?

   (1) 2001   (2) 2006

   (3) 2005   (4) 2002

3. वर्ष 2006 ते 2007 या वर्षी परीक्षेला बसणाऱ्या विद्यार्थ्यांच्या संख्येत किती टक्के फरक आहे?

   (1) $66\frac{2}{3}$ %   (2) 30%   **(3) $33\frac{1}{3}$ %**   (4) 70%

4. वर्ष 2006 मध्ये किती विद्यार्थी उत्तीर्ण झाले ?

   (1) 6750   (2) 13500

   (3) 9900   (4) संख्या उपलब्ध नाही.

उत्तरे :

1. (2) एकूण गुणोत्तर $= 5000 : \left[35000 \times \dfrac{40}{100} \right]$

$= 5000 : 14000$

$= 5 : 14$

2. (1) विविध वर्षात उत्तीर्ण होणाऱ्या विद्यार्थ्यांची संख्या

वर्ष 2001 $\rightarrow \left[\dfrac{32.5}{100} \times 5000 \right] = 1625$

वर्ष 2002 $\rightarrow \left[\dfrac{37.5}{100} \times 10000 \right] = 3750$

वर्ष 2003 $\rightarrow \left[\dfrac{30}{100} \times 22500 \right] = 6750$

वर्ष 2004 $\rightarrow \left[\dfrac{30}{100} \times 17500 \right] = 5250$

वर्ष 2005 $\rightarrow \left[\dfrac{32.5}{100} \times 27500 \right] = 8937.5 = 8938$

वर्ष 2006 $\rightarrow \left[\dfrac{22.5}{100} \times 30000 \right] = 6750$

वर्ष 2007 $\rightarrow \left[\dfrac{35}{100} \times 20000 \right] = 7000$

वर्ष 2008 $\rightarrow \left[\dfrac{40}{100} \times 35000 \right] = 14000$

सर्वांत कमी संख्या वर्ष 2001 मध्ये होती.

3. (3) एकूण % $= \left[\dfrac{(30000 - 20000)}{30000} \times 100 \right] \% = 33\dfrac{1}{3}\%$

4. (3) वर्ष 2006 मधील उत्तीर्ण होणाऱ्या विद्यार्थ्यांची एकूण संख्या = 6750

(प्र. 2. च्या स्पष्टीकरणात हे उत्तर आलेले आहे.)

(5) खालील स्तंभ आलेखाचे लक्षपूर्वक वाचन करा व प्रश्नांची उत्तरे द्या.

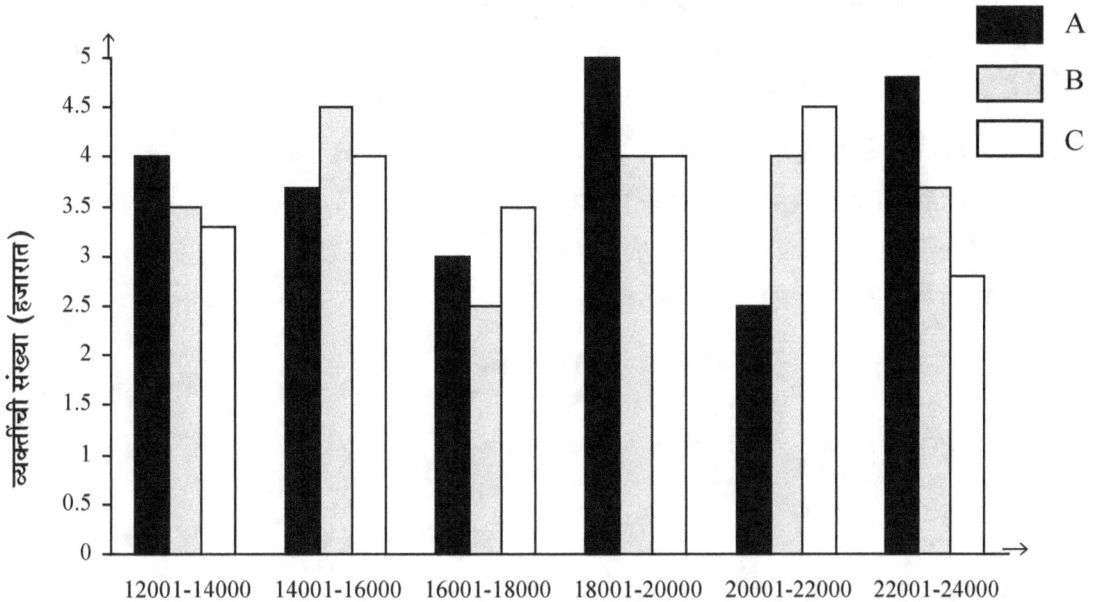

1. सर्व समूहातील मिळून कंपनी C तील एकूण व्यक्तींची संख्या किती आहे ?
   (1) 22250   (2) 26500   **(3) 22000**   (4) 24000
2. कोणत्या समूहातील व्यक्तींची संख्या सर्वाधिक आहे ?
   (1) 14001 - 16000   (2) 20001 - 22000
   (3) 12001 - 14000   **(4) यातील कुठलाच पर्याय नाही.**
3. कंपनी B चे 12001 - 14000, 14001 - 16000 किंवा18001 - 20000 या समूहातील व्यक्तींची एकूण संख्या व कंपनी A च्या समूहातील व्यक्तीची संख्या क्रमश: त्यांचे गुणोत्तर प्रमाण काय असेल ?
   (1) 16 : 17   (2) 13 : 14   (3) 19 : 20   (4) 23 : 2
4. 22001 - 24000 या समूहातील व्यक्तींची संख्या सर्व समूहातील व्यक्तीच्या संख्येच्या किती टक्के आहे?
   (1) 23%   (2) 29%   **(3) 17%**   (4) 10%
5. कंपनी C च्या 16001-18000 या समूहातील व्यक्ती संख्या कंपनी A व B च्या आय समूहातील व्यक्ती संस्थेच्या किती टक्के आहे?
   (1) 59.26%   **(2) 63.64%**   (3) 71.42%   (4) 76.64%

उत्तरे

1. (3) समूहाच्या व्यक्तींची संख्या = (3.25 + 4 + 3.50 + 4 + 4.50 + 2.75)
   = 22 हजार
2. (4) 12000 - 14000 च्या व्यक्तींची संख्या = (4 + 3.5 + 3. 25) हजार = 10.75 हजार
   14001 - 16000 च्या व्यक्तींची संख्या = (3.75 + 4.5 + 4) हजार = 12.25 हजार
   16001 - 18000 च्या व्यक्तींची संख्या = (3 + 2.5 + 3.5) हजार = 9 हजार

18000 - 20000 च्या व्यक्ती संख्या = (5 + 4 + 4) हजार = 13 हजार

20001 - 22000 च्या व्यक्ती संख्या = (2.5 + 4 + 4.5) हजार = 11 हजार

22001 - 24000 च्या व्यक्ती संख्या = (4.75 + 3.75 + 2.75) हजार = 11.25 हजार

सर्वाधिक संख्या 18000 - 20000 या समूहातील आहे.

3. (1) कंपनी B चे तीन समूहातील व्यक्ती संख्या = (3.5 + 4.5 + 4) हजार = 12 हजार

कंपनी A चे तीन समूहातील व्यक्ती संख्या = (4 + 3.75 + 5) हजार = 12.75 हजार

एकूण गुणोत्तर = 12 : 12 : 75 = 1200 : 1275 = 16 : 17

4. (3) सर्व समूहातील व्यक्ती संख्या = 67.25 हजार

$$\therefore \text{एकूण } \% = \left[\frac{11.25}{67.25} \times 100 \right]\% = 16.728\% = 17\%$$

5. (2) $$\text{एकूण } \% = \left[\frac{3.5}{5.5} \times 100 \right]\% = 63.64\%$$

रेखाचित्र (Line Graph)

(1) खालील रेखाचित्र काळजीपूर्वक वाचा.

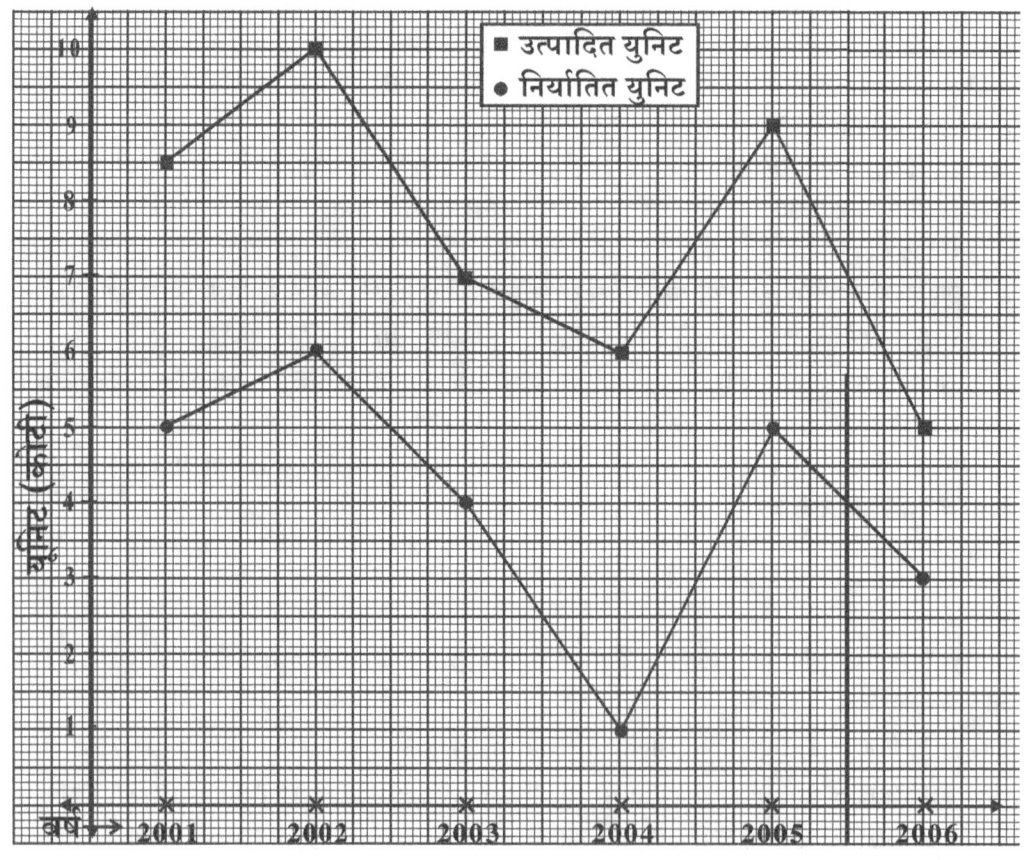

1. नकाशातील वर्षातील निर्यातक्षम युनिटची एकूण संख्या किती आहे ?
   (1) 40000000   (2) 38333333   (3) 36666666   (4) 20000000
2. कोणत्या वर्षी उत्पादित युनिटपेक्षा निर्यातित युनिटची टक्केवारी कमी आहे?
   (1) 2001   (2) 2002   (3) 2003   **(4) 2004**
3. कोणत्या वर्षी उत्पादित युनिटपेक्षा निर्यातित युनिटची जास्तीत जास्त टक्केवारी आहे?
   (1) 2003   (2) 2004   (3) 2005   (4) 2006
4. कोणत्या वर्षी उत्पादित व निर्यातित युनिटमध्ये जास्त अंतर होते ?
   (1) 2002   (2) 2003   **(3) 2004**   (4) 2005
5. वर्ष 2002 व 2005 मध्ये निर्यातित युनिटच्या संख्येत किती अंतर आहे ?
   (1) 100000000   (2) 1000000   **(3) 10000000**   (4) 100000

उत्तरे :

1. (1) निर्यातित युनिटची एकूण संख्या $= \dfrac{1}{6}$ (5 + 6 + 4 + 1 + 5 + 5)

   $= 40000000$ (4 कोटी)

2. (4) विविध वर्षांतील निर्यातीत युनिटची उत्पादित युनिटपेक्षा % (प्रतिशेकडा)

   वर्ष 20001 $\rightarrow \left[\dfrac{5}{8} \times 100\right]$ % = 62.5%

   वर्ष 2002 $\rightarrow \left[\dfrac{6}{8} \times 100\right]$ % = 60%

   वर्ष 2003 $\rightarrow \left[\dfrac{4}{7} \times 100\right]$ % = 57.1%

   वर्ष 2004 $\rightarrow \left[\dfrac{1}{6} \times 100\right]$ % = 16.67%

   वर्ष 2005 $\rightarrow \left[\dfrac{5}{9} \times 100\right]$ % = 55.56%

   वर्ष 2006 $\rightarrow \left[\dfrac{3}{5} \times 100\right]$ % = 60%   यातील कमीत कमी टक्केवारी वर्ष 2004 मध्ये आहे.

3. (1) वर्ष 2001 मध्ये निर्यातीत युनिटची टक्केवारी दर शेकडा जास्त होती.
4. (3) नकाशात स्पष्ट होते की उत्पादित युनिट व निर्यातित युनिट यातील अधिकतम अंतर वर्ष 2004 मध्ये होते.
5. (3) एकूण अंतर = (6 - 5) कोटी
   = 1 कोटी (1,00,00000)

(2) खालील ग्राफमध्ये कंपनीद्वारे दोन धातू (A, B) यांची निर्यात (हजार टन) दर्शविली आहे. लक्षपूर्वक नकाशाचे वाचन करून प्रश्नांची उत्तरे द्या.

(विक्री कोटींमध्ये)

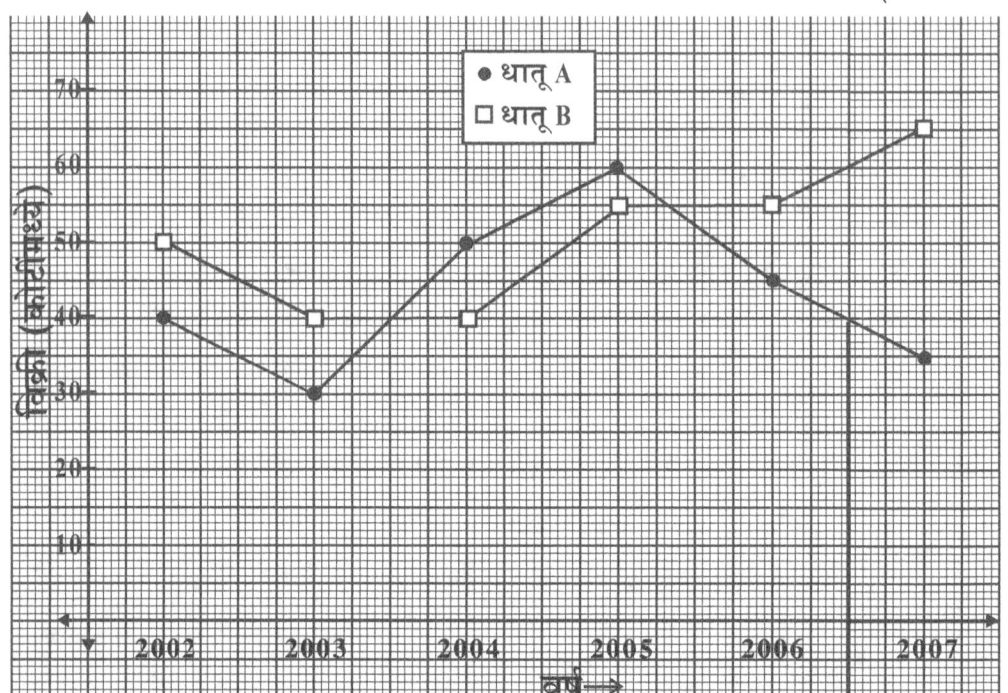

1. किती वर्षांतील धातू A ची विक्री दिलेल्या वर्षांतील धातू B च्या किती % कमी आहे ?

   (1) 2 (2) 3 **(3) 4** (4) 5

2. वर्ष 2006 मधील धातू A व धातू B च्या विक्रीमध्ये किती अंतर आहे ?

   (1) 1000 टन (2) 50 टन (3) 5000 टन (4) 10000 टन

3. कोणत्या वर्षी दोन्ही धातूंची एकूण विक्री जास्त आहे ?

   (1) 2002 **(2) 2005** (3) 2006 (4) 2004

4. वर्ष 2006 मध्ये वर्ष 2005 च्या तुलनेत धातू A ची व्रिकी किती टक्के कमी झाली ?

   (1) 31% (2) 45% (3) 35% **(4) 40%**

5. वर्ष 2007 मध्ये धातू B ची विक्री कोणत्या दोन वर्षांतील धातू A च्या एकूण विक्रीच्या बरोबर (सारखी) आहे ?

   (1) वर्ष 2002 व वर्ष 2003 (2) **वर्ष 2003 व वर्ष 2007**

   (3) वर्ष 2002 व वर्ष 2007 (4) वर्ष 2004 व वर्ष 2006

उत्तरे :

1. (3) धातू A ची एकूण व्रिकी $= \frac{1}{6}$ (50 + 40 + 40 + 55 + 55 + 60) (हजार टन) = 50,000 टन

   धातू B ची विक्री 50 हजार टन पेक्षा कमी वर्ष 2002, 2003, 2006, 2007 अशी एकूण 4 वर्षे आहे.

2. (1) एकूण अंतर = (55 - 45) हजार टन = 10000 टन

3. (2) विविध वर्षांत दोन्ही धातूंची एकूण विक्री

(2002) - (40 + 50) = 90 हजार टन (2003) - (30 + 40) = 70 हजार टन

(2004) - (50 + 40) = 90 हजार टन (2005) - (55 + 60) = 115 हजार टन

(2006) - (45 + 55) = 100 हजार टन (2007) - (35 + 60) = 95 हजार टन

सर्वाधिक विक्री वर्ष 2005 मध्ये आहे.

4. (4) वर्ष 2005 मध्ये धातू A ची विक्री = 60000 टन

2006 मध्ये धातू A ची विक्री = 45000 टन

एकूण कमी % = $\left[\dfrac{15000}{60000} \times 100 \right] \% = 25\%$

5. (2) वर्ष 2007 मध्ये धातू B ची विक्री = 65 हजार टन.

वर्ष 2003 व 2007 मध्ये धातू A ची विक्री = (30 + 35) = 65 हजार टन

(3) खालील ग्राफमध्ये गत वर्षातील तीन कंपन्यांद्वारे (A, B, C) मिळालेला नफा (लाख रु.) दाखवला आहे. या ग्राफचे लक्षपूर्वक वाचन करून प्रश्नांची उत्तरे द्या.

नफा (लाख रुपयांत)

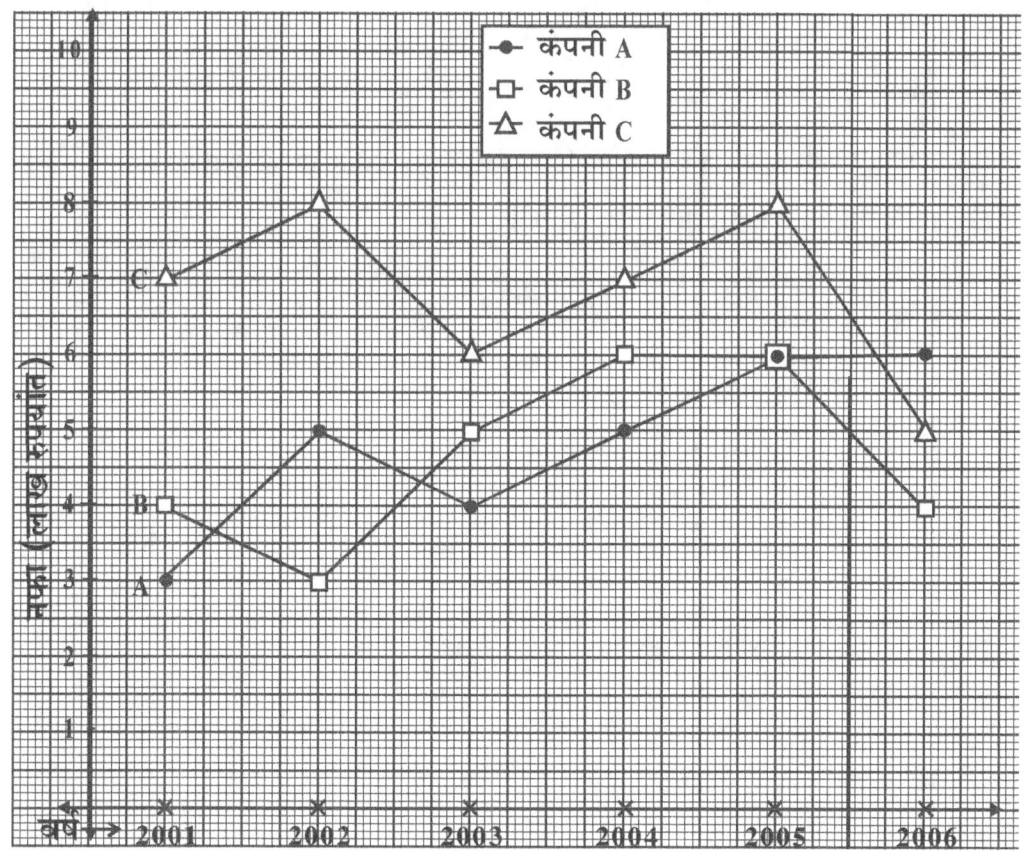

1. वर्ष 2002 मध्ये कंपनी A ला मिळालेला नफा त्या वर्षातील तीन कंपन्यांद्वारे मिळालेल्या नफ्याच्या किती टक्के आहे?

   (1) 31.25%   (2) 28.24%   (3) 21.43%   (4) 36.25%

2. जर वर्ष 2005 मध्ये कंपनी A चे उत्पन्न 1354300 रु. आहे. तर त्या वर्षातील खर्च किती असेल ?

   (1) 921600 रु.   (2) 833500   (3) 648200   **(4) 754300 रु.**

3. सर्व वर्षांचा मिळून कंपनी A ने मिळवलेला नफा किती असेल ?

   (1) 398000 रु.   (2) 382000 रु.   **(3) 483000 रु.**   (4) 512000 रु.

4. वर्ष 2002 मध्ये कंपनी C च्या नफ्यात मागील वर्षीच्या तुलनेत किती %(टक्के) वाढ झाली ?

   (1) 7%   **(2) 14%**   (3) 21%   (4) 28%

5. जर वर्ष 2006 मध्ये कंपनी B चा खर्च 2211430 रु. आहे; तर त्या वर्षी त्या कंपनीचे उत्पन्न किती असेल ?

   (1) 2912260 रु.   (2) 2814680 रु.

   (3) 3209670   **(4) यातील कुठलाही पर्याय नाही.**

उत्तरे

1. (1) एकूण% $= \left[\dfrac{5}{(5+3+8)} \times 100\right]\% = \left[\dfrac{5}{10} \times 100\right]\% = \dfrac{125}{4}\% = 31.25\%$

2. (4) वर्ष 2005 मध्ये कंपनी A चा खर्च = (1354300 - 600000) = 754300 रु.

3. (3) सर्व वर्षात कंपनी A द्वारे मिळालेला एकूण नफा -

   $= \dfrac{1}{6}(3 + 5 + 4 + 5 + 6 + 6)$ लाख रु.

   $= \dfrac{29}{6}$ लाख रु. = 483000 रु.

4. (2) वर्ष 2001 मध्ये C चा नफा = 7 लाख रु.
   वर्ष 2002 मध्ये C चा नफा = 8 लाख रु.

   एकूण वृद्धी % $= \left[\dfrac{1}{7} \times 100\right]\% = 14\%$

5. (4) वर्ष 2006 मध्ये कंपनी B चे उत्पन्न = (खर्च + नफा)

   = (2211430 + 400000)

   = 2611430 रु.

   त्यामुळे यातील कुठलाही पर्याय नाही.

प्र. 4. खालील आलेखाचा अभ्यास करून त्याखालील प्रश्नांची उत्तरे द्या.

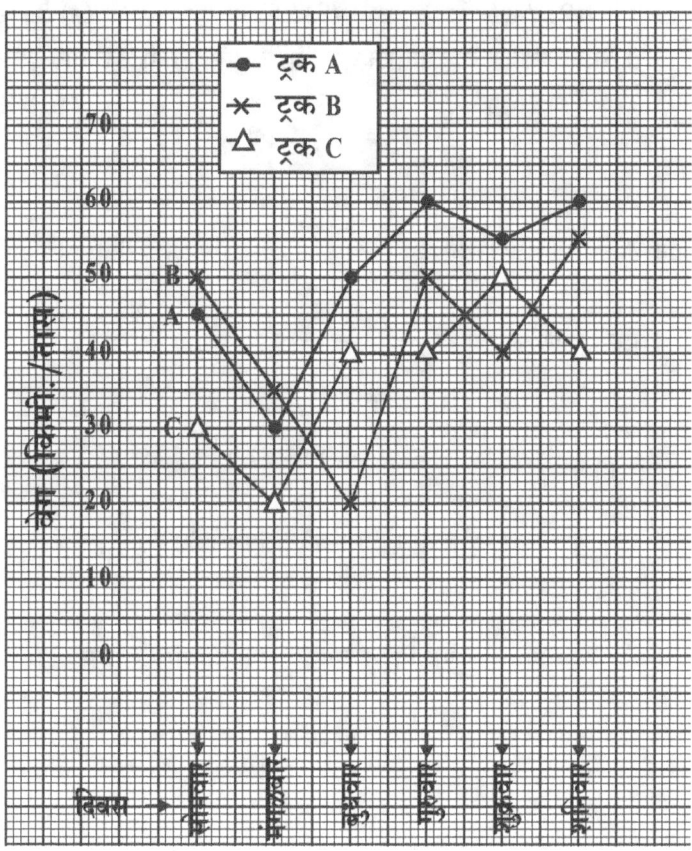

1. जर ट्रक A व ट्रक B ने शनिवारी सारखे अंतर पार केले; तर हे अंतर पूर्ण करायला A व B द्वारा लागलेल्या वेळाचे गुणोत्तर प्रमाण काढा ?

   (1) 6:7

   (2) 13 : 19

   (3) 11 : 12

   (4) निश्चित केले जाऊ शकत नाही.

2. जर गुरुवारी ट्रक B ने 846 कि. मी. अंतर पूर्ण केले. तर हे अंतर पूर्ण करायला ट्रक B ला किती वेळ लागेल ?

   (1) 16 तास 55 मिनिटे 12 से.

   (2) 16 तास 12 मिनिटे

   (3) 15 तास 6 मिनिटे 4 से.

   (4) निश्चित केले जाऊ शकत नाही.

3. ह्या सर्व दिवशी ट्रक A चा एकूण वेग किती असेल ?

   (1) 180 मी / से.

   (2) $13\frac{8}{9}$ मी / से.

   (3) $120\frac{6}{7}$ मी / से.

   (4) $12\times$ मी / से.

4. गेल्या सहा दिवसांतील ट्रकल C चा एकूण वेग ट्रक B च्या एकूण वेगाच्या किती टक्के आहे?

(1) 63%   (2) 74%   (3) 95%   **(4) 86%**

5. शुक्रवारी ट्रक C च्या वेगात मागील दिवसातील वेगाच्या तुलनेत किती टक्के वाढ झाली ?

(1) 15%   (2) 28%   (3) 20%   **(4) 18%**

उत्तरे

1. (3) शनिवारी ट्रक A व B ने समान अंतर पार केले x कि.मी. मानू. यांच्याद्वारे दोन्हीला लागलेला वेळ $\dfrac{x}{60}$ तास व $\dfrac{x}{55}$ तास एकूण गुणोत्तर $= \dfrac{x}{60} : \dfrac{x}{55} = 55 : 60 = 11 : 12$

2. (1) एकूण वेळ $= \dfrac{846}{50}$ तास $= \dfrac{423}{25} =$ तास 16 तास 55 मि. 12 से

3. (1) ट्रक A चा एकूण वेग $= \dfrac{(45+30+50+60+55+60)}{6}$ कि.मी. / तास

$= \dfrac{300}{6}$ कि.मी. / तास $= 50$ कि.मी. / तास

$= \left(50 \times \dfrac{18}{5}\right)$ मी / से $= 180$ मी. / से.

4. (4) ट्रक C चा एकूण वेग $= \dfrac{(30+20+40+40+50+40)}{6}$ कि.मी. / तास

$= \dfrac{200}{6}$ कि.मी. / तास $= \dfrac{110}{3}$ कि.मी. / तास

ट्रक B चा एकूण वेग $= \dfrac{(50+40+20+50+40+55)}{6}$ कि.मी. / तास

$= \dfrac{255}{6}$ कि.मी. / तास

मानू $\dfrac{110}{3} = \dfrac{255}{6}$ तर x % तर $\dfrac{x}{100} \times \dfrac{255}{6}$ कि.मी. / तास $\dfrac{110}{3}$

$x = \dfrac{110}{3} \times \dfrac{6}{255} \times 100 = 86\%$

5. (4) गुरुवारी ट्रक C चा वेग = 40 कि.मी. / तास

शुक्रवारी ट्रक C चा वेग = 50 कि.मी. / तास

एकूण वाढ % = $\left(\dfrac{10}{40} \times 100\%\right) = 25\%$

(5) खालील आलेखात एका कंपनीचे वार्षिक उत्पन्न व खर्चाचे 6 वर्षांचे विवरण दिले आहे. आलेखाचा लक्षपूर्वक अभ्यास करून प्रश्नांची उत्तरे द्या –

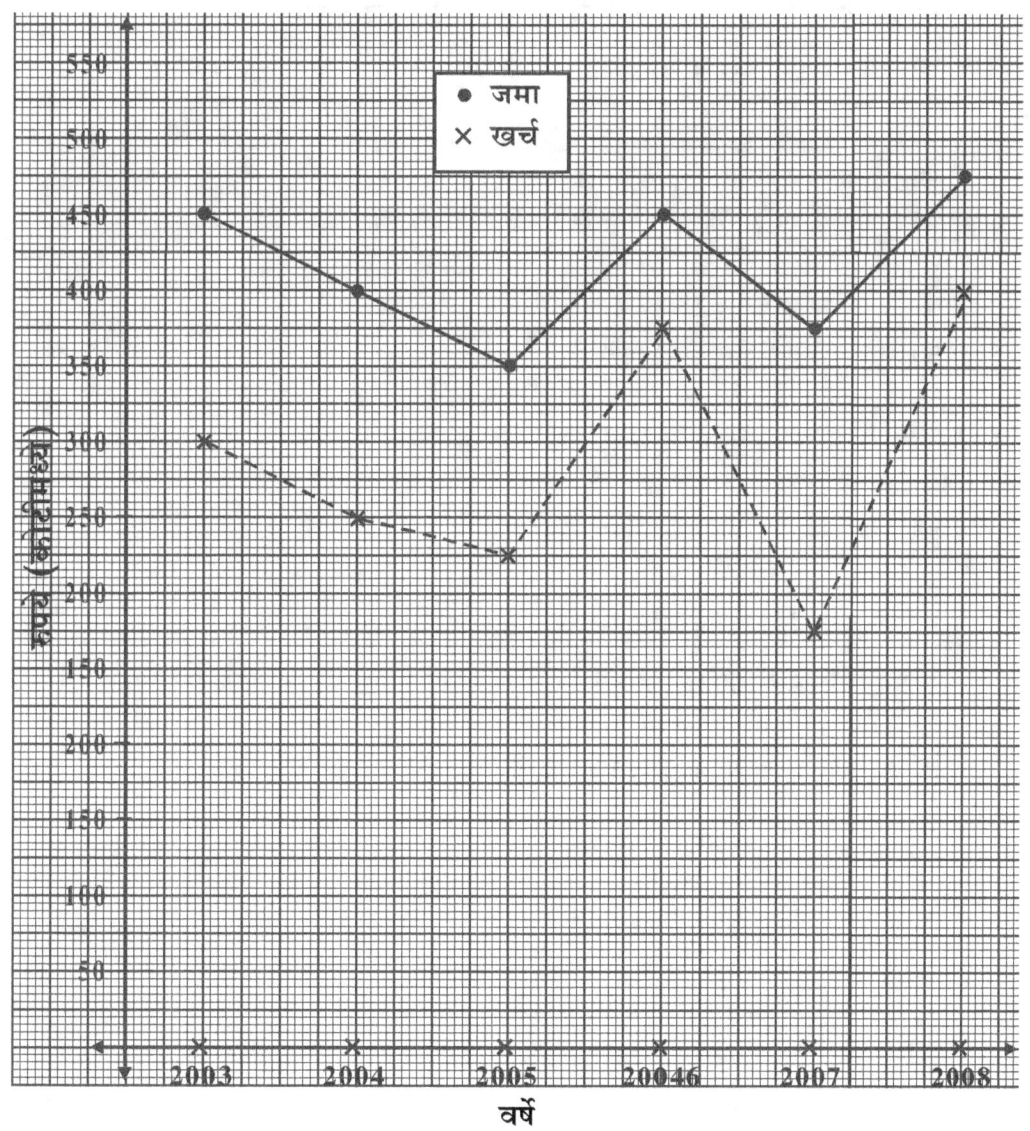

1. कोणत्या 2 वर्षांचा एकूण खर्च वर्ष 2008 च्या उत्पन्नाच्या बरोबर होता ?

(1) 2003, 2004   (2) 2003, 2005   **(3) 2004, 2005**   (4) 2004, 2006

2. वर्ष 2005 मध्ये वर्ष 2004 च्या तुलनेत खर्चामध्ये किती % (टक्के) घट झाली ?

   (1) 10% (2) 40% (3) 50% (4) 80%

3. दिलेल्या वर्षांमध्ये एकूण किती खर्च या वर्षांच्या एकूण खर्चाच्या अधिक आहे ?

   (1) 260 कोटी **(2) 287.5 कोटी** (3) 247 कोटी (4) 289 कोटी

4. कोणत्या वर्षी खर्चाच्या तुलनेत उत्पन्न अधिक आहे ?

   (1) वर्ष 2003 (2) वर्ष 2004 (3) वर्ष 2005 **(4) वर्ष 2006**

5. वर्ष 2008 मध्ये वर्ष 2007 च्या तुलनेत उत्पन्नात किती टक्के वाढ झाली ?

   (1) 36% (2) 40% **(3) 26%** (4) 16%

उत्तरे

1. (3) वर्ष 2008 मध्ये उत्पन्न = 475 कोटी रु.
   वर्ष 2004 व वर्ष 2005 चा एकूण खर्च = (250 + 225)
   = 475 कोटी रु.

2. (1) वर्ष 2004 मध्ये खर्च =250 कोटी रु.
   वर्ष 2005 मध्ये खर्च = 225 कोटी रु.

   खर्चात घट % = $\left[\frac{25}{250}\times 100\right]\% = 10\%$

3. (2) एकूण खर्च = $\frac{1}{6}$ (300 + 250 + 225 + 375 + 175 + 400) कोटी रु.

   = $(\frac{1}{6} \times 1725) = 287.5$ कोटी रु.

   स्पष्ट आहे की वर्ष 2003, 2006, 2008 मधील खर्च, एकूण खर्चाच्या अधिक आहे.

   ∴ एकूण वर्षांची संख्या = 3 वर्षे

4. (4) विविध वर्षातील खर्चाच्या तुलनेत उत्पन्नाची (%) टक्केवारी

   $2003 \rightarrow \left[\frac{300}{450}\times 100\right]\% = 66.7\%$

   $2004 \rightarrow \left[\frac{250}{400}\times 100\right]\% = 62.5\%$

   $2005 \rightarrow \left[\frac{225}{350}\times 100\right]\% = 64.3\%$

   $2006 \rightarrow \left[\frac{375}{425}\times 100\right]\% = 88.2\%$

$$2007 \rightarrow \left[\frac{175}{375} \times 100\right] \% = 46.6\%$$

$$2008 \rightarrow \left[\frac{400}{475} \times 100\right] \% = 84.2\%$$

एकूण टक्केवारी (%) वर्ष 2006 मध्ये सर्वाधिक आहे.

5. (3) वर्ष 2007 मधील उत्पन्न = 375 कोटी रु.

2008 मधील उत्पन्न = 475 कोटी रु.

$$वाढ \% = \left[\frac{100}{375} \times 100\right] \% \; 26.6\% = 26\%$$

6.15 आत्तापर्यंत मुख्य परीक्षेत विचारलेले प्रश्न

1. खाली दिलेल्या कोष्टकाचे निरीक्षण करा.

वर्ष	मुले	मुली	एकूण संख्या
1972	1200	800	2000
1982	1400	1100	2500
1992	1504	1296	2800

1972 पासून 1992 पर्यंत मुलींच्या संख्येच्या टक्केवारीत किती वाढ झाली ?

(1) 52%   (2) 72%   (3) 62%   (4) 36%

उत्तर :

1972 ते 1992 पर्यंत मुलींच्या संख्येत वाढ = 1296 - 800 = 496

800 मध्ये 496 ची वाढ

100 मध्ये x ची वाढ मानू

$\therefore$ $800 \times x = 100 \times 496$

$\therefore$ $x = \dfrac{100 \times 496}{800}$

   $x = 62$

2. 'अ'आणि 'ब' राज्यातील 3 वर्षांतील लोकसंख्येचा (लाखात) आलेख दिलेला आहे.

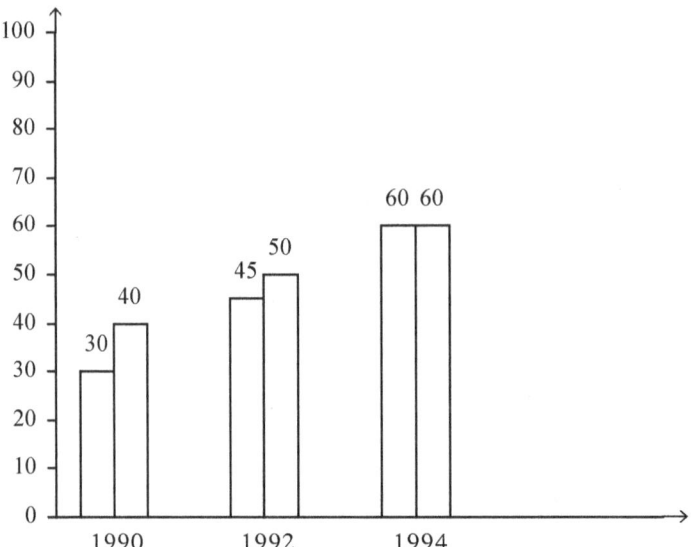

1990 ते 1994 पर्यंत 'ब' राज्यातील लोकसंख्येत किती टक्के वाढ झाली ?

(1) 20%   (2) 30%   (3) 40%   (4) 50%

उत्तर : 1990 ते 94 पर्यंत लोकसंख्येत वाढ = 60 - 40 = 20

40 मध्ये 20 x वाढ

100 मध्ये x ची वाढ मानू

$\therefore$ 40 $\times$ x = 20 $\times$ 100

$\therefore$ x = $\dfrac{20 \times 100}{40}$

$\therefore$ x = 50%

3. कुटुंबाचा मासिक खर्च

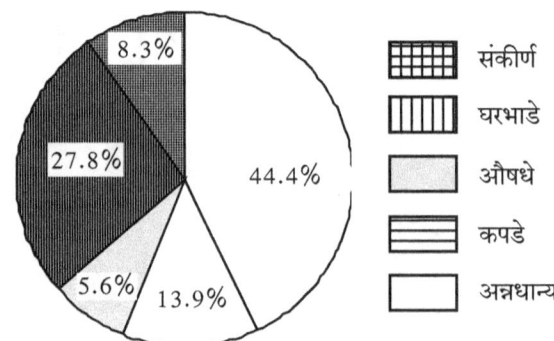

संकीर्ण
घरभाडे
औषधे
कपडे
अन्नधान्य

उपरोक्त दिलेल्या आलेखाच्या आधारे जर अन्न-धान्यावरील मासिक खर्च = 8880/- रु. असेल तर घरभाड्यावरील मासिक खर्च किती असेल ?

(1) 6560/-   (2) 6500/-   **(3) 5560/-**   (4) 5650/-

उत्तर : एकूण मासिक खर्च = 8.3 + 27.8 + 5.6 + 13.9 + 44.4 = 100%

44.4% ... 8880/- रु. $x \times 100 = 8880 \times 27.8$

घरभाडे = 27.8% ... x मानू $x = \dfrac{8880 \times 27.8}{44.4}$

                                     $x = 5560/-$

4. एका कंपनीचा 3 वर्षांतील एकूण कर व निव्वळ नफा यांचा आलेख दिलेला आहे. आलेखाचा अभ्यास करून तीन वर्षांतील एकूण कर, निव्वळ नफ्याच्या अंदाजे किती पट होता?

(1) 2 पट   (2) 3 पट   **(3) 2.4 पट**   (4) 2.8 पट

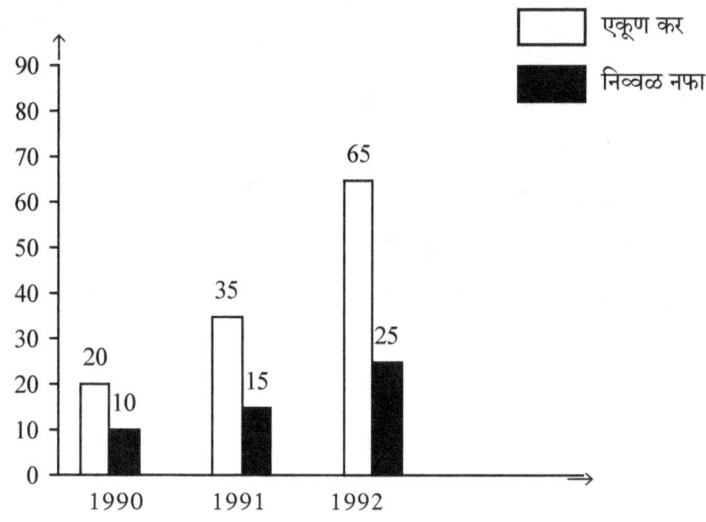

उत्तर : एकूण कर = 20 + 35 + 65 = 120

एकूण नफा = 10 + 15 + 25 = 50

$$\frac{\text{एकूण कर}}{\text{एकूण नफा}} = \frac{120}{50} = 2.4 \text{ पट}$$

5. खालील आलेखाचा अभ्यास करून प्रश्नाचे उत्तर लिहा.

1975 - 76 ते 1979-80 पर्यंत उत्पादन किती टक्क्यांनी वाढले ?

(1) 800   (2) 600   **(3) 400**   (4) 300

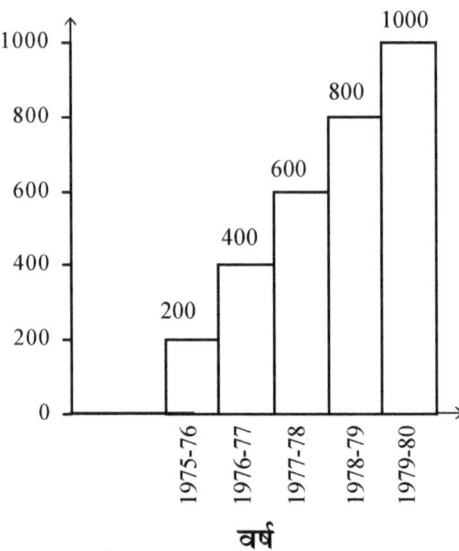

वर्ष

उत्तर : 1975 -76 ते 79 - 80 पर्यंत उत्पादनात वाढ

= 1000 - 200 = 800

= 200 उत्पादन होते त्यात 800 वाढ झाली

= 100 उत्पादन होते तेव्हा x वाढ झाली मानू.

x × 200 = 800 × 100 = 100 उत्पादन होते तेव्हा x वाढ झाली असे मानू.

$$x = \frac{800 \times 100}{200} = 400\ \%$$

6.

लिंग	पुरूष			स्त्रिया			एकूण		
वर्ष कौशल्य	कुशल	अकुशल	एकूण	कुशल	अकुशल	एकूण	कुशल	अकुशल	एकूण
1995	350	80						175	628
1999			*	615	52			192	
एकूण									2000

कोष्टकाच्या आधारे तारांकित जागेतील घटकाचे मूल्य किती ?

(1) 750 (2) 507 (3) 565 **(4) 705**

उत्तर :

$$\begin{array}{r} 1372 \\ -\ 667 \\ \hline 705 \end{array}$$

7. खाली दिलेल्या कोष्टकाच्या आधारे 1970 पासून 1990 पर्यंत एकूण विद्यार्थी संख्येच्या टक्केवारीत किती वाढ झाली ?

(1) 25 (2) 20 (3) 175 (4) 15

वर्ष	मुले	मुली	एकूण संख्या
1970	400	300	700
1980	500	350	850
1990	500	375	875

उत्तर : 1970 ते 1990 पर्यंत एकूण विद्यार्थी संख्येत वाढ = 175

700 विद्यार्थ्यांमध्ये 175 वाढ

100 विद्यार्थ्यांमध्ये x वाढ मानू

$700 \times x = 175 \times 100$

$$x = \frac{175 \times 100}{700}$$

$x = 25\%$

8. खालील पाईचार्टमध्ये मुलांचे व मुलींचे प्रमाण दिलेले आहे.

एकूण विद्यार्थी संख्या = 1800. यावरून व आलेखावरून मेडिकल शिकणाऱ्या मुलांच्या व मुलींच्या संख्येत किती टक्के फरक आहे ?

(1) 300 (2) 240 (3) 60 **(4) 70**

कोर्स	प्रमाण		
	मुले	=	मुली
1. फार्मसी	7	:	5
2. मेडिकल	5	:	4
3. इंजिनिअरिंग	6	:	3
4. मॅनेजमेंट	4	:	5

उत्तर : मेडिकल = 35%

$$1800 \text{ च्या } 35\% = 1800 \times \frac{35}{100} = 630$$

630 एकूण मुले मेडिकल शिक्षण घेतात. परंतु मुले = मुली = 5 : 4

$$5x + 4x = 630$$
$$9x = 630$$
$$x = 70$$
$$5x = 5 \times 70 = 350$$
$$4x = 4 \times 70 = 280$$

फरक = 350 - 280 = 70

8. एका कंपनीचा दोन वर्षांतील एकूण नफा व निव्वळ नफा यांचा आलेख दिलेला आहे. आलेखाचा अभ्यास करून दोन वर्षांतील एकूण नफा निव्वळ नफ्याच्या अंदाजे किती पट होता ?

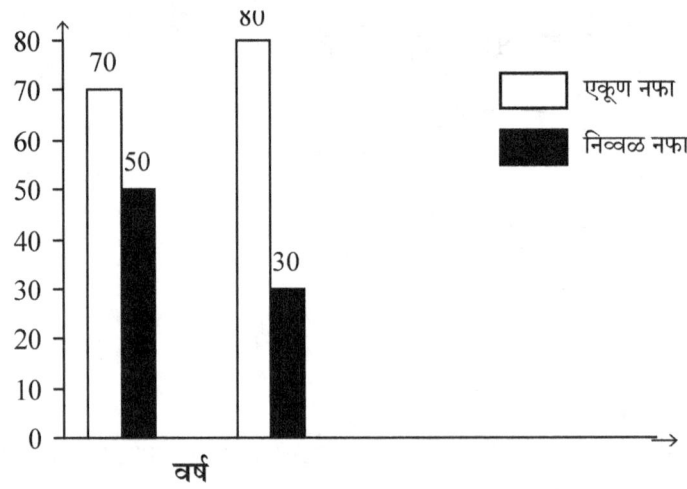

(1) 2 पट   (2) 2.3 पट   (3) 2.66 पट   **(4) 2.5 पट**

उत्तर : एकूण नफा = 70 + 80 = 150

निव्वळ नफा = 30 + 30= 60

$$\frac{\text{एकूण नफा}}{\text{निव्वळ नफा}} = \frac{150}{60} = 2.5$$

9. खालील सारणीत 1994 मध्ये उच्च माध्यमिक परीक्षेत पास झालेल्या दोन महाविद्यालयात (अ व ब) विद्यार्थ्यांच्या संख्यांची विभागणी दिली आहे.

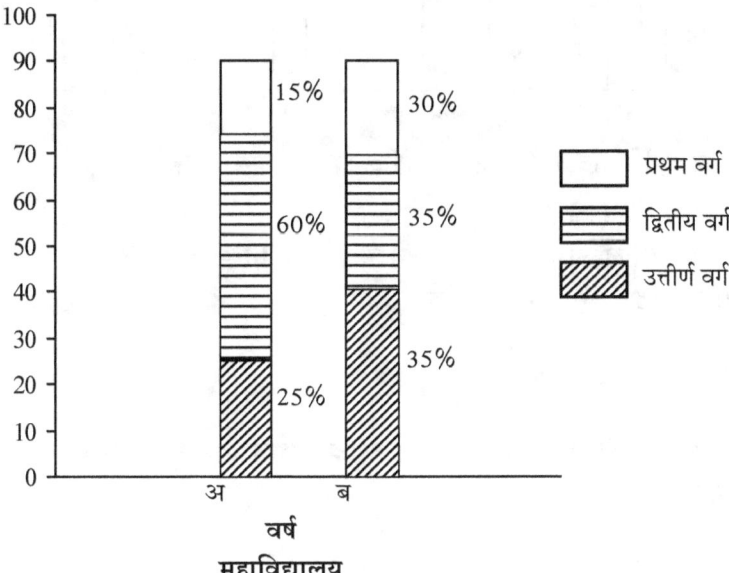

वरील आकृतीला नाव द्या.

(1) साधा स्तंभा लेख

(2) संयुक्त स्तंभा लेख

(3) टक्केवारीत विभाजित स्तंभालेख

(4) जोड स्तंभालेख

● विभाजन केलेले आहे म्हणून विभाजित

● शंभरमध्ये विभाजन म्हणून शेकडा टक्के.

10. महाराष्ट्र, पंजाब व दिल्ली येथील गहू आणि तांदूळ यांच्या उत्पादनाचा आलेख दिलेला आहे.

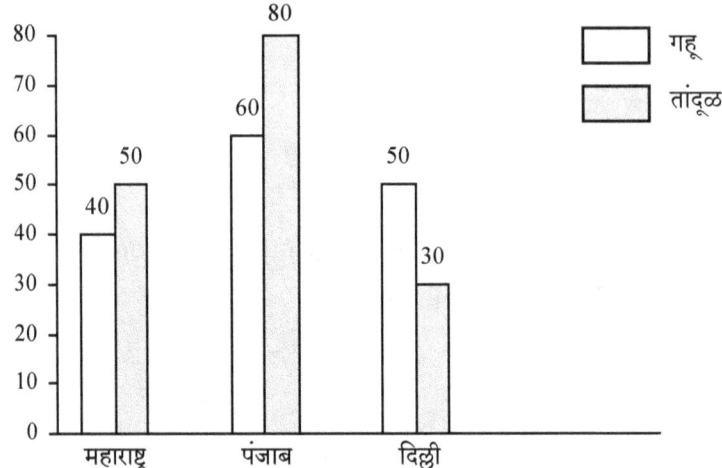

महाराष्ट्रापेक्षा पंजाब येथे तांदळाचे उत्पादन किती टक्क्यांनी जास्त आहे ?

(1) 20   **(2) 50**   (3) 60   (4) 15

महाराष्ट्रापेक्षा पंजाबमधील जास्त तांदळाचे उत्पादन = 60 - 40 = 20

40 मध्ये 20 ने वाढ, 100 मध्ये x वाढ

$$40 \times x = 100 \times 20, \quad x = \frac{100 \times 20}{40} \qquad x = 50$$

11. खाली दिलेल्या आकृतीत विद्यार्थ्यांनी मिळविलेले गुण व परीक्षेचे एकूण गुण दिले आहेत. दिलेल्या पर्यायांपैकी अचूक उत्तर ओळखा.

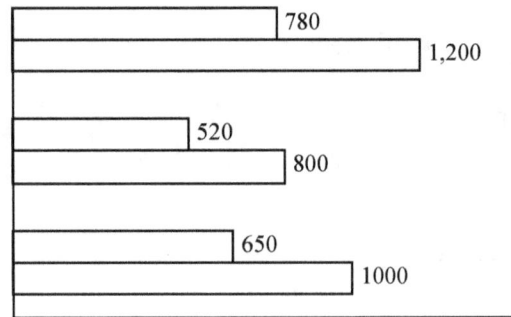

गुण

(1) विद्यार्थी नं 1 ची टक्केवारी सर्वांत जास्त आहे.

(2) विद्यार्थी नं 2 वी टक्केवारी सर्वात कमी आहे.

(3) विद्यार्थी नं 1, नं 2 व नं 3 ची टक्केवारी सारखीच आहे.

(4) विद्यार्थी नं 3 ची टक्केवारी विद्यार्थी नं 2 पेक्षा जास्त आहे.

उत्तर : क्र. 3 उत्तर

12. खाली दिलेल्या वारंवारिता वर्गीकरणाचा उपयोग करून उत्तर द्या.

वय (वर्षे)	व्यक्तींच्या संख्या
0 -10	15
10 - 20	15
20 -30	23
30 - 40	22
40 - 50	25
50 -60	10

30 वर्षांखालील व्यक्तींची संख्या सांगा.

(1) 30   **(2) 53**

(3) 57   (4) 22

उत्तर : (2) 53

13. भारतातील 1991 मधील चित्रपटांची संख्या :

राज्य	चित्रपटांची संख्या
महाराष्ट्र	137
आंध्रप्रदेश	50
गुजरात	35
इतर राज्ये	22
एकूण	244

या वर्गीकरणाचा प्रकार सांगा.

(1) अपवर्जी वर्गीकरण

(2) समयानुसार वर्गीकरण

(3) समावेशी वर्गीकरण

(4) स्थानानुसार वर्गीकरण

राज्य व चित्रपटांची संख्या हे वर्गीकरण ठिकाणानुसार केलेले आहे; म्हणून स्थानानुसार वर्गीकरण

उत्तर : (4)

14. खालील आकृतीच्या आधारे उत्तर द्या.

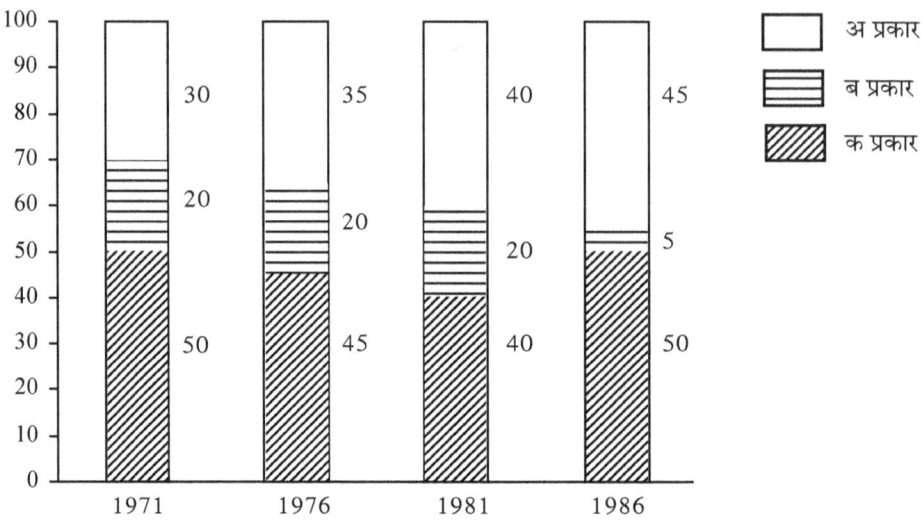

कोणत्या वर्षी अ प्रकारचे कामगार जास्त आहेत ?

(1) 1971   **(2) 1986**   (3) 1976   (4) 1981

उत्तर : (2) 1986

15. खालील कोष्टकात 6 दिवसांची विक्री दिली आहे, तर सर्वांत जास्त विक्री आणि सर्वांत कमी विक्री यातील फरक किती ?

दिवस	1	2	3	4	5	6
विक्री	200	240	190	120	130	80

(1) 130   **(2) 160**   (3) 140   (4) 120

उत्तर : (2) 160

16. खाली दिलेले कोष्टक अभ्यासा.

वर्ष	मुले	मुली	एकूण संख्या
1975	800	400	1200
1985	940	560	1500
1995	1200	900	2100
एकूण	2940	1860	4800

1975 पासून 1995 पर्यंत एकूण विद्यार्थी संख्येच्या टक्केवारीत किती वाढ झाली ?

(1) 25   (2) 20   **(3) 75**   (4) 50

उत्तर : 75

17. खालील कोष्टकाच्या प्रकाराला नाव द्या.

विद्यार्थी संख्या				
वर्ष	प्रथम वर्ष	द्वितीय वर्ष	तृतीय वर्ष	एकूण
2001				
2002				
2003				

(1) साधे कोष्टक **(2) द्विगुणीय कोष्टक**

(3) त्रिगुणीय कोष्टक (4) बहुगुणीय कोष्टक

उत्तर : (2) द्विगुणीय कोष्टक

18.

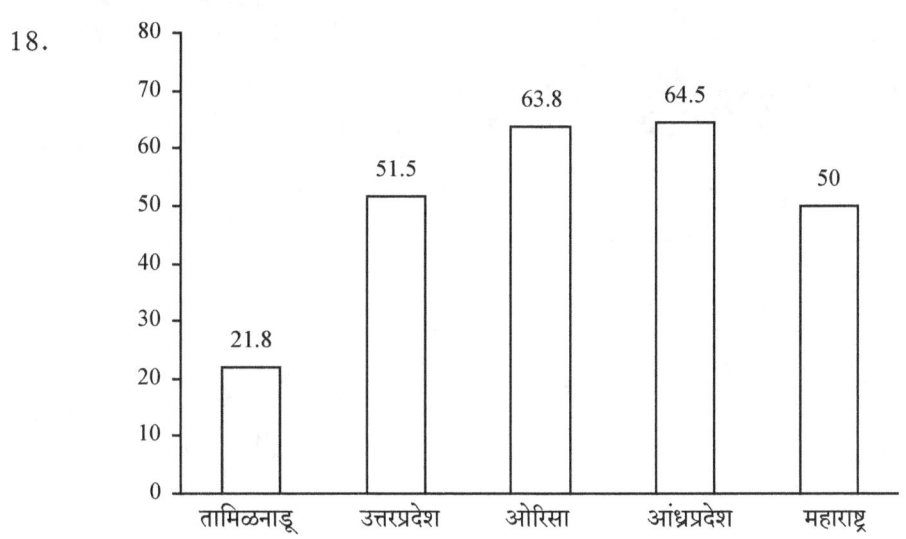

जंगलाच्या क्षेत्रफळानुसार क्रमवारीत कोणते राज्य मध्यस्थानी आहे ?

(1) उत्तर प्रदेश (2) ओरिसा

(3) आंध्रप्रदेश (4) तामिळनाडू

उत्तर : (1) उत्तर प्रदेश

19. खालील कोष्टकामध्ये मुलांचे व मुलींचे प्रमाण दिलेले आहे.

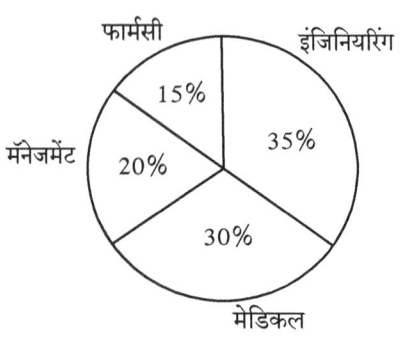

क्र	कोर्स	प्रमाण मुले : मुली
1	मॅनजमेंट	7 : 5
2	इंजिनिअरिंग	5 : 4
3	मेडिकल	6 : 3
4.	फार्मसी	4 : 5
	एकूण विद्यार्थी संख्या	1,800

इंजिनियरिंग शिकणाऱ्या मुलांच्या व मुलींच्या संख्येत किती अंतर आहे ?

(1) 200　　　　(2) 90　　　　(3) 350　　　　**(4) 70**

उत्तर : (4) 70

20.

शिक्षण / लिंग	मुलगे	मुली	एकूण
12 वी			398
पदवीधर	426	*	
द्विपदवीधर			500
एकूण			1400

वरील कोष्टकातील माहितीच्या आधारे तारांकित (*) जागेतील घटकाचे मूल्य कोणते असेल ?

(1) 502　　　　(2) 76　　　　(3) 400　　　　(4) 176

उत्तर : (1) 502

21. खालील वर्तुळाकृतीचा अभ्यास करून प्रश्नाचे उत्तर लिहा.

वर्तुळाकृतीत एकूण 30,000 व्यक्तींचे निरीक्षण दाखविलेले आहे. एकूण किती व्यक्ती भाजीपाला व फळे खाण्यास पसंती देतात ?

(1) 9000　　　　(2) 4200

(3) 13200　　　　(4) 14200

उत्तर : (3) 13200

22. खालील कोष्टकामध्ये राज्याचे अन्नधान्याचे उत्पादन दाखविलेले आहे.

वर्ष	अन्नधान्याचे उत्पादन			
	गहू	तांदूळ	बाजरी	इतर
1989-90	580	170	150	350
1990-91	600	220	234	400
1991-92	560	240	228	420
1992-93	680	300	280	460
1993-94	860	260	340	500

1989-90 ते 1993-94 या कालावधीत गव्हाचे उत्पादन एकूण उत्पादनाच्या किती टक्के होते ?

(1) 41.87   (2) 42.87   42.35   **(4) 41. 07**

उत्तर : (1) 41.87

23. खालील आलेखाचा अभ्यास करून प्रश्नाचे उत्तर लिहा.

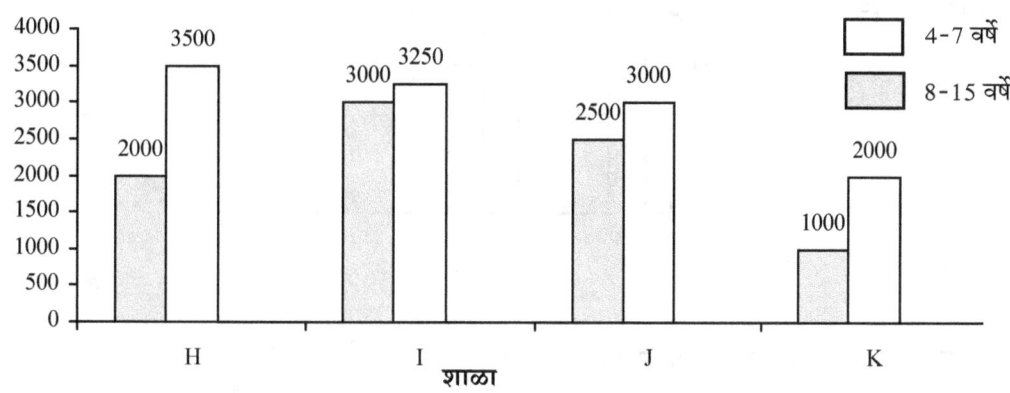

8 ते 15 वयोगटातील सर्व शाळांमधील विद्यार्थ्यांची सरासरी संख्या किती ?

(1) 2025   (2) 2225   (3) 2325   **(4) 2125**

उत्तर : (4) 2125

24. जर एका कुटुंबाचे मासिक उत्पन्न ₹ 40,000 असेल, तर त्या कुटुंबाने घरभाडे, किराणा माल व प्रवासावर एकूण किती खर्च केला, हे खालील वर्तुळाकृतीचे अवलोकन करून लिहा. वर्तुळातील आकडे अंशात्मक कोन दर्शवितात.

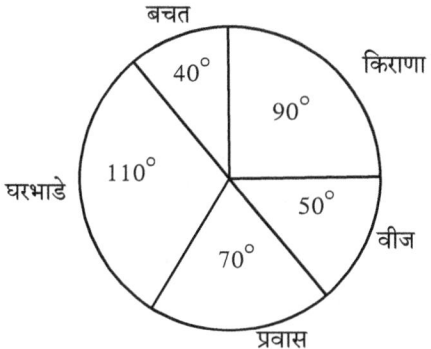

(1) ₹ 35000   **(2) ₹ 30000**

(3) ₹ 25000   (4) ₹ 20000

उत्तर : (2) ₹ 30000

25. खालील कोष्टकात, 1988 साली भारतातील काही शहरांमध्ये झालेल्या पावसाची मि. मी. मध्ये नोंद दिलेली आहे. कोणत्या शहरातील पाऊस वर दर्शविलेल्या शहरांच्या एकूण पावसाच्या 30 टक्के आहे ?

शहर	पाऊस (मि.मी.)
मुंबई	2000
दिल्ली	1040
चेन्नई	1710
नागपूर	950

(1) मुंबई   (2) दिल्ली

(3) चेन्नई   (4) नागपूर

उत्तर : चेन्नई

26. एका कंपनीचा 2 वर्षांतील एकूण नफा व निव्वळ नफा खालील आलेखात दिला आहे. आलेखाचा अभ्यास करून दोन वर्षांतील एकूण नफा निव्वळ नफ्याच्या किती पट होता ते लिहा.

(1) 2 पट
(2) 2.3 पट
(3) 2.2 पट
(4) 2.5 पट

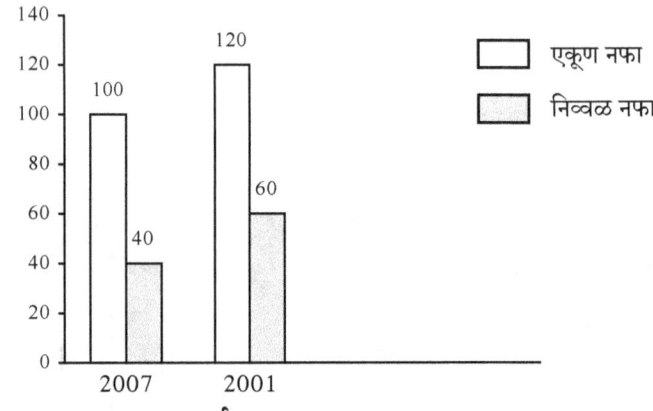

उत्तर : (3) 2.2 पट

27. खालील आलेखाचा अभ्यास करून प्रश्नाचे उत्तर लिहा.

1975-76 ते 1979-80 पर्यंत उत्पादन किती टक्क्यांनी कमी झाले ?

(1) 2500
(2) 6
(3) 7
(4) 83.33

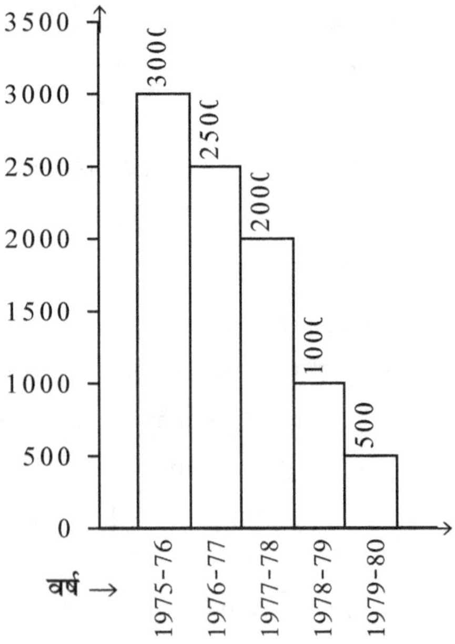

उत्तर : (4) 83.33

6.16 माहितीची परिपूर्णता (Data sufficiency)

खाली दिलेल्या प्रत्येक प्रश्नानंतर विधान I आणि विधान II दिलेले आहेत. या दोन विधानांचा प्रत्येक प्रश्नांशी संबंध लावण्यासाठी खालील पर्यायांचा वापर करा.

(1) या प्रश्नांची उत्तर देण्यासाठी फक्त विधान I पुरेसे आहे, परंतु फक्त विधान II पुरेसे नाही.

(2) प्रश्नांची उत्तर देण्यासाठी फक्त विधान II पुरेसे आहे, परंतु फक्त विधान I पुरेसे नाही.

(3) प्रश्नांची उत्तर देण्यासाठी विधान I आणि विधान II दोनही आवश्यक आहेत.

(4) प्रश्नांची उत्तर देण्यासाठी विधान I किंवा विधान II पुरेसे आहेत.

1. श्री. जाधव यांचे वार्षिक उत्पन्न किती आहे ?

विधान - I) श्री. जाधव आपल्या मासिक उत्पन्नाच्या 16% रक्कम LIC मध्ये गुंतवतात. तसेच 25% रक्कम घरखर्चासाठी खर्च करतात. उर्वरित रक्कम बचत म्हणून स्वत:जवळ ठेवतात.

विधान - II) श्री. जाधव यांच्या मासिक उत्पन्नाच्या 15% रक्कमही श्री. मोरे यांच्या मासिक उत्पन्नाच्या 50% आहे. ती रक्कम म्हणजे 3750 रु. आहे.

पुढे चार पर्याय दिलेले आहेत; त्याखाली प्रश्न दिलेले आहेत. त्या प्रश्नांच्या उत्तरासाठी या चार पर्यायांतून योग्य तो पर्याय निवडा.

(1) फक्त विधान I उत्तरासाठी पुरेसे आहे. फक्त विधान II पुरेसे नाही.

(2) फक्त विधान II उत्तरासाठी पुरेसे आहे; परंतु विधान I पुरेसे नाही.

(3) विधान I आणि विधान II दोन्ही उत्तर देण्यासाठी आवश्यक आणि पुरेसे आहेत.

(4) विधान I किंवा II यापैकी कोणतेही एक विधान उत्तरासाठी पुरे आहे.

उत्तर : (2) दुसरे विधान पुरेसे आहे. पहिले विधान अपुरे आहे.

स्पष्टीकरण : I) विधान I नुसार, फक्त किती खर्च झाला आहे, हे सांगितले आहे. श्री. जाधव यांचे वार्षिक उत्पन्न किती आहे हे कळत नाही.

II) श्री. जाधव यांचे मासिक उत्पन्न x मानू

$$\frac{15}{100} x = \frac{50}{100} \times 3750$$

$$x = \frac{50}{100} \times 3750 \times \frac{100}{15} = 12500$$

वार्षिक उत्पन्न = 12500 × 12 = 15,000

मासिक उत्पन्न = 12500

2. ज्या आगगाडीची लांबी 250 मी. आहे. तिचा वेग किती आहे ?

(I) आगगाडी एक खांब 10 सेकंदांत ओलांडते.

(II) आगगाडी तितक्याच लांबीचा प्लॅटफॉर्म 20 सेकंदांत ओलांडते.

उत्तर : (I) आगगाडीचा वेग = $\frac{250}{10}$ = 25 मी. / से. वेग = $\frac{अंतर}{वेळ}$

(II) आगगाडीचा वेग = $\dfrac{250 + 250}{20}$ = 25 मी. / से.

कुठलेही एक विधान वापरले तरी प्रश्नांचे उत्तर मिळू शकते.

= विधान (4) आहे.

3. चक्रवाढ व्याजाची रास किती ?

(I) 200 रुपयांवर 192 महिन्यांसाठी 6% वार्षिक दराने कर्ज दिले जाते.

(II) 200 रु. 16 वर्षांसाठी 6% वार्षिक दराने कर्जाऊ दिले आहेत.

उत्तर : विधान (4) आहे.

स्पष्टीकरण : चक्रवाढ व्याज काढताना मुद्दल, दर, काळ या तिन्ही गोष्टी माहिती असणे आवश्यक आहे. I & II मध्ये तिन्ही राशी वेगवेगळ्या आहेत. यातील दोन्ही विधानांमध्ये मुद्दल, दर, काळ ह्या तिन्ही राशी आहेत.

4. चक्रवाढ व्याजाचा दर किती ?

(I) एका विशेष राशीवर दर 2 वर्षांचे चक्रवाढ व्याज साधारण व्याजापेक्षा (सरळव्याज) 400 रु. ने जास्त आहे.

(II) रास 5 वर्षात दुप्पट होते.

उत्तर : उत्तर विधान (2) आहे.

स्पष्टीकरण : चक्रवाढ व्याज काढताना मुद्दल, काळ, व्याज (व्याजातील अंतर) माहिती असणे आवश्यक आहे.

विधान - (I) मध्ये मुद्दल दिलेले नाही. त्यामुळे पहिले विधान पुरेसे नाही.

(II) नुसार जर मुद्दल (p) असेल तर

$$2p = P\left(1 + \dfrac{r}{100}\right)^5$$

$$2 = \left(1 + \dfrac{r}{100}\right)^5$$

$$\dfrac{1}{25} = \left(1 + \dfrac{r}{100}\right)$$

$$r = 100\left(1 + \dfrac{1}{25}\right)$$

केवळ (II) पुरेसे आहे.

5. संगीताचे वय किती आहे ?

(I) संगीताचे वय आशाच्या वयाच्या $\frac{1}{4}$ आहे. आशाचे वय तिच्या सहा वर्षांच्या मुलीपेक्षा 6 पटीने जास्त आहे.

(II) संगीताचे वय आशाच्या मुलीच्या $1\frac{1}{2}$ पट आहे.

उत्तर : विधान (A) आहे.

स्पष्टीकरण (I) संगीताचे वय = $\frac{1}{4}$ × आशाचे वय

आशाचे वय = आशाची मुलगी × 6

= 6 × 6

= 36

संगीताचे वय = $\frac{1}{4}$ × 36= 9 वर्षे

(II) येथे संगीताचे वय आशाच्या मुलीच्या वयाच्या दीडपट आहे. परंतु, या विधानामध्ये आशाच्या मुलीचे वय दिले नाही; म्हणून हे विधान पुरेसे नाही.

6. एका वर्गात किती मुले आहेत ?
(I) वर्गात 45 विद्यार्थी आहेत, वर्गामध्ये मुले व मुली यांचे प्रमाण 4 : 5 आहे.
(II) वर्गात मुले व मुली यांचे प्रमाण 5 : 4 आहे. मुलांची संख्या मुलींच्या संख्येपेक्षा 9 ने कमी आहे.

उत्तर : उत्तर विधान (4) आहे.

स्पष्टीकरण : I) मुलांची संख्या = $\frac{4}{9}$ × 45 = 20

विधान -   II) मुलांची संख्या = $\frac{4}{5-4}$ × 9= 36

यात कुठलेही विधान वापरले तरी प्रश्नांचे उत्तर मिळते.

7. गणेशने मागील महिन्यात एकूण मिळकतीमधील घरभाडे दिले तर त्यांची मागील महिन्यांची मिळकत किती ?
(I) गणेशने मागील महिन्यात 1/3 भाग बचत केली. उरलेल्या रकमेपैकी अर्धा भाग घरभाडे दिले.
(II) गणेशचे या महिन्यात मागील महिन्यांचे उत्पन्न x मानू.
स्पष्टीकरण : (I) नुसार गणेशचे मागील महिन्यांचे उत्पन्न x मानू.

$\therefore \qquad \left(x - \frac{x}{3}\right)\frac{1}{2} = 500$

$\qquad \frac{2x}{3} \times \frac{1}{2} = 500$

$$x = \frac{500 \times 2 \times 3}{2}$$

$$x = 1500$$

(II) नुसार उत्तर दिले जाऊ शकत नाही.

∴ विधान (1) हे उत्तर आहे.

8. आयताकार मैदानाचे क्षेत्रफळ किती ?

(I) आयताकार मैदानाची लांबी, रुंदीच्या 140% आहे.

(II) आयताकार मैदानाची परिमिती 96 मी. आहे.

उत्तर : (3) आहे.

स्पष्टीकरण :

(I) नुसार रुंदी x मानू

लांबी = $\frac{140x}{100}$ = 1.4 x मी.

(II) नुसार आयताची परिमिती = 2 (लांबी + रुंदी)

$$= 2 (1.4 x + x) = 96$$

$$= 2.4x = 48$$

$$= x = 20$$

मैदानाचे क्षेत्रफळ = x × 1.4 वर्ग मी.

$$= 1.4 \times (20)^2$$

$$= 560^2 / m$$

दोन्ही विधानांचा उपयोग केला तरच उत्तर मिळते.

9. विक्रांत व वृषभ यांच्या वयाचे गुणोत्तर 7 : 6 आहे. तर वृषभचे वय किती ?

(I) विक्रांत व वृषभ यांच्या वयाचे गुणोत्तर 7 : 4 आहे.

(II) 5 वर्षांनंतर विक्रांत व वृषभ यांचा वयाचे गुणोत्तर 8 : 7 आहे.

उत्तर : उत्तर (2) आहे.

विधान (2) पुरेसे आहे.

स्पष्टीकरण : (II) विक्रांत व वृषभ यांचे वय 7x व 6x मानू.

5 वर्षांनंतर $\frac{7x+5}{6x+5}$ = $\frac{8}{7}$

$$49 x + 35 = 48x + 40$$

$$x = 5$$

वृषभचे वय = 6 × 5 = 30 वर्षे

10. सोमवार ते शुक्रवार या 5 दिवसांत सरासरी तापमान $86°$ F होते; तर शुक्रवारी किती तापमान होते?

    (I)   सोमवार ते गुरुवारपर्यंत सरासरी तापमान $87°$ F होते.

    (II) शुक्रवारच्या तापमानामुळे संपूर्ण आठवड्याचे तापमान $1°$F कमी झाले.

उत्तर : उत्तर विधान (1) आहे.

    स्पष्टीकरण : (I) नुसार शुक्रवारचे तापमान $= (5 × 86 - 4 × 87) = 82°$ F

    (II) नुसार शनिवार व रविवार विषयी काहीच माहिती दिली नाही.

11. ती संख्या कोणती आहे ?

    (I)   या संख्यांचे 25% त्या संख्यांच्या $\dfrac{1}{4}$ आहे.

    (II) या संख्यांचे $\dfrac{3}{4}$ त्या संख्यांपेक्षा 14 ने कमी आहे.

उत्तर : विधान (2) उत्तर आहे.

    (I) नुसार $x × \dfrac{25}{100} = \dfrac{1}{4}$ ती संख्या कळत नाही.

    (II) नुसार $x - \dfrac{3}{4} x = 14$, $\dfrac{x}{4} = 14\ x = 56$

12. एक लॅपटॉप 26250 रुपयांना विकून किती फायदा झाला ?

    विधान : (I) अशा '5' लॅपटॉपची किंमत '4' लॅपटॉपच्या किंमतीबरोबर आहे.

          (II) प्रत्येक लॅपटॉप विकून 25% फायदा झाला.

    विधान (I) नुसार

    पहिले विधान पुरेसे तर दुसरे अपुरे आहे.

    शेकडा फायदा $= \dfrac{5-4}{4} × 100 = 25\%$

    $\therefore$ फायदा $= 25\% = \dfrac{26250×100}{125} × \dfrac{25}{100} = 5250$ रु.

             $= 5250$ रु.

उत्तर : (1)

13. एका नावेला P ते Q मधील अंतर पार करण्यासाठी 6 तास लागतात तर नदीच्या प्रवाहाचा वेग काय ?

    विधान : (I) जहाज P आणि Q मधील अंतर 2 तासात पार करते.

          (II) P आणि Q मधील अंतर 18 कि. मी. आहे.

उत्तर : (3) पहिले विधान आणि दुसरे विधान प्रश्नाच्या उत्तरासाठी आवश्यक आहे.

    समजा : शांत जलाशयातील नाव व नदीच्या प्रवाहाची चाल अनुक्रमे x कि.मी. / तास व 5 कि. मी. / तास आहे

    $\dfrac{PQ}{x-y} = 6$ $\therefore$ $\dfrac{PQ}{6} = (x - y)$ ...(1)

विधान (I) नुसार - $\dfrac{PQ}{6} = (x + y)$ .... (2)

विधान (II) नुसार - $PQ = 18$ कि.मी.   ... (3)

विधान (1), (2) व (3) नुसार

    = 1.5 कि. मी. / तास

14. तांदळाची प्रत्येक किलोमागे विक्री किंमत काय आहे ?

    विधान - (I) 50 किलो तांदूळ 3350 रुपयांमध्ये खरेदी केला. तसेच 150 रु. जाण्या-येण्यावरील खर्च

           (II) आलेला नफा 5% होता.

उत्तर : (3) पहिले विधान आणि दुसरे विधान पुरेसे आहे. फक्त दुसरे विधान अपुरे आहे.

प्रत्येक किलोमागे लागणारे मूल्य = $\dfrac{3350 + 150}{50}$ = 70 रु.

∴ प्रत्येक किलोमागील विक्री किंमत = $70\left(\dfrac{105}{100}\right)$ = 73.50

15. एक पुस्तक 400 रुपयांमध्ये विकून किती फायदा झाला ?

    विधान - I) अशा '5' पुस्तकांसाठी लागणारी किंमत अशा '4' पुस्तकांच्या किमतीबरोबर आहे.

           II) प्रत्येक पुस्तक विकून 25% लाभ झाला.

उत्तर : (d) कुठलेही एक विधान वापरले तर प्रश्नाचे उत्तर मिळते

    विधान (I) वरून,

शेकडा नफा = $\dfrac{5 - 4}{4} \times 100\%$ = 25%

नफा = 25% = $\dfrac{400 \times 100}{125} \times \dfrac{25}{100}$ = 80 रु.

विधान (II) नुसार

लाभ = 25% = $\dfrac{400 \times 100}{125} \times \dfrac{25}{100}$

      = 80 रु.

16. आनंद आणि सुजीत यांच्या वयाचे गुणोत्तर 6 : 5 आहे तर आनंदचे वय काय ?

    विधान (I) आनंद आणि संदीपच्या वयाचे गुणोत्तर 10 : 7 आहे.

         (II) पाच वर्षांनंतर आनंद आणि सुजीत यांच्या वयाचे गुणोत्तर 7 : 6 असेल

उत्तर : (2) दुसरे विधान पुरेसे आहे. पहिले अपुरे आहे.

समजा - आनंद आणि सुजीतचे वय क्रमश : 6x व 5x आहे.

$$\frac{6x+5}{5x+5} = \frac{7}{6}$$

$$36x + 30 = 35x + 35 = x = 5$$

आनंदचे वय $= 6 \times 5$

$$= 30 \text{ वर्षे}$$

17. स्थिर जलाशयामध्ये एखाद्या नावेची गती किती आहे ?

विधान - (I) जहाज प्रवाहाच्या विरुद्ध दिशेमध्ये (कि.मी. / तास) 6 कि.मी. अंतर 3 तासांत पूर्ण करते; जर प्रवाहाची गती 0.5 कि.मी./तास आहे

(II) जहाज आणि प्रवाहाच्या दिशेमध्ये 10 कि. मी. ची लांबी 4.5 तासांमध्ये पूर्ण करते.

उत्तर : (1) पहिले विधान पुरेसे, तर दुसरे अपुरे आहे.

समजा - स्थिर जलाशयातील गती x कि.मी. / तास आहे.

विधान -(I) वरून - $(x - 0.5) \times 3 = 6$

$$x - 0.5 = 2$$

$$x = 2.5 \text{ कि.मी. / तास}$$

विधान - II मध्ये प्रवाहाची गती माहीत नाही म्हणून कथन II वरून स्थिर जलाशयातील नावेची गती माहिती होत नाही.

18. प्रत्येक दिवशी सुरेश एका स्थिर गतीमध्ये एका रस्त्यावर 80 मिनिटे चालतो तर रस्त्याची लांबी किती ?

विधान - (I) काल सुरेशने सायंकाळी 5 वाजता चालायला सुरुवात केली

(II) काल सुरेशचे सायंकाळी 5 वाजून 40 मिनिटांपर्यंत 5 मैल चालून झाले होते. सायंकाळी 6 वाजून 4 मिनिटांपर्यंत तो 8 मैल चालला होता.

उत्तर : (2) दुसरे वाक्य पुरेसे असून पहिले अपुरे आहे

विधान (II) वरून,

सुरेशने 5 : 40 पर्यंत 5 मैल तसेच 6 : 04 पर्यंत 8 मैल चालला म्हणजे 24 मिनिटांमध्ये 3 मैल चालला.

∴   80 मिनिटांमध्ये चालेल $= \dfrac{80}{24} \times 3 = 10$ मैल

∴   सुरेशच्या रस्त्याची लांबी $= 10$ मैल आहे.

19. एका शाळेमध्ये मुले आणि मुलींची संख्या किती प्रमाणात आहे?

विधान - (I) मुलाची संख्या मुलींच्या संख्येपेक्षा 40 ने जास्त आहे.

(II) मुलींची संख्या मुलांच्या संख्येच्या 80% आहे.

उत्तर : (2) दुसरे वाक्य पुरेसे आहे. पहिले वाक्य अपुरे आहे.

विधान (I) नुसार उत्तरासाठी अपूर्ण आहे.

विधान (II) नुसार मुली = मुले × $\frac{80}{100}$

$\therefore$ $\frac{\text{मुले}}{\text{मुली}} = \frac{5}{4}$

$\therefore$ मुले : मुली

5 : 4

20. अशोकला एक सूटकेस विकून किती टक्के लाभ झाला ?

विधान - (I) त्याने ती सूटकेस ठरवलेल्या किमतीपेक्षा 40% सूटमध्ये खरेदी केली.

(II) त्याने ठरवलेल्या किंमतीच्या 20% नफ्याने ती सुटकेस विकली.

उत्तर : (3) पहिले विधान आणि दुसरे विधान दोन्ही प्रश्नांच्या उत्तरासाठी आवश्यक आहेत. विधान (I) नुसार सूटकेसची किंमत x रु. आहे.

$$\text{मूल्य} = x\left(1-\frac{40}{100}\right) = \frac{3}{5}x$$

विधान II नुसार,

$$\text{मूल्य} = x\left(\frac{120}{100}\right) = \frac{6x}{5}$$

$$\text{शेकडा नफा} = \frac{\frac{6}{5}x - \frac{3}{5}x}{\frac{3}{5}x} \times 100\%$$

$$= 100\%$$

21. एका रेल्वेची चाल काय आहे की जी एक सिग्नल पोस्टला पार करण्यास 9 सेकंद लावते.

विधान - (I) लांबी 90 मी. आहे.

(II) 180 मी. लांब असलेल्या एका रेल्वे स्टेशनला ती 27 सेकंदात पार करते.

उत्तर : (1) पहिले पुरेसे आहे. दुसरे विधान अपुरे आहे. विधानानुसार

$$\text{रेल्वेची चाल} = \frac{90}{9} \text{ मी. / सेकंद}$$

= 10 मी. / से.

विधान II नुसार

$$\text{रेल्वेची चाल} = \frac{180 + \text{गाडीची लांबी}}{27}$$

विधान दोनमध्ये गाडीची लांबी दिलेली नाही. यामध्ये फक्त गाडीची चाल माहिती केली जाऊ शकते.

DATA INTERPRETATION AND DATA SUFFICIENCY IN BRIEF

By Prof. P. L. Pawar, Ahmadnagar College, Ahmadnagar

Q. 1. Observe the bar graph and answer the following questions :

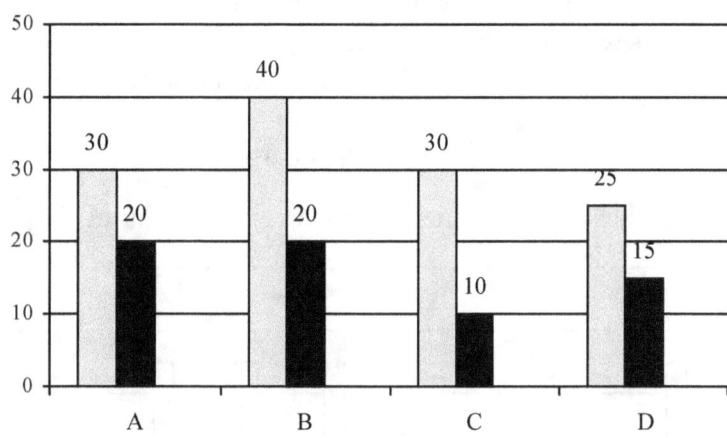

(1) What is the number of students in A division ?
(2) Which division has the least number of girls ?
(3) In B division the number of boys exceeds the number of girls by ...
(4) Total number of boys in all divisions is ...
(5) Total number of girls in all divisions is ...
(6) By what percent the total number of boys exceeds the total number of girls ?
(7) In which division the ratio of number of boys to the number of girls is maximum ?
(8) In which division the ratio of number of boys to the number of girls is minimum ?

(1) 50	(2) C	(3) 20	(4) 1255
(5) 65	(6) 52%	(7) B & C	(8) A & D

Q. 2. Following graph gives the production of wheat in tonns the region X for the first half of 1999.

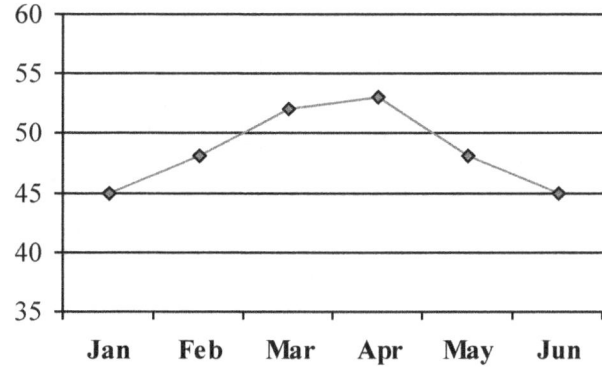

(1) What is the percentage increase in wheat production between January and February ?
(2) What is the pecentage increase in sales in April over March ?
(3) What is the average production of wheat in six months period .
(4) The difference between the maximum and the minimum production is ....
(5) The average production in the first three months is ...
(6) What is the percentage decrease in wheat production in June over May ?

(1) 11%	(2) can not be determined
(3) 48.75	(4) 10
(5) 48.33	(6) 66.6%

Q. 3 The following graph shows the rainfall in inches in a town during the period Jan to Dec.

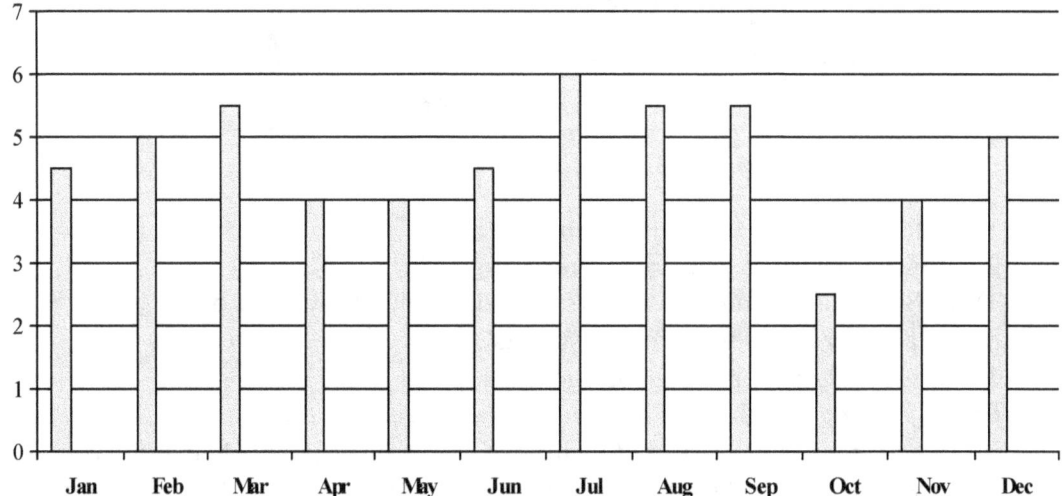

(1) How many times the rainfall in July was greater than in April ?
(2) What is the percentage increase in rainfall in December ?
(3) What is the pecentage decrease in rainfall in October ?
(4) The average rainfall in the year is ....
(5) The difference between maximum and minimum rainfall is.....
(6) The average rainfall in the first quarter of the year is ...
(7) The rainfall in October was half of the rainfall in ...
(8) The total rainfall in August and september exceeds that of in April and May by ...

(1) 0.5	(2) 25%
(3) 54%	(4) 4.66
(5) 3.5	(6) 5
(7) Feb & Dec	(8) 3

Q. 4 Population of a village in thousands for 4 years is given in the Graph.

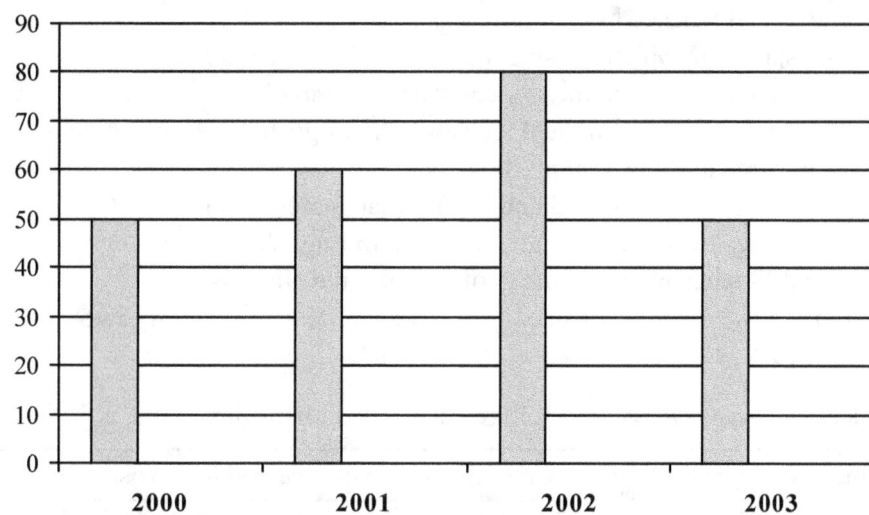

(1) What is the % increase in population in year 2001 ?
(2) What is the % increase in population in year 2002 ?
(3) What is the % decrease in population in year 2003 ?
(4) What is the average population for 4 years ?
(5) By what percent population of 2002 was more than that of 2000 ?
(6) By what percent population of 2003 was less than that of 2001 ?
(7) The difference between min. and max. population from 2000 to 2003 ?
(8) What will be the population in 2004 if the expected increase is 10% ?
(9) What will be the population in 2004 if the expected decrease is 20% ?
(10) What is the average population of 2001 and 2002 ?

    (1) 20%   (2)33%   (3) 37.5   (4) 60   (5) 37.5
    (6) 16%   (7) 30   (8) 55   (9) 40   (10) 70

Q. 5 The pie chart gives the marks scored by a student in different subjects, English, Hindi Mathematics, Science and Social Science in an examination. Assuming that the total marks obtained in the examination are 540, answer the following questions.

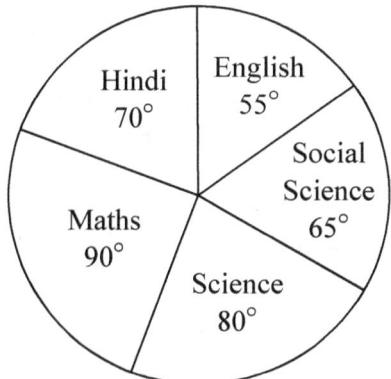

(1) The marks scored in Hindi and Mathematics exceed the marks scored in English and Social Science by ...

(2) The subject in which the student scored 22.2% marks is ...

(3) The subject in which the student scored 105 marks is ...

(4) The marks obtained in the three subjects : English, Science and Social Science are what percent of the total marks ?

(5) The marks scored in Mathematics is what percent to the total ?

(6) Percentage of Marks in Hndi compared to English?

(7) The difference between marks of Science and Hindi is ...

    (1) 33%   (2) Science   (3) Hindi   (4) 55.5%

    (5) 25%   (6) 118%   (7) 30

Q. 6. Underlying graphs depict election results of two townships X and Y.

Distribution of votes in township X (100% = 66,000)	Number of Votes received in township Y :
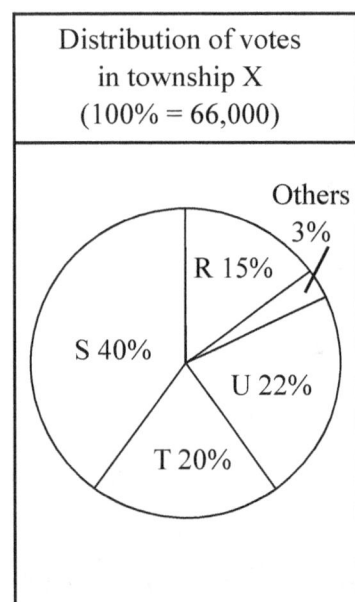	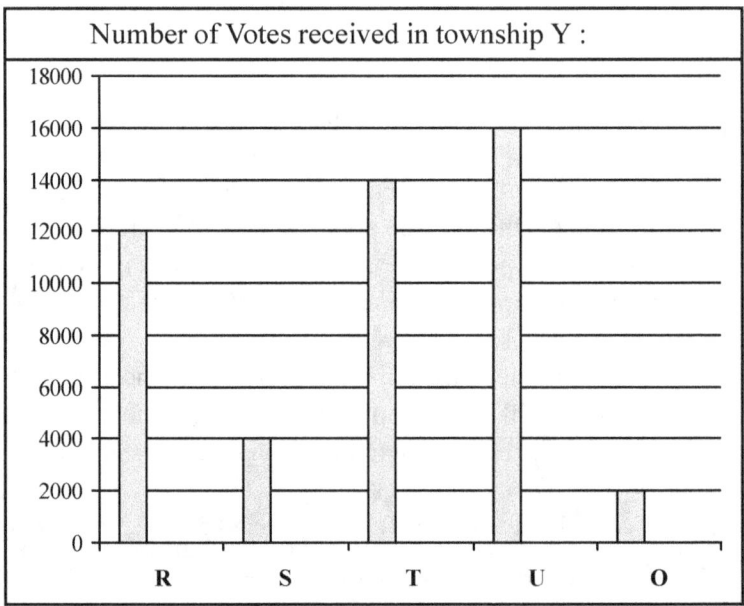

(1) How many more votes were received by candidate U than candidate S in township Y ?

(2) How many votes did candidate R received in township X ?

(3) What is the percentage of votes cast in township X for candidate U ?

(4) What is the difference between the percentage votes received by candidate U and the percentage votes received by candidate R in township X ?

(5) How many votes did candidate R received in township Y ?

(6) How many votes did candidate T received in township X ?

(7) What is the difference between votes received by candidate U and votes received by candidate R in township X ?

Answers : (1) 12000   (2) 9900   (3) 22%   (4) 7%

            (5) 12000   (6) 13200   (7) 4620

DATA SUFFICIENCY IN BRIEF

A data sufficiency questions consists of three parts. The actual question is called the question stem. The second part is statement I. The third part is statement II. You have to determine whether the information given by statements is sufficient to answer the question asked. In addition to the information provided in the statements, you should rely on your knowledge of mathematics and ordinary facts (such as number of seconds in minute, number of days in a leap year. number of weeks in a year, etc.)

On your answer sheet fill the oval ..

(1) If statement I is alone sufficient to answer the question but statement II is not sufficient to answer the question.

(2) If statement II is alone sufficient to answer the question but statement I is not sufficient to answer the question.

(3) If either statement is not sufficient but both statements taken together are sufficient to answer the question.

(4) If each statement alone is sufficient to answer the question.

(5) If question can't be answered.

Examples :

Choice (a)   : Is Raja older than Ramu ?

I   : Sita is 4 years younger than Raja and 2 years younger than Ramu.

II   : The average of Raja's age and Ramu's age is 21 years.

Choice (b)   : X, Y, Z are consecutive integers. Is Y even ?

I   : X < Y < Z. II : XY is an odd integer.

Choice (c)   : How many students are enrolled in Spardha pariksha kendra ?

I   : The number of students enrolled in Spardha pariksha Kendra is less than 81.

II   : The number of students enrolled in Spardha pariksha Kendra is more than 79.

Choice (d)   : What is the area of the circle ?

I   : The circumference of the circle is 20π.

II   : The diameter of the circle is 10.

Choice (e)   : How old is Mr. Ramdeo ?

I : Ramdeo was born on 29th February II. Ramdeo was born on Monday.

Examples

(1) Is X an old number ?

I : x is a prime number.   II. X is greater than 2.

(2) Is B brother of A ?

I : A is brother of B.   II : B is brother of C.

(3) Is B brother of A ?

I : A is brother of B.   II : B is sister of C.

(4) What is the value of X ?

I : $x^2 = 16$ II : x is negative.

(5) Is x greater than 0 ?

I : 3x + 2 > 11.   II : 4x + 3 < - 9

(6) What is the area of the square ?

I : The side of the square is 12.   II : The perimeter of the square is 48.

(7) What is the perimeter of the rectangle of area 50?

I : length : breadth = 2 : 1

II : The sum of the interior angles of a rectangle is 360.

(8) Is x a prime number ?

I : x > 10   II : 2 is a factor of x.

(9) Is x even ?

I : x + y is odd.   II: y is even.

(10) What is the remainder when x is divided by 15 ?

I : x is a multiple of 3.   II : x is a multiple of 5.

(11) What is the value of $\dfrac{2xy + y^2}{xy}$?

I : x = 2   II : y = 2.

(12) What is the value of $a^2 + 2ab + b^2$?

I : + b = 0   II : a = -b

(13) Find the code for 'pic'.

I : pic na ja pod' stands for 'go have that drink'

II : 'pic cos an don' stands for 'I don't have drink'

(14) Who among L, M, N, O, P reached the last ?

I : M and N reached before O and P.

II : L reached after O and P.

(15) How many daughters does M have ?

I : M has 3 children H, I and j.

II : I and J are brothers.

(16) On which date was A born ?

I : A was born on a date after 13th and before 17th.

II : His sister B was born after his date of birth but before 16th.

(17) If x and y are integers then what is the value of y ?

I : x and y are distinct prime numbers.

II : xy divides 448.

(18) How much profit did a store make by selling 12 pairs of gloves if the store offered 20% discount on original price ?

I : the oriiginal price was Rs 145 a pair.

II : The manufacturer charges the store Re 4730 for 39 pairs.

(19) Lata opened a saving account with a constant annual interest by depositing Rs. 750. what was the annual rate of interest ?

I : The bank does not charge for service and she made no transactions for the first 3 years.

II : Three years later her savings were Rs. 999.60.

(20) Harish and Ravi are fierce rivals in the egg eating competition. who finished eating 24 eggs ?

I : Ravi eats 2 eggs then stops for breath for 12 seconds, again eats 2 eggs and so on.

II : Harish finishes eating 24 eaggs in 7.5 minutes.

(21) If 'n' is an integer then by how many integers 'n' is divisible ?

I : 'n' is the product of two different prime numbers.

II : 8 and 'n' have the same number of divisors.

(22) What is the value of x ?

I : x and y are integers.   II : x + y = 13 and xy = 40

(23) If x and y are positive integers and x is a multiple of y then is y = 2 ?

I : x + 2 is a multiple of y.   II : y is not equal to I

(24) What is the HCF of x and y ?

I : both x and y are even.   II : The HCF of $\dfrac{x}{2}$ and $\dfrac{y}{2}$ is 5.

(25) How long will a tank take to fill up by taps A and B work together ?

I : Tap A can fill it in 12 hrs   II : Tap B can fill it in 30 hrs.

(26) How long will a tank take to fill up if taps A and B are kept open ?

I : Tap A can fill it in 6 hrs   II : Tap B can empty it in 8 hrs.

(27) How long will a tank take to empty if taps A and B are kept open ?

I : Tap A can fill it in 8 hrs.   II : Tap B can empty it in 6 hrs.

(28) What is the area of the rectangle ?

I : its length is 10   II : its breadth is 6

(29) What is the area of the rectangle ?

I : its length is 10   II : its perimeter is 32

(30) What is the area of the rectangle ?

I : its length is 8   II : its diagonal is 10

(31) What is the area of the square ?

I : its side is 10   II : its diagonal is 6

(32) What is the area of the $\triangle ABC$?

I : BC = 4   II : AC = 3

(33) What is the area of the $\triangle ABC$?

I : BC = 4, AC = 3   II : m$\angle$C = 90°

(34) What is the area of the $\triangle ABC$?

I : BC = 4   II : AC = 3, AB = 5

(35) What is the perimeter of the square ?

I : the side of the square is 5.   II : the diagonal of the square is $5\sqrt{2}$.

(36) What is the average weight of Vishal and Pooja ?

    I : The sum of their weight is 72.

    II : Vishal's weight is 13 kg less than pooja's weight.

(37) Who is the chief miniter of Biharashtra ?

    I : Prasad's brother is the chief miniter of Biharashtra.

    II : Raj is a brother of Prasad.

(38) What are the ages of Ram and Hari ?

    I : the sum of their ages is 20   II : Ram is 3 years older than Hari.

(39) Who is a professor ?

    I : Ram is a professor's son.   II : Ram's father is Dashrath.

(40) Is A a brother of B ?

    I : A is a brothre of C   II C is a brother of B.

Logical data sufficiency in Brief

(1) Is Manish taller than Chandra ?

    I : Suhas is of the same height as Manish and Chandra.

    II : Chandra is not shorter than Suhas.

(2) Buses are always Punctual in Ahmednagar. How long Mr. Nagarkar have to wait for the bus ?

    I : Mr. Nagrkar has come to the bus stand at 9 am

    II : There is a bus at 10 am and possibly another bus even earlier.

(3) How is Rajesh ralated to Anish   :

    I : Vikram is the borther of Anish

    II : Vikram is Rajesh's son.

(4) How is Anil related to Sunil ?

    I : Bhushan's wife Reena is paternal aunt of sunil.

    II : Anil is the brother of a friend of Reena.

(5) Mukesh ranks tenth in the class. How many students are there in the class ?

    I : His friend got 58th rank which is the last

    II : Mukesh ranks 49th from the last

(6) In a certain language 'pit nac nic' means 'red pant shirt'. which word means 'shirt'?

    I : 'nit tim nac sir' means' 'he wore red pant'.

    II : 'nee jic pit' means 'shirt is dirty'

(7) 'lee pee tin' means 'always keep smiling'. What is the code for smiling ?

    I : 'tin lut lee' means 'always keep left'

    II : 'dee pee' means rose smiling.

(8) Among the five friends who is the tallest ?

    I : Dinesh is taller than Atul and Charles.

    II : Basu is shorter than Ena but taller than Dinesh.

(9) In which year was Sangita born ?

    I : Sangita at present is 25 years younger to her mother.

    II : Sangita's brother, who was born in 1964, is 35 years younger to his mother.

(10) What is the birth date of Mona's mother ?

    I : Mona's father remembers that his wife's birthday is after 20th and before 23rd February.

    II : Mona's brother remembers that their mother's birthday was after 21st but before 25th February.

(11) Amit, Bahadur, Chandrika, Danny and Faisal are sitting in a row. Bahadur is between Amit and Faisal. Who among them is in the middle ?

    I : Amit is left of Bahadur and right of Danny.

    II : Chandrika is at the right end.

(12) Who is C's partner in a game of cards involving 4 players   : A, B, C and D ?

    I : D is sitting opposite to A

    II : B is sitting right of A and left of D.

(13) In a certain code language '297' means 'tie clip button' Which number means 'button'?

    I : '926' means 'clip your tie'

    II: 175 means 'hole and button'

(14) P is either duller than Q or brighter than R. Is P brighter than R ?

    I : P is not duller than either Q or V.

    II: P is not duller than either R or S.

(15) Does promotion bring happiness to a person ?

    I : Happiness does not bring promotion.

    II : Anil has been promoted but he is not happy.

(16) Are any two among P, Q and R equally rich ?

    I : P is richer than Q

    II : R is poorer than Q.

(17) Is the tallest student in the class a boy ?

    I : Sanjay is not the tallest boy in the class, as Jayram is taller than him.

    II : Lata, the tallest girl in the class is shorter than Sanjay.

(18) Who is the tallest student in the class ?

    I : Sanjay is not the tallest student in the class, as Jayram is taller than him.

    II : Lata, the tallest girl in the class is shorter than Sanjay.

(19) Ravi's watch is slow. Akash's watch is fast. Is Vivek's watch fast ?

    I : Vivek's watch is faster than Akash's

    II : Vivek's watch is faster than Ravi's

(20) In a basket of ten balls, how many red balls are there ?

    I : there are four white balls in the bsket.

    II : there are seven non-red balls in the basket.

(21) What is the letter Kaushik has thought of ?
    I : it is in 'north' and also in 'thorn'.
    II : it is in 'rainbow' but not in 'nature'

(22) Four candidates A, B, C, D contested an election. One lost his deposit. who won?
    I : C got more votes than A but less votes than B.
    II : It was not A who lost deposit.

(23) Has any one of them seen the picture twice ?
    I : A few of them saw the picture twice
    II : Most of them saw the picture only once.

(24) How is A related to D ?
    I : A is the son of B.   II : D is the daughter-in-law of B.

(25) How many Sundays were there in the year ?
    I : the year was a leap year.   II : the year was not a leap year.

(26) What is the code for 'jamaica' ?
    I : 'jamaica is wonderful place' means 'raj is sheetal's friend'
    II : 'tokyo place is wonderful' means Ramesh is Sheetal's friend'

(27) Manish has sent a letter to Anish through some people. Who delivers letter to Anish ?
    I : There are two intermediaries.
    II : Abhimanyu and Rajesh are the only intermediaries, and they are in alphabetical order.

(28) How is K related to M?
    I : M is the daughter of K but K is not the father of M.
    II : M is the son of K

(29) Who is the youngest among P, Q, R, S ?
    I : P is elder than Q   II : R and Q are younger than S.

(30) Who among A, B, C is the tallest ?
    I : C is shorter than both A and B. I : A and B are not of equal height.

Data sufficiency in Brief Answer :

1. 3	2. 3	3. 3	4. 3	5. 4	6. 4	7. 1	8. 3
9. 3	10. 3	11. 3	12. 4	13. 5	14. 3	15. 5	16. 3
17. 5	18. 3	19. 3	20. 5	21. b	22. 5	23. 3	24. 3
25. 3	26. 3	27. 3	28. 3	29. 3	30. 3	31. 4	32. 5
33. 3	34. 3	35. 4	36. 1	37. 5	38. 3	39. 5	40. 5

Logical data sufficiency in Brief Answer:

1. 1	2. 5	3. 3	4. 5	5. 4	6. 4	7. 4	8. 3
9. 3	10. 3	11. 3	12. 4	13. 4	14. 5	15. 2	16. 3
17. 3	18. 4	19. 1	20. 2	21. 3	22. 3	23. 1	24. 3
25. 2	26. 3	27. 2	28. 1	29. 5	30. 5		

७

मराठी / इंग्रजी उतारा प्रश्नोत्तरे

Marathi and english language comprehension skills (Class X/XII level)

प्रा. सौ. अनुराधा एन. मिसाळ, अहमदनगर

या विभागात इंग्रजी आणि मराठी उतारे प्रश्नोत्तरासाठी दिले जातात. अर्थात या उताऱ्यांचे मानक माध्यमिक, उच्च माध्यमिकपर्यंतचे असते. म्हणजेच इयत्ता दहावी ते बारावीपर्यंतच्या विद्यार्थ्यांना या उताऱ्यांचे आकलन व्हावे इथपर्यंतच या उताऱ्यांची काठिण्यपातळी असणार आहे.

उतारा मराठी असो की इंग्रजी त्याखाली दिलेल्या प्रत्येक प्रश्नाखाली उत्तराचे चार पर्याय असतात. त्यांतील फक्त योग्य पर्यायी-उत्तराचे वर्तुळ उत्तरपत्रिकेत गडद करावयाचे असते. त्यामुळे प्रश्नाचे उत्तर लिहिणे वगैरे भाग यात नसणार.

अर्थातच उतारावाचनासाठी आपणास स्वतंत्र वेळ उपलब्ध नसणार. तरीही अवधानाचे पूर्ण केंद्रीकरण करून म्हणजेच अगदी लक्षपूर्वक उतारा वाचा. तो वाचताना तत्पूर्वी प्रश्नांवर पटकन एक ओझरता कटाक्ष टाकावयास विसरू नका. वाचताना प्रश्न व उतारा यांचा साकल्याने एकत्र विचार करा. एखाद्या प्रश्नाचे उत्तर प्रश्नाखाली पर्यायांत सापडले तर तत्क्षणी त्यावर पेन्सिलीने एखादी बारीक खूण करा, आणि नंतरच पुन्हा नीट लक्षात घेऊन योग्य उत्तर उत्तरपत्रिकेत गडद करा.

हे सर्व करताना प्रश्नांच्या संख्येपेक्षाही कमी मिनिटे वेळ खर्च व्हावा हे अपेक्षित आहे. काही वेळेला प्रश्नातील काही वेगळे, अनोळखी असणारे शब्द उत्तराकडे निर्देश करीत असतात तेही लक्षात घ्यावे.

बऱ्याचदा संपूर्ण उतारा वाचून जाणवणाऱ्या मुद्द्यांवर प्रश्न असतात. ते नीट लक्षात घेऊनच त्या प्रश्नाचे उत्तर गडद करा. एक लक्षात ठेवा, हा प्रश्नप्रकार वेळखाऊ असतो, त्यामुळे या उतारा प्रश्नोत्तराकडे शेवटीच जा.

परिच्छेद 7.1

पुढील परिच्छेद वाचून त्याखाली दिलेल्या प्रश्नांच्या योग्य उत्तराचा पर्याय निवडा.

'श्यामची आई' सारख्या सोज्ज्वळ व सात्विक संस्कार करणाऱ्या पुस्तकांची विशेषच गरज आहे. या कादंबरीला गोविंदा म्हणतो, ''चांगल्या गोष्टींचे चिंतन केल्याने मनुष्य चांगला होत जातो.'' ही कादंबरी असे चिंतन करते, व वाचकांना करायला लावते.

'श्यामची आई' हे एक बोधप्रद पुस्तक आहे. ते आपल्याला आदर्शाची शिकवण देते. स्वार्थत्याग,

प्रामाणिकपणा, बंधुभाव, निगर्वीपणा अशा सद्‌गुणांचा बोध आपल्या अंत:करणावर बिंबवते. खरा मोठेपणा कशात असतो ते सांगते. श्याम म्हणतो, ''मोठेपणा याचा अर्थ जगातील काही व्यक्तींच्या ओठावर आपले नाव काही काळ नाचणे, असा मी करीत नाही. हिमालयाच्या दऱ्याखोऱ्यांत असे प्रचंड गगनचुंबी वृक्ष असतील की ज्यांची नावे जगाला माहीत नाहीत, रानावनातील कानाकोपऱ्यात असे एखादे रमणीय व सुगंधी फूल फुललेले असेल की ज्याचा पत्ता कोणाला लागला नाही.'' मी निर्दोष होत आहे. हळूहळू उन्नत होत आहे. अशा उत्तुंग विचारांनी ही कादंबरी तुडुंब भरलेली असल्यामुळे मला ती फार आवडते.

प्रश्न :

1. 'श्यामची आई' हे पुस्तक आपल्याला कोणती शिकवण देते ?
   (1) सोज्ज्वळतेची (2) सात्त्विकतेची (3) आदर्शाची (4) शालीनतेची
2. 'श्यामची आई' सारख्या पुस्तकांची आपल्याला आवश्यकता का आहे ?
   (1) अशा पुस्तकांच्या चिंतनाने मनुष्य निगर्वी होतो.
   (2) अशा पुस्तकांच्या चिंतनाने मनुष्य मोठा होत जातो.
   (3) अशा पुस्तकांच्या चिंतनाने मनुष्य प्रामाणिक होत जातो.
   (4) अशा पुस्तकांच्या चिंतनाने मनुष्य नि:स्वार्थी होत जातो.
3. 'श्यामची आई' हे कशाप्रकारचे पुस्तक आहे ?
   (1) उपदेशपर (2) कल्पनाविलासात्मक (3) प्रणयरम्य (4) संतापजनक
4. श्यामच्या मते 'मोठेपणा' याचा अर्थ काय ?
   (1) विचारांचे उत्थापन होत आहे, ही जाणीव ज्याला आहे; याचा अर्थ मोठेपणा.
   (2) विचारांचे प्रगटीकरण करणे ज्याला जमते; याचा अर्थ मोठेपणा.
   (3) विचारांची गुणग्राहकता ज्याच्याजवळ आहे; याचा अर्थ मोठेपणा.
   (4) विचारांचे पतन होत आहे, ही जाणीव ज्याला आहे; याचा अर्थ मोठेपणा.
5. 'श्यामची आई' या पुस्तकातून लेखकाला कोणता संदेश द्यावयाचा आहे ?
   (1) 'श्यामची आई' हे एक संस्कारक्षम पुस्तक आहे.
   (2) 'श्यामची आई' हे एक निर्दोष माणसाचे चरित्र आहे.
   (3) 'श्यामची आई' हे सानेगुरुजींच्या स्वातंत्र्यसंग्रामाचे चित्र आहे.
   (4) 'श्यामची आई' हे मनामनात राष्ट्रभक्ती निर्माण करणारे पुस्तक आहे.

परिच्छेद 7.2

जगातील लोकसंख्येच्या मानाने श्रीमंत आणि गरीब यांचे प्रमाण पाहिले तर त्यांच्या आकड्यात विलक्षण प्रकारची तफावत दृष्टीस पडते. शेकडा पाच लोकांना वेळेला सुग्रास अन्न खावयास मिळाले तर बाकीच्या पंच्याण्णवास पोटाला चिमटा देऊन उपाशी राहावे लागते. दहाजणांना पोटभर अन्न व वस्त्र मिळाले तर त्याच्या दसपट लोकांना वेळेला घासभर अन्न मिळविण्यासाठी दारोदार फिरावे लागते वा थंडी वाऱ्यात उघडे पडावे लागते. मोठमोठ्या शहरांतून आपण अतिशय विस्तीर्ण आणि उंच इमारती पाहतो हे खरे; पण ज्यांना मुळीच घरेदारे नाहीत असे किती लोक पृथ्वीच्या पाठीवर सापडतील ? दहापाच ठिकाणी पंचपक्वान्नांच्या मेजवान्या चालल्या असता शेकडो ठिकाणी मुले, माणसे भुकेने तडफडत असलेली दृष्टीस पडतात. ह्याचे कारण काय असावे ? हा सृष्टिरचनेतच काही माणसांच्या

डावपेचांचा, युक्त्यांचा, लबाड्यांचा परिणाम आहे? देवाच्या घरी पक्षपात नाही, देवाला सगळी माणसे सारखी, कोणी वेळेला दहा रुपयांचा खाना खावा आणि गरीब प्रजेने आपले पोट बांधून आठ आठ दिवस उपवास काढावे? व अखेरीस अन्नासाठी व्याकूळ होऊन प्राण सोडावे इतका पक्षपात करण्याचे देवाला खरोखरी काही कारण नाही. काही लोकांनी आपले कोट, झगे, पाटलोणी आणि टोप्या यांच्यासाठी दरमहा शेकडो रुपये खर्च करावेत. ही सारी मनुष्याची कर्तबगारी आहे. खाण्यापिण्याचे पदार्थ उत्पन्न करून देवाने मनुष्य व जनावरे यांना एकदमच पृथ्वीवर निर्माण केले; पण मनुष्याच्या अंगात दूरदर्शीपणाचा गुण असल्यामुळे दोघांच्या स्थितीत आजमितीस किती फरक पडला आहे पहा ! रानात जोपर्यंत गवत आहे तोपर्यंत सगळ्यांची पोटे सारखी भरतात. नदीत पाणी असेपर्यंत सगळ्यांची तृषा एकसारखीच शांत होते. जनावरात एक श्रीमंत दुसरे दरिद्री असा भेद नाही. त्यांच्यात भिक्षा मागण्याची चाल नाही. दुसऱ्याच्या दारापुढे जाऊन मी उपाशी मरतो आहे असे रडगाणे गाण्याचा या जनावरांना कधीही प्रसंग आला नाही.

1. जगातील लोकसंख्येच्या मानाने ... किती लोक पृथ्वीच्या पाठीवर सापडतील ? या दोन वाक्यांच्या मधील 4-5 ओळीत लेखकाने कशाचे वर्णन केले आहे ?
   (1) उंच इमारतींचे (2) अन्न, वस्त्र, निवाऱ्याचे
   (3) गरिबांच्या स्थितीचे (4) जगातील लोकसंख्येचे
2. गरीब-श्रीमंत अशी विभागणी कुणामुळे निर्माण झाली ?
   (1) परमेश्वरामुळे (2) स्वार्थसाधू लोकांमुळे
   (3) कर्तबगार मनुष्यामुळे (4) गरीब प्रजेमुळे
3. गरीब-श्रीमंत असा भेदभाव आज का पडला आहे ?
   (1) मनुष्याच्या अंगात असलेल्या युक्त्या प्रक्त्यांमुळे.
   (2) एखाद्या गोष्टीचे दूरगामी परिणाम काय होतील याचा विचार करणाऱ्यांमुळे.
   (3) मनुष्याच्या लांडी-लबाडी करण्याच्या वृत्तीमुळे.
   (4) अन्नासाठी व्याकूळ झालेल्या लोकांमुळे.
4. या उताऱ्यातून लेखकास काय सुचवायचे आहे ?
   (1) जगात खूप गरिबी आहे. (2) जगात खूप श्रीमंती आहे.
   (3) काही लोकांच्या अक्कलहुशारीमुळे देशात दारिद्र्याची स्थिती निर्माण झाली आहे.
   (4) जनावरात भिक्षा मागण्याची चाल नाही.
5. 'मी उपाशी मरतो आहे' असे रडगाणे गाण्याचा जनावरांना कधीही प्रसंग का येत नाही ?
   (1) जनावरात श्रीमंत-गरीब असा भेदभाव नाही.
   (2) जगातील कोणत्याही गोष्टींवर ते हक्क सांगत नाहीत.
   (3) जनावरांना स्वार्थ कळत नाही.
   (4) जनावरे कर्तबगार नाहीत.

परिच्छेद 7.3

एक अध्यापिका म्हणून मला असं वाटतं की शालेय, महाविद्यालयीन शिक्षणाबरोबरच विद्यार्थी-विद्यार्थिनींना जीवनविषयक काही तत्त्वे व नियम शिकवलेच पाहिजेत. अनेक वेळा माझ्या विद्यार्थिनी विवाह, पैसा, करियर या गोष्टींची चर्चा करत असतात. मुलींसाठी, विशेषत: आपल्या देशातल्या तर आत्मविश्वास या गुणाची आज फार गरज आहे. काहीही झालं तरी एखाद्या स्त्रीच्या जीवनाचं केवळ लग्न करणं, मुलांचा सांभाळ करणं हे एकमेव उद्दिष्ट काही

असू शकत नाही. शिक्षणाने आपल्याला उत्तम नोकरी मिळू शकेल हे खरं आहे. पण त्याहूनही अधिक महत्त्वाची गोष्ट म्हणजे माणसाला जीवनाला सामोरं जाता आलं पाहिजे, जीवनातील वास्तवाला सामोरं जाता आलं पाहिजे आणि समाजाला समजून घेता आलं पाहिजे.

नुकतंच काही दिवसांपूर्वी मला दिल्लीला एका समारंभासाठी बोलावणं आलं. त्याचा मुख्य विषय होता - 'महिलांचे सबलीकरण'. त्याच वेळी पारितोषिकवितरणही होते. त्या कार्यक्रमात एक महत्त्वपूर्ण वक्त्या होत्या किरण बेदी. किरणविषयी मला अत्यंत कौतुक आणि आदरभाव वाटत आलेला आहे. कारण स्त्रीच्या अंतर्यामी असणाऱ्या शक्तीचं ती एक प्रतीक आहे व ते तेज तिच्या चेहऱ्यावरही दिसतं.

- सुधा मूर्ती

1. अध्यापिका म्हणून लेखिकेला कोणती गोष्ट मान्य नाही ?
   (1) विद्यार्थी- विद्यार्थिनींना जीवनविषयक तत्त्वे व नियम शिकवले पाहिजेत.
   (2) विद्यार्थिनींना आत्मविश्वासाची गरज आहे.
   (3) विद्यार्थिनी लग्न, घर, करियर याचीच चर्चा करतात.
   (4) शिक्षणाने उत्तम नोकरी मिळू शकते.

2. किरण बेदीविषयी लेखिकेने कोणते मत व्यक्त केले आहे ?
   (1) किरण बेदी ही एक तेज:पुंज स्त्री आहे.
   (2) किरण बेदींविषयी त्यांना कौतुक वाटते.
   (3) किरण बेदी या स्त्रीच्या अंतर्यामी असणाऱ्या शक्तीचे प्रतीक आहेत.
   (4) किरण बेदी फक्त महिलासबलीकरणावरच बोलतात.

3. शिक्षणाकडून विद्यार्थी-विद्यार्थिनींना कोणते सामर्थ्य मिळावे; अशी लेखिकेची अपेक्षा आहे ?
   (1) शिक्षणाने उत्तम नोकरी मिळविता आली पाहिजे.
   (2) जीवनातील वास्तवाला तोंड देता आले पाहिजे.
   (3) मुलांचे संगोपन करता आले पाहिजे.
   (4) विवाह, पैसा, करियर यांविषयी चर्चा करता आली पाहिजे.

4. दिल्लीतील चर्चेचा विषय कोणता होता ?
   (1) स्त्री म्हणजे एक अबला !   (2) आजची स्त्री अबला की सबला ?
   (3) किरण बेदी.   (4) महिलांचं सक्षमीकरण.

5. या उताऱ्यातून सुधा मूर्तींना कोणता विषय वाचकांच्या मनावर बिंबवायचा आहे ?
   (1) महिलांमध्ये आत्मविश्वास या गुणाची गरज आहे.
   (2) किरण बेदींच्या चेहऱ्यावर स्त्रीशक्तीचे तेज दिसते.
   (3) मुलांचे संगोपन करणे, हे स्त्रीच्या जीवनाचे एकमेव उद्दिष्ट आहे.
   (4) शिक्षणामुळे उत्तम नोकरी मिळविता आली पाहिजे.

परिच्छेद 7.4

ग्रामस्थ, स्थानिक स्वराज्य संस्था आणि विश्वस्त समिती यांच्यात समन्वय नसला की काय होतं याचं खरंखुरं प्रत्यंतर येतं ते 'मंदिरांचा जीर्णोद्धार' या नावाखाली झालेल्या कामातून ! बटबटीत रंगांनी रंगवलेली देवळं, शिखरं, मूळ देखण्या हेमाडपंती मंदिरांना ठिगळासारखं जोडलेलं सिमेंट काँक्रिटचं नवं बांधकाम अशी या सर्वच मंदिरांची

अवस्था आहे. आळंदी व पंढरपूर इथे केलेलं काम याचीच साक्ष देतं ! मूळ वारकरी परंपरेतील साधेपणा आणि कलात्मकता या दोन दृष्टींनी हे भयावह 'आधुनिकीकरण' चुकीचं आहे. या सर्व मंदिरांना काहीशे वर्षे झालेली असल्याचे त्यांची दुरुस्ती अपरिहार्य आहेच; परंतु घराची दुरुस्ती आणि मंदिराची दुरुस्ती यांत फरक आहे. तो कुणीच लक्षात घेतलेला नाही. अन्यथा नेवाशाच्या मंदिरात मूळ पैसाचा खांब तेवढा जुन्या पद्धतीचा व बाकी सगळं मंदिर सिमेंट कॉंक्रिटचं व बटबटीत रंगातलं हे विसंगत चित्र दिसलं नसतं. ऑइल पेंट देण्यामागे मंदिर चांगलं दिसावं अशी भावना आहे, असं विश्वस्त समितीच्या सदस्यांचं म्हणणं आहे. परंतु, प्रतापगड, रायगड अशी ऐतिहासिक ठिकाणं, अजिंठा, वेरूळसारखी कलात्मक लेणी यांनाही दुरुस्तीची गरज आहे म्हणून ती अशी रंगवली तर? या जुन्या आणि देखण्या मंदिरांचा झालेला 'आधुनिक जीर्णोद्धार' या अशा तोकड्या समर्थनांनी क्षम्य ठरत नाही.

युनिक फीचर्स

महाराष्ट्र टाइम्स

1. 'मंदिराचा जीर्णोद्धार' म्हणजे काय ?
   (1) जुने मंदिर पाडून नवीन ठिकाणी नवीन मंदिर बांधणे.
   (2) मंदिराची रंगरंगोटी करणे.
   (3) जुन्या मंदिराची पडझड दुरुस्त करून रंगरंगोटी करणे.
   (4) लोकाद्धारासाठी मंदिरात कार्यक्रमांचे आयोजन करणे.
2. मूळ वारकरी परंपरेत कोणत्या दोन गोष्टी दिसतात ?
   (1) भडकपणा आणि कलात्मकता. (2) कलात्मकता आणि साधेपणा.
   (3) बटबटीपणा आणि भडकपणा. (4) साधेपणा आणि सुबकपणा.
3. नेवासा मंदिरातील 'पैसाचा खांब' खालीलपैकी कोणत्या ग्रंथाशी संबंधित आहे ?
   (1) अभंगांची गाथा (2) ज्ञानेश्वरी (3) एकनाथी भागवत (4) अमृतानुभव
4. विसंगती निर्माण होण्याचे कोणते कारण लेखकाने सांगितले आहे ?
   (1) 'पैसाचा खांब' जुना आणि रंग बटबटीत.
   (2) सिमेंट कॉंक्रीटचं मंदिर आणि कलात्मकतेचा अभाव.
   (3) ग्रामस्थ, स्थानिक स्वराज्य संस्था आणि विश्वस्त समिती यांच्यात समन्वयाचा अभाव.
   (4) हेमाडपंती मंदिराचा जीर्णोद्धार ठिगळासारखा.
5. 'पैसाचा खांब' याच्याशी कोणते संत निगडित आहेत ?
   (1) संत एकनाथ (2) संत नामदेव (3) संत ज्ञानेश्वर (4) संत जनाबाई

परिच्छेद 7.5

संस्था उभारण्याबाबत महात्मा गांधींची दृष्टी स्वच्छ होती. विशिष्ट ध्येयाच्या पूर्ततेसाठी रचनात्मक स्वरूप असे त्यांचे वर्णन करता येईल. आपण उभारलेल्या विविध संस्था या मूलत: स्वातंत्र्यलढ्यासाठीच सामर्थ्य मिळवण्याची शक्तिस्थाने याची स्पष्ट कल्पना त्यांना होती. त्यामुळे चळवळीच्या वेळेला त्या संस्था आवरून वा गुंडाळून लढ्यात झोकून देण्याचा आदेश ते सहज देऊ शकत असत. एखाद्या विशिष्ट ध्येयवादातून संस्था उभी राहते, त्या वेळेला पूर्ण समर्पित भावनेने त्यासाठी स्वत:ला झोकून देणारे अत्यल्प असतात. क्रियाशील असणारे इतर अनेकजण व्यवहार व ध्येयवाद यांची सांगड घालणारे असतात. हा गट मोठा असतो आणि ध्येयासाठी आयुष्य ओवाळून टाकणारे व्यक्तीचे नेतृत्व हा गट स्वीकारतो. असे नेतृत्व संपल्यानंतर वा परिस्थितीची तीव्रता संपल्यानंतर पहिली धग संपून जाते.

संस्था उदात्त ध्येयासाठी काढलेली असते. परंतु तिला स्थिरतेचा पाया विस्तृत लाभला, तिचे कार्य सुरक्षित आणि प्रतिष्ठित बनले की तेथे असलेल्यांना त्या संस्थेची साधनसामग्री आणि सुविधा यांचा मोह सुटतो. किंवा मोह असलेले काहीजण संस्थेमध्ये घुसतात आणि संस्थेचे संस्थान बनण्यास प्रारंभ होतो.

- प्रा. नरेंद्र दाभोळकर

1. आपण उभारलेल्या संस्था या सामर्थ्य मिळविण्याची कोणती स्थाने आहेत; याची कल्पना गांधीजींना होती ?
   (1) आशा (2) बल (3) इच्छित (4) स्फूर्ती
2. संस्थेचे संस्थान बनण्यास प्रारंभ कुणामुळे होतो ?
   (1) निर्मोही लोकांमुळे (2) प्रतिष्ठित लोकांमुळे
   (3) ध्येयवादी लोकांमुळे (4) लालची लोकांमुळे
3. संस्था उभारण्यासाठी कोणत्या भावनेने स्वत:ला झोकून देणारे लोक अत्यल्प असतात ?
   (1) ज्ञानार्पण (2) त्याग (3) पवित्र (3) नि:स्पृह
4. व्यवहार व ध्येयवाद यांची सांगड घालणारा जो गट असतो; तो गट कोणत्या व्यक्तीचे नेतृत्व स्वीकारतो ?
   (1) कष्टाळू (2) ध्येयवादी (3) आशावादी (4) व्यवहारी
5. संस्था उभारण्यामागे गांधीजींचा कोणता विचार होता ?
   (1) स्वातंत्र्यलढ्यासाठी सामर्थ्य मिळविण्यासाठी संस्थांची आवश्यकता असते.
   (2) स्वत:चे नेतृत्व सिद्ध करण्यासाठी संस्थांची आवश्यकता असते.
   (3) एखादा सत्याग्रह किंवा चळवळ उभारण्यासाठी संस्थांची आवश्यकता असते.
   (4) सरकारच्या विरोधात उभे ठाकण्यासाठी संस्थांची आवश्यकता असते.

परिच्छेद 7.6

यंत्राचे साधन मनुष्याच्या हाती आल्यामुळे मनुष्याची हानीच होत आहे, तो दुबळा बनत आहे, दु:खी बनत आहे, दरिद्री बनत आहे. यंत्र हा मनुष्यजातीला झालेला शाप होय, अशी यंत्राविरुद्ध जे ओरड करतात त्यांनी लक्षात ठेवावे, की यंत्र, हत्यार, कळ म्हणजेच शतपटीने अधिक कार्यक्षम झालेले मनुष्याचे एकेक इंद्रिय आहे ! कळ म्हणजेच इंद्रियाची वाढलेली कार्यक्षमता; हत्यार म्हणजेच हाताहूनही दसहत्यारी असा आपला एक जोडहात यंत्रे म्हणजे आपल्या मूळच्या शक्तीपेक्षा लक्षपटीने शक्तिमान झालेली आपली बहिश्चर इंद्रिये !

जर हत्यार, कळ, यंत्र नसते तर मनुष्य सृष्टिशक्तीवर आज चालवीत असलेली सत्ता चालवू शकला नसता; यंत्रावाचून, कळीवाचून मनुष्य जीवनकलहात जगूच शकत नाही. कोल्हा-कुत्रा देखील त्याला भारी होतो, फाडफाडून खातो ! मनुष्यास झालेल्या यंत्रबळाच्या साहाय्याविषयी असे म्हटले तरीदेखील अतिशयोक्ती होणार नाही, की शरीराने मनुष्य हा अत्यंत दुबळा, कळीनेच काय तो प्रबळतम ठरला !

माणसाला सिंहासारखी नखे नाहीत, दात नाहीत, नुसत्या गर्जनने सारे रान हादरून सोडील असा भीषण आवाजही नाही. आपणापुढे अशी कोवळी काकडी, तसा माणूस वाघापुढे ! हत्तीपुढे माणूस म्हणजे मुंगी ! माणसाजवळ तीक्ष्ण सुळे नाहीत, पोट चिरून-फाडून टाकणारी शिंगे नाहीत, घारीसारखी दृष्टी नाही, गरुडासारखी तीक्ष्ण चोच नाही, सापासारखा दंश नाही. विंचवासारखी नांगी नाही ! हिंदी लोकांना इंग्रजांनी नि:शस्त्र केले त्याच्या कितीतरी युगे आधी माणसाला सृष्टीने नि:शस्त्र केले होते ! पण तोच दुबळा माणूस आज ह्या पृथ्वीतलावर

तरी साऱ्या प्राण्यांचा राजा, शास्ता, जेता होऊन मिरवू लागला तो कळीच्या, हत्याराच्या, यंत्राच्या अजस्र बळावर !

- वि. दा. सावरकर

1. यंत्राविरुद्ध कोणती ओरड ऐकू येत असे ?
   (1) यंत्रामुळे मनुष्य आळशी बनत आहे. (2) यंत्रामुळे मनुष्य बेसावध बनत आहे.
   (3) यंत्रामुळे मनुष्य अकार्यक्षम बनत आहे. (4) यंत्रामुळे मनुष्य अश्राप बनत आहे.
2. यंत्र नसते तर काय झाले असते ?
   (1) मनुष्य असहाय्य झाला असता. (2) मनुष्य दुर्दैवी ठरला नसता.
   (3) मनुष्य सर्वशक्तिमान ठरला नसता. (4) मनुष्याच्या जीवनात कलह निर्माण झाला असता.
3. यंत्रामुळे काय झाले ?
   (1) मनुष्य सिंहासारखी गर्जना करू लागला. (2) मनुष्य हत्तीसारखा मदोन्मत्त झाला.
   (3) मनुष्य सापासारखा दंश करू लागला. (4) मनुष्य सत्ताधीश बनला.
4. या उताऱ्यातून लेखक वि. दा. सावरकर यांचे यंत्राविषयी कोणते मत व्यक्त होते?
   (1) यंत्रामुळे मानव सर्वश्रेष्ठ ठरला आहे. (2) यंत्रे हा मनुष्यजातीला लागलेला शाप आहे.
   (3) यंत्रामुळे मनुष्याची हानीच होत आहे (4) यंत्रामुळे मनुष्य पशुवत बनला आहे.
5. या उताऱ्यास समर्पक शीर्षक लिहा.
   (1) यंत्र : एक कलंक (2) यंत्र म्हणजे जीवनकलह
   (3) यंत्र आणि मानव (4) नकोत ही यंत्रे !

परिच्छेद 7.7

माझ्या मित्रांना आमच्या घरच्या अकृत्रिम व निष्कपट चालीरीती, घरातील लोकांचा एकमेकांशी स्नेह व गोड वागणूक आणि दुसऱ्यांशी तसेच वर्तन अगदी नमुनेदार वाटत. काही नवीन आलेले स्नेही तर काही गोष्टींकडे टक लावूनच पाहत बसत. आमच्या घरची शांती, तृप्ती, प्रीती ह्या त्यांना काही अवर्णनीय वाटतात. आमच्या घरी आल्यावर एखाद्या पुरातन देवळात गेल्याचा त्यांना भास होऊन, परत जावेसे वाटत नसे. आई तर माझ्या कोणाही मित्राला आपल्याच मुलाप्रमाणे वागवायला केव्हाही तयार असे. ह्यामुळे आमच्या घरी विश्वकुटुंबीयतेचा जिवंत देखावा अथवा साक्षात्कार दिसे.

नुसता पडदा न घालणे यात विशेष काही नाही, पण अंत:करणातच मुळी पडद्याला थारा न देणे ही दैवी कृपा होय. आमचे घर म्हणजे ह्या कृपेचा एक देव्हारा होता. प्रापंचिक विपत्ती कितीही आल्या, दारिद्र्य, आजार, मरण, कर्जाचा बोजा - असेल इतर कितीही मनाची पारख करणारे प्रसंग आले, तरी घरचे वातावरण कधीही क्षुब्ध होत नसे. येणेप्रमाणे भौतिक दारिद्र्यात आत्मिक श्रीमंतीचा भाग आमच्या घरी आणि घरातील लहानथोर व्यक्तीत दिसत असे. अशा घरी मग जातिभेदाला कोठून वाव मिळणार ? आधुनिक सुधारकांप्रमाणे जातिभेद मोडण्याची उठाठेव करण्याची आम्हावर पाळीच येत नसे. कारण तो जातिभेदाचा संस्कारच आम्हांवर घडला नव्हता. लहान मुलांपुढे मद्यपाननिषेधाच्या व्याख्यानांची जरुरीच नसते, त्याचप्रमाणे जातिभेद मोडण्याचा कोणी आम्हाला उपदेश केला असता, तर तो मुळी आम्हाला समजलाही नसता ! इतके आम्ही ह्या भेदाच्या अमंगल विषाला अनभिज्ञ होतो.

- विठ्ठल रामजी शिंदे

1. आमच्या घरी विश्वकुटुंबीयतेचा देखावा आहे; असे लेखक का म्हणत ?
   (1) त्यांच्या घरात अनेक नवनवीन वस्तू असत.
   (2) त्यांच्या घरात पुरातन देऊळ होते.
   (3) त्यांच्या घरात शांती, तृप्ती, प्रीती या भगिनींचे वास्तव्य होते.
   (4) त्यांची आई त्यांच्या मित्रांवर पुत्रवत प्रेम करीत असे.
2. लेखकाच्या मते दैवी कृपा कोणती ?
   (1) पडदा न घालणे. (2) घरात देव्हारा असणे.
   (3) मनात जातिभेदाचे विचार येऊ न देणे. (4) मित्रांशी वर्तन स्नेहपूर्ण असणे.
3. या उताऱ्यातून कोणता विचार व्यक्त होतो ?
   (1) जातिभेद विषासमान आहे. (2) विश्व हेच कुटुंब.
   (3) भौतिक दारिद्र्यात आत्मिक श्रीमंती. (4) जातिभेदाचा संस्कार.
4. 'अनभिज्ञ असणे' या वाक्प्रचाराचा खालीलपैकी कोणता अर्थ बरोबर आहे ?
   (1) भीती असणे (2) माहीत असणे (3) माहीत नसणे (4) प्राशन करणे
5. लेखकाच्या घरचे वातावरण कधीही क्षुब्ध का होत नसे ?
   (1) त्यांच्या घरावर कर्जाचा बोजा होता. (2) घरातील लोकांची मने मोठी होती.
   (3) घरात अठराविश्व दारिद्र्य होते. (4) घरात पडदा संस्कृती नव्हती.

परिच्छेद 7.8

सुखासाठी धडपडणारे आणि ते मिळत नाही म्हणून रडणारे सारे लोक मोठी चूक करत नाहीत का ? विश्वमोहिनी सुवर्णरथातून येत असलेली पाहून हुरळून जातो, पण पुढे येऊन तिने हात पसरला की, आपण मुलखाचे कृपण होतो. तिला कमीत कमी काय देता येईल हे आपण पाहू लागतो. पण द्यावे तसे घ्यावे हा सुखाचा मूलमंत्र आहे. किंबहुना, आधी दुसऱ्याला दिल्याशिवाय, त्यागाच्या अग्निदिव्यातून पार पडल्यावाचून आपल्याला काही मिळत नाही अशी जगात एकच गोष्ट आहे. ... सुख ! प्रसववेदनेचे प्राणांतिक कष्ट सोसल्याशिवाय मातेला तरी अपत्याच्या मुखाचे दर्शन कुठे होते ? सुखाचा शोध करणारे आपल्या या हरवलेल्या गोष्टीविषयी वर्तमानपत्रांतून जाहिरात का देत नाहीत याचे मला लहानपणी कोडे वाटे ! बेपत्ता झालेल्या मुलाविषयी मी पुष्कळ जाहिराती वाचल्या होत्या; पण आता वाटते, अशी जाहिरात देणे अशक्यच आहे. जाहिरातीत हरवलेल्या गोष्टींचे वर्णन देता येते, सुख तर आपल्या आसपासच कुठेतरी खेळत असते.

1. आपण कृपण केव्हा होतो ?
   (1) विश्वमोहिनी सुवर्णरथात येत असलेली पाहून. (2) लोकांनी मदत मागितल्यावर.
   (3) लोकांनी पैशाची मागणी केल्यावर. (4) दुसऱ्यास काही द्यावे लागेल की काय ह्या विचाराने.
2. सुखाचा मूलमंत्र कोणता ?
   (1) जसे करावे तसे भरावे. (2) मरावे परी कीर्तिरूपे उरावे.
   (3) दोन्ही हातांनी देता येईल तेवढे द्यावे. (4) जसे पेरावे तसे उगवते.
3. सुखाची जाहिरात करता येणार नाही, असे लेखक का म्हणतात?
   (1) सुखाचे मोजमाप करता येत नाही. (2) सुख मानण्यावर अवलंबून असते.
   (3) सुख आपल्याजवळच असते. (4) सुख शब्दात मांडता येत नाही.

4. सुखासाठी धडपडणारे व ते मिळत नाही म्हणून रडणारे लोक कोणती चूक करीत असतात ?
   (1) हवे ते सुख मिळावे म्हणून माणसे रडत असतात.
   (2) सुख मिळविण्यासाठी माणसे उसासे टाकत असतात.
   (3) दुसऱ्याला देताना किती कृपण होता येईल, याचा विचार करीत असतात.
   (4) त्यांना सुख कशात असते ते कळत नसते.

5. या उताऱ्यास समर्पक शीर्षक सुचवा.
   (1) सुखाची देवाण-घेवाण.   (2) जाहिरातबाजी आणि सुख.
   (3) हरवलेले सुख.   (4) सुखाचे तंत्र.

परिच्छेद 7.9

लोकशाही म्हणजे काही सहजस्थिती नव्हे, हे ध्येय आहे, आणि हे ध्येय प्रयत्नाने व शिक्षणाने साध्य करावयाचे आहे. राजकीय दृष्ट्या लोकशाही आज तितकीशी यशस्वी नाही. याचे मुख्य कारण मतदार आपले मत विचारपूर्वक प्रामाणिकपणे देत नाहीत हे आहे. मतदारांची बुद्धी वाढली पाहिजे व पुढाऱ्यांचा प्रामाणिकपणा वाढला पाहिजे. असे होईल तर लोकशाही अधिक यशस्वी होईल, ध्येयभूत पूर्णतेच्या दृष्टीने आजची लोकशाही जरी हिणकस ठरली तरी भूतकालीन राज्यपद्धतीपेक्षा ती बरी. अर्थात, काही अनियंत्रित राजे असेही झाले की जे अति उदार होते, ज्यांच्या कारकीर्दीत लोकांना सुख व शांती यांचा लाभ झाला. परंतु, ते अपवाद आपण सोडून दिलेले बरे. लोकशाहीत सार्वजनिक शांती व सुस्थिती अधिक राहते कारण मतदारांना राज्यकारभाराला दिशा दाखविण्याची जी सत्ता असते, त्यामुळे ते आपले समाधान प्रकार करतात. मनातील कुरबुरी, असंतोष चर्चेच्या वेळी प्रकट करतात. मनातील सारे ओकले जाते. मनातील जमलेल्या वृत्तींना हा जो प्रकट होण्यास वाव मिळतो त्याने सार्वजनिक आरोग्य राखायला मदत होते. समाज नीटनेटका व जरा सुखासमाधानाने राहतो.

1. लोकशाही यशस्वी केव्हा होईल ?
   (1) मतदार आपल्या आवडत्या पक्षाला निवडून आणतील तर -
   (2) सुबुद्ध आणि कर्तव्यदक्ष मतदार असतील तर -
   (3) अनुयायी अंधश्रद्धेने मतदान करतील तर -
   (4) जनतेचा लोकशाहीवर प्रगाढ विश्वास असेल तर -

2. लोकशाहीमुळे सामाजिक आरोग्य कसे राखता येते ?
   (1) लोकशाहीत शांती व सुस्थिती अधिक राहत असल्यामुळे
   (2) आजची लोकशाही भूतकालीन राज्यपद्धतीपेक्षा बरी असल्यामुळे
   (3) आजचा समाज नीटनेटका असल्यामुळे
   (4) मनोवृत्तींना प्रकट होण्यास वाव मिळत असल्यामुळे

3. राजकीय दृष्ट्या आजची लोकशाही कशी ठरली आहे ?
   (1) अनियंत्रित   (2) नियंत्रित   (3) अयशस्वी   (4) खालच्या दर्जाची

4. लोकशाहीचे ध्येय कसे साध्य करावयाचे आहे ?
   (1) कष्टाने   (2) बुद्धीने   (3) प्रामाणिकपणाने   (4) विरागीवृत्तीने

5. या उताऱ्यास समर्पक शीर्षक सुचवा.

    (1) हिणकस लोकशाही   (2) लोकशाहीचे सार्वजनिक आरोग्य

    (3) लोकशाही   (4) लोकशाहीची सहजस्थिती

परिच्छेद 7.10

कवीचं मोठेपण त्याच्या कवितेतून दिसतं असं आपण जेव्हा म्हणतो त्यावेळी त्यातल्या नेमक्या कशाला आपण मोठं म्हटलेलं असतं ? साहित्यातला सिद्धान्त म्हणून मला सांगायचं नाही; पण माझ्यापुरतं मला ते मोठेपण कुठं जाणवतं ते सांगतो. अनुभव लहान की मोठा याला महत्त्व नाही. पण कवीने काय विलक्षण उत्कटतेने हा अनुभव घेतलाय याची प्रचिती त्या कवितेतून होणाऱ्या आविष्कारातून जाणवली त्या ठिकाणी मला कवीचे मोठेपण जाणवते. त्या उत्कटतेचा प्रत्यय वाचकाला आणून देण्यात कवितेचा कस लागतो. नुसत्या भरमसाट कल्पना आणि शब्दांचे अलंकार घडवून हे साधत नाही. कधीकधी पाच-सहा साध्या शब्दांतून उभ्या केलेल्या प्रतिमेतूनही हा पराक्रम दिसून येतो. नुसता भाषाप्रभू किंवा शब्दप्रभू म्हणजे कवी नव्हे. 'भरल्या शेताचा देतो मज वाटा, चौधरी गोमटा पांडुरंग'असं तुकोबा म्हणाले, कुठल्या तरी एका दिव्य क्षणी नानाविध सौंदर्याने नटलेल्या ह्या विराट स्वरूपाचं दर्शन आपल्याला होतंय याचा आनंद तुकोबांच्या मनात दाटला असेल. त्यांनी ह्या आनंदाचा वाटा आपल्याला देणाऱ्या पांडुरंगाला चौधरीगावाचा पाटील केला. ह्या विराट विश्वाचं एक चिमुकलं खेडं झालं. तो आनंद त्यातल्याच भरल्या शेताचा झाला. तुकोबा त्यातले बलुतेदार-वाटेकरी झाले. एक अलौकिक अनुभूती एवढ्याशा ओळीत आली. सकाळचा सूर्य एखाद्या दवबिंदूत साठलेला दिसावा तशी साठवण कवितेत आढळली तरच ती मोठी वाटते. एरवी लोकमान्य टिळक म्हणाले तशी चार पैशांची भांग घेतली की हव्या तेवढ्या कल्पना सुचतात. फरक इतकाच आहे की ह्या तेवढ्या कल्पना उतरून काढणं म्हणजे कविता करणं नव्हे, गांजेकसाच्या कल्पना आणि समाधिस्थाला होणारा साक्षात्कार एकच नव्हे; रवींद्रनाथ अनुभूती देतात ती ह्या उत्कट साक्षात्काराची. आपलं कल्पनावैभव दाखविण्यासाठी त्यांनी कविता लिहिली नाही. ती नाद, लय, सूर ह्या साऱ्यांचं वैभव घेऊन प्रकट झाली. खरं म्हणजे ती तशीच अनुभवली पाहिजे. शब्द, छंद, नाद, आशय, हे इतके एकरूप असतात की भाषांतर किती हुशारीने केलं तरी हे सारे घटक मिसळून येत नाहीत.

- पु. ल. देशपांडे

1. कवीचे मोठेपण लेखकाला कोठे जाणवते ?

    (1) कवीला आलेल्या अनुभवाच्या उत्कट प्रचितीतून.

    (2) कवीला आलेल्या लहानमोठ्या अनुभवांतून.

    (3) कवीला कवितेतून झालेल्या आत्माविष्कारातून.

    (4) कवीच्या कवितेतील गर्भितार्थातून.

2. 'भरल्या शेताचा देतो मज वाटा, चौधरी गोमटा पांडुरंग'या ओळीतून तुकाबांना कोणती अलौकिक अनुभूती आली ?

    (1) तुकोबांना शेतात बलुतेदारी मिळाली.

    (2) तुकोबा चौधरी गावचे पाटील झाले.

    (3) तुकोबांना सृष्टिसौंदर्याची अनुभूती आली.

    (4) तुकोबांना पांडुरंगाच्या विराटस्वरूप दर्शनाचा आनंद झाला.

3. रवींद्रांच्या कवितेत आढळणारे गुण कोणते ?
   (1) शब्द, छंद, नाद, आशय
   (2) नाद, लय, सूर
   (3) ओज, प्रसाद, माधुर्य
   (4) काव्यार्थ, लक्ष्यार्थ, व्यंग्यार्थ
4. लेखकाच्या मते कवितेचा कस केव्हा लागतो ?
   (1) भरमसाठ कल्पना आणि शब्दांचे अलंकार कवितेत असतील तर -
   (2) शब्दप्रतिमा कवितेत असतील तर -
   (3) कवी भाषाप्रभू आणि शब्दप्रभू असेल तर -
   (4) एका विराट विश्वाचं चिमुकलं खेडं झाल्यावर -
5. वरील उताऱ्याचे समर्पक शीर्षक शोधा.
   (1) पांडुरंगाचं मोठेपण
   (2) तुकोबाचं मोठेपण
   (3) कवीचं मोठेपण
   (4) रवींद्रनाथांचं मोठेपण

PASSAGE 7.11

In history we read of great periods in the life of nations, of great men and women and great deeds performed and sometimes in our dreams and reveries imagine ourselves back in those times and doing brave deeds like the heroes and heroines of old. Do you remember how fascinated you were when you first read the story of Jeanne d' Arc, and how your ambition was to be something like her ? Ordinary men and women are not usually heroic. They think of their household worries and the like. But a time comes when a whole people become full of faith for a great cause and then even simple, ordinary men and women becomes heroes, and history becomes stirring and epoch-making. Great leaders have something in them which inspires a whole people and makes them do great deeds.

The year you were born-in, 1917, was one of the memorable years of history when a great leader with a heart full of love and sympathy for the poor and suffering made his people write a noble and never-to be forgotten chapter of history. In the very month in which you were born Lenin started the great revolution which has changed the face of Russia and Siberia. And today in India another great leader, also full of love for all who suffer and passionately eager to help them has inspired our people to great endeavour and noble sacrifice, so that they may again be free and the starving and the poor and the oppressed may have their burdens removed from them. Bapuji lies in prison but the magic of his message steals into the hearts of India's millions, and men and women, and even little children, come out of their little shells and become India's soldiers of freedom. In India today we are making history, and you and I are fortunate to see this happening right before our eyes and to take some part ourselves in this great drama.

- Pandit Nehru to Indira

Question :
1. "We have to take some part ourselves in this great drama." What does this 'drama' refer to?
   (1) the drama performed on the stage.
   (2) this refers to the freedom struggle.
   (3) the great journey.
   (4) the unexpected venture.

2. The subject of this extract is ....
   (1) father's advice to his child.   (2) teacher's reformation of his students.
   (3) mother's love for her daughter.
   (4) national leader's speech in a social gathering.

3. When the child was born, one more great thing happened during that month. What was that ?
   (1) The writer became a father.
   (2) Father of nation, Bapuji started a great revolution.
   (3) Lenin's revolution changed two countries.
   (4) The story of Jeanne d' Arc was narrated.

4. The first paragraph is about
   (1) The difference between great and ordinary people
   (2) Definition of a great person.
   (3) The story of Jeanne d' Arc.
   (4) Greatness of Bapuji .
   (5) The synonym for 'prison' is ....
       (1) temple   (2) church   (3) mosque (4) cell

PASSAGE 7.12

Read the following passage and answer the questions that follow :

Some things we do because we have to. Some things we do because we like to. Things which attract and sustain our attention spontaneously are our interests. What we do during our moments of leisure reveals our interests. If our interests are developed along their natural channels leading on to allied occupations, our work will be an evergrowing source of pleasure to us. Then the distinction between work and play vanishes and work becomes real play. It was about such that Carlyle wrote : 'Blessed is he who has found his work. Let him ask no other blessedness'.

It is convenient for the purpose of vocational guidance to classify human interests under a few headings such as intellectual, practical, social, athletic and aesthetic and aesthetic interests. Those who are fascinated by intellectual activities from the first group. They are inspired by ideas and theories and pursue the study of subject for its own sake. Their interests may be literary, linguistic, scientific, mathematical or philosphical. The type of books they read indicates the nature of their interests. People with predominantly intellectual interests will do well in occupations dealing with ideas, rules, regulations, facts and figures. Professors, authors, lawyers, actuaries and research workers are examples.

Questions :

1. Who form the first group ?
   (1) who stand first in the group.   (2) who are artists.
   (3) who are attracted by intellectual ideas. (4) who love fairy tales.

2. "Some things we do because we have to." Means : Some things we do as they are -
   (1) optional   (2) compulsory   (3) enjoyable   (4) hateful
3. What do we mean by our 'interests'?
   (1) which we like to do most.   (2) which is disliked by others.
   (3) which is admired by our parents and friends.
   (4) which catch and keep our attention without any compulsion.
4. Caryle wrote "Blessed is he who has found his work. Let him ask no other blessedness." Why did he say so ?
   (1) because they enjoy their interest.
   (2) because they really found the meaning of their lives.
   (3) because they enjoy touring and travels.
   (4) because they hate others.
       (1) only 1 correct   (2) 1 + 2 correct
       (3) 2 + 3 correct   (4) 3 + 4 correct
5. Select a suitable title for the extract.
   (1) Carlyle said   (2) My Hobbies And Interests.
   (3) Intellectual Interest   (4) Do As You Like.

PASSAGE 7: 13

I don't know whence I got the notion that good handwriting was not a necessary part of education, but I retained it until I went to England. When later, especially in South Africa. I saw the beautiful handwriting of lawyers and young men born and educated in South Africa, I was ashamed of myself and repented of my neglect. I saw that bad handwriting should be regarded as a sign of imperfect education. I tried later to improve mine, but it was too late. I could never repair the neglect of my youth. Let every young man and woman be warned by my example and understand that good handwriting is a necessary part of education. I am now of the opinion that childern should first be taught the art of drawing before learning how to write a beautifully formed hand.

- Mahatma Gandhi

Questions :
1. What was the author repenting for ?
   (1) his great bluff of life.   (2) his disobedience to his parents.
   (3) his stupidity regarding his friend.   (4) his neglecting to beautifully formed hand.
1. According to the author what is a necessary part of education ?
   (1) compulsory education   (2) beautiful handwriting
   (3) vocational education   (4) going abroad.
3. He went to England and South Africa to ...
   (1) improve his handwriting   (2) for the freedom struggle
   (3) the government sent him there   (4) any other answer
4. Where did he find the beautiful handwriting of advocates ?
   (1) South Africa   (2) England   (3) India   (4) Russia

5. What will be the most appropriate title for this extract ?
   (1) My Neglegance.
   (2) Good Handwriting : A Necessary Part of Education.
   (3) Advice to Young Generation.
   (4) My Trip to England and South Africa.

PASSAGE 7 : 14

The only way to find God is to see Him in His creation and to be one with it. Service of His creatures is His service. I cannot practise Ahimsa without practising the religion of Ashimsa. And I know that God is found more often in the lowliest of His creatures than in the high and mighty. I am struggling to reach the status of these. I cannot do so without their service. Hence my passion for the service of the suppressed classes. And as I cannot render this service without entering politics, I find myself in them. Thus I am no master, I am but struggling erring humble servant of India. I am striving for the kingdom of Heaven which is spiritual deliverance. For me the road to salvation lies through incessant toil in the service of my country and humanity. In the language of Gita, I want to live at peace with both friend and foe. My patriotism is for me a strange on my journey to the land of Eternal Peace and Freedom.

1. The author wants to enter politics because
   (1) he wants to serve humanity.   (2) only politics can win him 'fame'.
   (3) he can earn a lot through politics.   (4) it's a kind of good entertainment.

2. The way of salvation is .....
   (1) visiting heavenly places on the earth.
   (2) live a peaceful life.
   (3) enjoy talking with many people.
   (4) to serve the fellowmen who are poor and needy.

3. What is the way to find God ?
   (1) to visit heavenly abode like the peak of Himalayas.
   (2) to serve the human beings.
   (3) to see and serve the Godly people.
   (4) none of these answers.
       (1) only I correct   (2) only 4 correct
       (3) only three correct   (4) only 2 correct

4. Which holy book is referred in this extract ?
   (1) Humanity   (2) Shrimad Bhagwad Gita
   (3) Ramayana   (4) Kingdom of Heaven

5. What message do we get from this paragraph ?
   (1) Service to Man is Service to God.   (2) The Way to Salvation.
   (3) Search of God: in His Creation.   (4) The Service of Humanity.
       (1) 1, 2, correct   (2) 2, 3 correct   (3) 3,4 correct   (4) all correct

PASSAGE 7.15

Research has shown that almost all varieties of disease can be produced by an undersupply of various nutrients. These nutritional deficiencies occur on account of various factors, including the intense processing and refining of foods, the time lag between harvesting and consumption of vegetables and fruits, the chemicals used in bleaching, flavouring, colouring and preserving foods and the chemical fertilizers, fungicides, insecticides and sprays used for treating the soil. Therefore, as a first principle of nutrition one should insist on whole meal flour and whole meal bread and avoid the white stuff.

Research has also shown that diseases produced by combinations of deficiencies can be corrected when all the nutrients are supplied, provided the damage is not irreparable. A well balanced and correct diet should be made up of foods which in combination would supply all the essential nutrients.

It has been found that a diet which contains liberal quantities of (i) seeds, nuts, and grain, (ii) vegetables and (iii) fruit would provide adequate amounts of all the essential nutrients. These foods have, therefore, been aptly called basic food groups and the diet containing these food groups as optimum diet for vigour and vitality.

Questions :

1. Is it possible to correct the irreparable damage ?
   (A) to some extent   (B) not at all
   (C) 100 %   (D) other answer
   (1) only A correct   (2) only B correct
   (3) A & C correct   (4) only D correct

2. The undersupply of various nutrients is ....
   (1) possibility of weakness.
   (2) possibility of the formation of deformity & deficiency.
   (3) heplful to save money.
   (4) by saving money ultimately helpful for the country to save a lot.
       (1) 1 correct   (2) 2 correct
       (3) 3 & 4 correct   (4) 1 & 2 correct

3. What is necessory for all in case of 100% nutrition ?
   (1) spend a lot of money on hygienic food.
   (2) give stress on whole meal flour & bread
   (3) avoid the white stuff
   (4) have the advice of experts
       (1) 2 & 3 correct   (2) 1 correct   (3) 4 correct   (4) all correct

4. Which word is used in the passage for 'not supplied in required quantity'?
   (1) vitality   (2) vigour   (3) undersupply   (4) deficiencies.

5. The correct title for the extract is ...
   (1) Nutritional value of food   (2) We and Food
   (3   Deficiencies   (4) Diseases and Ourselves

PASSAGE 7.16

Flowering plants are of various types. Herbaceous flowering plants are annuals, biennials and perennials. A second type woody or semi-woody, are usually perennials. Annual plants grow, set seed and die within one year; biennial plants complete their life cycle in two years; perennials, on the other hand, can live and grow for many years once they are planted. Plants that flourish and flower during the rainy season are mostly the herbaceous annuals such as the aster, zinnia and sweet pea. Of the herbaceous perennials, the most common are members of the Daisy family. The beautifuly scented Rose and Jasmine are both woody or semi-woody perennials. There are two other types of plants : bulbous plants and acquatic plants. The former grow from bulbs and tubers planted in the ground; examples of this type are Gladiolus and Tulip. The latter, as their name suggests, grow in water, the most exquisite example being the Lotus or Waterlily. Both bulbous and aquatic plants are usually perennials.

Questions :

1. How many kinds of herbaceous plants are there ?
    (1) 1   (2) 2   (3) 3   (4) 4
2. The Daisy family flower plants are mostly ...
    (1) annuals   (2) biennials   (3) perennials   (4) none of these
3. What is this extract about ?
    (1) a variety of flowers   (2) a variety of trees
    (3) a variety of flowering plants.   (4) a variety of trees.
4. Perennials are the flowering plants that live for ...
    (1) a year   (2) only for two years
    (3) only for five years   (4) for many years
5. The best title for the passage is ....
    (1) The Variety of Flowering Plants.   (2) Daisy family.
    (3) Lotus and Other Plants.   (4) Annuals and Other Varieties.

PASSAGE 7.17

That necessity is the mother of invention is too obvious a truth to need any elaborate explanation, though it needs a slight modification. The early inventions of mankind were largly made under the pressure of need. To defend himself against wild beasts, the premitive man made his bow and arrow and had flint-heads for his weapons. He clothed himself in the skins of beasts in order to escape the inclemency of the weather. The same consideration later on drove him to build houses. when fire was felt as an unavoidable necessity he managed to produce sparks by the quick friction of hard wooden pieces. When he had no vessels that could resist fire and when the art of boiling was unknown to him, he resorted to the peculiar method of stone boiling. The hot water that was needed for cooking food was produced by dropping into a wooden vessel containing cold water stones heated at a fire. Thus was man driven to invent things for himself under the powerful urge of necessity. The necessity of successfully fighting with nature prompted him to make many ingenious inventions. To cross the snow and ice he invented skates, sledges and snow-shoes. To meet the scarcity of water due to a long dry season he constructed tanks large enough to contain rainwater that would last for several months. But though sheer necessity laid to a number of useful inventions, it would be wrong to suppose that every invention was forced into existence by the pressure of need. In fact, many marvellous inventions that adorn modern civilization, were made in an effort purely to satisfy intellectual curiosity. The radio, the spectroscope, the telegraph and the photographic camera, to name only a few, though of great practical value, don't owe their existence to any immediate need as such. Whereas the necessity of living forced man to invent many useful things in the early stages of civilization, some of the astonishing and incredible inventions of to-day stand to the credit of those who have made truth the governing passion of their life and have sacrificed their all at the altar of knowledge.

Questions :

1. Man invented most of the things because
   (1) it was an accident in his life   (2) it was the urge of neessity.
   (3) somebody compelled him to do so. (4) it was his own will to invent somthing new.

2. In early ages, as mentioned in this extract, man invented
   the following things in sequence ....
   (1) bows & arrows, skins of beasts as hidings, houses, fire, vessels, hot waters etc.
   (2) houses, hot waters, bows & arrows, skins of beasts as hidings, vessels fire etc.
   (3) fire, vessels, houses, hot waters, bows & arrows, skins of animals as hidings etc.
   (4) fire, skins of beasts as hidings, hot waters, houses, bows and arrows, vessels etc.

3. Man also invented the radio, spectroscope, the telegraph and the photographic camera
   as a result of his...
   (1) invention   (2) necessity
   (3) satisfy intellectual curiosity (4) sake of fun

4. The central idea of this passage is ....
   (1) Man and his Invention   (2) Man's Capacity for Invention
   (3) Man's Ability for Knowledge   (4) Man's Early Inventions.

5. What is not said in this passage ?
   (1) Man made many early inventions out of necessity.
   (2) Later on man invented many things to satisfy his intellectual curiosity.
   (3) Man built houses to save himself from wild animals.
   (4) Radio was invented as a necessity of time and his fundamental need.

PASSAGE 7.18

No warning is perhaps of greater practical use than the one contained in the simple words. "Look before you leap". There are different kinds of gamblers, and to my mind, the worst gambler is one who hastens to decide his future on the toss of a coin. Many adopt a line of action through mere caprice or whim. Everyone in this world has to work in order to earn his bread and so it's essential that no one should fritter away his energies in a type of work that does not suit him. Nothing could be more fatal than to adopt a profession into which we cannot put our whole heart. Indeed, we must learn to look before we leap. Take any sphere of life and you'll find that the wise warning continued in this magazine is applicable to it. Do you want to make friends with somebody? Obviously, you cannot be a friend to anybody and everybody. You must inquire into the past life of the boy who is anxious to be friendly with you. You must judge his nature, study his habits and know his likes an dislikes. You must look before you leap. We live in an age of ready-made opinions on practically every conceivable subject: Will you accept these without proper consideration ? The daily press is there ready with its comments on practically everything that's going on in the world. Is it wise to accept these comments as the very expression of truth ? Of course not. You must never accept readymade opinions on any subject. They are likely to mislead you and even ruin you. It's a mark of feeble intelligence to receive what others offer without exercising one's own thinking faculty. Those who leap to conclusions without weighing the opinions of others, are bound to come to harm. Those who accept the opinions of others on such vital matters as religion and philosophy without thinking for themselves, are exposing themselves to type of deception for which they are bound to repent one day ! Indeed, there's no sphere of life to which the warning given by, "Look Before You Leap" may not be thought as applicable.

Questions :

1. What does the author of this passage call today's age ?
   (1) The Age of Readymade Opinions.   (2) The Age of Looking Before.
   (3) The Age of Before you Leap.   (4) The Age of Presence of Mind.

2. What is necessary to do before you make anybody your friend ?
   (1) Watch him or her for several times.
   (2) Talk with him or her friendly.
   (3) Offer him or her many presents before you're friendly with him or her.
   (4) Inquire his or her past life, nature, habits, likes and dislikes.

3. What will be the result if we don't pay attention to others opinions ?
   (1) We may get the correct result.   (2) We may get harmful result.
   (3) We may get wonderful result.   (4) We may get enjoyable result.

4. "Look Before you Leap" what does the author want to say through this line ?
   (1) Think wisely and cleverly before you take any judgement.
   (2) Be watchful before you take any decision.
   (3) You must mind the distance before you jump.
   (4) Prevention is better than cure.
       (1) 1 & 2 correct   (2) 3 & 4 correct
       (3) 2 & 3 correct   (4) All correct

5. This passage best expresses
   (1) the pessimistic view.   (2) the optimistic view.
   (3) the precautionary view.   (4) the judgement view.

PASSAGE 7.19

As in the case of all commercial organizations, a big construction company has also to function these days on a scientific basis in order to manage its affairs efficiently and to achieve success in terms of profits. The main functionary in a construction company on whose efficiency lies the prosperity of the company is the planning Engineer, Erection Engineer, Site Engineer, Maintenance foreman, Accountant, General Administrative officer. The planning Engineer looks after planning of work, settling claims, local pruchasing. The Erection Engineer has to look after actual erection of the building. Site Engineer is helped by surveyor, Inspecting machinery store and control of construction equipments. Accountant looks after maintenance of accounts while the General Administration office has to look after administration with the help of general staff, labour, security. The way in which proper co-operation and coordination of these functionaries is achieved by the Construction Manager decides the real success of the organisation.

Questions :

1. Who is the main functionary in a construction company ?
    (1)   The company itself
    (2)   The Construction Manager
    (3)   The sight supervisor
    (4)   All the workers

2. .... decides the real success of the organisation.
    (1)   The Planning Engineer   (2) The Accountant
    (3)   The General Administration   (4) The Construction Manager

3. Without the help of all other heads ...
    (1)   the whole construction work will collapse.
    (2)   the whole construction work will be possible.
    (3)   the whole construction work will be at stake.
    (4)   the whole construction work will be complete.
        (1) 1 correct   (2) only 2 correct
        (3) 1 & 3 correct   (4) 2 & 4 correct

4. What type of work is performed by the planning engineer ?
    (1)   to plan the whole work including plan, survey & accounts.
    (2)   to look after the general maintenance.
    (3)   to plan regarding electrification & plumbing.
    (4)   to plan about work, local purchase & claim setting.

5. What is the suitable title for this extract ?
    (1)   'Constructive' Work of Construction.
    (2)   How to Take Help from Others.
    (3)   Construction and the Manager.
    (4)   My Happy Home.

PASSAGE 7.20

Temperature is one of the most important physical factors. All living things die if they are made too cold or too hot. Few plants and animals survive if they are cooled to temperatures far below freezing but they are exceptions - seeds, spores or eggs. These can withstand very low temperatures better than an adult animal or plant.

Heat has a different effect on cells. At high temperatures the protein in the cell protoplasm is affected so that it sets as egg white does when you boil an egg. So life is rarely found at temperatures higher than 52°C.

Water and soil are two other important factors in the environment of plants. All the chemical processes that take place in living things depend on water, without water all living things die. The only plants that can survive in a desert where there is very little water, are those that can retain water in their tissues. The amount of water in any place on land depends first on the rainfall. But the kind of soil is also important. If it lets water through too quickly none is left for plants. And even if the soil does hold water, wind and sun may dry out the surface. Wind, sun and rainfall are the main influences of climate. Different combinations of these three produce different climates, and in turn different plants are adapted to these climates. Animals follow the plants or other herbivorous animals which they need for food so that animal distribution also is tied closely to climate.

Questions :

1. Cactus lives even in desert. What is the reason for this ?
   (1) It retains water in its tissues.
   (2) It's plantation is undertaken on a large scale.
   (3) People in desert love cactus a lot.
   (4) The camels like to eat these shrubs.

2. All living things die without ....
   (1) water　　(2) air　　　(3) food　　　(4) environment
   (1) All 4 alternatives are 100% correct.
   (2) only 1, 2, 3 are correct.
   (3) only 2 & 3 are correct.　　(4) All of them are incorrect.

3. What are the main influences of climate ?
   (1) wind　　(2) sun　　　(3) rainfall　　(4) wind, sun and rainfall

4. Animals follow the plants or other herbivorous animals. The passive voice of this sentence is ...
   (1) The plants are followed by animals or by other herbivorous animals.
   (2) The plants or herbivorous animals follow by animals.
   (3) The plants or other herbivorous animals are followed by animals.
   (4) The plants or others herbivorous animals are followed by animals.

5. Which word is used in the passage for 'a regular pattern of weather conditions'?
   (1) Soil conservation　　　　(2) Herbivorous.
   (3) Climates.　　　　　　　(4) Temperature

PASSAGE 7.21

The natural human tendencey is to ask for the plums of life without stirring from the bed. We see some persons on the top of the social tree and imagine that they had this honour for the mere asking of it. They do not realise that all life is struggle and so fail to appreciate the value of labour in life. They fancy that the secret of success in life is Luck, not Labour. They probably think that Rome was bulit in a day, whereas history tells us that it took centuries before this Eternal City, boasting of marble palaces, splendid parks, imposing structures and rare museums, achieved its reputation for splendour and grandeur. You see a great writer whose every publication sends a thrill throughout the length and breadth of the civilized world and little do you realise that, at one time, he was as obscure as you, and had to read and write with inexhaustible patience before he could write even a few readable and printable lines. You listen to the golden tongued eloquence of some famous orator, and probably fancy that he had this splendid gift of the God without having to labour for it, but if you approach him and ask him how he came to have a gift of fluent talk, he would draw for you a melancholy picture of those dismal days, when he had to labour like a galley slave, night and day, before he could utter even a few sentences with ease and confidence. Indeed, there is no great gain known without an infinitude of pains taken to achieve it. In fact, cast your glance at every walk of life and you would realise the supreme significance of the adage, 'No Pain, No Gain'. You see a Gandhi or a Nehru, the very idol of popular imagination, whose every word is, so to say, law and you perhaps envy their luck and would love to be like them, but you forget too easily how painfully they had to scale up the steeps of Fame. Well has the poet said :

"The heights reached and kept by great men were not attained by a sudden flight".

That is the point! No sudden flight but slow labourious advance upward ! Listen to what the poet adds.

"They while their companions slept,
Were toiling upwards in the night".

So you see nothing in life can be had without a constant and patient struggle for it. Rome, we cannot forget, was not bulit in a day !

Questions :

1. What is to be done to win great gains?
    (1) use the influences of stalward people.
    (2) one has to take uncountable pains.
    (3) win success, have friends.   (4) have tuition of experts.
2. Rome was built ....
    (1) in a day.   (2) not in a day   (3) in centuries   (4) any other answer.
    (1) 1 correct   (2) 1 & 2 correct   (3) 1, 2, 3 correct   (4) 4 correct
3. Why do some persons are on the top of their social life ?
    (1) their luck brought them there.
    (2) they maintened good relations with others.

    (3)   they toiled and moiled for it.

    (4)   they reach there by hook or crook.

4. What is the best method to reach the height ?

    (1)   to leap up on the top.   (2) by leaving others behind.

    (3)   by the flight   (4) by hard work, labour & sincerity.

5. The best title for the extract is ....

    (1)   No Gain Without Pain.   (2) How to Become a Good Orator.

    (3)   How to Reach the Top.   (4) Top Story of Top People.

PASSAGE 7.22

You see, no one can teach. The teacher spoils everything by thinking that he is teaching. Thus Vedanta says that within man is all knowledge even in a boy it's so and it requires only an awakening and that much is a work of a teacher. We have to do only so much for the boys that they may learn to apply their own intellect to the proper use of their hands, legs, ears, eyes, etc., and finally everything will become easy. But the root is religion. Religion is as the rice and everything else like the curries. Taking only curries causes indigestion, and so is the case with taking rice alone. Our pedagogues are making parrots of our boys and ruining their brains by cramming a lot of subjects into them. Looking from one stand point, you should rather be grateful to the victory for his proposal of reforming the university system, which means practically abolishing higher education; the country will, at least, feel some relief by having breathing time. Goodness gracious! What is fuss and fury about graduating, and after a few days all cools down! And after all that, what is it they learn but that what religion and customs we have are all bad, and what the Westerners have are all good! At last, they cannot keep the wolf from the door! What does it matter if this higher education remains or goes? It would be better if the people got a little technical education, so that they might find work and earn their bread, instead of dawdling about and crying for service.

Swami Vivekanand

Questions :

1. The author, Swami Vivekanand, through this passage is ....

    (1)   criticising the teachers attitude of teaching.

    (2)   criticising the present education system.

    (3)   criticising the present generation.

    (4)   admiring today's teachers and our education system.

2. According to the author, the word 'Pedagogues' means ....

    (1)   today's teachers   (2) today's education system

    (3)   present generation   (4) all above three.

3. What is the opinion of Vedanta about education ?

    (1)   Everybody should be well educated.

    (2)   Everybody should get the technical education.

(3)   Everybody awakening of knowledge within.

(4)   Everybody should get the knowledge of faith.

4. What is not the best method of teaching ?

(1)   giving rice and curry.   (2) parrot like cramming.

(3)   just making young generation graduates?

(4)   some other answer.

(1)   1 correct   (2) 2 correct   (3) 2 & 3 correct (4) 4 correct.

5. They may learn to apply their own intellect. Change the voice of this sentence.

(1)   How to apply may be learned by them of their own intellect.

(2)   To apply their own intellect must be learned by them.

(3)   To apply their own intellect is learned by them.

(4)   To apply their own intellect may be learned by them.

PASSAGE 7.23

He was a funny-looking man with a high bald, dome shaped head, a face very small in comparison, a round upturned nose and a long wavy beard that didn't seem to belong to such a perky face. His ugliness was a standing joke. He was a poor man and something of an idler-a-stone-cutter by trade, a sort of semi-skilled sculptor. But he didn't work any more than was necessary to keep his wife and three boys alive. He preferred to talk. And since his wife was a complaining woman who used her tongue as an irate wagon driver uses a horsewhip, he loved above all things to be away from home.

He would get up before dawn, eat a hasty breakfast of bread dipped in wine, slip on a tunic and throw a coarse mantle over it, and be off in search of a shop or a temple, or a friend's house, or the public baths, or perhaps just a familiar street corner, where he could get into an argument. The whole city he lived in was seething with argumentation. The city was Athens, and the man we are talking about was Socrates.

Not only was he funny-looking, but he had funny ways and notations, and a good-natured, magnetic stubbornness in sticking to them. One of his friends had asked the oracle at Delphi who was the wisest man in Athens. To the astonishment of all, the priestess had mentioned this idler, Socrates.

"The oracle", he said, "chose me as the wisest Athenian because I am the only one who knows that she does't know anything'.

Questions :

1. How was the city of Athens described in this extract ?

(1)   a beautiful city   (2) old ancient city

(3) a city of argumenting people   (4) a kinghtly city

2. What is this extract about ?

(1)   Gandhiji   (2) Lenin   (3) Nehru   (4) Socrates

3. What was the man by profession ?

(1)   a professor   (2) teacher   (3) idler   (4) stone cutter

4. Can you guess what type of man he was ?
    (A) a Clever philosopher   (B) an idler lazy fellow
    (C) an ugly looking dwarf   (C) a responsible family head.
    (1) A correct   (2) A, B correct   (3) A, C correct   (4) B, D correct

5. He said, "She chose me because I am the only one who knows that she doesn't know anything."
    What is the indirect narration of this sentence ?
    (1) He said that she had chosen him because he was the only one who knew that she didn't know anything.
    (2) He said that she chose him because he was the only one who know that she didn't know anything.
    (3) He said that she had chosen him because she is the only one who knew that she does't knew anything.
    (4) He said that she had chose him because he was the only one who knew that she didn't knew anything.

PASSAGE 7.24

An alloy steel is one in which other metals have been added to plain carbon steel, to give it certain qualities of special uses. The addition of alloy increases the toughness and durability of steel and often makes possible a reduction of the weight of the steel product. There are three principal purposes in alloying the steel : to correct or prevent defects in the final product, to impart some distinctive proposes in alloying the form alloys for experimentation and investigation. Some of the alloying metals are manganese, nickel, chromium, molybdenum, vanadium, tungsten. The alloys give the steels properties such as hardness and resistance of heat required in tools and machinery. Complex alloy steels contain more than two alloying metals in addition to carbon. A well known variety is stainless steel which contains chromium and nickel. Stainless steels do not rust, withstands higher temperatures and resists most acids. They are used in the manufacture of cutlery, surgical instruments and for kettles and piping used in the food industries.

Questions :

1. Why are other metals added to an alloy steel ?
    (1) to make it brighter.   (2) to give it strength.
    (3) to give toughness & durability. (4) to make it light-weight.
    (1) 1 correct   (2) 2 correct   (3) 3 correct   (4) 3, 4 correct

2. The stainless steal is the combination of ...
    (1) chromium + nickel.   (2) chromium + vanadium.
    (3) chromium + tungsten.   (4) chromium + molybdenum

3. What is used in piping in food industries and surgical instrumens ?
    (1) alloy steel   (2) brass   (3) chromium   (4) stainless steel

4. How many total contains are there in complex alloy steel ?
   (1) one   (2) two   (3) three   (4) More than two
5. Tungsten wire is used in ....
   (1) fire brigade   (2) fire engine   (3) mobiles.   (4) bulbs.

PASSAGE 7.25

Half a million years ago man was little more than an animal. He had a large brain, upright body, clever hand, special nerve cells. He invented language for communication to pass human knowledge from generation to generation and share ideas.

These above advantage put man far ahead of all animals. From that time man has used animals oil, electricity for voyage. He has overcome darkness by various brighter lamps. He explored many forms of power like wind, water. The nuclear power can tie together the smallest units of the world. Seeing the flying birds he has invented the right machines to fly into air faster than sound. Now he's planning to conquer space. Once communication took a long time to travel, but now wireless programmes cross the world at 1,86,000 miles a second. Sight has progressed rapidly after sound. Man had the difficulty to overcome different climates due to lack of thick warm skin. But now he can go anywhere in the world.

Questions :

1. Which one of the following travels with the highest speed ?
   (1) sounds   (2) superfast trains
   (3) aeroplanes   (4) wireless programmes
2. Man made all this rapid progress because
   (1) Man has a upright body.
   (2) Man has a large brain.
   (3) Man has a special nerve cells.
   (4) Man has a lust for knowledge & need for invention.
        (1) 1 correct   (2) 1, 2 correct
        (3) 2, 3 correct   (4) all correct
3. What type of difficuty did Man have in past ? Why ?
   (1) to overcome climates due to lack of thick, warm skin.
   (2) to stand still due to idleness.
   (3) to fight with mighty animals due to lack of power.
   (4) any other answer.
4. Why was language invented ?
   (1) for producing films to   (2) produce literature
   (3) for communication   (4) for enjoyment
5. The correct title for this extract is ....
   (1) Man and Inventions.   (2) Primitive Man to Cultured Man.
   (3) Inventions and Discoveries.   (4) How he Won.

PASSAGE 7.26

No one can seriously pretend to remain unaffected by an advertisement. Advertisements are seen on streets, newpapers and magazines etc. It's impossible to turn a blind eye to the advertisements. Radio and Television programmes are also the media of advertisements. All these media of advertisements make strong appeals to our emotion.

Fear is the biggest weapon of all. The consumer is literally scared into spending his money for providing things to his family. But we are not always dealt with quite so roughly. Sometimes, it is not our fears that are invoked, but our sense of comfort. Human ingenuity has devised countless machines that take the drudgery out of house work. The softest spot of all is our vanity. No man wants to be bald before he is thirty, no woman wants to loose her school girl complexion. They persuade us that we belong to the select few who have a sense of humour.

No amount of logical arguments can convince so much as this assault on our emotions, when a pleasant advertisement of chocolate bar stares up, before us; what else can we do but rush out and buy one.

Questions :

1. All the media of advertisements appeal to our ...
   (1) emotions   (2) intellect   (3) parents   (4) public

2. Why are we affected by the advertisements ?
   (1) Fear of something and sense of comfort.
   (2) The ads are very attractive.
   (3) They appeal to our cleverness & feelings.
   (4) We love advertisements.
        (1) 1 & 2 correct   (2) 1 correct only
        (3) 2 correct only   (4) 1, 2, 3 correct

3. This extract creates ...
   (1) Stupidity of advertisements.
   (2) Facts about advertisements.
   (3) Fear of advertisements in our minds.
   (4) Sense of comfort about advertisements.

4. Radio is a media which gives us ... effect.
   (1) video   (2) audio-visual
   (3) audio   (4) none of these

5. 'To turn a blind eye' means.
   (1) to pay no attention.
   (2) to turn round.
   (3) to close the eyes.
   (4) to get blind by accident.

ANSWERS

मराठी

परिच्छेद 7.1	1. 3	2. 2	3. 1	4. 1	5. 1
परिच्छेद 7.2	1. 3	2. 3	3. 2	4. 3	5. 1
परिच्छेद 7.3	1. 3	2. 3	3. 2	4. 4	5. 1
परिच्छेद 7.4	1. 3	2. 2	3. 2	4. 3	5. 3
परिच्छेद 7.5	1. 2	2. 4	3. 2	4. 2	5. 1
परिच्छेद 7.6	1. 3	2. 3	3. 4	4. 1	5. 3
परिच्छेद 7.7	1. 4	2. 3	3. 1	4. 3	5. 2
परिच्छेद 7.8	1. 1	2. 4	3. 3	4. 3	5. 4
परिच्छेद 7.9	1. 2	2. 4	3. 4	4. 1	5. 3
परिच्छेद 7.10	1. 1	2. 4	3. 2	4. 2	5. 3

इंग्रजी

Passage 7.11	1. 2	2. 1	3. 3	4. 1	5. 4
Passage 7.12	1. 3	2. 2	3. 4	4. 1	5. 3
Passage 7.13	1. 4	2. 2	3. 4	4. 1	5. 2
Passage 7.14	1. 1	2. 4	3. 4	4. 2	5. 4
Passage 7.15	1. 1	2. 4	3. 1	4. 3	5. 1
Passage 7.16	1. 3	2. 3	3. 3	4. 4	5. 1
Passage 7.17	1. 2	2. 1	3. 3	4. 4	5. 4
Passage 7.18	1. 1	2. 4	3. 2	4. 4	5. 3
Passage 7.19	1. 2	2. 4	3. 3	4. 4	5. 1
Passage 7.20	1. 1	2. 1	3. 4	4. 3	5. 3
Passage 7.21	1. 2	2. 3	3. 3	4. 4	5. 1
Passage 7.22	1. 1	2. 1	3. 3	4. 3	5. 4
Passage 7.23	1. 3	2. 4	3. 4	4. 3	5. 1
Passage 7.24	1. 4	2. 1	3. 4	4. 4	5. 4
Passage 7.25	1. 4	2. 3	3. 1	4. 3	5. 1
Passage 7.26	1. 1	2. 4	3. 2	4. 3	5. 1

संदर्भ सूची

1. Civil services aptitude Test : Bright Publications
2. Civil services Preliminary Examination : Spectrum Books.
3. Cracking the CSAT Pager 2 : Arihant Publications
4. CSAT paper II : TMH
5. Quantitative Aptitude : R.S. agrawal
6. Chronicales (Stats)
7. CSR
8. Decision Making Science - Herbert Saiman
9. Communication Skill - Nirali Publication
10. Objective English - Sidharth publication
11. Test of English Language - Radhika publication
12. अनिवार्य मराठी - प्रा. सौ. अनुराधा मिसाळ, एव्हरेस्ट पब्लिशिंग हाऊस
13. अनिवार्य इंग्रजी - प्रा. एन. बी. मिसाळ, एव्हरेस्ट पब्लिशिंग हाऊस
14. सामान्य क्षमता चाचणी - प्रगती बुक्स प्रा. लि.
15. राज्यसेवा पूर्वपरीक्षा प्रश्नसंच - ज्ञान प्रबोधिनी स्पर्धा परीक्षा केंद्र
16. बुद्धिमापन चाचणी विशेषांक - चक्रपाणी प्रकाशन, सातारा
17. बुद्धिमापन चाचणी मार्गदर्शक - स्टडी सर्कल पब्लिकेशन्स
18. सामान्य क्षमता चाचणी - स्टडी सर्कल पब्लिकेशन्स
19. सामान्य क्षमता चाचणी - एव्हरेस्ट पब्लिशिंग हाऊस
20. महाराष्ट्र लोकसेवा आयोग पूर्वपरीक्षा प्रश्नपत्रिका - नाथे पब्लिकेशन हाऊस

Websites :

21. www. upsc portal.Com
22. ww.upsc exam.com
23. www.learn next.com
24. www.sanikanet.services
25. www.brainage.in
26. वस्तुनिष्ठांक गणित - आर. एस. आग्रवाल
27. प्रतियोगिता दर्पण
28. निर्णय और जिम्मेदारी - सरश्री wow प्रकाशन wow प्रकाशन
29. संपूर्ण प्रशिक्षण (विकास पथके सात सूत्र) सरश्री wow प्रकाशन

८

परिस्थितिजन्य प्रश्नांची उकल
(Situational Problems)

आयोगाच्या प्रश्नपत्रिका पाहिल्यास असे लक्षात येते की, काही प्रश्न 'प्राप्त परिस्थितीत अधिकारी म्हणून आपण काय कराल ?' अशा स्वरूपाचे असतात. कायद्याची चौकट न मोडता, प्रशासकीय यंत्रणेत अडथळा निर्माण न करता आणि मानवीय दृष्टिकोनातून यथायोग्य निर्णय घेणे अशा परिस्थितीत क्रमप्राप्त असते. अशा वेळी आपली सदसद्विवेकबुद्धी आणि आस्थेवाईकपणा यांच्या मदतीने सुयोग्य पर्यायाची निवड करावयाची असते. अशा स्वरूपाचे प्रश्न बहुधा प्रश्नपत्रिकेत शेवटी दिलेले असतात.

इतर प्रश्नांप्रमाणे याही प्रश्नांना प्रत्येकी $2\frac{1}{2}$ गुण असतात. तथापि, इतर प्रश्नांत आणि या प्रश्नात एक मूलभूत फरक असा की, इतर प्रश्न चुकले तर त्या प्रश्नाचे पूर्ण गुण तर जातातच. म्हणजे त्या प्रश्नाला 0 गुण मिळतात. त्याशिवाय नकारार्थी गुणदानामुळे प्राप्त गुणांतून $\frac{1}{3}$ गुण दंड म्हणून कमी केले जातात, मात्र परिस्थितिजन्य प्रश्नांच्या उत्तरनिवडीसाठी आणि चुकीच्या उत्तरासाठी $\frac{1}{3}$ गुण दंड म्हणून कापले जात नाहीत. याशिवाय अचूक उत्तराला पूर्ण ($2\frac{1}{2}$) गुण ; तर पूर्ण चूक उत्तराला 0 गुण मिळतात. त्याशिवाय अर्धवट बरोबर उत्तराला 1 गुण, बरेचसे बरोबर असलेल्या उत्तराला 2 किंवा $1\frac{1}{2}$ गुण दिला जाऊ शकतो.

या प्रकरणात असे काही प्रश्न नमुन्यादाखल देत आहोत. अशा प्रकारचे काही प्रश्न प्रकरण 1 ते 7 मध्येही आलेले आहेत. तरीही या प्रकरणात संकलित स्वरूपात काही नमुनाप्रश्न त्यांच्या उत्तरांसह आणि त्यांच्या गुणदान योजनेसह येथे देत आहोत. विद्यार्थ्यांनी घाईघाईने कोणतेही उत्तर न निवडता एखादा मिनिट विचार करून शांत चित्ताने यथायोग्य उत्तरपर्यायाची निवड करावी. विद्यार्थी मित्रांनो, एक गोष्ट लक्षात ठेवा. आता तुम्हाला तुमची विचारप्रक्रिया, तुमची ग्रहणक्षमता, तुमचे आकलन उंचवावे लागेल. या चाळणीपरीक्षेत आता पूर्वीइतके सोपेपण असणार नाही.

प्रश्न :

1. नदी दुथडी भरून वाहात आहे. गावाकडे जाणारा छोटासा पूल पाण्याखाली गेला आहे. संपूर्ण गावाला पाण्याचा वेढा पडला आहे. पाण्याचे ते रौद्र रूप गावाला केव्हाही गिळंकृत करील असे अकराळविकराळ झालेले आहे. लोक मदतीसाठी आकांत करत आहेत. स्त्रिया, लहान मुले मदतीसाठी टाहो फोडत आहेत. संततधार पाऊस सुरू आहे. विजांचा कडकडाट आणि ढगांच्या गडगडाटाने सारे वातावरण भयप्रद झाले

आहे. या काठावर जमलेले लोक काहीही करू शकत नाहीत, हे गाव तुमच्या अधिकारकक्षेत येत आहे. अशा वेळी तुम्ही काय कराल ?

(1) वरिष्ठ अधिकाऱ्यांना प्राप्त परिस्थितीची तातडीने माहिती द्याल.
(2) तुमच्या हाताखाली असणाऱ्या अधिकाऱ्यांना, गावकऱ्यांना मदत करण्याचे आवाहन कराल.
(3) वित्तहानीपेक्षा जीवितहानी होऊ नये म्हणून सर्वांचे सहकार्य घेऊन प्रयत्न कराल.
(4) लोकांना मदतीचे आवाहन करून कार्यालयात जाऊन थांबाल.

2. जागेच्या वादावरून बांधाच्या कडेला एका युवकाचा खून झालेला आहे. प्रेत बांधावर पालथे पडले आहे. लोकांनी बांधावर गर्दी करून एकच गलका सुरू केला आहे. संबंधिताचे नातेवाईक खूप मोठा आक्रोश करीत आहेत. विशिष्ट व्यक्तीला शिव्या देत आहेत. घडलेल्या प्रकाराची 'खबर' तुमच्यापर्यंत येऊन पोहोचली आहे. अशावेळी अधिकारी म्हणून आपली जबाबदारी काय असेल ?

(1) संशयित व्यक्तीला जागेवरच अटक करणे.
(2) प्रेताचा पंचनामा करून साक्षीपुरावे गोळा करण्यास संबंधितांना सहकार्य करणे.
(3) आरडाओरडा करून गावात खुनी व्यक्तीवर जरब निर्माण करणे.
(4) पुरावे नष्ट होणार नाहीत याची काळजी घेणे.

3. तुमच्या उच्च शिक्षण व गुणवत्तेमुळे एखाद्या कार्यालयात तुमची सर्वोच्चपदी नियुक्ती झाली आहे. तुम्ही अननुभवी, नवीन पण उत्साही, नवशिक्षित आहात. याउलट, कार्यालयातील 'जुनी खोडे', त्यातील काही तर तुम्ही नियुक्त झालेल्या पदावर पदोन्नतीच्या प्रतीक्षेत होते. त्यामुळे तुम्हाला कार्यालयात हवे तसे सहकार्य मिळत नाही. अशावेळी तुम्ही काय कराल ?

(1) वरिष्ठांच्या कानावर ही बाब घालाल.
(2) त्यांच्या सेवाज्येष्ठतेची नि तुमच्या नवज्ञानाची सांगड घालाल.
(3) त्यांच्या अनुभवाचा फायदा करून घ्याल.
(4) प्रसंगोपात तुमच्या नियमानुसार नियुक्तीची त्यांना जाणीव द्याल.

4. दोन गटांमध्ये मुलांच्या भांडणावरून वाद झाले. वादाचे पर्यवसान त्यांच्या धुमश्चक्रीत झाले. या परस्परांतील मारामारीला काही स्वार्थी राजकारण्यांनी जातीय दंगलीचे स्वरूप देण्याचा प्रयत्न केल्यामुळे गावात दंगलसदृश्य परिस्थिती निर्माण झाली आहे. अशावेळी काही समाजकंटक समाजात दमबाजी करत, गटागटांनी फिरून दहशत पसरवीत आहेत. लोकांनी घाबरून पटापट दुकाने बंद केली आहेत. गावात भयग्रस्त वातावरण आहे. अशावेळी एक जबाबदार अधिकारी म्हणून तुम्ही काय कराल ?

(1) पोलीस अधिकाऱ्यांच्या मदतीने अशा दहशतग्रस्त भागात जाऊन लोकांना अभय देऊन आश्वस्त कराल.
(2) शांतता कमिटीच्या लोकांना आवाहन करून लोकांत सामंजस्यासाठी प्रयत्न कराल.
(3) पोलिसांचा फौजफाटा पाठवून 144 वे कलम किंवा गरजेनुसार कर्फ्यू लागू कराल.
(4) सरसकट 'पकडवॉरंट' व 'शूट ॲटसाईटची' ऑर्डर द्याल.

5. आपल्या कार्यालयात मार्केटिंगसाठी एक जागा आहे. अनेक तरुणांच्या तुम्ही मुलाखती घेतल्या आहेत. त्या सर्वांमध्ये तुम्हाला महेश सर्वात हुशार, तयारीचा, होतकरू, चलाख आणि बुद्धिमान वाटला. त्याचे व्यक्तिमत्त्वही आकर्षक आहे. शिवाय तो गरीब व गरजू वाटला. तथापि, त्याचे बोलणे खेडवळ, हळू

आवाजाचे आणि मार्केटिंगसाठी अजिबात योग्य वाटले नाही. अशावेळी अधिकारी म्हणून आपण कोणता निर्णय घ्याल ?

(1) महेशला पुढील वेळी नीट तयारी करून यायला सांगाल.

(2) त्याची निवड करून त्याचे संवादकौशल्य विकसित करण्यासाठी कष्ट घ्याल.

(3) त्याच्या जागी दुसऱ्या कोणाची निवड कराल.

(4) त्याच्याऐवजी दुसऱ्याला मार्केटिंग करायला सांगून त्याचा वापर कार्यालयात करून घ्याल.

6. एका प्राथमिक शाळेत मध्यान्ह भोजनातून काही विद्यार्थ्यांना विषबाधा झाली असून काही विद्यार्थ्यांना लगेचच उलट्या आणि जुलाब सुरू झाले आहेत; तर काही मुले बेशुद्ध झाली आहेत. जेवण न झालेली इतर मुले भयभीत होऊन रडत आहेत. कोणीतरी मोबाईलवरून ही बातमी काही पालकांना कळविल्याने पालकांचे लोंढे जमा होऊ लागले आहेत. महिलाशिक्षिका विशेष भेदरलेल्या आहेत. अशावेळी कोणत्या क्रमाने कार्य करणे अपेक्षित आहे ?

(1) बेशुद्ध विद्यार्थ्यांना शासकीय रुग्णालयात हलविणे.

(2) प्रसारमाध्यम आणि वरिष्ठ अधिकाऱ्यांना घडलेल्या घटनेची माहिती त्वरित देणे.

(3) पुरुषमंडळी, डॉक्टर, पालक यांची मदत घेऊन जलसंजीवनीसारखे इटपट इलाज करणे.

(4) पालकांच्या भावनांचा उद्रेक होणार नाही यासाठी प्रयत्न करणे.

(5) स्वयंपाक करणाऱ्या आचाऱ्याला पाठीशी घालणे.

(6) धीरोदात्त पद्धतीने पण कार्यक्षमतेने पटापट काम करणे.

(1) 1, 3, 6, 4,   (2) 6, 5, 4, 2   (3) 1, 3, 4, 6   (4) 1, 4, 5, 3

7. रस्त्यामध्ये भलामोठा कंटेनर उलटला असून त्यातील गॅसने भरलेले सिलिंडर्स साऱ्या रस्त्यावर इतस्तत: विखुरले आहेत. रस्ता बंद झाला आहे. दोन्ही बाजूंस इतर वाहने मोठ्या संख्येने थांबली आहेत. बघ्यांच्या गर्दीमुळे मदतकार्यात अडथळा येत आहे. काही स्वार्थी लोक सिलिंडर पळविण्याच्या उद्देशाने गर्दीतून लपत छपत पुढे येण्याचा प्रयत्न करीत आहेत. संपूर्ण रस्त्यावर एकच कोलाहल माजला आहे. अशावेळी या प्राप्त परिस्थितीतून मार्ग काढण्यासाठी तुम्ही काय कराल ?

(1) पटकन तात्पुरत्या रस्त्याची सोय कराल.

(2) पटकन क्रेन मागवून ट्रक उचलून रस्ता सुरू करण्यास प्राधान्य द्याल.

(3) असे भरलेले सिलिंडर्स अनधिकृतरीत्या उचलून नेणे धोकादायक व बेकायदेशीर असल्याचे लोकांना सांगाल.

(4) लोकांच्याच मदतीने सिलिंडर एका जागी गोळा कराल.

8. काही विद्यार्थी तिकिटाशिवाय रेल्वेने प्रवास करताना पकडले गेले. त्यांच्यापैकी कोणाजवळही मासिकपास अथवा योग्य आकाराचे तिकीट नाही. टीसीने आणि रेल्वे प्रशासनाने त्यांच्या विरोधात चांगलीच गरळ ओकून त्यांना तुमच्या हवाली केले आहे. अशावेळी अधिकारी म्हणून तुम्ही काय कराल ?

(1) त्या सर्वांना पोलीस कोठडीत दाखल कराल.

(2) त्यांना समज देऊन सोडून द्याल.

(3) पुन्हा असा गुन्हा केल्यास केसेस दाखल करण्याची धमकी द्याल.

(4) पुन्हा असा गुन्हा न करण्याची लेखी हमी घेऊन त्यांना सुधारण्यासाठी एक संधी द्याल.

9. शासकीय स्थानिक शिक्षणमंडळे बरखास्त करण्याचा निर्णय शासनाने घेतला आहे. त्या परिपत्रकानुसार अधिकारी म्हणून तुम्ही स्थानिक शिक्षण मंडळ आणि त्याचे पदाधिकारी या साऱ्यांना बरखास्त केले आहे, मात्र यानंतर न्यायालयाने शासनाचा हा निर्णय रद्दबातल केला आहे. अशा परिस्थितीत बरखास्त शिक्षण मंडळाचे प्रतिनिधी आणि पदाधिकारी आपल्या बरखास्तीच्या अंमलबजावणीची वर्तमानपत्रातून नालस्ती करीत आहेत. अशावेळी

   (1) तुम्ही शासनाच्या निर्णयाची व सर्क्युलरची वाट पाहाल.

   (2) पदच्युत पदाधिकाऱ्यांना वर्तमानपत्रात मुलाखती न देण्याविषयी समज द्याल.

   (3) न्यायालयाच्या आदेशाचा आदर करून स्थानिक शिक्षण पुन्हा अस्तित्वात आणून 'जैसे थे' स्थिती ठेवाल.

   (4) प्रत्यक्ष संपर्क साधून शासनाच्या अध्यादेशाचे पालन कराल.

   (1) फक्त 2 बरोबर   (2) फक्त 1 बरोबर   (3) फक्त 1 व 4 बरोबर   (4) फक्त 3 बरोबर

10. एका आश्रमशाळेस भेट दिली असताना तुम्हाला असे लक्षात आले की, प्रत्यक्ष पटनोंदणीच्या 60% विद्यार्थी गैरहजर आहेत, मात्र संबंधित आश्रमशाळेच्या व्यवस्थापनाने आणि शिक्षकांनी तुमची उत्तम बडदास्त ठेवली आहे. सर्व नोंदण्या व्यवस्थित असून सर्व शालेय नोंदी 'अपडेट' आहेत. वर्गखोल्या, रंगरंगोटी, फळे, फलकलेखन, व्यवस्थापन सारे कसे चोख आहे. अशावेळी अधिकारी म्हणून तुम्ही काय कराल ?

    (1) गैरहजर विद्यार्थ्यांच्या गैरहजेरीचे खरे कारण शोधण्याचा आटोकाट प्रयत्न कराल. अशा काही गैरहजर विद्यार्थ्यांना प्रत्यक्ष भेटण्याचा प्रयत्न कराल.

    (2) बोगस पट आहे का याची पटपडताळणी कराल.

    (3) इतर 'अपडेटिंग' चे कौतुक कराल.

    (4) गैरहजेरीसाठी व्यवस्थापनाला आर्थिक दंड आणि अनुदान कपातीची शिफारस कराल.

    (1) फक्त 1 बरोबर   (2) 1 व 2 बरोबर   (3) 1, 2 व 3 बरोबर   (4) फक्त 4 बरोबर

11. येथून पुढे कोणत्याही खाजगी आस्थापनास आर्थिक स्वरूपाचे सहकार्य न करण्याचे धोरण पंचवार्षिक योजनेचा एक भाग म्हणून शासनाने ठरविले आहे. देशात अशा कित्येक खाजगी आस्थापन संस्था आहेत की ज्यांना आर्थिक सहकार्याची नितांत गरज आहे. किंबहुना अशा शासकीय अनुदानाशिवाय या संस्था बंद होणे क्रमप्राप्त आहे. अशा परिस्थितीत शासकीय अधिकारी म्हणून आपण काय सुचवाल ?

    (1) परदेशस्थित धर्मादाय संस्थांची मदत घेणे.

    (2) देशांतर्गत धर्मादाय खाजगी संस्था, व्यक्तींकडून आर्थिक सहकार्य मिळवून नवनवे अर्थावलंबी मार्ग चोखाळणे.

    (3) शासनास खाजगी संस्थांच्या सद्य:स्थितीचे यथार्थ दर्शन घडवून आपल्या निर्णयाचा पुनर्विचार करावयाची विनंती करणे.

    (4) पदाधिकाऱ्यांनी वैयक्तिक पैसा गोळा करणे.

12. कडक उन्हाळ्याचे दिवस आहेत. तपमानाने 45° ची पातळी केव्हाच ओलांडली आहे. दुपारच्या वेळी रस्ते ओस पडलेले असतात. कार्यालयात गैरहजेरीचे व रजेचे प्रमाण वाढले आहे. उष्माघाताने शासकीय रुग्णालयात काही रुग्ण दाखल झाले आहेत. वेधशाळेने येत्या काही दिवसांत उष्णतामानात अधिक वाढ होण्याचे संकेत दिले आहेत. अशावेळी शासकीय अधिकारी म्हणून जनहितार्थ तुम्ही कोणत्या सूचना जारी कराल ?

(1) दुपारच्या वेळी लोकांनी घराच्या बाहेर मुळीच पडू नये.
(2) गरजेनुसार संपूर्ण शरीर झाकूनच बाहेर पडावे.
(3) शक्यतो सकाळी वा संध्याकाळी बाहेरील कामांसाठी बाहेर पडावे.
(4) भरपूर पाणी पिणे, उन्हात फिरणे व गरजेनुसार सनकोट वापरणे इ.
वरील विधाने प्राधान्यक्रमानुसार अशी हवीत.
(1) 4, 3, 2, 1 (2) 1, 2, 3, 4 (3) 4, 2, 3, 1 (4) 4, 1, 2, 3

13. नाट्यगृहात नाटकाचा प्रयोग चालू असताना शॉर्टसर्किट होऊन आग लागल्याच्या अफवेमुळे प्रेक्षकांची पळापळ सुरू झाली. लोक बाहेर पडण्यासाठी पळू लागले. दाराजवळ झालेल्या गर्दीने काही लोक खाली पडले आणि मागून धावत येणाऱ्या गर्दीच्या पायाखाली तुडवले गेले. नाट्यगृहात बाहेरच्या बाजूने जळकट वास येऊ लागला. आरडाओरडा, सूचनांचा गोंधळ, त्यातच वीज गेली आणि धावणारे लोक ठायीठायी अडखळून धडपडत होते. अशावेळी आपणास कोणीतरी मोबाईलवर फोन केला. अधिकारी म्हणून अशावेळी आपण काय कराल ?
(1) नाट्यगृहाच्या व्यवस्थापकास अटक कराल.
(2) लोकांना धावपळ न करता शिस्तीने बाहेर जाण्यास सांगाल.
(3) शॉर्टसर्किट झाले नाही हे लोकांना सांगाल.
(4) बाहेर ऑटोमोबाइल दुकानात टायर जळाल्याचा वास आला असल्याने लोकांनी न घाबरता शांततेत बाहेर जाण्यास सांगाल.

14. कार्यालयात ठीक 10.30 वा. हजेरीपत्रकावर सही करून दैनंदिन कामकाज सुरू करावे. मधल्या 2.30 ते 3 या वेळेव्यतिरिक्त आणि सायंकाळी 5.30 पूर्वी कोणीही कार्यालयातून बाहेर पडू नये. अशी लेखी सूचना दिलेली असूनही त्या सूचनेचे तंतोतंत पालन कर्मचाऱ्यांकडून होताना दिसत नाही. अधिकारी म्हणून अशावेळी आपण काय कराल ?
(1) अंगठ्याचा ठसा घेऊन येण्याची अचूक वेळ नोंदवून घेणाऱ्या यंत्रांच्या मदतीने अशा चुका करणाऱ्यांना दाब द्याल.
(2) पुन्हा एकदा लेखी सूचना द्याल.
(3) सभा बोलावून याबाबत सर्वांना सजग कराल.
(4) अशा नियम मोडणाऱ्यांवर लक्ष ठेवून त्यांना शो कॉज सारख्या नोटिसा देऊन वठणीवर आणाल.

15. महिलांच्या गळ्यातील मंगळसूत्र तसेच लॉकेट चोरणाऱ्यांचे, हिसकावणाऱ्यांचे प्रमाण खूप वाढले आहे. पोलिसांकडे काही तक्रारी आल्या असून डिपार्टमेंट चोर शोधण्याच्या कामी प्रयत्नशील आहे. काही पोलीस कर्मचाऱ्यांच्या गृहस्वामिनींचीही मंगळसूत्रे हिसकावून पळविण्यात आली. असे काही गुन्हे तर पोलीस स्टेशनजवळ घडले आहेत. मंगळसूत्राच्या अशाच ओढाताणीत काल एक महिला गाडीवरून खाली ओढली गेली नि ती जखमी झाली. तिच्या सहानुभूतीच्या लाटेतच गर्दी वाढत गेली आणि तो जमाव पोलीसठाण्यावर चाल करून आलाय. लोक निषेधाच्या घोषण देत आहेत. जमाव अनियंत्रित झाला आहे. अशावेळी अधिकारी म्हणून तुम्ही काय कराल ?
(1) पोलीसबळाचा वापर करून अनियंत्रित जमावावर नियंत्रण मिळवाल.
(2) वरिष्ठ अधिकाऱ्यांसह जमावाला सामोरे जाऊन त्वरित कार्यवाही करण्याचा शब्द जमावाला द्याल.

(3) वरिष्ठाला प्रस्तुत घटनेचा अहवाल द्याल.

(4) महिलेस दवाखान्यात भरती करून लोकांना आश्वस्त कराल.

16. सागर प्रचंड खवळला असून लाटा धोक्याच्या सीमारेषांच्या वर उसळत आहेत. तुफान पाऊस सुरू आहे. सागरी लाटांचा धडकी भरविणारा आवाज सर्वांना भयकंपित करीत आहे. काही मच्छीमार बेपत्ता आहेत. विजांचा कडकडाट आणि ढगांचा गडगडाट ऐकू येत आहे. प्रचंड पावसाने जवळचेही दिसत नसून धुके दाटलेले आहे. अशावेळी तुम्ही अधिकारी म्हणून काय कराल ?

(1) मच्छीमारांना समुद्रात न जाण्याचा इशारा द्याल.

(2) धोक्याचा इशारा देणारा लाल बावटा लावाल.

(3) सीमा सुरक्षा दलाला प्राप्त परिस्थितीबद्दल सजग कराल.

(4) वादळ थोडे शमताच बेपत्ता मच्छीमारांच्या शोधकार्यास गती द्याल. वरील सर्वांचा योग्य क्रम कोणता ?

(1) 1, 3, 4, 2   (2) 3, 4, 2, 1   (3) 1, 2, 3, 4   (4) 3, 2, 1, 4

17. दिवसेंदिवस कुपोषणग्रस्त बालकांचे प्रमाण वाढत आहे. प्रसारमाध्यमांनी गेल्या काही दिवसांत शासनाच्या या अपयशाला प्रसिद्धी देऊन अधोरेखित केले आहे. माध्यमांनी हा प्रश्न धसास लावला आहे. अशा कित्येक अंत्यवस्थ बालकांचे फोटो वृत्तपत्रात प्रसिद्ध झाले आहेत. आपण या समितीचे प्रमुख आहात. आपण काय कराल ?

(1) पत्रकार परिषद घेऊन शासकीय योजनांची माहिती द्याल.

(2) जनतेवर संपत्तीकर आणि आयकराचे प्रमाण वाढवाल.

(3) कुपोषित बालकांच्या पालकांना प्रबोधित करून शासकीय मदत मिळवून देण्यासाठी मदत कराल.

(4) पालकांना बालकांच्या कुपोषणाविषयी माहिती देऊन शासनाच्या माध्यान्ह पौष्टिक भोजनासारखी त्वरित उपाययोजना प्रारंभ कराल.

18. शासकीय निर्णयानुसार शासन सेवानिवृत्तीचे वय वाढविण्याचा गांभीर्याने विचार करीत आहे. या निर्णयामुळे युवावर्ग संतप्त झाला असून त्यांनी शासनाच्या या निर्णयाच्या विरोधात जागोजागी निदर्शने सुरू केली आहेत. प्रसारमाध्यमांनी या विषयावर उलटसुलट प्रतिक्रिया नोंदवून वातावरण अधिक कलुषित केले आहे. शासकीय अधिकाऱ्यांना घेराव, सरकारी कार्यालयाची मोडतोड असे तुरळक प्रकार घडले आहेत. अशावेळी शासकीय अधिकारी म्हणून आपण काय करू शकाल ?

(1) अशा शासननिर्णयाच्या विरोधात आग पाखडणाऱ्या प्रसारमाध्यमांना समज देऊ.

(2) युवावर्गासाठी इतर अनेक नवनव्या व्यवसायसंधी उपलब्ध करून देऊ.

(3) शासनाचा हा निर्णय कसा योग्य आहे हे प्रसारमाध्यमांद्वारे जनतेस पटवून देऊ.

(4) शासनाकडील उपलब्ध आकडेवारीनुसार यात युवावर्गाचे कोणतेही नुकसान नसून सेवाज्येष्ठांच्या सेवेचा अधिक लाभ देशप्रगतीसाठी होईल हे युवकांना पटवून देऊ.

19. एक नागरिक तुमच्या कार्यालयात येऊन त्याच्या न झालेल्या कामाबद्दल तीव्र नापसंती, संताप आणि चीड व्यक्त करीत आहे. ते ज्येष्ठ नागरिक असून त्यांच्या कामासाठी अनेकदा कार्यालयात येऊन गेले आहेत. संबंधित कर्मचाऱ्याने केलेल्या असहकाराबद्दल आणि काम न करण्याबाबत त्यांची तक्रार आहे. एकूणच शासकीय कारभाराबाबत ते निराश व नाराज दिसत आहेत. अशावेळी कार्यालयप्रमुख म्हणून तुम्ही काय कराल ?

(1) त्यांच्या वयाचा आदर राखत त्यांना नम्रपणे कामाची माहिती देऊन संबंधित कर्मचाऱ्याला लगेचच त्यांचे काम करावयास सांगाल.

(2) त्यांना गोड बोलून नंतर यावयास सांगाल.

(3) त्यांच्या कामातील अडचण संबंधित कर्मचाऱ्याकडून जाणून घ्याल.

(4) संबंधित कर्मचाऱ्याची काही अडचण आहे का ते पाहून योग्य ते आदेश द्याल.

20. विद्यार्थ्यांच्या स्कूल बसला अपघात झाला असून एक विद्यार्थी दगावला आहे. काही विद्यार्थी जखमी झाले आहेत. अपघातस्थळी मोठ्या संख्येने पालक जमा झालेले असून मृत आणि जखमी विद्यार्थ्यांच्या पालकांचा कोलाहल चालू आहे. योगायोगाने तुम्ही त्या रस्त्यावरून जात असताना हे दृश्य तुमच्या निदर्शनास आले. अशावेळी एक शासकीय अधिकारी म्हणून तुम्ही काय कराल ?

(1) वाहकाला ताब्यात घेऊन अपघात कसा घडला याची चौकशी कराल.

(2) मृत आणि जखमी विद्यार्थ्यांना सर्वतोपरी, विशेषत: वैद्यकीय, मदत मिळवून द्याल.

(3) क्षतिग्रस्त पालकांना धीर द्याल.

(4) पोलीस स्टेशन, संबंधित शाळा यांना घटनेची माहिती द्याल.

21. एखाद्या अनिवार्य शासकीय कार्यक्रमाची संपूर्ण जबाबदारी तुमच्यावर असून त्याची सर्व तयारी सहकाऱ्यांच्या मदतीने तुम्ही पूर्ण केली आहे. शासनाच्या या कार्यक्रमास केंद्रांतील काही मंत्री व त्यांच्यासोबत राज्याच्या मुख्यमंत्र्यांबरोबर राज्यातील काही मंत्रीही उपस्थित राहणार आहेत. व्यासपीठावरील कार्यक्रमाबरोबरच इतर सर्व कार्यक्रमाची तयारी झाली आहे. कार्यक्रमाला काही तास शिल्लक असतानाच तुमच्या आईला हार्टअॅटॅक आल्याचा फोन घरून आला आहे. तुम्ही घरी एकुलते एक असल्याने तीही जबाबदारी तुमच्यावरच आहे. अशावेळी वरिष्ठ अधिकारी म्हणून तुम्ही काय कराल ?

(1) घरी जाण्यास विलंब झाला तरी चालेल, परंतु या शासकीय कर्तव्याला अधिक प्राधान्य द्याल.

(2) तुमच्या अधिकारात सर्व कार्यक्रम रद्द करून तसे संबंधितांना कळवाल.

(3) तुमच्या वरील अधिकाऱ्यांना प्राप्त परिस्थितीची कल्पना देऊन त्यांच्या मार्गदर्शनानुसार वागाल.

(4) वरिष्ठांच्या सल्ल्याने इतर सर्वांना कार्यक्रमासंबंधीच्या सर्व कामाचे यथायोग्य वाटप करून मग लगेचच आईसाठी धावाधाव कराल.

22. तुमच्या कार्यालयातील सारे आवक-जावक पत्रव्यवहार तुमच्या नजरेखालून गेलेच पाहिजेत असा नियम तुम्ही कार्यालयात बंधनकारक केला आहे. त्यामुळे कार्यालयाला एक व्यवस्थापकीय शिस्त आली आहे. त्यामुळे संपूर्ण कार्यालयीन कर्मचाऱ्यांवर तुमचा दबदबा निर्माण झाला आहे. परंतु रोज शेकडो पत्रव्यवहार तुम्ही पहिलेच पाहिजेत या अट्टाहासामुळे कार्यालयातील इतर कामावर त्याचा परिणाम होऊ लागला आहे. अशावेळी अधिकारी म्हणून आपण काय कराल ?

(1) विलंबापेक्षाही कर्तव्य महत्त्वाचे असल्याने तसेच नेटाने काम कराल.

(2) रोज 'ओव्हर टाईम' करून ते काम पूर्ण कराल.

(3) तुम्ही रजेवर असताना दुय्यम अधिकाऱ्यास ते काम सोपवून नंतर त्याचे पुनर्विलोकन कराल.

(4) आवक - जावक पत्रव्यवहार पाहण्याच्या कामी काहींना प्रशिक्षित करून विभागानुसार कामाचे विभाजन कराल नि तुमचा कार्यभार अंशत: कमी कराल.

23. कार्यालयात तुमच्यावर एका मोठ्या विभागाची जबाबदारी आहे. दुर्दैवाने दुसऱ्या विभागाच्या मुख्य व्यक्तीला अपघात झाल्याने ते किमान तीन महिने येऊ शकणार नाहीत. त्याचे व तुमचे कधीच पटले नाही; परंतु वरिष्ठांनी त्याच्याही विभागाची जबाबदारी तुम्हावर सोपविली आहे. अशावेळी तुम्ही.....

   (1) वरिष्ठांना नवीन विभागप्रमुख नेमण्याचे सुचवाल.

   (2) आव्हान म्हणून ते जादा काम स्वीकाराल.

   (3) जादा मोबदला - जास्त काम असे वरिष्ठांना सुचवाल.

   (4) स्वतःचे काम अंशतः दुसऱ्यास देऊन नवीन जबाबदारी स्वीकाराल.

24. शहरातील रस्त्यांची, त्यावरील खड्ड्यांची अवस्था अत्यंत वाईट झाली आहे. नागरिकांना पाठ व मणकेदुखी आणि 'स्लिपडिस्क' सारखे आजार सुरू झाले आहेत. सर्व स्तरांवरून मनपाची निंदानालस्ती होत आहे. लोक 'गांधीगिरी' करून खड्ड्यात वृक्षारोपण करीत आहेत. पावसाळ्यात तर खड्ड्यांचा अंदाज न आल्याने अपघात होत आहेत. अशावेळी सक्षम अधिकारी म्हणून आपण काय कराल ?

   (1) त्या वृक्षारोपण कार्यक्रमाचे अध्यक्षस्थान स्वीकारून 'गांधीगिरी'त सहभागी व्हाल.

   (2) मुरूम टाकून पावसाळ्यापुरती रस्त्यांची डागडुजी कराल.

   (3) पावसाळा संपताच अत्युत्कृष्ट रस्ते बनविण्याचे नागरिकांना माध्यमाद्वारे आश्वासन देऊन संबंधित अधिकाऱ्यांना रस्त्याबाबत कार्यालयीन प्रक्रिया प्रारंभाचे आदेश द्याल.

   (4) नागरिकांना विश्वासात घेऊन चांगल्या रस्त्यांचे आश्वासन द्याल.

25. परीक्षेत अपयश आल्यामुळे एका विद्यार्थ्याने आत्महत्या केली आहे. तो घरातील एकमेव मुलगा होता. कुटुंब गरीब आहे. आई-वडील मोलमजुरी करतात. त्याशिवाय घरात लग्नाच्या दोन मुली आहेत. त्याही कॉलेजमध्ये शिकत आहेत. घर कसेतरी ओढग्रस्तीत चालले आहे. अशा परिस्थितीत सर्वात थोरल्या मुलाने पदवीपरीक्षेत अनुत्तीर्ण झाल्याने गळफास घेतला. अशावेळी शासकीय अधिकारी म्हणून आपले प्रथम कर्तव्य काय आहे ?

   (1) आपण प्रथम कुटुंबास भेटून सांत्वन करून त्यांच्या दुःखात सहभागी व्हावे.

   (2) शासनातर्फे फार मोठी आर्थिक मदत मिळवून देण्याच्या कामी शिफारस करावी.

   (3) मुलाच्या मृत्युबद्दल हळहळ व्यक्त करून माध्यमास शोकसंदेश पाठवून शासन त्यांच्या पाठीशी असल्याचे आश्वासन द्यावे.

   (4) शासकीय अधिकारी म्हणून शासन त्यांच्या दुःखात सहभागी असल्याचे लेखी पत्र द्यावे.

उत्तर पर्यायांनुसार गुणदान

प्र. क्र.	पर्याय क्र.			
	1	**2**	**3**	**4**
1.	$1\frac{1}{2}$	1	$2\frac{1}{2}$	0
2.	0	$2\frac{1}{2}$	0	$1\frac{1}{2}$
3.	0	$2\frac{1}{2}$	2	1
4.	$2\frac{1}{2}$	2	$1\frac{1}{2}$	0
5.	1	$2\frac{1}{2}$	0	$1\frac{1}{2}$
6.	$2\frac{1}{2}$	0	2	1
7.	0	$2\frac{1}{2}$	$1\frac{1}{2}$	1
8.	0	1	2	$2\frac{1}{2}$
9.	0	$1\frac{1}{2}$	$2\frac{1}{2}$	2
10.	$1\frac{1}{2}$	2	$2\frac{1}{2}$	0
11.	0	$2\frac{1}{2}$	2	1
12.	$2\frac{1}{2}$	0	2	1
13.	0	1	$1\frac{1}{2}$	$2\frac{1}{2}$
14.	$2\frac{1}{2}$	0	$1\frac{1}{2}$	2
15.	0	$2\frac{1}{2}$	1	$1\frac{1}{2}$
16.	$1\frac{1}{2}$	1	2	$2\frac{1}{2}$
17.	1	0	2	$2\frac{1}{2}$
18.	0	1	$1\frac{1}{2}$	$2\frac{1}{2}$
19.	$2\frac{1}{2}$	0	$1\frac{1}{2}$	1
20.	0	$2\frac{1}{2}$	$1\frac{1}{2}$	1
21.	1	0	$1\frac{1}{2}$	$2\frac{1}{2}$
22.	0	1	2	$2\frac{1}{2}$
23.	0	$2\frac{1}{2}$	$\frac{1}{2}$	1
24.	0	$1\frac{1}{2}$	$2\frac{1}{2}$	1
25.	2	$1\frac{1}{2}$	1	0

१

राज्यसेवा (पूर्व) स्पर्धा परीक्षा पेपर - 2 (उत्तरांसहित)
सीसॅट
18 मे 2013

खाली दिलेले परिच्छेद वाचा आणि प्रत्येक परिच्छेदावर आधारित विचारलेल्या प्रश्नांची उत्तरे नमूद करा. ह्या प्रश्नांची उत्तरे परिच्छेदावर आधारित असली पाहिजेत.

Read the following passages and respond to the questions that follow each passage. Your responses should be based on the passages.

प्रश्न क्रमांक 1 ते 5 :

टेकड्यांच्या सभोवार पसरलेल्या सूक्ष्माश्मांच्या मागोव्यावरून असा निष्कर्ष अटळपणे निघतो की ही अवजारे अशा एका धातूपूर्व आणि मातीकामपूर्व काळाची साक्षीदार असावीत की जेव्हा येथील सखल खोऱ्यांत जंगले होती. या संरचनेत जनावरांचे कळप, अन्न जमा करणे, थोडी शेती आणि थोडीफार शिकार. हिला मध्य-अश्म संस्कृती म्हणता येईल.

या माणसांच्या टोळ्यांना सतत भटकावे लागे. लोखंडासारखा धातू स्वस्तपणे मिळू लागेपर्यंत स्थिर वसाहती बनणे शक्य नव्हते. मौर्यांच्या विजयापूर्वीच्या काळात दख्खन पठाराच्या प्रदेशात कुठेही लोखंड वापरले जात होते असे मानणे कठीण आहे. या प्रदेशात तांब्याचे साठे सहज मिळत नाहीत. आणि कौटिल्याच्या 'अर्थशास्त्रा'ला सुद्धा दक्षिणेत लोखंड असल्याची वार्ता नव्हती. खोऱ्यांच्या तळाशी असणारी दलदल किंवा जंगल लागवडीखाली येण्यापूर्वी रानटी लोक साहजिकच टेकड्यांच्या कडेकडेने असणारा मार्ग वापरत असावेत.

या वाटांवर ये-जा करणाऱ्या टोळ्या संख्येने मोठ्या नसाव्यात. त्यांची जमिनीवर मालकी असण्याचा प्रश्नच उद्‌भवत नाही. कारण जमिनीची मालकी ही कल्पना प्राचीनकाळी नव्हती. नांगराने जमीन कसली जाईपर्यंत स्थिर शेती निरर्थकच होती. त्यासाठी खोऱ्यांच्या तळातील सुपीक जमिनीवरील जंगल साफ करणे भाग होते. आणि आपल्या मोसमी पावसाच्या प्रदेशात ही जंगलतोड मुबलक लोखंडी अवजारांशिवाय अशक्य होती. रानटी लोकांच्या दृष्टीने जमीन ही मालमत्ता नसून केवळ प्रदेश असतो. माझ्या मते महाराष्ट्रातील 'गावसई'ची प्रथा म्हणजे एकाजागी स्थिर वस्ती होण्यापूर्वीच्या काळातील आजही जपलेली स्मृती असावी. ही प्रथा म्हणजे ('भगत' ठरवेल तेव्हा) सर्व स्थानिक देवता, भुतेखेते यांची शांती करणे. यातील वैशिष्ट्य असे की या काळात गाव पूर्णपणे निर्मनुष्य करून

सर्वांना सात किंवा नऊ दिवस गावाबाहेर रहावे लागे. शेतावर किंवा झाडाखाली राहून आवश्यक ती पूजा आणि रक्तबळी झाल्यावर गावकरी अशा विश्वासाने परतत की आता भरघोस पीक आणि सुबत्ता येईल आणि रोगराई टळेल. परत येण्याचा सण म्हणजे पुनश्च केलेली वस्ती मानली जात असावी. शेतीपूर्व काळातल्या लोकांची स्थिर देवस्थाने अशाच ठिकाणी असणे आवश्यक होते की जिथे त्यांचे नेहमीचे रस्ते एकमेकांस मिळत. जिथे ते वस्तुविनिमय आणि त्यासंबंधातले सण आणि समाजाचे विधी करत, जिथे अनेक टोळ्या मिळून आपले नैमित्तिक सुफलतेचे विधी एकत्र साजरे करत. यासाठीच मातृदेवतांची आदिम ठाणी चौरस्त्यावरच असणे तर्कदृष्ट्या क्रमप्राप्त ठरते.

Question number 1 to 5 :

Following the microlith groupings along the hill, one conclusion is unavoidable. These tools represent the pre - metal and pre - pottery stage when the valley bottom was not cleared of jungle. With herds of animals considerable food - gathering sporadic cultivation to eke out and some hunting, they may be called Mesolithic cultures.

Such a population had to shift constantly from place to place. Permanent settlement could not come before the advent of cheap metal like iron. It is difficult to imagine the use of iron anywhere in the Deccan, earlier to the Mauryan conquest. The deposits of copper in this region are uncommon. Even the Arthashastra does not speak of iron in this area. The natural route of the savages before the swampy or forested valleys were opened for cultivation, must have been along the hillocks.

The groups that moved along these tracks could not have been numerous. There was no question of their possession of the land, for land - ownership is not a primitive concept. Fixed plots were meaningless till the plough had conquered the soil. For this, the fertile bottom lands had to be cleared of forest, which was not possible in our monsoon country without iron tools in plenty. Land to the savage is territory, not property. In my opinion the still revered Maharashtrian custom of 'gamva - sai' dates back to the presettlement days. This used to be the propitiation (at such date as the Bhagat might set) of all local deities, spirits and goblins. The characteristic feature was that villages used to get deserted as every human being had to leave the village for seven or nine days. After living in the fields or under trees for the period, and performing the required worship and blood sacrifices, the inhabitants would return with the hope of better crops, eradication of diseases and general well - being. The ceremonial return must be being conceived as resettlement. The fixed cult - spots for pre - agricultural people would necessarily be where their regular paths crossed, places where they met for - barter where the communities performed ceremonies or where they celebrated their periodic fertility cults together. Thus, the crossways were logically the sites for the mother - goddess cults.

1. पुढील दोन विधानांचा विचार करा.

   (a) गावसईमध्ये लोक चांगल्या व वाईट वृत्तींच्या आत्म्याची पूजा करत.

   (b) लोक अशी पूजा करीत, कारण त्यांना ते घाबरत होते आणि त्यांना ते प्रसन्न करू इच्छित होते.

पर्यायी उत्तरे :
(1) दोन्ही बरोबर व (b) ही (a) ची कारणमीमांसा आहे.
(2) दोन्ही बरोबर परंतु (b) ही (a) ची कारणमीमांसा नाही.
(3) कोणतेही योग्य नाही.
(4) (a) बरोबर परंतु (b) चूक

Consider the following two statements :
(a) During Gamva Sai the people worshipped good and evil spirits.
(b) The people worshipped them because they were afraid of them and wanted to please them.

Answer options :
(1) Both the statements are correct and the second is the correct explanation for the first.
(2) Both the statements are correct but the second is not entirely the explanation for the first.
(3) Neither of the statements is correct.
(4) The first is correct, the second is not.

2. जोपर्यंत शेती होत नव्हती, तोपर्यंत सामान्यपणे पुढीलपैकी काय दिसत नव्हते ?
   (1) गावसई   (2) वनांवर प्रेम
   (3) जमिनीबाबत अभिमान   (4) वरीलपैकी एकही पर्याय योग्य नाही.

   When the agriculture was still to be practised what of the following was uncommon ?
   (1) gamva sai   (2) love for the jungle
   (3) boasting of earmarked plots close by (4) none of the above options is correct

3. 'गावसई'च्या प्रथेत पुढीलपैकी कशाचा समावेश होतो ?
   (a) दैवतांची शांती करणे   (b) गाव निर्मनुष्य करणे
   (c) पूजा आणि रक्तबळी   (d) वस्तुविनिमय

   पर्यायी उत्तरे :
   (1) (a), (c), (d)   (2) (a), (b), (c), (d) (3) (b), (c), (d)   (4) (a), (b), (c)

   What are the practices involved in the custom of 'Gamva Sai' ?
   (a) Propitiation of gods   (b) Village should be deserted
   (c) Ritual worship and blood sacrifice (d) Barter trade
   Answer options :
   (1) (a), (c), (d)   (2) (a), (b), (c), (d) (3) (b), (c), (d)   (4) (a), (b), (c)

4. लेखकाच्या मते स्थिर शेती सुरू होण्यासाठी पुढीलपैकी कोणती गोष्ट अनावश्यक ठरते ?

    (a) नांगराने जमीन कसणे   (b) लोखंड मुबलक उपलब्ध होणे

    (c) जंगल तोडून साफ करणे   (d) वरीलपैकी एकही नाही

पर्यायी उत्तरे :

(1) (c)   (2) (b)   (3) (d)   (4) (a)

According to the author, what is not a pre - requisite for the beginning of settled agriculture ?

(a) Land should be tilled with a plough. (b) Iron should be abundantly available.

(c) Forests need to be cut and cleared.   (d) None of the above.

(1) (c)   (2) (b)   (3) (d)   (4) (a)

5. मातृदेवतांची ठाणी चौरस्त्यावर असत, कारण :

    (a) तेथे भटक्या टोळ्यांचे मार्ग एकमेकांस मिळत. (b) तेथे भटक्या टोळ्या वस्तुविनिमय करत.

    (c) जंगलतोड करणे शक्य नव्हते.   (d) दऱ्यांमध्ये दलदल असे.

पर्यायी उत्तरे :

(1) (a), (b), (c)   (2) (a), (b), (d)   (3) (a), (b)   (4) (a), (b), (c), (d)

Sites for mother - goddess cults were at crossways because.

(a) This is where the paths of the nomadic people crossed.

(b) This is where the nomadic people exchanged goods.

(c) They could not cut the forests.

(d) Valleys were Swampy.

Answer options :

(1) (a),(b),(c)   (2) (a),(b),(d)   (3) (a), (b)   (4) (a), (b), (c), (d)

प्रश्न क्रमांक 6 ते 8 :

       दुष्काळ ही पर्जन्याच्या अभावामुळे निर्माण झालेली आणीबाणीची परिस्थिती असते. पर्जन्याचा अभाव, पाऊस अपुरा पडल्यामुळे किंवा दोन पावसाळी टप्प्यांमध्ये अंतर पडल्यामुळे निर्माण होतो. दुष्काळाचे तीन प्रकार असतात. हवामानशास्त्रीय दुष्काळ ही अशी परिस्थिती असते, ज्यावेळेस प्रत्यक्ष पडलेला पाऊस हवामानाच्या प्रकारानुसार अपेक्षित पावसापेक्षा खूप कमी असतो, आणि असा प्रकार मोठ्या प्रदेशावर घडतो. म्हणजेच पाऊस एकतर वेळेत सुरू होत नाही आणि एकूण कमीही पडतो. असे दुष्काळ प्रामुख्याने शुष्क आणि निम-शुष्क प्रदेशांमध्ये केंद्रित झालेले असतात. देशाच्या अशा भागांमध्ये पर्जन्यातील विचलन देखील अधिक असते.

       जलशास्त्रीय दुष्काळ पृष्ठभागावरील नदी, तलाव, ओढे आणि जलाशय यांच्यातील पाणी आटण्याशी आणि भूजलपातळी खालावण्याशी संबंधित असतात. जंगलतोड, खाणकाम, रस्ते बांधणी, अति-चराई आणि अतिरिक्त भू-जल उपसा यामुळे हे दुष्काळ वाढतात. वरील सर्व घडामोडींमुळे जलशास्त्रीय असंतुलन निर्माण

होते. ज्याचे पुढे दुष्काळसदृश स्थितीमध्ये रूपांतर होते. शेतीमूलक दुष्काळ किंवा मृदाजन्य दुष्काळ तेव्हा निर्माण होतात, जेव्हा माती आपली बाष्प धारणक्षमता घालवून बसते. यामुळे पिकांची सुदृढ वाढ होत नाही. हवामानशास्त्रीय दुष्काळ नसतानाही अशी परिस्थिती निर्माण होते किंवा याच्या विरुद्धही होते. अशा दुष्काळाची तीव्रता अधिक वाढल्यास एकही झाड जगणार नाही अशी परिस्थिती निर्माण होते. या स्थितीला वाळवंटीकरण असे म्हणतात.

जरी वरील तिन्ही प्रकारचे दुष्काळ स्वतंत्रपणे घडत असले तरी हवामानशास्त्रीय दुष्काळ हे जलशास्त्रीय आणि शेतीमूलक दुष्काळाचे प्रमुख कारण असते. लांबलेल्या हवामानशास्त्रीय दुष्काळाची परिणती जलजन्य दुष्काळामध्ये होते, आणि त्यानंतर, कदाचित शेतीमूलक दुष्काळात हे रूपांतरण अतिशय मंद गतीने होते.

Question number 6 to 8 :

Drought is basically a distress situation caused by the failure of rainfall. This failure may be due to insufficient rains or due to a wide gap between two or more spells of rain. Droughts are of three types. A meteorological drought is a situation when the actual rainfall is significantly less than the climatologically expected rainfall over a wide area. Here the rains do not arrive in time and are inadequate. Such droughts are mainly concentrated in the areas falling between arid and semi - arid zones of the country and are characterised by high variability of rainfall.

Hydrological droughts are associated with the drying up of surface water such as rivers, streams, lakes and reservoirs and fall in ground water levels. Such droughts are augmented by deforestation, mining, road construction, overgrazing and withdrawal of excessive ground water. All these factors contribute to hydrological instability leading to droughts. Agricultural droughts or soil droughts occur when soils lose their effective moisture conserving capacity. This prevents healthy crop growth. Such droughts may occur even when meteorological droughts do not occur and vice versa. Under extreme conditions of such a drought no plant exists and such a condition is called desertification.

Although all these three forms of drought occur independent of each other the occurrence or meterological drought is the basic reason for hydrological and agricultural droughts. Prolonged meteorological drought results into hydrological drought, and may, thereafter, lead to agricultural drought. This transition is a very slow process.

6. खालील दोन विधाने पाहा.

(a) कोरड्या क्षेत्रात पाऊस कमी-जास्त पडण्याची शक्यता जास्त नसते.

(b) जलशास्त्रीय दुष्काळ वृक्षतोडी व अमर्याद चराईमुळेच चालू होतो.

पर्यायी उत्तरे :

(1) दोन्ही चूक
(2) दोन्ही बरोबर
(3) (a) चूक (b) बरोबर
(4) (a) बरोबर (b) चूक

Consider the following two statements :
(a) In dry areas chances of receiving high or low rainfall are not high.
(b) Hydrological droughts begin with illicit felling of trees and overgrazing only.
Answer options :
(1) Both are incorrect (2) Both are correct
(3) (a) is incorrect (b) is correct (4) (a) is correct (b) is not

---

7. खालील विधाने वाचा व योग्य तो पर्याय निवडा.
(a) हवामानशास्त्रीय दुष्काळ हे प्रत्येक दुष्काळाचे कारण असते.
(b) जलशास्त्रीय दुष्काळ नेहमीच मानवनिर्मित घटकांची परिणती असते.
पर्यायी उत्तरे :
(1) (a) व (b) ही दोन्ही बरोबर आहेत. (2) (a) व (b) दोन्ही चूक आहेत.
(3) (a) बरोबर आहे व (b) चूक आहे. (4) (b) बरोबर आहे व (a) चूक आहे.
Read the following statements and choose the appropriate option.
(a) Climatological drought is the cause for every drought.
(b) Hydrological drought is always an outcome of the human factors.
Answer options :
(1) (a) and (b) are correct (2) (a) and (b) both are wrong
(3) (a) is correct, (b) is wrong (4) (b) is correct, (a) is wrong

---

8. एका विशिष्ट क्षेत्रामध्ये विहिरींची संख्या वाढल्यास कोणत्या प्रकारचा दुष्काळ पडण्याची शक्यता आहे ?
(1) जलशास्त्रीय (2) शेतीमूलक
(3) हवामानशास्त्रीय (4) पर्जन्यमूलक
If the wells grow in number in a specific area what kind of drought is likely to occur ?
(1) Hydrological (2) Agricultural (3) Climatological (4) Rain based

---

प्रश्न क्रमांक 9 ते 12 :

संपूर्ण मानवजात खात असलेल्या मूठभर पिकांच्या व पशुधनाच्या प्रजाती असलेल्या जनुकीय विविधतेत, जी जननद्रव्य साधनसंपत्ती म्हणूनही ओखळली जाते, शेतीची कार्यक्षमता सुधारण्याची मोठी शक्ती आहे. त्याचबरोबर ज्या प्रजाती आपल्याला अन्न व वस्त्र पुरवितात त्या प्रजातींचा आधार रुंदावण्याची मोठी संधी उपलब्ध आहे, जगाची लोकसंख्या जी की पुढील 40 वर्षांमध्ये दुप्पट होण्याची अपेक्षा आहे, त्यालाही खाद्य पुरविण्यासाठी शेती पुरेशी आहे, आणि त्यासाठी गरज आहे ती वनस्पती आणि प्राणी या दोन्ही प्रकारच्या विविधतेचा वापर करण्याची.

जनुकीय विविधतेच्या पायावर आधारित बदलाच्या विशिष्ट टप्प्यापर्यंत पिकांमध्ये सुधारणा करून उत्पादन वाढविता येते. इतिहासामध्ये आजपर्यंत उत्तम दर्जाच्या वनस्पतींची निवड करून आणि त्यांची पैदास करण्याचे काम हे वैयक्तिक शेतकऱ्यांनी तुटपुंज्या साठ्यावर त्यांच्या शेतामध्ये केले. यामध्ये प्रजाती कधी कधी उत्स्फूर्तपणे त्यांच्या

जवळपासच्या वन्य नातलगांशी संयोग होऊन वर्धित झाल्या. लागवड केलेली पिके जरी एकाच प्रजातीची असली तरी क्षेत्रीय परिस्थितीशी जुळवून घेणारे अविश्वसनीय जनुकीय गुण त्यात एकवटलेले आहेत.

औद्योगिक राष्ट्रांमध्ये फार थोडेच शेतकरी शेतीमध्ये वनस्पतींच्या प्रजननासाठी वेळ अथवा जमीन देऊ शकतात. आज उच्च प्रतीच्या कार्यक्षम पिकांची निवड ही शासकीय शास्त्रज्ञांमार्फत आणि खाजगी कंपन्या ज्या शेतकऱ्यांना खास जातीचे बियाणे लागवडीसाठी विकतात, यांच्यामार्फत केली जाते. उच्च कामगिरी आणि मोठ्या उत्पादनाच्या बदल्यात शेतकऱ्यांनी त्यांचे स्वातंत्र्य दिले, ज्याचा परिणाम म्हणजे मोजक्याच यशस्वी वाणाची लाखो एकरावर लागवड होत आहे.

दक्षिणेतील मक्याच्या पानावरील करपा रोगाच्या पंधरा वर्षांच्या प्रलयकारी साथीनंतर अमेरिकेतील मक्याचे उत्पादन पंधरा टक्क्यांनी घटले आणि देश पिकातील जनुकीय भेद्यतेच्या स्थितीबाबत जागरूक झाला. डकोटा येथील गव्हाच्या शेतास किंवा लोवा येथील मक्याच्या शेतीला भेट देणाऱ्यास एकसमान उंचीच्या एकाच पिकाच्या ओळी दूरवर क्षितिजापर्यंत पसरलेल्या दिसतात. या एकसारखेपणामध्येही एक प्रकारची विविधता असते, जी जगामधील इतर शेतकऱ्यांना उपलब्ध होत नाही. वनस्पतींचे प्रजनन करणाऱ्या खाजगी उद्योगांनी अनेक प्रकारच्या वनस्पतींचा हाती घेतलेला अभ्यास, किडीचा उद्रेक इत्यादीबाबतची विस्तृत उपलब्ध माहिती आणि जगभरातील हवमानस्थिती यावर आधारित पूर्वसूचना देणारी यंत्रणा तयार करणे आणि बियाणे विकणाऱ्या कंपन्यांमार्फत ज्या ठिकाणी गरज आहे, त्या ठिकाणी ती तत्काळ वाहून नेण्याची व्यवस्था करणे, या सर्वांमुळे तेथील अमेरिकन शेतकऱ्यांना घातक भेद्यतेच्या स्थितीपासून संरक्षण मिळाले. त्यांना ही सुरक्षा मोठी किंमत मोजून मिळाली, त्यामुळेच अमेरिकन शेतकरी बियाणांवर प्रतिवर्षी चार बिलीयन डॉलरपेक्षा जास्त खर्च करतो आहे. आणि जरी वास्तवात प्रति टन धान्य पीक काढण्याच्या खर्चात मागील तीन दशकांच्या तुलनेत घट झाली असली तरी प्रतिएकर उत्पादन खर्च दुप्पट झाला आहे.

Question number 9 to 12 :

The genetic diversity within the handful of crop and livestock species that feed humanity-so-called germplasm resources-holds much of the potential for improving agricultural performance. At the same time, great opportunities lie in broadening the base of the species that provide our food and fiber. An agriculture, sufficient to feed the world's population that is expected to double in the next 40 years, will need to use both plant and animal diversities.

Increasing of harvests rests on a foundation of genetic diversity by bringing about improvement in the crop upto a desired level. Throughout the history, the selection and breeding of superior plants was done by individual farmers working on limited stocks in their fields, augmented by occasional spontaneous crosses with wild relatives nearby. Cultivated crops, though single species, contained an incredible array of genetic types adapted to local circumstances.

In industrial countries, few farmers can spare the time or land for plant breeding. The selection of high performance crops today is done by government scientists and by private companies who sell specially bred seed to farmers for planting. Farmers have traded their independence for higher performance and larger harvests; as a result, a few successful varieties are being planted on millions of acres.

Fifteen years after a devastating epidemic of Southern Corn Leaf Blight cut the U.S. corn harvest by 15 percent and alerted the nation to the genetic vulnerability of its crops, a visitor to the wheat fields of the Dakotas or the corn fields of lowa can still see row upon row of uniform plants stretching to the horizon. Yet under this uniformity lie forms of diversity not available to most of the world's farmers. The many varieties under study by the private plant breeding industry, the widely available information on pest outbreaks and weather conditions worldwide that constitute an 'early warning system,' and a seed industry that can transport varieties quickly to areas that need them all protect American farmers from fatal vulnerability. These safeguards have come at a substantial price : U.S. farmers now spend over $ 4 billion each year on seeds, and while the cost per ton of grain harvested has declined in real terms over the past three decades, the cost per harvested acre has doubled.

---

9. पुढील दोन विधानांचा विचार करा.

(b) आज मोठ्या प्रमाणात विविध प्रजाती विस्तृत क्षेत्रावर लागवड केल्या जात आहेत.

(b) जनुकीय विविधतेमुळे हे साध्य झाले आहे.

पर्यायी उत्तरे :

(1) (a) बरोबर आहे व (b), (a) ची कारणमीमांसा देते.

(2) (a) चुकीचे आहे म्हणून (b) बाबत प्रश्न उद्‌भवत नाही.

(3) (a) बरोबर आहे परंतु (b), (a) ची कारणमीमांसा देत नाही.

(4) परिच्छेदावरून या विधानांबाबत काही सांगता येत नाही.

Consider the following two statements :

(a) Today a large number of widely diff. species are getting planted over extensive areas.

(b) Genetic diversity has led us to this situation.

Answer options :

(1) (a) is correct and (b) is the correct explanation of (a)

(2) (a) incorrect therefore the question does notarise about (b)

(3) (a) is correct but (b) is not the correct explanation thereof,

(4) Nothing can be made out from the passage about the statements.

---

10. पुढील दोन विधानांचा विचार करा.

(a) शेतकऱ्यांसाठी व खाजगी कंपन्यांना सगळ्यांनाच अधिक नफा हीच बाब सर्वात महत्त्वाची राहिली आहे.

(b) अधिक चांगले वाण निर्माण करण्यास्तव जंगली वनस्पती लागवड केल्या जात असलेल्या प्रजातींना नेहमीच नियमितपणे मदत केली आहे.

पर्यायी उत्तरे :

(1) दोन्ही बरोबर
(2) दोन्ही चूक
(3) (a) बरोबर (b) चूक
(4) (b) बरोबर (a) चूक

Consider the following two statements :

(a) Higher profits is the main consideration for the farmers and the private companies all alike.

(b) The wild crops have regularly helped their cultivated counter parts throughout the history in producing superior varieties.

Answer options :

(1) Both are correct   (2) Neither is correct

(3) (a) is correct (b) is not   (4) (b) is correct (a) is not

11. आपण जनुकीय विविधतेचा इतिहास पाहिला तर शेतकऱ्यांचा :

(a) चांगल्या कामगिरीमुळे लाभ झाला आहे.

(b) अधिक उत्पन्नामुळे श्रीमंत झाले आहेत.

(c) साचेबंद / सारख्या लागवडींच्या अडचणींतून मुक्त झाले आहेत.

(d) परंतु सद्य:स्थिती त्यांना दुसरा निर्णय घ्यायला मुभा देत नाही.

(e) विपणन विहित वृत्ती त्यांना तसे करण्यास बाध्य करतात.

(f) त्यांना लाभ मिळतो परंतु त्याकरिता बरीच किंमत मोजावी लागते.

वरील कोणती विधाने बरोबर आहेत ?

(1) (a), (b), (d), (e)   (2) (a), (b), (c), (d), (e)

(3) (a), (b), (d), (e), (f)   (4) (a), (b), (c), (d), (e), (f)

If we see the history of the genetic diversity, the farmers.

(a) have benefitted from higher performance.

(b) have become rich because of the larger production.

(c) have overcome the problems of planting of uniform plants.

(d) but the circumstances do not allow them to decide for themselves.

(e) the market driven tendencies force them to follow.

(f) and the benefits come to them at a great cost.

Which of the above statements are correct ?

(1) (a), (b), (d) and (e)   (2) (a), (b), (c), (d), (e)

(3) (a), (b), (d), (e) and (f)   (4) (a), (b), (c), (d), (e), (f)

12. औद्योगिक देशांत पूर्वी चांगल्या प्रजातींची पैदास करणारे शेतकरी आजकाल ती करत नाहीत, कारण :

(a) शासकीय शास्त्रज्ञ आता ते स्वत: करीत आहेत.

(b) खाजगी कंपन्या हे काम आपल्या लाभासाठी करत आहेत.

(c) शेतकरी दुसऱ्या कामात व्यग्र आहेत.

(d) शेतकऱ्यांना आपली जमीन दुसऱ्या कामासाठी वापरावयाची आहे.

पर्यायी उत्तरे :

(1) (a), (b)   (2) (c), (d)   (3) (a), (b), (c)   (4) (a), (b), (c), (d)

In industrial countries the farmers who earlier did plant breeding are no more resorting to it because :

(a) Govt. scientists want to take it upon themselves.
(b) Private companies undertake plant breeding for their interests.
(c) The farmers are busy otherwise.
(d) The farmers want to put their land to other use.

Answer options :

(1) (a) and (b)   (2) (c) and (d)
(3) (a), (b) and (c)   (4) (a), (b), (c) and (d)

प्रश्न क्रमांक 13 आणि 14 :

अनेक लोक म्हणतात की 21 वे शतक हे ज्ञानाचे शतक आहे. परंतु यावर खोलात जाऊन विचार करणारे लोक म्हणतात की हे शतक मनाचे असेल. असं जर असेल तर भारताला लोकसंख्येमुळे आघाडी मिळणार आहे. भारताची 55% लोकसंख्या ही पंचविशीच्या आतील वयाची आहे. याचा अर्थ असा की, भारताच्या भविष्याला आकार देण्यासाठी 6000 लक्ष मने उपलब्ध आहेत.

पण मन व मनोभूमिका यात मूलभूत फरक आहे. मन बुद्धिमत्ता निर्देशित करते. त्याच्यामुळे तुम्हाला चलाख निरीक्षणे, चलाख विश्लेषणे व चलाख संश्लेषणे इत्यादी कृती करता येतात. पण मनोभूमिका तुमच्या वृत्ती व तुमची जीवन जगण्याची पोहोंच निर्धारित करते. भारतात भारतीय मन व भारतीय भूमिका यात प्रचंड लढाई आहे. भारतीय मन आपल्याला एकविसाव्या शतकात नेत आहे आणि यात शंका घेण्याला जागा नाही. पण भारतीय मनोभूमिका भारताला चौदाव्या, पंधराव्या, सोळाव्या, शतकात मागे खेचत आहे.

शतकांपूर्वी भारतीय मनाने जागतिक खेड्याची संकल्पना 'वसुधैव कुटुम्बकम्' (संपूर्ण जग हे कुटुंब आहे.) या घोषासह प्रस्तावित केली. आपण म्हणतो की आम्ही एक आहोत, पण बोलतो तसा व्यवहार करतो काय ? जेव्हा दोन जपानी व्यक्ती एकत्र येतात, तेव्हा त्या किती व्यक्ती होतात ते आपण जाणतो. त्या भक्कम संघ तयार करतात व अकरा होतात. कोणीतरी विनोदाने म्हणाले होते की, जेव्हा दोन भारतीय व्यक्ती एकत्र येतात, तेव्हा त्या शून्य होतात कारण त्या एकमेकांना छेद देऊन व्यर्थ ठरवितात. त्या संघ घडवू शकत नाहीत आणि ही भारतीय मनोभूमिका आहे.

माझा मूळ पूर्वपक्ष असा नाही की भारतीय मनाला आकार देण्याचा प्रश्न नसून, भारतीय भूमिकेला आकार देण्याची गरज आहे. आपल्याला मन तसेच मनोभूमिका या दोन्हीच्या प्रश्नांकडे पाहायला सुरुवात केली पाहिजे. आपल्याला फक्त हुशार मने, अधिक बुद्धिवान मने, अधिक निरीक्षणक्षम मने, अधिक विश्लेषक मने, चांगली मने जी अधिक शहाणे विश्लेषण करतील, अशी मने कशी मिळतील एवढेच पाहून चालणार नाही, तर त्याबरोबरीने आपल्याला एकविसाव्या शतकातील भारत आकाराला आणणे शक्य करणाऱ्या, सकारात्मक, रचनाक्षम, भविष्याकडे पाहणाऱ्या, परस्परांना प्रेरक ठरणाऱ्या मनोभूमिकाही कशा घडवायच्या हे पाहिले पाहिजे.

Question number 13 and 14 :

Many people say that 21st century is a century of knowledge, but the people who think more deeply about it say, it is going to be a century of mind. If this is the case then India has demographic advantage. India has 55% of its population less than 25 years old. This means that there are 6000 lakh odd minds to shape destiny of India.

But there is a fundamental difference between the mind and the mindset. Mind represents intellect, mind allows you to make smart observations, smart analysis, smart synthesis etc. but it is the mindset which determines your attitude and your approach to life. In India, there is this huge battle between the Indian mind and Indian mindset. The Indian mind is taking us into 21st century and there is no doubt about it, but it is the Indian mindset which is drawing us back into 14th, 15th, 16th century.

Centuries ago Indian mind introduced the concept of global village with a slogan, 'Vasudhaiv Kutumbakam' (Entire world is a family). We say that we are one family but are we practising what we say ? We know that when two Japanese come together, how many Japanese they make ? They form a great team and become eleven. Someone in a lighter vein has said that when two Indians come together, they become zero as they neutralize each other. They do not make a team and this is the Indian mindset.

My basic premise is not that shaping of Indian minds is not required and only changing of the Indian mindset should be attempted. We should start taking up both. We should not only be contented with clever minds, more intelligent minds, more observant minds, more analytical minds, better minds synthesizing in a more clever way, but also mindsets that are positive, constructive, forward looking, mutually reinforcing, - mindsets that will make it possible for us to shape 21st century India.

---

13. आजच्या जगताबाबत खालील कोणते विधान योग्य आहे ?

(1) आजचा काळ हुशारीचा आहे.　　　(2) अनेकांच्या मते हा काळ 'मनाचा' आहे.
(3) काहींच्या म्हणण्यानुसार हा काळ ज्ञानाचा आहे.　(4) वरील एकही विधान योग्य नाही.

Which of the statements given below about today's world is correct ?
(1) It is a clever peoples world.　　　(2) Many feel it is the 'mind'.
(3) Some say it is the 'knowledge'　　(4) None of the above.

---

14. पुढील कोणते विधान अयोग्य नाही?

(1) भारतातील सुमारे 55% लोकांची मनोभूमिका अर्वाचीन आहे.
(2) भारतातील सुमारे 45% लोकांची मते बुरसटलेली आहेत.
(3) भारतात वयस्कर लोक बहुसंख्य नाहीत.
(4) भारतातील सुमारे 55% लोक हुशार विश्लेषणे करतात.

Which of the following statements is not incorrect ?
(1) About 55% of the Indians have modern mindset.
(2) About 45% of the Indians have old traditional mind.
(3) The elderly people are not in majority in India.
(4) About 55% of the Indians make intelligent analysis.

प्रश्न क्रमांक 15 ते 19 :

भारतीय संविधानाची उद्देशिकाच मुळी 'आम्ही भारताचे लोक.' पासून सुरू होते. तिथे कोणताही जातीवाचक अथवा धर्मवाचक शब्द वापरलेला नाही. या उद्देशिकेतून स्पष्ट होते की, भारतीय संविधानाने लोकशाहीमध्ये जनतेला सर्वोच्च स्थान दिले आहे. भारतीय जनता जर शासनाची निवड करत असेल तर शासनाच्या कारभाराविषयी, त्याच्या अंग-उपांगाविषयी जाणून घेण्याचा अधिकार प्रत्येक नागरिकाला आहे. या सजगतेमधूनच जनतेला शासकीय कारभारात सहभागी होण्याची संधी उपलब्ध होते. म्हणजेच 'प्रातिनिधिक' लोकशाहीपासून 'सहभागी' लोकशाहीकडे वाटचाल सुरू होते. शासनाची धोरणआखणी व अंमलबजावणी यांच्यामध्ये जनतेचा सक्रिय सहभाग यावरच खऱ्या लोकशाहीचा डोलारा उभा असतो. जिथे जनता शासकीय कारभारामध्ये सक्रिय सहभागी होण्याइतकी सक्षम नसते, अशा वेळी प्रबळवर्गाच्या हितसंबंधांचे रक्षण होण्याची शक्यता वाढते. यातून सामाजिक न्याय मिळण्यास मोठा अडथळा निर्माण होण्याची शक्यता असते.

जगभर माहीतगार नागरिक असलेला गुणवत्ताप्रधान समाज निर्माण करण्याच्या दृष्टीने प्रयत्न चालू आहेत. माहितीच्या अधिकार अधिनियमाचा स्वीकार करून या प्रयत्नांमध्ये भारतही सामील झाला आहे. या अधिनियमामध्ये 'माहीतगार नागरिक' संज्ञा आढळते. भारतीय राज्यघटनेच्या अनुच्छेद 19(1) (क) मधील भाषण व अभिव्यक्तीस्वातंत्र्यामध्ये माहितीचा अधिकार अध्यहृत आहे, हे भारतातील विविध न्यायालयांनी सांगितले आहे. माहितीचा अधिकार मानवी हक्कांचा मूलस्रोत असल्याचे संयुक्त राष्ट्रसंघाच्या वैश्विक जाहीरनाम्यामध्ये नमूद आहे.

अशावेळी सामाजिक न्यायाचे रक्षण व प्रस्थापनेच्या दृष्टीने देखील माहितीचा अधिकार कळीची भूमिका बजावू शकतो. संविधानाच्या प्रास्ताविकामध्ये सर्व नागरिकांना 'न्याय, स्वातंत्र्य, समता व बंधुत्व' प्राप्त होईल असा निर्धार व्यक्त केला आहे. संविधानाच्या प्रास्ताविकामध्ये 'न्याय' या शब्दाला विचारपूर्वक प्रथम स्थान देण्यात आले आहे. न्यायानंतर स्वातंत्र्य, समानता व बंधुत्व येते. नाय ही मूलभूत बाब आहे. न्यायाअभावी स्वातंत्र्य, समानता व बंधुत्व प्राप्त करता येणार नाहीत. न्यायाच्या अभावी सामाजिक विषमतेकडे वाटचाल सुरू होते. ही सामाजिक विषमता ही केवळ नैसर्गिक संसाधनांच्या असमान वाटपातूनच निर्माण होत नाही तर माहितीचे असमान वाटपसुद्धा याला कारणीभूत असते. समाजातील प्रभुत्वकारी गट कायमच माहितीवर ताबा ठेवून सत्ता व संपत्तीवर आपले धुरीणत्व कायम ठेवत असतो. याला भारतीय इतिहासही साक्ष आहे. म्हणून समाजातील उपेक्षित घटकांना 'माहितीच्या शक्तीची' जाणीव करून दिली तर, सामाजिक विषमतेवर विजय प्राप्त करणे शक्य होईल. म्हणून न्याय मिळवण्याच्या प्रक्रियेत माहिती अधिकार कायद्याला अनन्यसाधारण महत्त्व आहे, त्यामुळेच माहितीचा अधिकार हा जगभरातील नागरी संघटना व मानवाधिकार चळवळी यांच्या आस्थेचा विषय बनला आहे.

पर्यावरणवादी चळवळ व माहितीचा अधिकार यांचाही जवळचा संबंध आहे. संविधानाच्या अनुच्छेद 21 नुसार प्रत्येक नागरिकाला जीवित व स्वातंत्र्याचा अधिकार आहे. दुसऱ्या शब्दात जीवित व स्वातंत्र्यावर परिणाम करणाऱ्या प्रत्येक बाबीविषयी जाणून घेण्याचा प्रत्येक नागरिकाला अधिकार आहे. 1992 मध्ये ब्राझीलमध्ये 'रियो डी जनेरो' येथे झालेल्या वसुंधरा परिषदेत याचा पुनरुच्चार करण्यात आला. हेच पर्यावरणवादी चळवळींचे मूळ सूत्र असल्यामुळे, त्यांनीही माहिती अधिकाराचा हिरिरीने पुरस्कार केला आहे.

Question number 15 to 19 :

Preamble to constitution of India starts with 'We the people...' It does not refer to people of any particular caste or religion, which signifies that the constitution of India places its people at the highest position in democracy. When people of India elect our government, we also have a complete right to get aware of all its aspects and governance. Such awareness gives a chance to actually participate in the process of governance which in turn advances the democracy from being merely representative to become participative. Success of democracy largely depends on participation of its population in making and implementation of government policy. Where common people are not able to actively participate in the process of governance, possibility of protection of rights of select empowered class increases manyfold. This holds the potential of eventually becoming a major obstacle in the path of Social Justice.

The efforts of creation of knowledge based societies of 'Informed citizenry' are ongoing in various parts of the world. India too, has joined the bandwagon by accepting the Right to Information. 'Informed citizenry' term appears in the RTI Act. Various courts in India have reported that Right to Information is inherent to Freedom of Speech and Expression provided in article 19(1)(a) of constitution of India. Additionally United Nations Organizations stated in its Universal Declaration that Right to Information is fundamental to human rights.

In the light of this, Right to Information can play a pivotal role in the process of protection and establishment of social justice. Preamble to constitution of India has resolved for 'Justice, Freedom, Equality and Fraternity' to all its citizens. Deliberately the word 'justice' is placed first in the order. Justice is fundamental, in absence of it, freedom, equality and fraternity cannot be achieved. Absence of justice leads to social inequality. This inequality stems not only out of unequal distribution of natural resources but also out of unequal distribution of information. Ruling class controls information to maintain its hegemony over power and resources. Indian history has witnessed this time and again. Social inequality can be won over by making the socially oppressed classes aware of 'power of Information' and therefore Right to Information is extremely crucial in the process of achieving justice. It is for this reason that Right to Information has become a matter of utmost interest for numerous civil society organizations and human rights movements.

Right to Information and Environmental movement are also closely connected. Article 21 of the constitution provides Right to Life and Liberty. In another a words, citizen have a right to know everything that has impact on life and liberty. The same was also reiterated in the earth summit of Rio de Janerio, Brazil held in 1992. This also being the core principle of environmental movement, they have keenly promoted Right to Information.

---

15. माहितीचा अधिकार खालीलपैकी कोणत्या मूलभूत हक्कांशी अधिक संबंधित आहे?
    (a) जीवित व स्वातंत्र्याचा हक्क   (b) शोषणाविरुद्धचा हक्क
    (c) भाषण व अभिव्यक्ती स्वातंत्र्याचा हक्क   (d) शैक्षणिक हक्क
    खालीलपैकी कोणता पर्याय योग्य आहे ?
    (1) (a) (c)   (2) (a) (b) (c)   (3) (a) (d) (c)   (4) (a) (b) (c) (d)

    Right to Information is more related to which of the following fundamental rights :
    (a) Right to Life and Liberty   (b) Right against exploitation
    (c) Right to freedom of speech and expression   (d) Right to Education

Which of the option given below is correct ?
(1) (a) (c)　　　(2) (a) (b) (c)　　　(3) (a) (d) (c)　　　(4) (a) (b) (c) (d)

---

16. पुढील दोन विधानांचा विचार करा :

(a) माहितीच्या अधिकाराचा बरेच वैयक्तिकरीत्या पाठपुरावा करीत आहेत.

(b) बऱ्याच संस्था, गट व देश त्यांना याबाबत अद्ययावत माहिती असो वा नसो माहिती अधिकाराचा पिच्छा पुरवीत आहेत.

पर्यायी उत्तरे :

(1) दोन्ही बरोबर　　　　　　　(2) कोणतेही बरोबर नाही.

(3) (a) बरोबर (b) चूक　　　　(4) (b) बरोबर (a) चूक

Consider the following two statements :

(a) Right to information is being pursued by individuals all over.

(b) Various societies, movements and countries well informed or otherwise are following right to information.

Answer options :

(1) Both are correct　　　　　　(2) Neither is correct

(3) (a) is correct (b) is not　　　(4) (b) is correct (a) is not

---

17. पुढील विधानांचा विचार करा.

(a) माहिती न देणे सामाजिक अन्यायाचे मूळ आहे.

(b) जेव्हा सत्तेत सर्वांचा सहभाग नसेल तेथे सामाजिक अन्याय राहू शकतो.

पर्यायी उत्तरे :

(1) (b) बरोबर व (a) त्याचे बरोबर स्पष्टीकरण.

(2) (b) बरोबर, परंतु (a) त्याचे बरोबर स्पष्टीकरण नाही.

(3) दोन्ही चूक

(4) (b) चूक (a) बरोबर

Consider the following statements :

(a) Non dissemination of the information is a root cause of social inequality.

(b) When the participation in the governance is not all round social unjustice could prevail.

Answer options :

(1) (b) is correct and (a) is the correct explanation of (b)

(2) (b) is correct but (a) is not the correct explanation of (b)

(3) Both (a) and (b) are incorrect

(4) (b) is incorrect (a) is correct

18. पुढील विधानांचा विचार करा :
   (a) नागरिकांना माहितीचा अधिकार आवश्यक हे प्रथम रियो दि जानेरो समिटमध्ये म्हटले गेले.
   (b) भारतातील बऱ्याच न्यायालयांनी वारंवार म्हटले आहे की सामाजिक न्यायासाठी माहितीचा प्रसार आवश्यक आहे.

   पर्यायी उत्तरे :

   (1) दोन्ही बरोबर (2) कोणताही बरोबर नाही
   (3) (a) बरोबर (b) चूक (4) (b) बरोबर (a) चूक

   Consider the following statements
   (a) 'Citizenry has right to know' was for the first time said in the summit at Rio-de Janerio.
   (b) Many courts in India have reiterated that dissemination of information is an absolute must for attaining social justice. Now state whether.

   Answer options :

   (1) Both are correct (2) Neither is correct
   (3) (a) is correct (b) is not (4) (b) is correct (a) is not

---

19. खालीलपैकी कोणत्या मार्गामुळे प्रातिनिधिक लोकशाहीचे सहभागी लोकशाहीमध्ये रूपांतरण सूचित होते ?
   (a) संसद व विधानमंडळामध्ये प्रश्न विचारणे.
   (b) प्रशासनाविरोधात तक्रार दाखल करणे.
   (c) माहिती अधिकाराच्या वापराद्वारे शासन व प्रशासन पारदर्शक बनवणे.
   (d) शासकीय कारभाराविषयी जाणून घेणे.

   पर्यायी उत्तरे :

   (1) (a) आणि (c) (2) (b) आणि (c) (3) (c) आणि (d) (4) (b) आणि (d)

   Which of the following indicates the transformation of representative democracy into participatory democracy ?
   (a) By asking questions in parliament and state legislature.
   (b) By launching complaint against administration.
   (c) Using RTI act to make government and administration transparent.
   (d) Getting knowledge of functioning of governance.

   Answer options :

   (1) (a) and (c) (2) (b) and (c) (3) (c) and (d) (4) (b) and (d)

प्रश्न क्रमांक 20 ते 22 :

1991 च्या मध्यापासून भारतात आर्थिक विकासाचे वारे वाहू लागले. याची प्रमुख कारणे म्हणजे बहिर्गत कर्जाचा वाढता बोजा, आटोक्याबाहेर गेलेला आंतरराष्ट्रीय ताळेबंद, भाववाढीच्या दरात वाढ होण्याची तीव्र शक्यता आणि वित्तीय अडचणी, आखाती युद्ध आणि सोविएत अर्थव्यवस्थेची पडझड हे बाह्यघटकही या सुधारणा घडवून

आणण्यास कारणीभूत होते. या आर्थिक संकटातून बाहेर येण्याचा मार्ग काढण्यासाठी आणि अविनाशी विकास प्रक्रिया निश्चित करण्यासाठी औद्योगिक, व्यापार आणि सार्वजनिक क्षेत्रात काही महत्त्वाचे धोरणात्मक बदल करणे आवश्यक होते. स्थायीकरणासाठी पावले उचलणे गरजेचे होते, ज्यायोगे अर्थसंकल्पातील वित्तीय आणि चालू खात्यातील तूट कमी होऊ शकेल. आर्थिक सुधारणांचे महत्त्वाचे उद्दिष्ट हे होते की देशाच्या साधनसंपत्तीचे वाटप आणि एकूण निर्णय प्रक्रिया ही बाजारपेठेच्या कार्यतंत्रानुसार व्हावी.

आर्थिक सुधारणांनंतरच्या काळात दीर्घकालीन आर्थिक विकासाच्या संदर्भात फार मोठा आशावाद निर्माण झाला आहे. मागील दोन दशकांमध्ये भारत हा सर्वात वेगाने वृद्धिंगत होणाऱ्या, जगातील दहा ते बारा देशांमधील एक होता. काही महत्त्वाच्या स्थूल अर्थशास्त्रीय चल घटकांची या काळातील कामगिरी लक्षात घेण्यासारखी होती. 1997 ते 2002 मध्ये भाववाढ दर घटला होता. नवव्या आणि दहाव्या आर्थिक योजनेच्या काळात स्थूल एतद्देशीय बचतीची, स्थूल एतद्देशीय उत्पादनातील शेकडेवारी 23.1% वरून 28.2% वर गेली होती. याच काळात स्थूल एतद्देशीय गुंतवणूक वाढली होती आणि वित्तीय तूट थोडी कमी झाली होती. त्याचप्रमाणे परकीय प्रत्यक्ष गुंतवणूक, परदेशी चलन साठा या घटकांची कामगिरी सुधारली होती.

थोडक्यात असे म्हणता येईल की, भारतीय अर्थव्यवस्था गेल्या चार वर्षांत वेगाने म्हणजे 8% ते 9% दराने वाढत आहे. इतर अनेक घटकांची कामगिरी समाधानकारक असून त्यात बदल घडून आले आहेत.

Question number 20 to 22 :

In India, economic reforms were initiated in mid 1991 due to problems such as increasing external debt, unmanageable balance of payments situation, high possibility of acceleration in the rate of inflation and the fiscal problems. External factors like Gulf war and collapse of soviet economy also contributed to the crisis. With a view to tide over the economic crisis and ensuring sustainability of growth process, it was considered necessary to introduce certain major policy reforms, on industrial trade and public sector fronts. Measures for stabilization aiming at reduction in fiscal and current account deficit in budget were also necessary. The economic reforms basically aimed at allocation of resources and decision - making to be guided by the market mechanism.

In the post reforms period, there has been a lot of optimism regarding long-term economic growth. In the last two decades, India was among ten to twelve highest growing countries in the world. Some macroeconomic variables performed well during this period. Rate of inflation declined during 1997-2002. Gross domestic savings as a % of GDP increased from 23.1% to 28.2% during 9th and the 10th plan. Gross domestic investment increased and fiscal deficit declined marginally during this period. FDI inflow, FOREX reserves showed promising trends.

In conclusion, the economy seems to be on a high growth path of 8% to 9% in the last 4 years. The performance of the other variables also seems to be relatively satisfactory.

---

20. भारतात आर्थिक सुधारणा घडवून आणण्यास जबाबदार असलेल्या खालील घटकांपैकी बाह्यघटक कोणता ?

(1) दरवाढ (2) निर्यातीत घट

(3) औद्योगिक वाढ दरात घट (4) वरील एकही नाही

Which of the following is an external factor leading to economic reforms in India ?
(1) Inflation (2) Fall in exports
(3) Slowdown of industrial growth rate (4) None of the above

---

21. खालीलपैकी कोणत्या स्थूल अर्थशास्त्रीय घटकाचे प्रस्तुत परिच्छेदात वर्णन केलेले नाही ?
(1) पैशाचा पुरवठा (2) भाववाढ
(3) आंतरराष्ट्रीय ताळेबंद (4) थेट परकीय गुंतणूक

Which of the following is a macro economic variable, not described in this paragraph ?
(1) Money supply (2) Inflation
(3) Balance of Payments (4) Foreign Direct Investment

---

22. भारतातील 1991 च्या आर्थिक सुधारणांची सर्वात मोठी त्रुटी म्हणजे .....
(1) वाढीचा दर पुरेसा नाही (2) आधुनिकीकरणावर भर नाही
(3) आयात-निर्यातीच्या वाढीचा दर कमी आहे (4) वरील एकही नाही

Major limitation of economic reforms of 1991 has been :
(1) Rate of growth is not adequately high.
(2) No stress on modernisation.
(3) Slow growth rate of exports and imports.
(4) None of the above.

प्रश्न क्रमांक 23 ते 27 :

खूप वर्षांपूर्वी प्राणी आणि वनस्पती यांचे अवशेष जमिनीत गाडले गेले. त्यावर वरच्या जमिनीचा प्रचंड दाब आणि आतील उष्णता यांचा परिणाम होऊन त्यांचे इंधनात रूपांतर झाले. अशा इंधनाला जीवाश्म इंधन म्हणतात. हे इंधन तयार होण्यासाठी लक्षावधी वर्षांचा काळ जावा लागतो, म्हणूनच जीवाश्म इंधनाचे साठे मर्यादित आहेत. त्यामुळे त्याच्या योग्य वापराची आवश्यकता आता भासू लागली आहे.

जीवाश्म इंधन स्थायू, द्रव आणि वायू अशा तीन अवस्थांत पृथ्वीच्या पोटात सापडते. त्यात कोळसा, खनिज तेल आणि नैसर्गिक वायू यांचा समावेश होतो. सगळ्या जीवाश्म इंधनांत हायड्रोकार्बनची संयुगे सापडतात. याशिवाय इतरही इंधने आपण रोजच्या व्यवहारात वापरतो. उदा. लाकूड, शेणाच्या गोवऱ्या, लाकडी कोळसा इत्यादी.

खेड्यापाड्यात इंधन म्हणून लाकूडफाटा वापरला जातो. लाकूडफाट्याच्या वापरामुळे जंगले नष्ट होत असून पर्यावरण धोक्यात आले आहे, ही चिंतेची बाब आहे. पृथ्वीच्या पोटात हजारो मीटर इतक्या खोल खनिज तेल सापडते. त्यापासून पेट्रोल, डिझेल, केरोसीन आणि इंधन तेल हे घटक मिळवता येतात.

नैसर्गिक वायू हे वापरायला अतिशय सोयीचे असे इंधन आहे. ते लवकर पेट घेते आणि त्यातून कोणताही स्थायू पदार्थ शिल्लक राहत नाही. शिवाय मुख्य स्रोतापासून नळाद्वारे त्याचे स्थलांतर करणे सहज शक्य असते. मुख्य म्हणजे नैसर्गिक वायूच्या ज्वलनावर नियंत्रण ठेवता येते. मिथेन, इथेन, प्रोपेन, ब्यूटेन इत्यादी नैसर्गिक वायुंचे प्रकार आहेत.

जीवाश्म आणि इतर इंधनांचे साठे हे मर्यादित आहेत, म्हणूनच कोळसा, तेल यांना पारंपरिक किंवा अनवीकरणीय ऊर्जा स्रोत म्हणतात, कारण ते नव्याने बनवता येत नाहीत.

पवनऊर्जा, जलविद्युत ऊर्जा, बायोगॅस, बायोडिझेल असे ऊर्जेचे नवीकरणीय स्रोत वापरात आहेत, तरीही आज ऊर्जा संकटाने आपल्याला ग्रासले आहे. याचे मुख्य कारण म्हणजे वाढती लोकसंख्या आणि वाढते उद्योगधंदे, त्यांना लागणारी वाढती ऊर्जा सतत निर्माण करता येणे कठीण आहे. त्यासाठी नवीकरणीय ऊर्जा स्रोताचा वापर करण्याचे मार्ग शोधणे, ही काळाची गरज आहे. अशा परिस्थितीत आपण सौरऊर्जेच्या वापरावर लक्ष केंद्रित करणे आवश्यक आहे.

Question number 23 to 27 :

A long time ago remnants of plants and animals got buried into the earth. Due to the effect of the tremendous pressure of the layers of earth above and the heat inside they were converted into fuel. Such fuels are called fossil fuels. It takes lakhs of years for such fuels to be formed. That is why the deposits of fossil fuel are limited. As a result, a need has now arisen to make prudent use of these resources.

Fossil fuels are found in three forms solid, liquid and gaseous - in the bowels of the earth. These fuels include coal, mineral oil and natural gas. All fossil fuels contain hydrocarbon compounds. Besides these, we daily use other fuels too, for example, wood, charcoal, cowdung, pats, etc.

Firewood and brushwood are used as fuel in rural areas. It is a matter of concern that the use of wood for fuel is causing destruction of forests and has endangered the environment. Mineral oil is found may thousand metres deep in the bowels of the earth. Petrol, diesel, kerosene and fuel oil can be obtained from it.

Natural gas is a very convenient fuel to use. It lights up quickly and does not leave behind any solid substances. Besides, it is easy to transport from its main sources by means of pipes. A big advantage is that the burning of natural gas can be easily controlled. Methane, ethane, propane, butane etc. are the various types of natural gas.

The deposits of fossil and other fuels are limited. That is why, coal, oil etc. are said to be conventional or non-renewable sources of energy - they cannot be produced anew.

Even though we are now using renewable sources of energy like wind energy, hydro-electric energy, biogas, biodiesel, etc. We are still in the grip of an energy crisis. The main reason for this is the growing population and increasing industrialisation. It is difficult to continuously produce the increasing amounts of energy they need. To find ways of using renewable sources is the need of the hour. In view of this, we must concentrate on the use of solar energy.

23. कोणता इंधन स्रोत सर्वात अधिक विनाशकारी सिद्ध झाला आहे ?

    (1) लाकूडफाटा   (2) तेल व वायू

    (3) अणु ऊर्जा   (4) जलविद्युत ऊर्जा

Which energy source has proved to be the most destructive ?
(1) Fuel wood   (2) Oil and gas   (3) Atomic energy   (4) Hydro energy

24. ऊर्जा संकट ..... नाही.
(a) सामाजिक समस्या   (b) मनुष्यनिर्मित समस्या
(c) आर्थिक समस्या   (d) पर्यावरणीय समस्या
(e) निसर्गाची देणगी   (f) जागतिक समस्या
योग्य पर्याय निवडा :
(1) (a)   (2) (b)   (3) (e)   (4) (f)

Energy crisis is not a :
(a) Social problem   (b) manmade problem
(c) economic problem   (d) environmental problem
(e) gift of nature   (f) global problem
Select the correct option :
(1) (a)   (2) (b)   (3) (e)   (4) (f)

25. कोणता पारंपरिक ऊर्जा स्रोत मानव वापरासाठी सहज-सुलभ आहे ?
(1) कोळसा   (2) खनिज तेल   (3) नैसर्गिक वायू   (4) बायोगॅस
Which conventional source of energy is most man-friendly?
(1) Coal   (2) Mineral Oil   (3) Natural gas   (4) Biogas

26. ऊर्जा संकट अधिकाधिक तीव्र होत चालले आहे. आपण कशावर भिस्त टाकावयास हवी ?
(a) नैसर्गिक वायूवर-कारण तो सुलभतेने वापरता येते.
(b) नव्याने बनविता येणाऱ्या स्रोतांकडे लक्ष द्यावयास हवे.
(c) आपण सौर ऊर्जेवर भर द्यावयास हवा.
(d) आपण नवे स्रोत शोधून काढले पाहिजेत.
पर्यायी उत्तरे :
(1) (a)   (2) (b) व (c)   (3) (a), (b) व (c)   (4) (b) व (d)

The problem of energy is becoming increasingly acute. What should we resort to ?
(a) Natural gas as it can be conveniently used.
(b) We must pay more attention to renewable sources of energy.
(c) We should lay stress on solar energy.
(d) We should find new sources of energy.
Answer options :
(1) (a)   (2) (b)and (c)   (3) (a), (b) and (c)   (4) (b) and (d)

27. आपण स्वतःला ऊर्जा संकटातून कसे सोडवू शकू ?

    (a) अनंत वाढणाऱ्या आपल्या संख्येस रोखून   (b) अधिकाधिक नवीकरणीय स्रोताच्या उपयोगाने

    (c) औद्योगिकीकरणांचा वेग कमी करून   (d) अधिक तेल व वायूची आयात करून

    पर्यायी उत्तरे :

    (1) (a) व (b)   (2) (a) व (c)   (3) (c) व (d)   (4) (a) व (d)

    How should we extricate ourselves of the energy crisis ?

    (a) by containing our teeming millions.

    (b) by finding ways of using more and more renewable sources of energy.

    (c) by slowing the pace of industrialisation.

    (d) by importing more of oil and gas.

    Answer options :

    (1) (a) and (b)   (2) (a) and (c)   (3) (c) and (d)   (4) (a) and (d)

प्रश्न क्रमांक 28 ते 32 :

जैवतंत्रज्ञान ही व्यापक संकल्पना आहे. यामध्ये प्रामुख्याने जीवांमध्ये आवश्यक ते बदल करून मानवी कल्याणाकरिता त्याचा उपयोग करणे अंतर्भूत आहे. मानवाच्या निरनिराळ्या गरजांसाठी वेगवेगळ्या तंत्रांद्वारे जीवांमध्ये बदल घडविले जातात. यामध्ये प्राणीपालन, वनस्पतींची लागवड, वनस्पतींच्या वेगवेगळ्या प्रजाती विकसित करण्यासाठी आवश्यक तो संकर घडवून आणला जातो. यासाठी वापरण्यात येणाऱ्या आधुनिक पद्धतींमध्ये पेशी तसेच ऊती संवर्धन आणि जनुक अभियांत्रिकी या गोष्टींचा समावेश होतो. संयुक्त राष्ट्रसंघाच्या जैवविविधता विषयक समितीने केलेल्या व्याख्येनुसार 'असे कोणतेही तंत्र ज्यामध्ये जैविक प्रक्रिया, जीव किंवा जैविक उत्पादने जेव्हा विशिष्ट उद्देशासाठी वापरले जातात, त्याला जैवतंत्र असे म्हणता येईल.' म्हणजेच ज्यामध्ये प्रगत जीवशास्त्राच्या विविध उपयोजित पैलूंचा वापर जेव्हा विविध उत्पादन निर्मितीत होतो, अशा शास्त्रास जैवतंत्र शास्त्र असे म्हणतात.

जैवतंत्रज्ञानामध्ये काही मूलभूत विद्याशाखांचाही समावेश होतो. जसे जननशास्त्र, सूक्ष्मजीवशास्त्र, प्राणी पेशींचे संवर्धन, रेणूजीवशास्त्र, जीवरसायनशास्त्र, भ्रूणशास्त्र, पेशी विज्ञान त्याचप्रमाणे तत्त्वत: जीवशास्त्राबाहेरील कक्षेत येणारे रसायन अभियांत्रिकी, जैविक प्रक्रिया अभियांत्रिकी, जैवमाहितीशास्त्र तसेच जैवयंत्रमानवशास्त्र या विषयांचाही समावेश होतो.

आधुनिक जीवशास्त्राच्या बऱ्याच संकल्पना या जैवतंत्रशास्त्राने निर्धारित केलेल्या विविध पद्धती व तंत्र यावर आधारलेल्या असतात त्यामुळे ह्या सर्व प्रक्रियांना एकत्रितपणे 'जीवशास्त्रीय उद्योग' असे नामाभिधान देता येईल.

जैवतंत्रज्ञान हे प्रयोगशाळेत केलेले संशोधन व विकास यावर आधारलेले आहे. जे जैवमाहितीशास्त्राच्या आधारे मूल्यवर्धित उत्पादनांचे सर्वेक्षण, शोध, उगम, स्रोत तसेच जिवांपासून त्यांची निर्मिती जैव अभियांत्रिकीच्या माध्यमातून शक्य आहे. वरील प्रकारच्या उत्पादनांचे नियोजन, नियमन, विकास व निर्मिती त्यांचे विपणन करणे शक्य आहे. ही उत्पादने शाश्वत मूल्यांच्या आधारे वापरून त्यांच्यावर बौद्धिक मालमत्ता हक्क प्रस्थापित करणे आवश्यक आहे. (राष्ट्रीय व आंतरराष्ट्रीय स्तरावरील कायदेशीर मान्यता.)

Question number 28 to 32 :

The concept of biotechnology is a wide concept encompassing procedures modifying living organisms as per necessity for the welfare of human beings. The living organisms are modified by various technical procedures for number of human requirements being such as domestication of animals, cultivation of plants and improving plant variety through various breeding practices. Modern technologies used for the purpose include techniques like cell, tissue culture and genetic engineering. The United Nations convention of Biological diversity defines 'biotechnology' as : Any technological application that uses biological systems, living organism or derivatives thereof to make or modify products or processes for specific use. In other words, biotechnology can be defined as the application of technical advances in life sciences to develop various products.

Biotechnology also involves pure biological scientific disciplines such as genetics, microbiology, animal cell culture, molecular biology, biochemistry, embryology, cell biology and those outside the sphere of biology which include chemical engineering, bioprocess engineering, bioinformatics and biorobotics.

Conversely, modern biological sciences are intimately entwined and dependent on the methods developed through biotechnology and therefore all these together constitute the life sciences industry. Biotechnology is research and development in the laboratory using bioinformatics for exploration, extraction, exploitation and production from any living organism and any source of biomass by means of biological engineering where high value added products could be planned, forecasted, formulated, developed, manufactured and marketed. These products should be used on sustainable basis and patent rights thereof must be obtained. (legal protection at national and international level)

28. पुढील विधानांचा विचार करा.

(a) जैवतंत्रज्ञान बौद्धिक मालमत्ता हक्क प्रस्थापित करण्यास्तव मुख्यत: वापरतात.

(b) जैवतंत्रज्ञानाचा अर्थशास्त्राशी काहीही संबंध नाही.

पर्यायी उत्तरे :

(1) दोन्ही बरोबर
(2) दोन्ही चूक
(3) (a) बरोबर व (b) चूक
(4) (b) बरोबर व (a) चूक

Consider the following statements :

(a) Biotechnology is basically used for obtaining patents.

(b) Biotechnology has nothing to do with economics.

Answer options :

(1) Both are right
(2) Both are wrong
(3) (a) is correct (b) is not
(4) (b) is correct (a) is not

29. पुढील दोन विधानांचा विचार करा.

    (a) जैवतंत्रज्ञानात जीव वा त्याच्या अंशाचा भाग नेहमी असतोच असे नाही.

    (b) जैवतंत्रज्ञानात मूळतः शुद्ध व काही प्रमाणात उपयोजित विज्ञान दोन्ही सम्मीलित आहेत.

    पर्यायी उत्तरे :

    (1) दोन्ही बरोबर   (2) दोन्ही चूक

    (3) (a) बरोबर व (b) चूक   (4) (b) बरोबर व (a) चूक

    Consider the following two statements :

    (a) Biotechnology does not necessarily always involve organisms or parts there of :

    (b) Biotechnology basically involves both pure and marginally applied sciences.

    Answer options :

    (1) Both are correct   (2) Both are incorrect

    (3) (a) is correct (b) is not (4) (b) is correct (a) is not

30. जैवतंत्रज्ञानाचे अंतिम उद्दिष्ट काय आहे ?

    (1) तांत्रिक साध्यता   (2) अभियांत्रिकी आश्चर्य / चमत्कार

    (3) पद्धतीतील सुधार   (4) मानवाचे समाधान / संतोष

    What is the ultimate objective of Biotechnology ?

    (1) Technological achievement   (2) Engineering marvel

    (3) Procedural improvement   (4) Human satisfaction

31. जैव तंत्रज्ञानाची प्रमुख संकल्पना खालीलपैकी कोणती आहे ?

    (1) जीवांमध्ये जगण्यासाठी आवश्यक ते बदल करणे

    (2) नवीन तंत्रांचा शोध लावणे, जेणेकरून जीवित अधिक बलवान होतील

    (3) मूलभूत विज्ञानाचे तंत्रज्ञानामध्ये रूपांतर करणे

    (4) वरीलपैकी कोणतीही नाही

    What is the central theme of biotechnology ?

    (1) Modifying living organisms for their survival.

    (2) To invent new techniques for making living organisms stronger.

    (3) To convert basic sciences into technologies.

    (4) None of the above

32. खालील विधानांचा विचार करा.

    (a) जैवतंत्रज्ञान सर्व जीवित प्राण्यांमध्ये चालणारी एक नैसर्गिक जैविक प्रक्रिया आहे.

    (b) जैवतंत्रज्ञानातील उत्पादने बरेच वेळा अपघाती असतात व त्यांना विशिष्टपणे योजावयाची आवश्यकता नसते.

पर्यायी उत्तरे :

(1) दोन्ही बरोबर

(2) दोन्ही चूक

(3) (a) बरोबर व (b) चूक

(4) (b) बरोबर व (a) चूक

Consider the following statements :

(a) Biotechnology is a natural Biological process occurring in all the living organisms.

(b) Biotechnological product many a time is an accidental product and doesn't have to be necessarily designed.

Answer options :

(1) Both are correct

(2) Both are incorrect

(3) (a) is correct (b) is not

(4) (b) is correct (a) is not

प्रश्न क्रमांक 33 ते 36 :

वने स्वत:साठी आवश्यक असलेल्या खतांची निर्मिती स्वत:च करतात व इतर खनिजांबरोबर स्वत:लाच त्यांचा पुरवठा करतात. जंगलातील काही जमीन पाहिली असता आपणास असे दिसते की तेथे सर्व प्रकारचा पालापाचोळा व प्राण्यांचे अवशेष यांचा सतत संचय होत आहे. कवक व जिवाणू या सर्व कचऱ्याचे रूपांतर खत-मातीमध्ये करत आहेत. ही क्रिया सुरुवातीच्या टप्प्यामध्ये ऑक्सिडेशन या प्रक्रियेवरती अवलंबून असते. ही प्रक्रिया सुरू झाल्यानंतर ती पूर्ण होण्यासाठी हवेची आवश्यकता नसते. ही प्रक्रिया पूर्णपणे आरोग्यकारक स्वरूपाची आहे. या प्रक्रियेचा कुणालाही कसलाही त्रास होत नाही. कुठलाही वाईट वास नाही, माश्या नाहीत, कचरापेट्या नाहीत, कचरा भट्ट्या नाहीत. कृत्रिम मळप्रवाह पद्धत नाही. दूषित पाण्याने होणारे रोग नाहीत, नगर परिषदा नाहीत आणि उंदरे नाहीत. उलटपक्षी जंगलांमध्ये असलेली मुबलक सावली व ताजी हवा या गोष्टींमुळे या ठिकाणांचा उपयोग सहलींसाठी एक उत्तम पर्यटनस्थळ म्हणून केला जातो. सुट्टीच्या कालावधीमध्ये म्हणजेच साधारणत: जुलै व सप्टेंबर महिन्यात पालापाचोळा, प्राण्यांचे अवशेष व इतर कचऱ्याचे खत-मातीत रूपांतर होण्याची प्रक्रिया कधी नव्हे तितकी जलद असते.

वृक्षांसाठी व खाली उगवलेल्या झुडुपांसाठी जमिनीमधील खनिज पदार्थ पाण्यामध्ये मिसळून पातळ द्रावण तयार होते व वनस्पतींच्या मुळांमार्फत वनस्पतींना या गोष्टींचा पुरवठा केला जातो; तसेच ही मुळे झाडांना जमिनीत पक्के रोवून ठेवतात. एखाद्या ठिकाणावरील मातीमध्ये फॉस्फेटचे प्रमाण कमी असले तरी त्या ठिकाणावरील वनस्पतींना या पदार्थाचा योग्य प्रमाणात पुरवठा होतो. पोटॅशियम, फॉस्फेट व इतर खनिज पदार्थ आहे तेथेच एकत्र केली जातात व प्रस्वेदन प्रवाहाद्वारे ते वनस्पतींच्या पानांपर्यंत पोहोचविले जातात. तद्नंतर त्यांचा उपयोग एकतर वनस्पतींच्या वाढीसाठी होतो किंवा ते जमिनीवरती पालापाचोळ्याच्या स्वरूपात जमा होतात व त्यांचा उपयोग खत-मातीच्या निर्मितीसाठी आवश्यक असलेला एक घटक म्हणून केला जातो. ही खत-माती पुन्हा वनस्पतींच्या वाढीसाठी वापरली जाते. वनांमध्ये दिसून येणाऱ्या या नैसर्गिक शेतीचे दोन गुणविशेष आहेत. वनस्पतींनी शोषलेले खनिज पदार्थ सतत एका ठिकाणापासून दुसऱ्या ठिकाणी फिरत असतात व जमिनीमधून नव-नवीन खनिज पदार्थ घेऊन या खनिजांच्या संख्येत सातत्याने वाढ होते.

Question number 33 to 36 :

The forest manures itself. It makes its own humus and supplies itself with minerals. If we see a piece of woodland we find a gentle accumulation of mixed vegetable and animal residues constantly taking place on the ground and that these wastes are being converted by fungi and bacteria into humus. The process involved in the early stages of this transformation depends throughout on oxidation : afterwards it takes place in the absence of air. The process is entirely sanitary. There is no nuisance of any kind - no smell, no flies, no dustbins, no incinerators, no artificial sewage system, no water - borne diseases, no town councils, and no rats. On the contrary, the forest affords a place for the ideal summer holiday with sufficient shade and an abundance of pure fresh air. All over the surface of the woods the conversion of vegetable and animal wastes into humus is never so rapid as during the holiday months - July to September.

The mineral matter needed by the trees and the undergrowth is obtained from the subsoil. This is collected in dilute solution in water by the deeper roots, which also help in anchoring the trees. Even in soils markedly deficient in phosphorus, trees have no difficulty in obtaining ample supplies of this element. Potash, phosphate, and other minerals are always collected in situ and carried by the transpiration current for use in the green leaves. Afterwards they are either used in growth or deposited on the floor of the forest in the form of vegetable waste being one of the constituents needed in the synthesis of humus. This humus is again utilized by the roots of the trees. Nature's farming, as seen in the forest, is characterized by two things, a constant circulation of the mineral matter absorbed by the trees and a constant addition of new mineral matter from the vast reserves held in the subsoil.

33. परिच्छेदानुसार वनांना खनिजे कुठून मिळतात ?

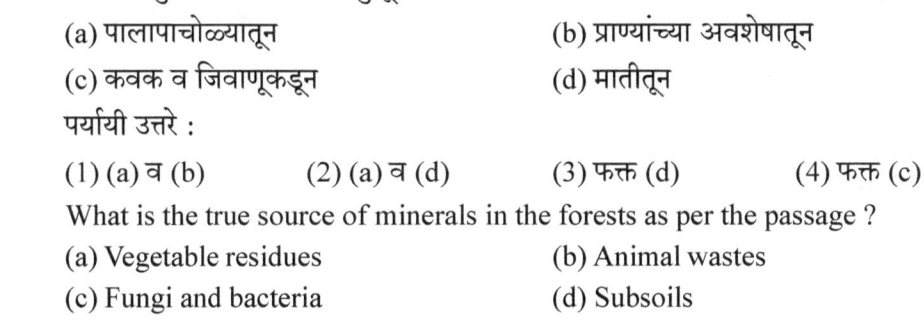

    (a) पालापाचोळ्यातून   (b) प्राण्यांच्या अवशेषातून
    (c) कवक व जिवाणूकडून   (d) मातीतून
पर्यायी उत्तरे :
(1) (a) व (b)   (2) (a) व (d)   (3) फक्त (d)   (4) फक्त (c)

What is the true source of minerals in the forests as per the passage ?
(a) Vegetable residues   (b) Animal wastes
(c) Fungi and bacteria   (d) Subsoils
Answer options :
(1) (a) and (b)   (2) (a) and (d)   (3) only (d)   (4) only (c)

34. खालील विधानांचा विचार करा.
    (a) वनखते तयार होण्याची प्रक्रिया वायुजीवी व बिनवायुजीवी असते.
    (b) वन खते प्रक्रिया सतावणारी नसते असे नाही.

पर्यायी उत्तरे :

(1) दोन्ही विधाने बरोबर

(2) दोन्ही विधाने चूक

(3) (a) बरोबर तर (b) चूक

(4) (b) बरोबर तर (a) चूक

Consider the following statements :

(a) Forest manuring is both aerobic and anaerobic.

(b) Forest manuring is not hastle free.

Answer options :

(1) Both are correct

(2) Both are incorrect

(3) (a) is correct (b) is not

(4) (b) is correct (a) is not

---

35. खालीलपैकी कोणते विधान **चुकीचे** आहे ?

(a) वनखते प्रक्रिया निरंतर चालू असते.

(b) पावसाळ्यात ती अतिशय शीघ्र असते.

(c) वनांमध्ये उत्पादक, पुरवठादारक व उपभोक्ते असतात.

(d) मानवाचा हस्तक्षेप त्यात नसतो.

पर्यायी उत्तरे :

(1) (a)   (2) (c)   (3) (d)   (4) वरील कोणतेही नाही.

Which of the following statements is **incorrect ?**

(a) Natural forest manuring goes on round the clock.

(b) It is quicker during monsoons.

(c) Forest acts therein as manufacturer, distributor and consumer.

(d) Man's interference therein is absent.

Answer options :

(1) (a)   (2) (c)   (3) (d)   (4) none of the above

---

36. खालील विधाने पाहा :

(a) पोटॅश व फॉस्फेट इतर ठिकाणांहून आणली जातात.

(b) त्यांचा उपयोग केवळ खतनिर्मितीत होतो.

आता सांगा.

(1) दोन्ही विधाने बरोबर

(2) दोन्ही विधाने चूक

(3) (a) बरोबर तर (b) चूक

(4) (b) बरोबर तर (a) चूक

Consider the following statements :

(a) Potash and phosphate are brought from elsewhere

(b) They are used only in the formation of humus.

Now state whether

(1) Both are correct

(2) Both are incorrect

(3) (a) is correct (b) is not

(4) (b) is correct (a) is not

प्रश्न क्रमांक 37 ते 41 :

सहानुभूती हे आयुष्यातील मोठे गुपित आहे. पापी प्रवृत्तीवर मात करून चांगलेपणा ती अधिक सशक्त व दृढ करते. कोणताही विरोध मोडून काढण्याची क्षमता तिच्यात आहे. कठोरातील कठोर हृदयास पाझर फुटेल ही क्षमता देखील सहानुभूतीमध्ये आहे. मानवी स्वभावातील चांगुलपणा या भावनेमुळे अधिक बलवान होत जातो. ती पूर्णपणे प्रेमावर वसलेली भावना आहे. नि:स्वार्थीपणा व निर्लोभी भावना म्हणजेच सहानुभूती होय. जेव्हा आपण एखाद्याला सहानुभूती दाखवितो तेव्हा आपण स्वत:ला त्याच्या जागी ठेवतो. म्हणूनच आपण त्याची मदत करतो, त्याला करुणा दाखवितो, त्याला मुक्त करतो. सहानुभूतीशिवाय प्रेम असू शकत नाही. तसेच सहानुभूतीशिवाय मैत्री देखील असू शकत नाही. करुणेप्रमाणेच सहानुभूती व दानशूरपणा देखील दोन्ही बाजूंना पवित्र करतात. देणाऱ्याला व घेणाऱ्याला दोघांनाही त्याचं फळ मिळतं. देणाऱ्याला यामुळे आत्मिक सुखाचा, आनंदाचा अनुभव घेता येतो, तर घेणाऱ्यामध्ये यामुळे चांगुलपणा व दानशूरपणा निर्माण होऊन तो दृढ होत जातो.

मानवी हृदयामध्ये प्रेम निर्माण करणारी सहानुभूतीपेक्षा कदाचितच दुसरी कोणती भावना असेल. कठोरातील कठोर माणूस देखील याच्या प्रभावापासून अलिप्त राहू शकत नाही. शक्तीच्या जोरापेक्षा सहानुभूतीमुळे माणूस आज्ञापालन करण्यास तयार होतो. ज्यांच्या समोर सर्व शक्ती निष्प्रभ ठरल्या असतील, त्यांच्यावरती एका हळुवार शब्दाचा, एका प्रेमळ नजरेचा प्रभाव पडू शकतो. जिथे सहानुभूतीमुळे आपल्याला प्रेम व आज्ञापालन करणाऱ्यांची संख्या वाढते, तिथे निष्ठुरतेने आपल्याला फक्त तिरस्कार व विरोधच मिळतो.

सहानुभूतीमुळे मानवतेला श्रेष्ठत्व प्राप्त होते. सहानुभूती म्हणजेच प्रेम-प्रेमाची भावना होय. यामुळेच दबलेल्या व दु:खी व्यक्तींना आपण मदत करू शकतो. जिथे जिथे क्रूरता, अडाणीपणा व दु:ख असेल तिथे-तिथे आपण सहानुभूतीमुळे त्यांच्या जखमांवर फुंकर घालू शकतो, त्यांच्या यातना कमी करू शकतो. अति दु:खाची किंवा शोकाची दृश्ये करुणामय व्यक्तीच्या मनात घर करून राहतात. तो त्याकडे दुर्लक्ष करू शकत नाही. सहानुभूती व न्याय यामुळे जगातील अनेक वाईट चालीरिती संपुष्टात आलेल्या आहेत. मग ती अमेरिका, इंग्लंड व फ्रान्स मधील गुलामगिरी असेल, लोकांचा अडाणीपणा असेल किंवा तळागाळातील लोकांची अप्रगत परिस्थिती असेल. जगातील थोर स्त्री-पुरुषांमध्ये असलेल्या सहानुभूतीमुळेच हे सगळं बदलू शकलं.

Question number 37 to 41 :

Sympathy is a great secret of life. It overcomes evil, and strengthens good. It disarms resistance, melts the hardest heart, and develops the better part of human nature. It is founded on love. It is but another word for disinterestedness and affection. When we have sympathy for any one we see ourselves in his place and therefore we help him; we relieve him. There can be no love without sympathy. Like mercy, sympathy and benevolence are twice blessed, blessing both the giver and the receiver. While they bring forth an abundant fruit of happiness in the heart of the giver, they enhance kindness and benevolence in the heart of the receiver.

Hardly can there be any other attitude generating love in the human heart. Even hardest of the hard core persons cannot remain aloof of its influence. It enforces much more than force can. A kind word, or a kind look, can do wonders on those upon whom coercion has been tried in vein. While sympathy invites love and obedience, harshness provokes aversion and resistance.

Sympathy glorifies humanity. It is synonym of love. It enables us to help the sorrow -

stricken and the oppressed. Wherever there is cruelty, or ignorance, or misery, sympathy consoles and alleviates. The sight of grief, the sound of a groan, hold a sympathetic mind. Sympathy and justice have eradicated very many evil practices of the world, be they abolition of slavery in America, England and France, the uneducatedness and ignorance of the people or the backwardness at the lowly people. The sympathy that the great people had, could only bring in the improvement for all these.

37. जगातील हुकूमशहा क्रूरतेपेक्षा सहानुभूतीमुळे जास्त यशस्वी होऊ शकतात, कारण -

(a) मानवी हृदयाला स्पर्श करण्याची क्षमता कदाचितच सहानुभूतीशिवाय दुसऱ्या कोणत्या भावनेमध्ये असेल.

(b) आम्हाला कोणाची व कशाची पर्वा नाही हे अयोग्य धोरण आहे.

(c) एक चांगला प्रेमळ शब्द नियंत्रण मिळविण्यामध्ये कामाला येतो.

(d) सहानुभूतीमुळेच आज्ञापालन व प्रेम करणारे लोक मिळू शकतात.

पर्यायी उत्तरे :

(1) (a) आणि (b)   (2) (a) आणि (d)   (3) (a) आणि (c)   (4) वरील सर्व

Autocrats will be able to rule more successfully with the help of sympathy than with cruelty because :

(a) Sympathy has the capacity to touch one's heart more than anything.

(b) Their 'don't care' policy is not a correct policy.

(c) A kind word goes a long way in establishing control.

(d) Sympathy brings in love and obedience.

Answer options :

(1) (a) and (b)   (2) (a) and (d)   (3) (a) and (c)   (4) all the above

38. सहानुभूती हे जगातील मोठे गुपित का आहे ?

(a) कारण याशिवाय आयुष्य जगणे शक्य नाही.

(b) जगात शांतता प्रस्थापित करण्याचं हे एक साधन आहे.

(c) अडाणी लोकांवरती राज्य करणं यामुळे शक्य होतं.

(d) थोडीशी सहानुभूती दाखविल्यास आपण लोकांची मनं जिंकू शकतो.

पर्यायी उत्तरे :

(1) (a)   (2) (b) आणि (c)   (3) (d)   (4) (a) आणि (d)

Why is sympathy one of the great secrets of life ?

(a) Because life is not possible without it.

(b) It is the best way to establish world peace.

(c) It is possible to rule over ignorant people with it.

(d) A little show of sympathy can win over people.

Answer options :

(1) (a)   (2) (b) and (c)   (3) (d)   (4) (a) and (d)

---

39. सहानुभूतीला 'ट्वाईस ब्लेसिंग' (दुहेरी आशीर्वाद) असे का म्हटले आहे ?

(1) कारण देणाऱ्याला याचं जास्त फळ मिळतं.

(2) कारण यामुळे देणाऱ्यामध्ये सहानुभूती आणखी वाढते.

(3) कारण घेणारा हा देणाऱ्याला आशीर्वाद देतो.

(4) वरीलपैकी कोणतेही नाही.

Why is sympathy a twice blessing :

(1) Because it gives to giver extra fruits.

(2) Because it creates double sympathy in the giver.

(3) Because the receiver blesses the giver.

(4) None of the above.

---

40. सहानुभूतीमुळे आपण जगामध्ये एकता साधू शकतो, कारण :

(a) सहानुभूतीची व्याप्ती मोठी आहे.

(b) जगाची एकता हा देखील लोककल्याणाचा एक भाग आहे.

(c) भेदभाव न करता सर्वांची उन्नती साधणे हाच सहानुभूतीचा हेतू आहे.

(d) बंधुभाव व शांतता यासाठी आपल्याला सहानुभूती ही भावना एकत्र बांधते.

पर्यायी उत्तरे :

(1) (a)   (2) (a), (b) आणि (c)

(3) (b) आणि (c)   (4) वरील सर्व

Sympathy can help in uniting the world, because :

(a) the scope of sympathy is wide.

(b) unity of the world is a part of public philanthropy.

(c) It endeavours to alleviate all without discrimination.

(d) It unites us in a bond of peace and brotherhood.

Answer options :

(1) (a)   (2) (a), (b) and (c)   (3) (b) and (c)   (4) All the above

---

41. जगातील काही वाईट प्रथा मोडीत निघाल्या, कारण -

(a) काही लोकांना हा प्रश्न कळला.

(b) काही स्त्री-पुरुषांनी या वाईट प्रथा सहन करणाऱ्या लोकांच्या जागी स्वत:ला ठेवून पाहिलं.

(c) काही लोकांचा लोककल्याणामध्ये विश्वास असतो.

(d) सहानुभूती व न्याय या दोन गोष्टींमुळे या प्रथा मोडीत निघतील असा काहीजणांचा विश्वास होता.

पर्यायी उत्तरे :

(1) (a)   (2) (b)

(3) (b) आणि (c)   (4) (b) आणि (d)

Some of the world's evil practices were eradicated due to :

(a)   the capacity of some people to understand the problem.

(b) some men and women put themselves in the place of those who were at the receiving end of the practice.

(c) some people believed in public philanthropy.

(d) some people believed sympathy and justice were the answer to the problem.

Answer options :

(1) (a)   (2) (b)   (3) (b)and(c)   (4) (b) and (d)

प्रश्न क्रमांक 42 ते 45 :

समाजशास्त्रज्ञ, मानववंशशास्त्रज्ञ, तत्त्वज्ञ आणि धर्मशास्त्राचे जाणकार हे 'धर्म' या संकल्पनेचा अर्थ अनेक छटांसह मांडतात. सर्वसामान्य माणसाला मात्र 'धर्म' म्हणजे काय, ते सहसा माहीत नसते किंवा ते अचूक शब्दांत मांडणे जमलंच पाहिजे असाही त्याचा अट्टाहास नसतो. धर्माचा अभिमान मात्र त्याला असतो. धर्माची निवड आपल्या हाती नाही, ती जन्मजात आहे, मग ज्याची निवडही आपण केलेली नसते, त्याचा अभिमान आपल्याला का असतो ? कसा जडतो ? तर तो जडतो संस्कारांतून, सवयीतून. लहानपणापासून त्या धर्माशी, त्या धर्मातील विधी - उपचारांशी, सणांशी एक जवळीक निर्माण होते. या जवळिकीतून प्रेम निर्माण होते. या प्रेमात, जवळिकीत कुठेतरी सुरक्षितता वाटते. कुठल्याही गोष्टीची सवय जडण्यामागे सातत्य असावंच लागतं, सातत्य म्हणजे सुसंगत, समान, निरंतर अस्तित्व. या सातत्यासाठी एक व्यवस्था अपरिहार्य ठरते. व्यवस्था काही अचानक निर्माण होत नाही. तिच्यामागे निश्चित विचारप्रक्रिया असते. धर्मव्यवस्था तयार होण्यामागेही विचारप्रक्रिया असते, ती कोणती ?

आपल्या भोवतालच्या विराट सृष्टीचं आकलन जसंजसं माणसाला झालं असेल, तसंतसं या सृष्टीतलं आपलं स्थान काय, ते शोधण्याची इच्छाही त्याच्या मनात उत्पन्न झाली असेल - इवलंसं मूल जन्मताना पाहून माणूस आनंदला असेल, तितकाच कुणाच्या मृत्यूने तो कासावीस झालाच असेल. आपलं जगणं क्षणभंगुर आहे, अशाश्वत आहे, परावलंबी आहे, कालबद्ध आहे, याची जाणीव त्याला झाली असेल. त्याचवेळी या सृष्टीतला जीवनप्रवाह मात्र अखंड, अनंत, मुक्त, कालातीत आणि शाश्वत आहे याची खोल जाणीव त्याला झालीच असेल. जीवनातील शाश्वत - परमोच्च सत्याचा शोध, हेच मानवी जीवनाचं खरं ध्येय असलं पाहिजे, हेही त्याला जाणवलं असावं. ध्येय साधायचं तर विचार आणि कृती या दोन्हींची गरज असते. त्यात चिकाटी आणि सातत्यही पाहिजे. ध्येयावरील विश्वासाचं निष्ठेत, श्रद्धेत रूपांतर झालं की मग ती निष्ठाच माणसाला कार्यप्रवण करते. तेव्हा ध्येयाचं भान जागविणारी अशी व्यापक व्यवस्था किंवा मार्ग म्हणजेच धर्म. ध्येय ज्या व्यवस्थेतून साधायचं आहे, त्या व्यवस्थेत कालानुरूप सुधारणा होतात, त्यामुळे धर्मातही सुधारणा होणे, नवा धर्म-पंथ निर्माण होणे उचितच ठरते.

42. धर्माचा अभिमान सर्वसामान्यांना का असतो ?
    (अ) धर्म जन्मजात असतो.
    (ब) धर्मामुळे माणसाला सुरक्षित वाटते.
    (क) धर्माची सवय माणसाच्या मनात धर्माबद्दल प्रेम निर्माण करते.
    (ड) धर्म निरंतर असतो.
    पर्यायी उत्तरे :
    (1) (अ) आणि (ड)   (2) (ब) आणि (ड)
    (3) (ब) आणि (क)   (4) (क) आणि (ड)

43. धर्म माणसाला कार्यप्रवण करतो असे का म्हटले जाते ?
    (अ) कारण माणूस धर्मावर निष्ठा ठेवतो आणि ही निष्ठाच त्याला कार्यप्रवण करते.
    (ब) धर्म माणूस चिकाटीने पाळतो.
    (क) कारण धर्म पाळणे म्हणजे ध्येयाचे भान ठेवणे असते.
    (ड) कारण धर्म ही सवय असते.
    पर्यायी उत्तरे :
    (1) (ब) आणि (क)   (2) फक्त (अ)
    (3) (अ) आणि (क)   (4) (अ), (क) आणि (ड)

44. मृत्यूच्या जाणिवेमुळे माणसाला प्रगल्भता का येते ?
    (अ) कारण आपले जगणे शाश्वत आहे हे त्याला कळते.
    (ब) कारण आपले जगणे पराधीन आहे हे त्याला कळते.
    (क) कारण आपल्या मृत्यूने संपूर्ण सृष्टिचक्र थांबणार नाही हे त्याला कळते.
    (ड) कारण जगणे कधीतरी संपणारच पण त्यापूर्वी आपण काहीतरी अर्थपूर्ण केले पाहिजे हे माणसाला कळते.
    पर्यायी उत्तरे :
    (1) (अ) आणि (ब)   (2) (ब) आणि (क)
    (3) (अ), (ब) आणि (क)   (4) (ब), (क) आणि (ड)

45. सर्वसामान्य माणसाला धर्म म्हणजे काय ते का माहीत नसते ?
    (अ) कारण 'धर्म' या संकल्पनेला अनेक छटा असतात.
    (ब) कारण धर्म त्याने एक सवय म्हणून स्वीकारलेला असतो.
    (क) धर्माचा त्याला अभिमान असतो.
    (ड) धर्म म्हणजे काय ते जाणून घेण्याचा अट्टाहास त्याने केलेला नसतो.
    पर्यायी उत्तरे :
    (1) (ब) आणि (क)   (2) (अ) आणि (ड)
    (3) (अ), (ब) आणि (क)   (4) (अ), (ब) आणि (ड)

Question number 46 to 48 :

Is India becoming a proponent of apartheid ? Not apartheid based on race, but on gender? The recent proposal to create special banks which will cater only to women customers has created a controversy. While the 'women's bank' has been widely hailed by many as a socially progressive idea in that most women would feel more comfortable dealing with other women in a women-only situation, there are dissenting voices which say that such proposals, well-meant though they are, will serve to further ghettoise women in an already oppressively male-centric scheme of things.

Proponents of this point of view argue that what is needed is not to co-coon women in protective environments specially reserved for them - be they in the form of 'ladies' coaches in trains or in the Metro, or 'pink' auto-rickshaws meant only for women passengers - but to enable them to share common public spaces and services with their male counterparts without fearing for their safety.

'Women's only banks, and similar facilities, isolate women from the social mainstream. Such discrimination, as well-intentioned as it undoubtedly is, constitutes a form of apartheid based not on race or skin colour but on gender. At best, it is like the 'equal but separate' policy that some southern American states followed, whereby 'coloureds' and white people had segregated schools and separate seats on public transport.

In effect, this is another way of saying that the 'solution' to violent gender crimes like rape - which is a horrifyingly everyday occurrence in India - is to lock up women in the safe custody of their homes and not allow them out in public. The response to such 'solutions', of course, is that it is not the presence of women in public places which is the cause of rape but the predatoriness of men, who are the ones who should be kept under lock and key where they can't do harm to anyone.

The only real and lasting solution to crimes against women is to stop discriminating against them, even with the best of intentions. Instead of being 'protected' from men, women want men to be educated - or rather, re-educated - on gender issues so that they no longer pose a danger to women.

It's a long-haul solution. But it's the only one that we can all bank on, women as well as men.

---

46. Women's bank in a way :
    (1) Protects women all around from being oppressed.
    (2) Emancipates women from the clutches of men.
    (3) Confirms and perpetuates male dominance.
    (4) Gives economic freedom to women.

---

47. Ghetto is a :
    (1) Place where marriages take place with or without the consent of women.
    (2) Custom where women live in slavery against their wishes.

(3) Place where people of a group live in poor conditions.

(4) Place where the undertials are tormented by the law enforcing agencies.

48. What would women want ?
    (1) Special protection
    (2) Men should be kept under lock and key
    (3) Parity with men
    (4) Economic freedom to get fully emancipated

Question number 49 to 50 :

A terrible combat ensued. The shark had seemed to roar, if I might say so, the blood rushed in torrents from its wound. The sea was dyed red, and through the opaque liquid I could distinguish nothing more. Nothing more, until the moment, when like lightning, I saw the undaunted captain hanging on to one of the creature's fins, struggling as he was, hand to hand with the monster and dealing successive blows at his enemy. Yet unable to give a decisive one.

49. 'A terrible combat ensued' here implies :
    (1) A battle between the two sharks ended.
    (2) A contest between the captain and the shark ended.
    (3) A battle between the captain and the shark followed.
    (4) Warfare between the captain and the shark concluded.

50. The writer describes the captain as ....
    (1) scared   (2) angry   (3) disturbed   (4) fearless

51. फळांच्या तीन करंड्यांत आंबे, केळी, चिक्कू व पेर ही फळे भरलेली आहेत. आंबे व केळी या फळांची संख्या समान आहे. चिक्कू केळींच्या दुप्पट आहेत. पेरची संख्या चिक्कू व केळी मिळून होणाऱ्या संख्येच्या 3/4 इतकी आहे. तीन करंड्यात मिळून 1000 फळे आहेत तर त्यात पेर व चिक्कू यांची अनुक्रमे संख्या किती असेल ?

    (1) 320,360   (2) 360, 320   (3) 120, 360   (4) 160, 320

    Three containers are filled with mangoes, bananas, chikkus and pears. Mangoes and bananas are equal in number. Chikkus are double that of bananas. Pears are 3/4 of that of chikkus and bananas together. If total number of fruits in three containers is 1000 how many pears and chikkus are there ?

    (1) 320, 360   (2) 360, 320   (3) 120, 360   (4) 160, 320

52. 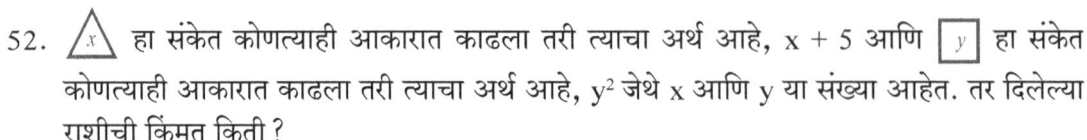 हा संकेत कोणत्याही आकारात काढला तरी त्याचा अर्थ आहे, x + 5 आणि $\boxed{y}$ हा संकेत कोणत्याही आकारात काढला तरी त्याचा अर्थ आहे, y^2 जेथे x आणि y या संख्या आहेत. तर दिलेल्या राशीची किंमत किती ?

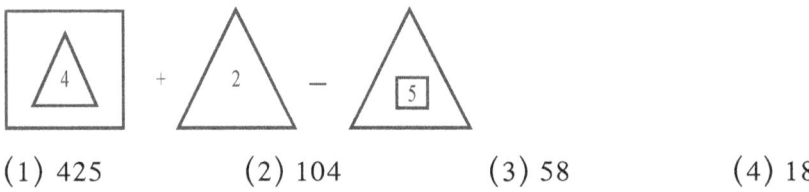

(1) 425 (2) 104 (3) 58 (4) 18

A symbol $\triangle$, drawn to any size, means x + 5 and the symbol $\boxed{y}$ drawn to any size means y^2, where x and y are numbers; Then what will be the value of the given relation?

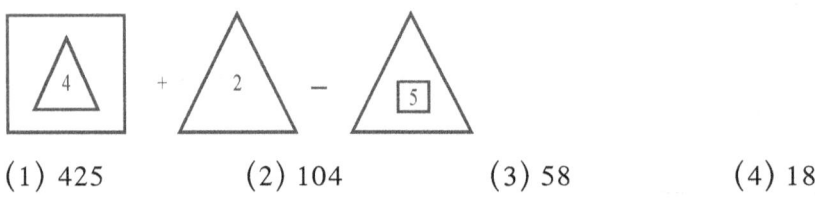

(1) 425 (2) 104 (3) 58 (4) 18

53. 200 मीटर लांबीची एक मालगाडी ताशी 48 कि.मी. वेगाने प्लॅटफॉर्मवर उभ्या असलेल्या माणसाला पार करते. त्याचवेळी उलट्या दिशेने ताशी 60 कि.मी. वेगाने जाणारी 150 मीटर लांबीची गाडीही त्या माणसाला पार करते. त्या दोन गाड्यांना त्या माणसाला पार करायला लागणाऱ्या वेळेत कितीचा फरक पडतो ?

(1) 6 मिनिट (2) $\frac{1}{4}$ मिनिट (3) $\frac{3}{20}$ मिनिट (4) 6 सेकंद

A 200 m long goods train crosses a man standing on the platform at a speed of 48 km/hr. At the same time another goods train 150 metres long crosses that man at a speed of 60 km/hr in the reverse direction. Calculate the difference between time taken by both the trains to cross the man?

(1) 6 m (2) $\frac{1}{4}$ m (3) $\frac{3}{20}$ m (4) 6 seconds

54. एका शब्द संयोजन यंत्रास जेव्हा शब्दांची एक ओळ इनपुट म्हणून दिली जाते, त्यावेळी ते यंत्र त्या ओळीला एका पायरीत एका विशिष्ट नियमानुसार व्यवस्थित संयोजित करते. खाली इनपुट म्हणून दिलेली माहिती व संयोजनाच्या पायऱ्या दिलेल्या आहेत.

इनपुट → NO, GO, Fit, COUNTER, FORCE, I, TURN, NET
पायरी I → I, NO, GO, Fit, COUNTER, FORCE, TURN, NET
पायरी II → I, GO, NO, Fit, COUNTER, FORCE, TURN, NET

पायरी III → I, GO, NO, Fit, NET, COUNTER, FORCE, TURN

पायरी IV → I, GO, NO, Fit, NET, TURN, COUNTER, FORCE

पायरी V → I, GO, NO, Fit, NET, TURN, FORCE, COUNTER

जर इनपुट 'Class, Rat, An, UP, PEN, TRUE' असेल तर,

'An, UP, Class, Rat, PEN, TRUE' हे कोणत्या पायरीत येईल ?

(1) I   (2) II   (3) III   (4) IV

When a line of words is given as an imput to a word-processing machine, the machine rearranges the line in a step by a definite rule. The input and the steps of re-arrangements are given below :

Input   → NO, GO, Fit, COUNTER, FORCE, I, TURN, NET

Step I   → I, NO, GO, Fit, COUNTER, FORCE, TURN, NET

Step II   → I, GO, NO, Fit, COUNTER, FORCE, TURN, NET

Step III → I, GO, NO, Fit, NET, COUNTER, FORCE, TURN

Step IV   → I, GO, NO, Fit, NET, TURN, COUNTER, FORCE

Step V   → I, GO, NO, Fit, NET, TURN, FORCE, COUNTER

If the input is, 'Class, Rat, An, UP, PEN, TRUE' then

'An, UP, Class, Rat, PEN, TRUE' will be in what step?

(1) I   (2) II   (3) III   (4) IV

55. एका क्रिकेट खेळाडूची चेंडू फेकण्याची सरासरी 24.85 धावा प्रति विकेट होती. एका मॅचमध्ये त्याने 52 धावा देऊन 5 विकेट्स घेतल्या. त्यानंतर त्याची चेंडू फेकण्याची सरासरी 0.85 एवढी कमी झाली, तर अंतिम मॅच खेळण्यापूर्वी त्याने घेतलेल्या विकेट्सची संख्या किती होती ?

(1) 64   (2) 72   (3) 80   (4) 96

The balling average of a cricket player was 24.85 runs per wicket. In a match he took 5 wickets, giving 52 runs. Then his balling average got reduced by 0.85. Then how many wickets had he taken, before playing the last match ?

(1) 64   (2) 72   (3) 80   (4) 96

56. O, P, Q हे कप व बशांचे संच आहेत. विशिष्ट क्रमाने नसलेल्या या संचांविषयी पुढील माहिती वाचा.

(a) एकरंगी कपांचा रंग निळा, पांढरा व पिवळा आहे.

(b) एकरंगी बशांचा रंग लाल, गुलाबी आणि पांढरा आहे.

(c) कोणताही संच एका रंगाचा नाही.

(d) संच O च्या कपाचा रंग पिवळा नाही.

(e) संच P च्या कपाचा रंग निळा नाही.

(f) संच Q च्या कपाचा रंग पांढरा नाही.

(g) संच Q च्या बशीचा रंग लाल नाही.

(h) संच O ची बशी पांढरी आहे.

संच P च्या बशी व कपाचा अनुक्रमे रंग कोणता ?

(1) पांढरा व लाल (2) पिवळा व गुलाबी (3) लाल व पांढरा (4) गुलाबी व पिवळा

O, P and Q are three sets of 'cup and saucer'. Read the following information about these sets which are not in any particular order :

(a) Cups are blue, white and yellow in colour.
(b) Saucers are red, pink and white in colour.
(c) No set is unicoloured.
(d) Cup of the set O is not yellow in colour.
(e) Cup of the set P is not blue in colour.
(f) Cup of the set Q is not white in colour.
(g) Saucer of the set Q is not red in colour.
(h) Saucer of the set O is white in colour.

What are the colours of saucer and cup respectively of set P ?

(1) White and red   (2) Yellow and pink
(3) Red and white   (4) Pink and yellow

---

57. (a) P, Q, R, S, T आणि U हे सहा विद्यार्थी आहेत, जे वेगवेगळ्या विषयांत पदव्युत्तर पदवीसाठी अध्ययन करीत आहेत. त्यांचे विषय आहेत, इंग्रजी, इतिहास, तत्त्वज्ञान, भौतिकशास्त्र, सांख्यिकी आणि गणित परंतु त्याच क्रमाने असतील असे नाही.

(b) त्यांच्यापैकी दोन जण वसतिगृहात राहतात, दोघे पेईंगगेस्ट म्हणून राहतात आणि उर्वरित दोघे आपापल्या घरी राहतात.

(c) R पेईंग गेस्ट नाही आणि तत्त्वज्ञानाचे अध्ययन करतो.

(d) इतिहासाचे अध्ययन करणारा विद्यार्थी आपल्या घरी राहतो आणि सांख्यिकीचे अध्ययन करणारा विद्यार्थी पेईंग गेस्ट म्हणून राहात नाही.

(e) T गणिताचे तर S भौतिकशास्त्राचे अध्ययन करतो.

(f) U आणि S वसतिगृहात राहतात.

(g) T पेईंग गेस्ट म्हणून राहतो आणि Q आपल्या घरी राहतो.

तर खालीलपैकी कोणती जोडी बरोबर नाही ?

(1) U - इतिहास (2) P - इंग्रजी (3) P - पेईंग गेस्ट (4) R - स्वतःचे घर

(a) The six students P, Q, R, S, T and U are studying different subjects at post graduate level. Their subjects are English, History, Philosophy, Physics, Statistics and Mathematics, not necessarily in the same order.

(b) Out of them two live in hostel, two live as paying-guests and remaining two live at home.

(c) R is not paying-guest and studies Philosophy.

(d) The student studying History, lives at home and the student studying Statistics does not live as paying-guest.
(e) T studies Mathematics and S studies Physics.
(f) U and S live in hostel.
(g) T lives as paying-guest and Q lives at home.

Then which of the following pair is not correct ?

(1) U-History (2) P-English (3) P-Paying guest (4) R-at home

---

58. प्रश्नचिन्हाच्या जागी योग्य पर्याय निवडा.

जर Audio = 85 असेल, Video = 80 असेल, तर Radio = ?

(1) 88 (2) 83 (3) 47 (4) यापैकी कोणतेही नाही

Select proper alternative in place of the question-mark? If Audio = 85, Video = 80 then Radio = ?

(1) 88 (2) 83 (3) 47 (4) None of the above

---

59. A, B, C, D, E, F, G, H, I आणि J हे दहा सदस्य, X आणि Y या दोन टीम्सूमध्ये विभागलेले आहेत. प्रत्येक टीममध्ये पाच सदस्य आहेत. दोन्ही टीम्सूच्या सदस्यांना समोरासमोर दोन रांगांमध्ये असे बसविले आहे की 'X' टीमच्या एका सदस्याच्या बरोबर समोर Y टीमचा एक सदस्य आहे व त्यांची तोंडे एकमेकांकडे आहेत. 'X' टीमच्या सदस्यांची तोंडे उत्तर दिशेला आहेत. D, A च्या उजवीकडे तिसरा आहे आणि G च्या एकदम समोर बसला आहे. B, G च्या निकटतम उजवीकडे बसलेला आहे आणि त्याचे तोंड दक्षिणेकडे आहे. H, B च्या उजवीकडे तिसरा आणि F च्या एकदम समोर बसला आहे. C हा A आणि E च्या मध्ये असून I च्या समोर बसलेला आहे.

खालीलपैकी कोणता व्यक्तीसमूह एकाच रांगेत बसलेला आहे ?

(1) HIE (2) ACB (3) CDI (4) HIG

The ten members A, B, C, D, E, F, G, H, I and J are divided into two teams X and Y. Five members are in each team. The members of both the teams are seating in two rows, such that, exact opposite of each member of 'X' team, there is a member of Y team facing each other. The members of 'X' team are facing North. D is third to the right of A and is seating exact opposite of G. B is immediate right of G and is facing south. H is third to the right of B and exact opposite of F. C is between A and E and exact opposite of I.

Which group is seating in the same row ?

(1) H I E (2) A C B (3) C D I (4) H I G

---

60. एका परीक्षेत एकूण विद्यार्थ्यांच्या 35% विद्यार्थी हिंदी या विषयात अनुत्तीर्ण झाले; 45% विद्यार्थी इंग्रजीत अनुत्तीर्ण झाले आणि 20% विद्यार्थी दोन्ही विषयांत अनुत्तीर्ण झालेत. तर एकूण विद्यार्थ्यांच्या शेकडा किती विद्यार्थी दोन्ही विषयांत उत्तीर्ण झाले ?

(1) 10   (2) 20   (3) 30   (4) 40

In an examination, 35% of the total students failed in Hindi; 45% failed in English and 20% failed in both. What percent of total students passed in both the subjects ?

(1) 10   (2) 20   (3) 30   (4) 40

61. क्रमाने येणारी पुढील आकृती दिलेल्या पर्यायांमधून निवडा.

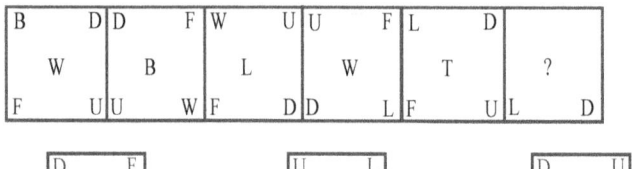

(1) 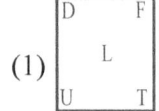   (2) 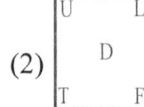   (3) 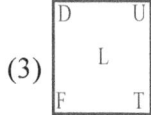   (4)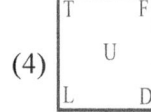

Select the figure from given alternatives, which will continue the sequence :

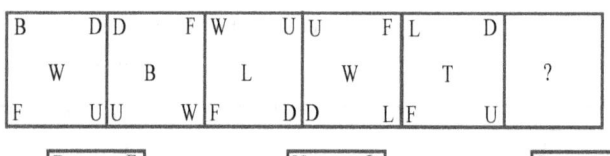

(1) 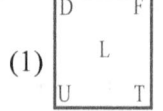   (2) 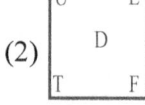   (3) 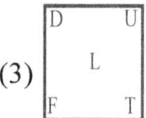   (4)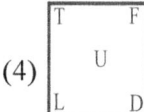

62. माणसे नसणाऱ्या देशातील एका गावात माणसांच्या मेंदूची रचना अशी झाली आहे की, लोक चौकशीचे उत्तर दोन वाक्यांत देतात. यातील एक वाक्य नेहमीच्या तथ्याचे वर्णन करते व दुसरे अस्तित्वात नसलेल्या तथ्यांचे वर्णन करते. यांच्यापैकी एकजण या भागातील सर्वोत्तम धनुर्धारी आहे. स्वतःच्या धनुकौशल्याचा विकास करण्यासाठी त्याच्याकडून सूचना मिळविण्यासाठी तुम्ही तेथे गेला आहात. त्या ठिकाणी पोहोचल्यावर वडाच्या छायेत बसून गप्पांचा आनंद लुटणाऱ्या तीन व्यक्ती तुम्हाला आढळल्या. यातील दोघे स्वतःच्या धनुष्याची डागडुजी करत होते. जेव्हा तुम्ही चौकशी सुरू केली तेव्हा त्यांनी पुढील प्रतिसाद दिला,

अनू म्हणाला, ''हे माझे धनुष्य आहे, पण मी आमच्यातील श्रेष्ठ धनुर्धारी नाही.''

बनू म्हणताला, ''हे माझं धनुष्य नाही, अनू गावातील सर्वोत्तम धनुर्धारी आहे.''

चानू म्हणाला, ''मी कधीच धनुष्याला स्पर्श करत नाही. बनू सर्वोत्तम धनुर्धारी आहे.''

तुम्हाला कोणाकडून धनुकौशल्याच्या सूचना मिळतील ?

(1) अनू व बनू या दोघांकडून   (2) अनू किंवा बनूकडून

(3) फक्त अनूकडून   (4) फक्त बनूकडून

In a small village in no man's land, brains of people are wired to answer inquiries in two sentences. One of the sentences always describes the fact as it is and the other describes nonexistent thing. One among them is the best archer of the area and you are there to get some tips from him for developing your archery skills. On reaching the place you find three persons sitting in the shadow of a banyan tree enjoying gossip. Two of them were busy mending their own arches. When you started inquiring with them, their responses were as follows :

Aanu said, "This is my arch. But I am not the best archer among us."

Banu said, "This is not my arch. Aanu is the best archer of this village."

Chanu said, "I never touch the arch. Banu is the best archer."

From whom will you get the tips about archery ?
(1) From both Aanu and Banu
(2) From Aanu or Banu
(3) From Aanu only
(4) From Banu only

63. एका निवडणुकीत 8% मतदारांनी मतदान केले नाही. या निवडणुकीत फक्त दोनच उमेदवार होते. निवडून आलेल्या उमेदवारास एकूण मतांच्या 48% मते मिळून त्याने 1100 मतांनी दुसऱ्या उमेदवाराचा पराभव केला. तर निवडणुकीत एकूण मतदार किती होते ?

(1) 21,000   (2) 23,500   (3) 22,000   (4) 27,500

In an election, the voting power was not used by 8% voters. There were only two candidates in this election. The elected candidate got 48% votes, out of the total votes and he defeated the other candidate by 1100 votes. How many total voters were there in the election?

(1) 21000   (2) 23500   (3) 22000   (4) 27500

64. ताशी 60 कि. मी. वेगाने गेल्यास मोनोरेल वेळेवर पोहोचते. जर वेग 20 कि. मी. ने वाढविला तर एक तास लवकर पोहोचते, तर मोनोरेल एकूण किती अंतर कापते ?

(1) 240 कि. मी.
(2) 250 कि. मी.
(3) 260 कि. मी.
(4) 270 कि. मी.

When the speed of a monorail is 60 km/hr it reaches on time. If the speed is increased by 20 km it reaches one hour earlier then how much distance does the monorail cover?

(1) 240 km   (2) 250 km   (3) 260 km   (4) 270 km

65. @, δ, *, $ आणि % या प्रतीकांचा अर्थ पुढीलप्रमाणे लावण्यात आलेला आहे.

PδQ चा अर्थ आहे, P, Q पेक्षा लहान नाही.

P*Q चा अर्थ आहे, P, Q पेक्षा मोठा नाही.

P % Q चा अर्थ आहे, P, Q पेक्षा मोठा नाही आणि Q एवढा नाही.

P$Q चा अर्थ आहे, P, Q पेक्षा लहान नाही आणि Q एवढा नाही.

P@Q चा अर्थ आहे, P, Q पेक्षा मोठाही नाही किंवा Q पेक्षा लहानही नाही.

दिलेल्या विधानांना सत्य मानून, त्यावरून काढलेले तीन निष्कर्ष I, II, III पैकी निश्चितपणे कोणता / कोणते सत्य आहे / आहेत ते शोधून त्यानुसार उत्तरासाठी योग्य पर्याय निवडा.

विधाने : B% N; NδF; F*H

निष्कर्ष : I - H$N

II - F%B

III - B%H

(1) फक्त I आणि II सत्य आहेत.　(2) फक्त I आणि III सत्य आहेत.

(3) फक्त II आणि III सत्य आहेत.　(4) एकही सत्य नाही.

The meanings of @, δ, *, $, and % are as follows :

PδQ means, P, in not less than Q.

P*Q means, P, is not greater than Q.

P%Q means, P is not greater than Q and not equal to Q.

P$Q means, P is not less than Q and not equal to Q.

P@Q means, P is not greater than or less than Q.

Considering the statements true, which of the conclusion / s, I, II, III is / are perfectly true? Select the correct alternative.

Statement : B%N; NδF; F*H

Conclusion : I - H$N

II - F%B

III - B%H

(1) Only I and II are correct.　(2) Only I and III are correct.

(3) Only II and III are correct.　(4) No one is correct.

---

66. प्रश्नचिन्हाच्या जागी योग्य पर्याय निवडा.

16	12	17
22	18	15
19	15	16
35	27	?

(1) 19　　(2) 29　　(3) 33　　(4) 32

Select proper alternative in place of the question - mark.

16	12	17
22	18	15
19	15	16
35	27	?

(1) 19   (2) 29   (3) 33   (4) 32

---

67. सारणीत पाच राज्यांची, पाच वर्षांची लोकसंख्या लाखात दिलेली आहे.

राज्ये → वर्ष ↓	A	B	C	D	E
2003	15.6	22.6	18.4	16.6	24.2
2004	16.8	20.8	19.2	18.2	23.8
2005	18.8	24.2	19.8	17.8	25.8
2006	18.4	26.4	20.8	19.8	26.4
2007	20.2	28.2	22.6	22.4	28.2

राज्य A आणि B मिळून, सर्व वर्षांच्या सरासरी लोकसंख्येचे, राज्य, C, D आणि E मिळून सर्व वर्षांच्या सरासरी लोकसंख्येशी अनुक्रमे प्रमाण काय ?

(1) 51:82   (2) 53:81   (3) 52:83   (4) 53:85

The population of five states, of five years, is given in lacs, in the table :

States → Years ↓	A	B	C	D	
2003	15.6	22.6	18.4	16.6	24.2
2004	16.8	20.8	19.2	18.2	23.8
2005	18.8	24.2	19.8	17.8	25.8
2006	18.4	26.4	20.8	19.8	26.4
2007	20.2	28.2	22.6	22.4	28.2

What is the proportion of the average population of all years of the states A and B taken together, with the average population of all years of the states C, D and E taken together, respectively ?

(1) 51:82   (2) 53:81   (3) 52:83   (4) 53:85

68. दिलेल्या व्यवस्थेचे अध्ययन करून निम्नलिखित शृंखलेतील क्रमाने येणारे पुढील पद शोधा :

F@53$RJPE1H%IQ4B8AW2UG6*9δZNM©V

5RJ ; 1%Q ; 8WU ; ?

(1) δN©   (2) 69Z   (3) *δM   (4) *δN

Learn the system and find the next term in the given series :

F@53R$JPE1H%IQ4B8AW2UG6*9δZNM©V

5RJ ; 1%Q ; 8WU ; ?

(1) δN©   (2) 697   (3) *δM   (4) *δN

69. खालील अक्षर त्रिकोणावरून ती व्यवस्था काय आहे ते ओळखा. त्या व्यवस्थेच्या आधारावर सर्वात खालच्या ओळीवर तुमच्या उजवीकडून तिसरे अक्षर कोणते ?

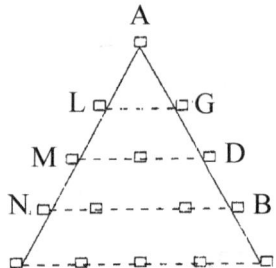

(1) A   (2) C
(3) F   (4) J

From the following alphabet triangle find out what that system is. On the basis of the system, which is the third letter on the base line from your right?

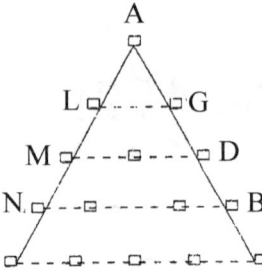

(1) A   (2) C
(3) F   (4) J

70. त्रिकोण ABC हा समभुज त्रिकोण आहे. तर OBC हा समद्विभुज त्रिकोण आहे. जर ∠BOC हा 100° चा असेल तर ∠ACO किती असेल ?

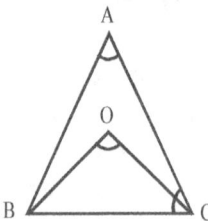

(1) 20°   (2) 30°
(3) 60°   (4) 45°

Triangle ABC is an equilateral triangle. Triangle OBC is an isosceles triangle. If angle BOC is 100°; then how much will the ∠ACO be ?

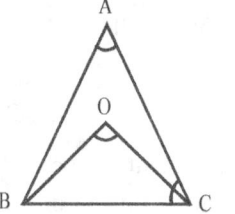

(1) 20°   (2) 30°

(3) 60°   (4) 45°

71. पाच एकसारखे डबे आहेत. त्यात वेगवेगळ्या वस्तू बंद असून, आतील सामग्रीचे विवरणदर्शक लेबल डब्यावर पुढीलप्रमाणे लावलेले आहेत.

सामग्री	लेबल
दोन चेंडू	- BB
दोन पेन्स	- PP
दोन घड्याळे	- WW
एक घड्याळ व एक चेंडू	- WB
एक घड्याळ व एक पेन	- WP

कोणीतरी या डब्यांची लेबल्स अशा प्रकारे बदलविली की, कोणत्याही डब्यामध्ये ती सामग्री नाही, जिचे लेबल त्या डब्यावर आहे. जर WB आणि PP लेबल लावलेले डबे उघडले आणि त्यातील चार वस्तूंपैकी कोणतीही घड्याळ नसेल, तर WW असे लेबल ज्या डब्यावर असेल त्या डब्याच्या बाबतीत कोणते विधान सत्य असेल ?

(1) कोणतीही वस्तू घड्याळ नसेल.   (2) एक वस्तू घड्याळ असेल.

(3) एक वस्तू चेंडू असेल.   (4) एक वस्तू पेन असेल.

There are five similar boxes, having labels, indicating the description of the items contained in them, as follows :

Items	Labels
Two Balls	- BB
Two pens	- PP
Two Watches	- WW
One watch and one Ball	- WB
One watch and one Pen	- WP

Some one has changed the labels on all the boxes, such that, no box contains the items, as per the label on it.

If the boxes with labels WB and PP are opened and no item is watch, then which statement will be true in case of the box, having label WW ?

(1) No item will be watch.   (2) One item will be watch.

(3) One item will be ball.   (4) One item will be pen.

72. A, B, C, D, E, F आणि G एका कुटुंबाचे सदस्य आहेत, ज्यामध्ये चार वयस्कर असून तीन बालके आहेत, त्यापैकी दोन F आणि G मुली आहेत. A आणि D हे भाऊ असून A डॉक्टर आहे. E एक इंजिनियर असून दोन भावांपैकी एकासोबत विवाहबद्ध असून E ला दोन अपत्यं आहेत. B, D सोबत विवाहित आहे; आणि G त्यांचे अपत्य आहे. तर C कोण आहे ?

(1) A चा मुलगा   (2) E ची मुलगी   (3) F चे वडील   (4) G चा भाऊ

A, B, C, D, E, F and G are the members of a family. Out of them, four are adults and three are children, of which two, F and G are girls. A and D are brothers and A is a Doctor. E is an Engineer and has married one of the two brothers. E has two children. B is married to D and G is their child. Then who is C ?

(1) Son of A   (2) Daughter of E   (3) Father of F   (4) Brother of G

73. एक काम पूर्ण करायला कबीरला अक्षयपेक्षा 10 दिवस कमी लागतात, तर तेच काम करायला सत्यमला अक्षयपेक्षा 15 दिवस जास्त लागतात. जर कबीर आणि अक्षय दोघे मिळून हे काम 12 दिवसांत पूर्ण करत असतील तर अक्षय आणि सत्यमला हे काम पूर्ण करायला किती दिवस लागतील ?

(1) 10 दिवस   (2) 25 दिवस   (3) 27 दिवस   (4) 18 दिवस

Kabir requires 10 days less than Akshay to complete a certain task. Satyam takes 15 days more than Akshay to complete the same task. If Kabir and Akshay both take 12 days to complete the task together how many days will be required by Akshay and Satyam together to complete it ?

(1) 10 days   (2) 25 days   (3) 27 days   (4) 18 days

74. एका सुस्थापित उद्योजकाच्या पत्नीने प्रशासकीय अधिकारी म्हणून तुमच्याकडे, तिच्या दोन मुली असल्यामुळे छळ होत असल्याची तक्रार केली आहे. स्वतःच्या आई-वडिलांची आर्थिक स्थिती चांगली नसल्याने ते तिला याबाबतीत मदत करू शकत नाहीत असेही तिने तुम्हाला सांगितले आहे. तुम्ही काय कराल ?

(1) पत्नीचे समुपदेशन करून तिला परिस्थितीशी सामना करण्यासाठी सक्षम कराल व परिणाम पाहण्यासाठी थांबाल.

(2) या जोडप्यासाठी समुपदेशन सत्रांची व्यवस्था कराल.

(3) तिला संबंधित विभागाकडे तक्रार नोंदविण्यास सांगाल.

(4) पत्नीला सामाजिक सेतुजालातून नवऱ्याचे वर्तन जाहीर करण्यास सांगाल.

You as an administrative authority have been approached by a house wife of a well-established entrepreneur complaining harassment for having two daughters. She also informs you that her parents are not financially well off to help her in this matter. You would :

(1) counsel wife to empower her to face the situation and wait for the result.

(2) arrange counselling sessions for the couple.

(3) ask her to lodge a complaint with concerned department.

(4) ask wife to make husband's behaviour public through social network.

75. **परिस्थिती :** शासनाने राज्यातील ग्रामीण भागातील प्रत्येक कुटुंबाकडे स्वच्छतालय असावे यासाठी धोरण निश्चित केले आहे, कारण बहुतांशी रोगराई आणि साथरोग मनुष्यप्राण्याच्या विष्ठेत आढळून येणारे **ई - कोली** जंतू पाण्यात मिसळून ते दूषित झाल्याने होत असतात. या रोगांमुळे होणारी जीवितहानी, वाया जाणारे मनुष्यदिवस आणि रोजगार हानी तसेच औषधोपचारासाठी खर्च प्रचंड असतो. महिलांची होणारी कुचंबणा ही एक महत्त्वाची बाब आहेच. जीवनाचा अधिकार म्हणजे प्रतिष्ठेने जगणे असे सर्वोच्च न्यायालयही म्हणते. त्याचप्रमाणे गावातील पर्यावरणही दूषित होते. वस्तुत: मनुष्यविष्ठा शास्त्रोक्त पद्धतीने हाताळल्यास तो सेंद्रिय खताचा एक महत्त्वाचा स्रोत आहे.

असे असतानाही आणि शौचालय न वापरण्याचे गंभीर परिणाम होत असूनही शौचालय असणाऱ्या राज्यातील ग्रामीण कुटुंबांची संख्या 60 टक्के आहे व या 60 टक्क्यांपैकी 50 टक्के त्याचा प्रत्यक्ष वापर करतात. या अपयशाचे कारण जे सांगितले जाते ते असे की, शासनाचे शौचालय बांधकाम धोरण हे **'बांधकाम प्रणीत'** असून त्यामध्ये शौचालयाचा वापर न केल्यामुळे होणाऱ्या गंभीर परिणामांबाबत जनमानसात **जागृती** करणे वा त्यांना शिक्षित करणे याचा अभाव हे आहे. त्यामुळे प्रखर लोकशिक्षण अभियानाची आज नितांत आवश्यकता आहे असे वाटते.

प्रश्न : जर तुम्हाला अशा लोक जागृती अभियानाचा ढाचा तयार करण्यास सांगितल्यास त्यामध्ये प्राधान्यक्रमानुसार आपण कोणते संदेश अंतर्भूत कराल?

(a) शौचालयाच्या नियमित वापरामुळे उघड्यावर शौचास बसण्यामुळे आरोग्यावरील होणारे घातक परिणाम कमी होतील.

(b) गावातील स्वच्छ **वातावरण** टिकवून ठेवता येईल.

(c) मानवी **प्रतिष्ठा,** विशेषत: महिलांची प्रतिष्ठा राखता येईल.

(d) कृषी **उत्पादकता** व **अर्थव्यवस्थेला** उभारी मिळेल.

पर्यायी उत्तरे :

(1) (a), (b), (c), (d)   (2) (a), (c), (b), (d)   (3) (b), (c), (a), (d)   (4) (d), (b), (c), (a)

Situation : Government has formulated a policy to ensure that each family in rural area of the State should have a toilet as most of the diseases and epidemics are caused due to **e-coli** found in human excreta carried through the use of contaminated water. The loss of human life, mandays wasted and the loss of wages due to these ailments and expenditure required to be incurred on the treatment is enormous. The embarrassment to the female population is another factor, so also the village environmental pollution caused. The Supreme Court interpreted Right to life means life with dignity. In fact, human excreta, if treated scientifically, is a rich source of organic manure.

In spite of these provisions and severe consequences the percentage of rural families having toilets is only 60% and out of these, who are actually using the toilets is only 50%. The failure is ascribed to the fact that toilet policy is **'Construction oriented'** and the element of educating and sensitizing the people as to the adverse effects of the non use of toilets is squarely missing. It is felt that a strong public education campaign is the need of the time.

Question : If you are assigned a role of preparing a public awareness campaign, which of the following elements you would incorporate in order of priority in the design of the campaign :

(a) Regular use of toilet reduces **health** hazards of open defecation.

(b) Maintaining the **ambience** of the village.

(c) Maintaining the **dignity** of the human being, particularly women folk.

(d) Boost to farm **productivity** and **economy.**

Answer options :

(1) (a), (b), (c), (d) (2) (a), (c), (b), (d) (3) (b), (c), (a), (d) (4) (d), (b), (c), (a)

---

76. शासन प्रतिनिधी व समिती सदस्य म्हणून दोन वर्षांची सरकारी शिष्यवृत्ती देण्यासाठी तरुण कलाकारांची निवड करण्याची जबाबदारी तुमच्यावर आहे. बरेच प्रस्थ असलेला एक मान्यवर कलाकारही तज्ज्ञ म्हणून या समितीचा सदस्य आहे. या प्रतिष्ठेच्या शिष्यवृत्तीसाठीची मर्यादित यादी अभ्यासताना समितीच्या दुसऱ्या एका सदस्याने तुमच्या लक्षात आणून दिले की, अनेक कलाकार हे या मान्यवर कलाकाराच्या संस्थेतील आहेत वा त्याच्या माजी विद्यार्थ्यांच्या संस्थांतील आहेत. तुम्ही काय कराल ?

(1) कलाकाराशी बोलाल व अंतिम निवड भेदभावरहित होण्यासाठी त्यांना निवडीचे निकष जाहीर करण्याची विनंती कराल.

(2) या वर्षीच्या शिष्यवृत्ती मिळालेल्यांबाबत गप्प रहाल व नंतर या व्यक्तीची गैरकृत्ये जाहीर कराल.

(3) समिती तत्काळ रद्द ठरवून तिचे काम थांबवून नव्या समितीची रचना कराल.

(4) सध्याच्या समितीच्या सर्व सदस्यांना मर्यादित यादी करण्यासाठी वापरलेल्या मूळ यादीचा पुन:विचार करून, भेदभाव होणार नाही अशी काळजी घेऊन, नवी मर्यादित यादी विकसित करण्याची विनंती कराल.

You are a government representative and a member of a committee that has been given responsibility of selecting young artists for awarding two year government scholarships. An influential artist of high reputation is also a member on this committee as an expert. After studying the shortlisted artists, for this prestigious state scholarship, another member brought to your notice that many artists are from the institute that is managed by this reputed artist or institutes that are managed by his past students. You would :

(1) talk to the artist and request him to make selection criteria public for avoiding biased selection.

(2) maintain silence with respect to selection of awardees of this year and then publish the misdeeds of this person.

(3) halt the work of the committee by dissolving it immediately and form a new committee.

(4) request all the members of the present committee to go through the original list again and with unbiased approach freshly shortlist the candidates.

77. तुम्ही जातीयदृष्ट्या संवेदनशील भागाचे प्रशासकीय प्रमुख आहात. दोन वेगवेगळ्या जातींच्या प्रमुख व्यक्ती प्रक्षोभक भाषणे देऊन आपापल्या जातीतील लोकांमध्ये असंतोष पसरवत आहेत. अशा वेळी तुम्ही.
    (1) दोन्ही जातीय प्रमुखांना अटक करण्याचे तत्काळ आदेश द्याल.
    (2) दोन्ही जातीय प्रमुखांना बोलावून त्यांच्यामध्ये शांततेची बोलणी सुरू कराल.
    (3) दोन्ही जातीय प्रमुखांना वेगवेगळे बोलावून त्यांना विनयपूर्वक शब्दांत समजवाल.
    (4) हे प्रकरण वरिष्ठांकडे पाठवून पुढील आदेशाची वाट बघाल.

As an administrative incharge of a communally sensitive area, you are faced with a situation where the religious heads of both the communities have given inflammatory speeches thereby inciting violence amongst their respective communities. You would :
(1) immediately order the arrest of the two religious heads.
(2) call both the communal heads together and try to broach a peace deal.
(3) call both the heads individually and do some 'humble talking' with them to explain the situation.
(4) report the matter to your superior and wait for appropriate instruction.

78. **परिस्थिती :** 1973 सालचा भीषण दुष्काळ आणि वर्ष 2012-13 मध्ये जाणवत असलेला दुष्काळ यामध्ये एक मूलभूत फरक असा की, 1973 सालच्या दुष्काळात **अन्नधान्यांची** टंचाई मोठ्या प्रमाणावर होती. तर 2012-13 मध्ये **पाण्याची** तीव्र टंचाई जाणवत आहे. हजारो खेड्यांना योग्य प्रतीचे सोडाच, परंतु किमान आवश्यक तेवढे पिण्याचे पाणी सुद्धा उपलब्ध नाही. बरीच रब्बी पिके जमिनीत ओलावा नसल्याने पेरताच आलेली नाहीत. जेथे थोडे बहुत पाणी उपलब्ध आहे तेथेही नायट्रेड, फ्लोराईड सारख्या रासायनिक प्रदूषणामुळे ते पिण्यास वापरल्यास त्यातून आरोग्याचे गंभीर प्रश्न निर्माण होतील. मान्सून सुरू होईपर्यंत कसेही करून मानवी जीवन वाचविणे हीच मुख्य काळजी आहे.

प्रश्न : अशा परिस्थितीत ही तातडीची परिस्थिती हाताळण्याची जबाबदारी आपणावर आल्यास खालीलपैकी कुठली उपाययोजना आपण **प्राधान्याने** अमलात आणाल?
(a) सर्व सार्वजनिक आणि खाजगी पाणी साठे फक्त पिण्याकरिता राखून ठेवणे.
(b) शेतकऱ्यांच्या रब्बीचे पीक वाया जाऊन त्यांचे उत्पन्न बुडू नये, तसेच पिण्याच्या पाण्याची गरज सुद्धा भागविली जावी, म्हणून उपलब्ध पाणी या दोन्ही बाबींसाठी 50-50 टक्के वाटप नियोजन करणे.
(c) गरीब शेतकऱ्यांचे उत्पादनाचे एकमेव स्रोत संपुष्टात येणार असल्याने आणि त्याचे गंभीर आर्थिक परिणाम पाहता अन्न उत्पादनाला प्राधान्य देऊन प्रथम आवश्यक तेवढे पाणी शेतीकरिता राखीव करणे.
(d) पाण्याचे दुर्भिक्ष्य लक्षात घेऊन आणि दुसरा कोणताही पर्याय नसल्याने रासायनिक प्रदूषित पाणीसुद्धा त्यामुळे होणारे आरोग्यावरील दुष्परिणाम विचारात घेऊनही, मान्सून सुरू होईपर्यंत वापरण्याला प्रोत्साहन देणे, कारण मानवी जीव किमान टिकल्यास अशा रोगावर कालांतराने यथायोग्य उपचार करता येईल.
(1) (d)   (2) (b)   (3) (a)   (4) (c)

Situation : One major difference between the severe drought faced by the State in the year 1973 vis-à-vis year 2012-13 is, where as there was a **food** scarcity in 1973, the year

2012-13 reflects acute **water** scarcity. Thousands of villages do not have even adequate quantity, forget appropriate quality drinking water. Most Rabi crops could not simply be sown as the moisture in the soil is completely dried away. The chemical contamination like Nitrate, Fluoride is causing a grave concern even where water is available, which if consumed would lead to grave health hazards. Human survival till onset of the monsoon is the major concern.

Question : Under such circumstances if you are entrusted with a responsibility to tackle the situation, which of the following options would you resort to, on **priority** to manage the immediate crisis.

(a) Reserving all public and private water sources exclusively for drinking water purposes.

(b) To strike a balance between farmers losing their income of Rabi Crops and also to ensure acute drinking water needs, 50-50 distribution plan for crop survival and drinking water.

(c) As the poor farmers will be losing their only income source which may have severe economic consequences, crop production will be given priority and most of the water will be reserved for the agriculture purposes.

(d) Even taking the risk of diseases people will be motivated to use chemically contaminated water for survival till onset of monsoon to save human life there being no alternative as diseases can be cured in due course.

Answer options :

(1) (d) (2) (b) (3) (a) (4) (c)

---

79. तुमच्या मित्राने त्याचे दुकान एका दुकानदाराला भाड्याने दिले आणि त्या दुकानदाराने मागील एक वर्षापासून भाडे दिलेले नाही व आता तो दुकान रिकामेही करण्यास नकार देत आहे. दुकानदाराने तुमच्या मित्रास दुकान विकत देण्याची मागणी केली आहे. परंतु दुकानदाराची खरेदी किंमत बाजारभावाच्या 50% आहे. दुकानदाराने त्याच्या ओळखीचा वापर करून पोलिसाकडे जाऊ नये म्हणून तुमच्या मित्राला धमकावले आहे. अशा परिस्थितीत तुम्ही एक पोलीस अधिकारी म्हणून कोणता सल्ला द्याल ?

(1) पोलिसाकडे दुकानदाराच्या विरोधात तक्रार नोंदविणे.

(2) दुकानदाराने सुचविलेल्या खरेदी किमतीत वाढ करावयास सांगणे.

(3) तुमच्या अधिकाराचा वापर करून दुकानदारास धमकी द्याल.

(4) तिसऱ्या व्यक्तीला दुकान विकण्याचा प्रयत्न करावा जेथे किंमत बाजारभावापेक्षा थोडी कमी परंतु दुकानदाराच्या खरेदी किमतीपेक्षा अधिक आहे.

Your friend has rented his shop to a shopkeeper and shopkeeper has not paid his rent for the last one year and now refuses to vacate his shop. Shopkeeper has offered to purchase that shop from him but only at 50% of the present market value. Shopkeeper uses his contacts and has threatened him of dire consequences if he lodges a police complaint.

What kind of advice would you give to your friend as a police officer ?

(1) Lodge a complaint against the shopkeeper with the police.

(2) Negotiate with the shopkeeper for a higher price and sell it.

(3) Use your power for threatening the shopkeeper.

(4) Try to sell the shop to a 3rd party at a price slightly less than the market price but higher than the offer of the shopkeeper.

80. तुम्ही लोकसेवा आयोगाच्या मुलाखतीसाठी जात आहात. रस्त्यात झालेल्या अपघातात काही माणसे अडकलेली तुम्हाला दिसतात. अशावेळी तुम्ही काय कराल ?

(1) तुम्ही अपघाताकडे लक्ष न देता मुलाखतीच्या ठिकाणी पोहोचाल.

(2) हॉस्पिटल आणि पोलीस स्टेशनला अपघाताबाबत टेलिफोनवरून माहिती द्याल.

(3) पोलीस व ॲम्ब्युलन्सची मदत मागवाल व ती येईपर्यंत तिथे थांबाल.

(4) पोलीस व ॲम्ब्युलन्सला मदत करावयास सांगून अपघातात अडकलेल्या स्थानिकांना सोडवाल.

Suppose you are going for Public Service Commission's Interview. On the road you see an accident in which few men are stuck in. What will you do ?

(1) You will not pay attention to the accident and reach the Interview destination.

(2) You will inform nearby Hospital and Police station telephonically regarding the accident.

(3) You will call Police and Ambulance for help and wait till the help reaches.

(4) You will ask local people to help police and Ambulance in the rescue of people stuck in the accident.

राज्यसेवा (पूर्व) स्पर्धा परीक्षा – 2013 (पेपर क्र. 2) 18 मे 2013

प्रश्न क्र.	संच A	प्रश्न क्र.	संच A	प्रश्न क्र.	संच A	प्रश्न क्र.	संच A	प्रश्न क्र.	संच A
1.	1	11.	4	21.	1	31.	4	41.	4
2.	2	12.	4	22.	4	32.	2	42.	3
3.	4	13.	1	23.	1	33.	3	43.	3
4.	3	14.	3	24.	3	34.	3	44.	4
5.	3	15.	1	25.	3	35.	4	45.	4
6.	1	16.	4	26.	2	36.	2	46.	3
7.	2	17.	1	27.	1	37.	2	47.	3
8.	1	18.	4	28.	2	38.	3	48.	3
9.	2	19.	3	29.	1	39.	4	49.	3
10.	3	20.	4	30.	4	40.	4	50.	4

प्रश्न क्र.	संच A	प्रश्न क्र.	संच A	प्रश्न क्र.	संच A
51.	2	61.	1	71.	2
52.	3	62.	3	72.	1
53.	4	63.	4	73.	4
54.	2	64.	1		
55.	3	65.	4		
56.	3	66.	3		
57.	1	67.	2		
58.	1	68.	4		
59.	4	69.	3		
60.	4	70.	1		

राज्यसेवा पूर्व परीक्षा – 2013 प्र. क्र. 74 ते 80 चे पर्यायनिहाय गुण
(चौकोनामध्ये गुण दर्शविलेले आहेत.)

उत्तरतालिका

प्रश्न क्र.	संच - A			
	पर्याय क्रमांक व गुण			
	1	2	3	4
74.	1.5	2.5	1.0	0
75.	2.5	2	1.5	0
76.	1.5	0	1.0	2.5
77.	1.0	2.5	1.5	0
78.	2.5	2	1.5	0
79.	2.5	1.0	0	1.5
80.	0	1	2.5	1.5

संदर्भसूची

१. Civil Services Aptitude Test : Bright Publications

२. Civil Services Preliminary Examination : Spectrum Books.

३. Cracking the CSAT Paper २ : Arihant Publications

४. CSAT paper II : TMH

५. Quantitative Aptitude : R.S. Agrawal

६. Chronicles (Stats).

७. CSR

८. Decision Making Science - Herbert Saiman

९. Communication Skill - Nirali Publication

१०. Objective English - Sidharth Publication

११. Test of English Language - Radhika Publication

१२. अनिवार्य मराठी – प्रा. सौ. अनुराधा मिसाळ, एव्हरेस्ट पब्लिशिंग हाऊस

१३. अनिवार्य इंग्रजी – प्रा. एन. बी. मिसाळ, एव्हरेस्ट पब्लिशिंग हाऊस

१४. सामान्य क्षमता चाचणी – प्रगती बुक्स प्रा. लि.

१५. राज्यसेवा पूर्वपरीक्षा प्रश्नसंच – ज्ञान प्रबोधिनी स्पर्धा परीक्षा केंद्र

१६. बुद्धिमापन चाचणी विशेषांक – चक्रपाणी प्रकाशन, सातारा

१७. बुद्धिमापन चाचणी मार्गदर्शक – स्टडी सर्कल पब्लिकेशन्स

१८. सामान्य क्षमता चाचणी – स्टडी सर्कल पब्लिकेशन्स

१९. सामान्य क्षमता चाचणी – एव्हरेस्ट पब्लिशिंग हाऊस

२०. महाराष्ट्र लोकसेवा आयोग पूर्वपरीक्षा प्रश्नपत्रिका – नाथे पब्लिकेशन हाऊस

Websites :

२१. www.upscportal.com

२२. www.upscexam.com

२३. www.learnnext.com

२४. www.sanikanet.services

२५. www.brainage.in

२६. वस्तुनिष्ठांक गणित – आर. एस. आग्रवाल

२७. प्रतियोगिता दर्पण

२८. निर्णय और जिम्मेदारी – सरश्री WOW प्रकाशन

२९. संपूर्ण प्रशिक्षण (विकास पथके सात सूत्र) सरश्री WOW प्रकाशन